"(फायलींवर नोंदी करण्यासाठी) अधिकारी हिरवी किंवा लाल शाई वापरू शकतात का?"

अगदी साधा प्रश्न असं तुम्हाला वाटेल, परंतु शासन व्यवस्थेमध्ये बैठका, पत्रव्यवहार, इतर मंत्रालयांशी चर्चा या सर्व गोष्टी सुरू करण्यास आणि त्या पुढे वर्षभर ताणत ठेवण्यास हा प्रश्न अगदी पुरेसा आहे.

भारतीय उच्चायुक्ताच्या निवासस्थानावर एक झाड पडतं... मेमो इकडून तिकडे, तिकडून इकडे जातात, आणि पुढची नऊ वर्षं शासनव्यवस्था या बाबीवर सखोल विचार करते, चर्चा करते, योग्य-अयोग्य काय ते बघते. ते निवासस्थान कोणी आणि कसं दुरूस्त करायचं याचा निर्णय काही होऊ शकत नाही.....

अशा सामान्य बाबींपासून ते थेट जीवन मरणाचा प्रश्न ठरतील अशा अतिशय महत्त्वाच्या बाबींपर्यंत हेच— हीच पद्धत चालू राहते.

पर्यावरण नष्ट होऊ लागतं... कायदे केले जातात...

त्या कायद्यांच्या तरतुदींनुसार नियम बनविण्यात येतात...

त्या नियमांची अंमलबजावणी करण्यासाठी समित्या स्थापन केल्या जातात. पर्यावरण नष्ट होण्याची गती वाढतच असते...

आपलं गुप्तहेर खातं. राज्यपाल, राष्ट्रीय सुरक्षा संबंधीचे तज्ज्ञ पुन्हा पुन्हा धोक्याच्या सूचना देत असतात. बांगलादेशातून होणाऱ्या घुसखोरीमुळे आपल्या देशातील लोकसंख्येचा नकाशा बदलतो आहे आणि त्याचे परिणाम किती घातक आहेत हे पुन्हा पुन्हा सांगितलं जात आहे... राजकीय पक्ष एकमेकांमध्ये या बाबीवरून भांडत बसले आहेत... मंत्रीमहाशय निवेदनं देताहेत आणि मग नाकारताहेत... (वेगवेगळी) सरकारं गुप्तहेर खात्याला आजच्या परिस्थितीचा आढावा घेणारे अहवाल तयार करण्याच्या सूचना देताहेत... (ते अहवाल सादर झाल्यानंतर) ते अद्ययावत करण्याच्या सूचना दिल्या जाताहेत...

कायदेमंडळाच्या चर्चांमध्ये या धोक्याच्या सूचना कुठल्या कुठे हरवून जाताहेत... न्यायालय तारखांवर तारखा देतच राहताहेत... घुसखोरांचे लोंढे प्रचंड प्रमाणावर घुसतच आहेत.

शासन प्रत्येक समस्येकडे डोळेझाक करत राहतं. समस्या वाढत जाते. शासन नजर दुसरीकडे वळवतं. समस्येचा स्फोट होतो... ही समस्या सोडविण्यासाठी एक समिती स्थापन करण्यात येते. पाच वर्षांनंतर... जे भविष्य वर्तवलं गेलं होतं ते खरं

ठरतं... समस्या जिथे होती तिथेच - जशी होती तशीच राहिलेली असते. ती सोडवण्यासाठी स्थापन करण्यात आलेली समिती हीच एक समस्या बनलेली असते... समिती काम करू न शकल्याने एक कायदा संमत करण्यात येतो. त्या कायद्याची अंमलबजावणी नीट होत नसल्याने तो कायदा मोडल्याबद्दल दिल्या जाणाऱ्या शिक्षा अधिक कडक करण्यासंबंधीच्या दुरुस्त्या त्या कायद्यांमध्ये करण्यात येतात. अंमलबजावणीच्या जागी कायदा... दूरदर्शी विधानं, आराखड्यांचे कागदपत्र, व्यूहरचनेचे कागदपत्र... हे सगळं अंमलबजावणीच्या जागी... अंमलबजावणीच्या ऐवजी...

आधुनिक चीनशी स्पर्धा करणं आपल्याला शक्य आहे काय?

आपल्याला गरज आहे ती शासनव्यवस्था सुधारण्याची. परंतु ही सुधारणा करायची तरी कशी?... जेव्हा प्रत्येक सुधारणेची योजना— मग ती सुधारणा निवडणूक प्रक्रियेतील असो की, सरकारनं हॉटेल चालवण्यासंबंधीची असो— त्याच त्याच न संपणाऱ्या रिंगणातून जात असते? ही व्यवस्था सुधारायची तरी कशी? जेव्हा ती सुधारण्याचा प्रत्येक निर्णय घेणं आणि त्यासाठी लागणारा पैसा देणं हे त्या व्यवस्थेमुळे ज्यांचा फायदा होतो आहे अशांच्याच हातात असतं? मग या 'व्यवस्थेमध्ये' सुधारणा होणं कधीतरी शक्य आहे का? की मग आयात निर्यातीवरील नियंत्रणासह औद्योगिक परवाना पद्धतीचं जे केलं गेलं तसं करणं हेच याचं उत्तर ठरेल? की मग अरुण शौरींनी 'टेलिकॉम' मंत्रालयात जे केलं आहे ते यातून मार्ग दाखवेल? त्यांनी जिथे जिथे शक्य आहे तिथे तिथे अनावश्यक कामं बंदच करून टाकली आहेत.

प्रचंड प्रमाणावर गोळा केलेल्या प्राथमिक माहितीच्या आधाराने शौरी प्रगतीचा एक मार्ग सुचवत आहेत—

भारतीय शासनव्यवस्थेमध्ये आमूलाग्र बदल घडवून आणणे.

५०/६० च्या दशकांत 'विकासाचे साधन' मानले गेलेले शासन, ७०/८० च्या दशकात 'सर्वांवर नियंत्रण ठेवणारी व्यवस्था' बनलं. ही व्यवस्था आता स्वत: सक्षम असणारी आणि इतरांना सक्षम बनवणारी व्यवस्था बनणं आवश्यक आहे. देशासाठी उत्तम काम करण्याचा मार्ग खुला करून देणारी व्यवस्था. एक बांधेसूद शासन व्यवस्था आवश्यक आणि अनिवार्य असतील तेवढीच कामे उत्तम रीतीने पार पाडणारी शासन व्यवस्था.

आजच्या शासनव्यवस्थेच्या दु:स्थितीचे स्पष्ट आणि दुर्मिळ दर्शन घडवणारे पुस्तक.

■

'गेल्या अर्धशतकातील पत्रकारितेच्या स्वातंत्र्याच्या अध्वर्यूंपैकी एक' म्हणून इंटर नॅशनल प्रेस इन्स्टिट्यूटने गौरवलेले पत्रकार.

सातत्याने स्वतंत्र बाण्याने लेखन.

बिझनेस वीक ने 'स्टार ऑफ एशिया' या पुरस्काराने गौरवले आहे.

निर्गुंतवणुकी संबंधीच्या मूलभूत लेखनाबद्दल 'इकॉनॉमिक टाईम्स'ने अरुण शौरींना 'बिझिनेस लीडर ऑफ द इयर' हा पुरस्कार प्रदान केला आहे.

मॅगसेसे पारितोषिक, दादाभाई नौरोजी पारितोषिक, फ्रीडम टू पब्लिश पारितोषिक, ॲस्टर पारितोषिक, इंटरनॅशनल एडिटर ऑफ द इयर, पद्मभूषण आणि अशा इतर अनेक नामवंत पारितोषिकांनी गौरवण्यात आलेले अरुण शौरी हे भारतातील एक आघाडीचे नामवंत पत्रकार आहेत. ताज्या व राजकीय घडामोडींचे अचूक विश्लेषण करण्यात त्यांचा हातखंडा आहे.

एन.डी.ए. सरकारच्या कारकिर्दीमध्ये अरुण शौरींनी निर्गुंतवणूक खाते, माहिती आणि प्रसारण खाते इत्यादी खात्यांचे मंत्रीपद सांभाळले आहे.

'गव्हर्नन्स' हे त्यांचे आठरावे पुस्तक.

अरुण शौरी

अभिप्राय

लाल फितीच्या कारभाराची कथा

दैनिक ऐक्य, १-४-२००७

घोषणाबाजीच्या चाकोरीबाहेर येऊन काम आणि सत्ता ही राज्याच्या अधिकाऱ्यांकडून समाजोन्मुख वळवणे कसे आवश्यक आहे ते 'गव्हर्नन्स'मध्ये सांगितले आहे.

दैनिक सामना, ५-८-२००७

सरकारी यंत्रणेतील त्रुटींचा धांडोळा

लोकरंग, रविवार, २८ ऑक्टोबर २००७

गव्हर्नन्स

शासन व्यवहार आणि त्याला जडलेला स्नायुक्षय

लेखक
अरुण शौरी

अनुवाद
भारती पांडे

मेहता पब्लिशिंग हाऊस

✆ +91 020-24476924 / 24460313

Email : production@mehtapublishinghouse.com

Website : www.mehtapublishinghouse.com

GOVERNANCE by ARUN SHOURIE

Translated in Marathi Language by Bharati Pande

गव्हर्नन्स : शासन व्यवहार आणि त्याला जडलेला स्नायुक्षय / वैचारिक

अनुवाद : भारती पांडे

Email : author@mehtapublishinghouse.com

मराठी अनुवाद व प्रकाशनाचे हक्क मेहता पब्लिशिंग हाऊस, पुणे – ३०.

प्रकाशक : सुनील अनिल मेहता, मेहता पब्लिशिंग हाऊस,
१९४१, सदाशिव पेठ, माडीवाले कॉलनी, पुणे – ४११०३०.

मुखपृष्ठ : चंद्रमोहन कुलकर्णी

प्रकाशनकाल : जानेवारी, २००७ / फेब्रुवारी, २००९ /
पुनर्मुद्रण : एप्रिल, २०१७

P Book ISBN 9788177667745

E Book ISBN 9789386454836

E Books available on : play.google.com/store/books
https://www.amazon.in/b?node=15513892031

आमच्या आईवडिलांस...
आमच्या अदितला...
आणि
अनिताला...

तात मात गुरू सखा तू...

अनुक्रमणिका

ओळख

विचार- सरकारच्या गतीने

१९९९च्या प्रारंभी केव्हातरी– मला नक्की तारीख सांगता येणार नाही— पोलाद मंत्रालयातील दोन अधिकाऱ्यांनी त्यांच्या टेबलावर आलेल्या दोन फायलींवर काही नोंदी केल्या. त्यांनी नोंदी काय केल्या आहेत हे बघण्याच्याही आधी त्यांचे सहकारी आणि वरिष्ठ यांच्या नजरेत एक गोष्ट भरली. ती म्हणजे त्यांनी केलेल्या नोंदी लाल आणि हिरव्या शाईमध्ये केलेल्या होत्या. साहजिकच, १३ एप्रिल १९९९ या दिवशी पोलाद मंत्रालयानं 'प्रशासनिक सुधारणा आणि सार्वजनिक गाऱ्हाणी' या विभागाकडे एक डी.ओ.पत्र पाठवलं. अधिकाऱ्यांना काळी किंवा निळी याखेरीज दुसऱ्या एखाद्या रंगाची शाई वापरण्याची परवानगी आहे का, हे पोलाद मंत्रालयाला जाणून घ्यायचं होतं. ''या प्रश्नाबाबत काही मार्गदर्शक तत्त्वे आहेत का? जर असतील तर ती माहिती आपण कृपया खाली सही करणार यांच्याकडे पाठवून देऊ शकाल का?''

या दोन विभागांच्या इमारती एकमेकींपासून एक किलोमीटरहून कमी अंतरावर आहेत, तरी हे पत्र कारभारविषयक सुधारणा विभागामध्ये ६ दिवसांनी पोचलं.

संधोधन सुरू झालं. विचारविनिमय सुरू झाला. अखेरीस असा निर्णय घेण्यात आला की ''हा विषय शाईशी संबंधित असल्याने आणि मुद्रण विभागाला शाईसंबंधित प्रश्नांबद्दलचे अधिक ज्ञान असल्याने त्या विभागाचे याविषयीचे मत मागवून घेण्यात यावे.''

या निर्णयाबरहुकूम एक ''ओ.एम.'' कार्यालयीन ज्ञापन दि. ३ मे १९९९ या दिवशी मुद्रण संचालनालयाला पाठवण्यात आलं. ''सचिवालयातील कोणीही अधिकारी नोंद करणे, कच्चा खर्डा तयार करणे किंवा पत्रव्यवहारासाठी निळ्या किंवा काळ्या या रंगांखेरीज दुसऱ्या एखाद्या रंगाच्या शाईचा वापर करू शकतो

काय याबाबत कृपया संचालनालय काही स्पष्टीकरण देऊ शकेल काय?''

मुद्रण संचालनालयामध्ये साधकबाधक गोष्टींचा विचार सुरू झाला, विचारविनिमय सुरू झाला, सखोल विचार सुरू झाला. तीन आठवड्यांच्या विचारानंतर, २१ मे १९९९ या दिवशी, मुद्रण संचालनालयाने प्रशासनिक सुधारणा विभागाला पत्र लिहिलं. वेगवेगळ्या रंगांच्या शाई वापरण्याबाबत कोणतेही आदेश, सूचना, मार्गदर्शक तत्त्वे नाहीत, असं त्या पत्रामध्ये लिहिलेलं होतं. परंतु त्यांचं एक मत मात्र त्यांनी मांडलं होतं - नंतर असं कळलं की ते मत त्यांच्या तथाकथित ज्ञानावर, म्हणजे शाईच्या गुणधर्मासंबंधीचं ज्ञान-आधारलेलं नव्हतं तर अधिकाराच्या श्रेणीवर आधारलेलं होतं. त्यांनी असं मत मांडलं– ''विभाग प्रमुख कोणत्याही रंगाची शाई वापरू शकतील. परंतु इतर अधिकारी किंवा सरकारी नोकर यांनी नोंद करणे, कच्चा खर्डा करणे आणि पत्रव्यवहार यामध्ये फक्त निळी किंवा काळी शाईच वापरणे आवश्यक आहे.'' पत्राच्या शेवटी त्यांनी सल्ला दिला होता, गृहखात्यातील आस्थापना आणि प्रशिक्षण विभागाकडे याबाबतीत विचारणा करावी.

गृहखात्याकडे हे पत्र ४ दिवसांनंतर पोहोचलं. मुद्रण खात्याच्या सूचनेवर ३ आठवडे सर्व बाजूंनी नीट विचार करून मग १५ जून १९९९ या दिवशी, प्रशासनिक सुधारणा विभागानं एक कार्यालयीन ज्ञापन 'आस्थापना आणि प्रशिक्षण विभागा'कडे पाठवलं. ''या बाबतीमध्ये काही स्पष्टीकरण सूचना / मार्गदर्शक तत्त्वे असल्यास त्यांच्या प्रतीसह ते कृपया पाठवावे,'' अशी विनंती त्या ज्ञापनामध्ये केलेली होती.त्याच पत्रामध्ये अशीही विनंती केलेली होती, ''अशा प्रकारच्या सूचना / मार्गदर्शक तत्त्वे नसल्यास आपली त्यासंबंधीची मते / विचार कळवावे म्हणजे आवश्यक ती मार्गदर्शक तत्त्वे तयार करताना त्या सूचनांचा विचार करता येईल.''

आता विचार करण्याची पाळी होती आस्थापना आणि प्रशिक्षण विभागाची— विचार करण्याची, साधकबाधक विचार करण्याची, बैठका घेण्याची – यामध्ये तीन आठवडे गेले. ६ जुलै १९९९ या दिवशी आस्थापना आणि प्रशिक्षण विभागानं प्रशासनिक सुधारणा विभागाला पत्र लिहिलं. आस्थापना विभागानं लिहिलं होतं, ''नोंद करणे, कच्चा खर्डा करणे आणि पत्रव्यवहारासाठी कोणती शाई वापरावी हा प्रश्न विशेषत्वाने कार्यालयीन कार्यपद्धतीच्या पुस्तिकेशी संबंधित आहे, आणि कामाच्या वाटणीसंबंधीच्या नियमांप्रमाणे कार्यालयीन कार्यपद्धतीची नियमपुस्तिका ही प्रशासनिक सुधारणा विभागाच्या अखत्यारीतील आहे. म्हणून 'प्रशासनिक सुधारणा आणि सार्वजनिक गाऱ्हाणी' या खात्याने यामध्ये लक्ष घालावे.''

अत्यंत योग्य उत्तर— कोण म्हणतं टक्का दिला—

२८ जुलै १९९९ या दिवशी प्रशासनिक सुधारणा विभागातील संबंधित अधिकाऱ्यानं नोंद केली, 'निरनिराळ्या रंगांच्या शाईच्या वापरासंबंधीचा निर्णय याच

खात्याने करावयाचा असल्याने निर्णयाचे निकष आधी ठरवून घेण्यात यावे.' मग त्या अधिकाऱ्याने असं सुचवलं की निरनिराळ्या रंगांच्या शाईमधील नोंदी किती काळ टिकतात यावर हा निर्णय आधारित ठेवावा. त्यानं अशीही नोंद केली, एखादी फाईल दप्तरदाखल केली जाते तेव्हा तिच्यावर 'ए', 'बी' किंवा 'सी' अशी वर्गवारी केली जाते. हा वर्ग जर 'ए' किंवा 'बी' असेल तर ती फाईल कायमची ठेवण्यात येणार असते. म्हणून या वर्गातील फाईलींवर करण्यात येणाऱ्या नोंदी आणि पत्रव्यवहार टिकाऊ असणे आवश्यक आहे. कालांतराने त्या नोंदी फिकट होऊन चालणार नाही. म्हणून त्याची सूचना अशी होती की या बाबीचा विचार वरिष्ठ अधिकाऱ्यांच्या बैठकीमध्ये करण्यात यावा.

यानंतर ज्या अधिकाऱ्याकडे ती फाईल गेली त्यानं विचार केला की ही बाब वाटते तेवढी सरळ सोपी नाही. त्यामुळे त्यानं असं मत नोंदवलं की, 'शाईच्या प्रतीवर तिचा टिकाऊपणा जसा अवलंबून असेल त्याचप्रमाणे कोणत्या प्रकारचे पेन वापरले आहे, बॉल-पॉईंट की शाईचे पेन-यावरही तो टिकाऊपणा अवलंबून असेल. म्हणून शाईच्या रंगाचा विचार करताना या मुद्यांचाही विचार केला जाणे आवश्यक आहे.'

सर्वानुमते जो निकष मान्य करण्यात आला होता- नोंदींचा टिकाऊपणा-आणि त्यावर परिणाम करू शकतील असे अनेक इतर मुद्दे- म्हणजे शाईचा रंग, शाईची प्रत आणि लेखनासाठी वापरलेल्या पेनचा प्रकार —या सर्व मुद्यांचा विचार करता ही बाब राष्ट्रीय पुराभिलेख विभागाकडे विचारासाठी पाठवावी आणि याबाबत त्यांचे मत काय आहे, हे जाणून घ्यावे असा निर्णय घेण्यात आला. अखेरीस सरकारी कागदपत्रे जपून ठेवण्याची जबाबदारी त्याच विभागाची होती आणि भूतकाळामध्ये फाईलींमध्ये नोंदी करताना वेगळ्या रंगाची शाई वापरण्यात आली होती का आणि ती नोंद टिकून आहे का या गोष्टींची माहिती त्यांनाच असणार होती. वरिष्ठ अधिकाऱ्यांच्या बैठकीमध्ये ही सूचना विचारार्थ घेण्यात आली आणि मान्य करण्यात आली.

या निर्णयानुसार १२ ऑगस्ट १९९९ या दिवशी, राष्ट्रीय पुराभिलेख विभागाच्या प्रमुख संचालकांकडे एक पत्र पाठवण्यात आलं. निरनिराळ्या रंगांच्या शाईने केलेल्या नोंदी किती काळ टिकतात यासंबंधीची माहिती कृपया द्यावी, असं या पत्रामध्ये लिहिलेलं होतं.

२७ ऑगस्ट १९९९ या दिवशी राष्ट्रीय पुराभिलेख विभागाच्या उप-प्रमुख संचालकांनी या पत्राला उत्तर लिहिलं. त्यांनी आपल्या पत्रात असे लिहिलं होतं, "नोंदणी करणाऱ्या प्रत्येक विभागाने कायमस्वरूपी नोंदी करताना कायम टिकू शकणाऱ्या अशा बॉल-पॉईंट आणि शाईच्या पेनची शाई वापरणे योग्य ठरेल.

याबद्दल राष्ट्रीय मानकसंस्थेने एक निकष तयार केलेला आहे- आय एस :२२१-१९६२,आय एस : २२०-१९८८ आणि आय एस १५८१-१९७५. हा निकष काळ्या -निळ्या शाईच्या पेनच्या शाईबद्दल आहे. आणि आय.एस ८५०५-१९९३ हा निकष बॉलपॉइंट पेनच्या शाईसबंधी आहे.'' राष्ट्रीय पुराभिलेख विभागाने असं स्पष्ट केलं की शाईच्या पेनच्या शाईच्या रंगाबाबत बोलायचे तर ती शाई काळी अथवा निळी असावी आणि बॉल पॉईंट पेनच्या शाईबद्दल बोलायचे तर तिचा रंग काळा निळा,लाल आणि हिरवा असू शकतो.या प्रश्नाचं उत्तर शोधण्यासाठी टिकाऊपणा एवढा निकष पुरेसा नव्हता,हे उघडच होतं.

राष्ट्रीय पुराभिलेख विभागाकडून आलेलं हे पत्र यथावकाश म्हणजे २२ सप्टेंबर १९९९ या दिवशी भरलेल्या वरिष्ठ अधिकाऱ्यांच्या बैठकीसमोर ठेवण्यात आलं. अध्यक्षांच्या मतानुसार असा निर्णय घेण्यात आला की प्रशासनिक सुधारणा-विभागाने सैन्याच्या या विषयाशी संबंधित पत्रिकेमध्ये-विशेषत: सैन्यदलाच्या पत्रिकेमध्ये यासंबंधी काही सूचना असल्या तर त्या मागवून घ्याव्या. संयुक्त सचिव (आस्थापना) यांच्याकडे हे दुहेरी काम सोपवण्यात आलं.

सरकारी कागदपत्रांमध्ये म्हणण्याची पध्दत आहे त्याप्रमाणे-वरिष्ठ अधिकाऱ्यांच्या बैठकीमध्ये घेण्यात आलेल्या या निर्णयाबरहुकूम,४ नोव्हेंबर १९९९ या दिवशी एक डी.ओ. संरक्षण मंत्रालयाच्या संयुक्त सचिव (ओ अँड एम.) यांच्याकडे पाठवण्यात आला. ''सैन्याच्या-सैन्यदलाच्या पत्रिकेमध्ये यासंबंधी काही सूचना असतील तर त्या या विभागाकडे पाठवून द्याव्या म्हणजे केंद्रीय सचिवालयाला या संबंधी सर्वसामान्य नियम निश्चित करता येतील.''

त्याच दिवशी आस्थापना आणि प्रशिक्षण विभागाकडे आणखी एक पत्र आलं. या विषयासंबंधी काही सूचना अस्तित्वात असतील तर त्या पाठवून द्याव्या असं या पत्रामध्ये लिहिलेलं होतं. योगायोगाने, अशा सूचना लिखित स्वरूपामध्ये उपलब्ध होत्या.

२२ डिसेंबर १९९९ रोजी संरक्षण मंत्रालयानं उत्तर पाठवलं. त्यामध्ये पुढील माहिती दिलेली होती, ''सैन्यदल, वायुदल आणि नौदल हे तीनही प्रमुख अधिकारी लाल शाई वापरतात, प्रमुख सेनाधिकारी हिरवी शाई वापरतात आणि इतर सर्व अधिकारी निळी किंवा काळी शाई वापरतात.''

आस्थापना आणि प्रशिक्षण विभागाकडून आत्तापर्यंत काहीच कळलं नव्हतं त्यामुळे प्रशासनिक सुधारणा विभागानं ४ जानेवारी २००० या दिवशी त्यांना एक स्मरणपत्र पाठवलं. ''नोंदी करणे, कच्चा खर्डा करणे आणि पत्रव्यवहार यांमध्ये कोणत्या रंगाच्या शाईचा वापर करावा यासंबंधी काही सूचना असल्यास त्या कृपया आपण पाठवू शकाल का?''

आस्थापना आणि प्रशिक्षण विभागानं या स्मरणपत्राला उत्तर ९ फेब्रुवारी २००० रोजी पाठवलं. त्यामध्ये त्यांनी पुन्हा असं कळवलं होतं की, ही बाब मूलत: कार्यालयीन कार्यपद्धतीच्या कक्षेमध्ये येत असल्याने ती बाब प्रशासनिक सुधारणा आणि सार्वजनिक गाऱ्हाणी या खात्याची जबाबदारी ठरते. त्यामुळे यासंबंधी काहीही माहिती त्यांच्याकडे नाही. त्यांनी पुढे असंही कळवलं होतं की कार्यालय कार्यपद्धतीच्या नियमपुस्तिकेच्या ३८ क्रमांकाच्या परिच्छेदामध्ये लाल शाई वापरण्यासंबंधी काहीही संदर्भ नाही.

उरलेला फेब्रुवारी महिना आणि जवळजवळ संपूर्ण मार्च महिना प्रशासनिक सुधारणा विभागामध्ये विचारविनिमयामध्ये गेला. अखेरीस २८ मार्च २००० या दिवशी कार्यालय कार्यपद्धती नियमपुस्तिकेमधील 'नोंदी करणे, कच्चा खर्डा करणे आणि पत्रव्यवहार यामध्ये निरनिराळ्या रंगाची शाई वापरण्यासंबंधी' या विषयाशी संबंधित असलेल्या परिच्छेदांमध्ये दुरुस्ती करण्यासाठी आणि नव्याने समाविष्ट करण्यासंबंधी एक प्रस्ताव मांडण्यात आला.

५ एप्रिल २००० रोजी मूळ प्रश्नकर्त्यासाठी- पोलाद मंत्रालयासाठी एक उत्तर तयार करण्यात आलं. कारभारातील सुधारणा विभागातील अनेक पातळ्यांवरील अधिकाऱ्यांची मंजुरी मिळाल्यानंतर हे उत्तर २७ एप्रिल २००० या दिवशी पाठवण्यात आलं.

याचा परिणाम म्हणून एक घटना मात्र घडून आली. कार्यालय कार्यपद्धती नियमपुस्तिकेमध्ये दोन बाबी समाविष्ट करण्यात आल्या—केवढं मोठं कार्य पार पडलं होतं हे! ऑक्सफर्ड शब्दकोशामध्ये एखादा नवा शब्द अंतर्भूत करण्याच्या तोडीचं हे बाबूशाहीचं (नोकरशाहीचे) काम होतं. या पुस्तिकेचं ६वं प्रकरण 'पावत्यांवरील प्रतिक्रिया' यासंबंधीचं आहे. त्या प्रकरणामध्ये परिच्छेद ३२ उपपरिच्छेद ९ यामध्ये भर घालण्यात आली. ती आता अशी आहे, ''ज्या नोंदी करावयाच्या असतील किंवा आदेश द्यावयाचे असतील ते फाईलच्या नोंदविभागातील कागदांवर करण्यात यावेत. त्यांवर क्रमांक घालण्यात यावेत. सर्व वर्गातील अधिकारी आणि कर्मचारी यांनी निळ्या किंवा काळ्या शाईचा वापर करावा. भारत सरकारचे संयुक्त सचिव या हुद्याच्या पातळीवरील आणि त्यावरील हुद्याच्या अधिकाऱ्यांनाच विशेष बाबतींमध्ये हिरवी किंवा लाल शाई वापरता येईल.''

नोकरशाहीतील निर्णयाचा एक उत्तम नमुना— तुमची निर्णयशक्ती वापरण्यास परवानगी आहे, पण मर्यादेमध्ये– हे तुमच्या लक्षात आलं असेलच.

कार्यालय कार्यपद्धती नियमपुस्तिकेतील परिच्छेद क्रमांक ६८, उप-परिच्छेद क्रमांक ५ आता असा आहे,

''पहिला कच्चा खर्डा काळ्या किंवा निळ्या शाईमध्ये असावा. पुढील पातळ्यांवरील

दुरुस्त्या संबंधित कचेऱ्यांनी हिरव्या किंवा लाल शाईमध्ये केल्यास हरकत नाही. कारण त्यामुळे नव्याने केलेल्या दुरुस्त्या तात्काळ लक्षात येण्यास मदत होईल.''

आणखी एक उत्तम निर्णय– हेही तुमच्या लक्षात आलं असेलच.–कोणताच पर्याय नाकारलेला नाही, प्रत्येक पर्यायासाठी एक सुयोग्य कार्य नेमून दिलेलं-थोडी संदिग्धता आहे,अर्थातच. परिच्छेद क्रमांक ३२(९) यामध्ये म्हटलं आहे, ''संयुक्त सचिव या किंवा यावरील हुद्याच्या अधिकाऱ्यांना लाल किंवा हिरवी शाई वापरता येईल आणि तेही विशेष बाबीमध्ये.'' उलटपक्षी, परिच्छेद ६८(५) यानुसार, या रंगांच्या शाईचा वापर काही निवडक अधिकाऱ्यांपुरता मर्यादित ठेवलेला नाही आणि ज्या दुरुस्त्यांसाठी हे रंग वापरता येतील त्याही काही विशेष प्रकारच्या असल्या पाहिजेत असंही येथे म्हटलेलं नाही.

याला उपाय? ' हे दोन्ही परिच्छेद परस्परांशी जुळवून वाचावे,' असा न्यायालयानंच आपल्याला आदेश दिला आहे.

तरीही सर्व समस्या सुटतात असं नाही, हे मला नाईलाजाने नमूद करणं भाग पडत आहे, कारण राष्ट्रीय पुराभिलेख विभागाच्या उप-संचालकांनी सांगितल्याप्रमाणे, अधिकाऱ्यांनी वापरलेल्या शाईवर आय.एस.आय चा शिक्का नसला तर?

एका उत्कृष्ट दस्त-ऐवजाला अंतिम स्वरूप देण्याचा एक उत्कृष्ट मार्ग.

कोट्यवधी रुपयांचे प्रकल्प पूर्ण करावयाचे असतात. निविदांमध्ये काही शब्द घातले जातात तर काही गाळले जातात, त्यावरून मतभेद होतात, आरोप-प्रत्यारोपांच्या फैरी झडतात. आंतरराष्ट्रीय मदत संस्थांच्या स्वतःच्या कार्यपुस्तिका असतात. आपण जे कागदपत्र तयार करतो ते त्यांच्या नियमांशी जुळवून घ्यावे लागतात. हे कागदपत्र तयार करण्यामध्ये जेवढा वेळ लागत असतो तेवढा त्या प्रकल्पांना उशीर होत असतो. एकदा सुरू झाल्यानंतर ही प्रक्रिया मतभेद आणि मुकदम्यांनी अडचणीमध्ये येत असते. १९८०च्या दशकाच्या मध्यावर सर्व संबंधितांचं एकमत झालेलं होतं की यामधून मार्ग काढण्याचा एकच उपाय आहे आणि तो म्हणजे एक आदर्श निविदा तयार करणे.

अखेरीस ३ फेब्रुवारी १९८७ या दिवशी एक समिती स्थापन करण्यात आली. अर्थ मंत्रालयाच्या आर्थिक व्यवहार विभागाने ही समिती स्थापन केली होती. ज्या प्रकल्पांमध्ये आंतरराष्ट्रीय उद्योगांना आमंत्रित करावयाचे असेल अशा बांधकाम विषयक कामांसाठी आदर्श निविदा तयार करणे, हे या समितीचे काम होतं. जलसंपत्ती मंत्रालयाचे माजी सचिव श्री. एम.जी. पाध्ये यांना या समितीचे अध्यक्ष नेमण्यात आलं. या समितीने फार कष्ट घेऊन काम पूर्ण केलं आणि त्याच वर्षीच्या १९८७च्या डिसेंबरमध्ये आपला अहवाल सादर केला.

याला समांतर अशा एका घटनेमध्ये, २९ जून १९८७ ला मंत्र्यांच्या एका गटानं आपल्या पहिल्याच बैठकीमध्ये अशी आदर्श निविदा तयार करण्यासाठी आणखी एक समिती स्थापन करण्याचा निर्णय घेतला. या समितीचे अध्यक्ष होते वीर अमर प्रकाश-हे केंद्रीय जल आयोगाचे माजी सदस्य होते,त्यांच्या नावानेच ही समिती ओळखली जाते-वीर अमर प्रकाश समिती. केंद्रीय सार्वजनिक बांधकाम विभागाने तयार केलेली आदर्श निविदा आणि पाध्ये समितीने आंतरराष्ट्रीय कंत्राटदारांसाठी तयार केलेली आदर्श निविदा या दोन्ही निविदा ही समिती विचारात घेते.

फेब्रुवारी १९८८—मंत्रालयाच्या सचिवालयाकडे वीर अमर प्रकाश समितीने आपला अहवाल सादर केला. त्यातील सूचना अशी होती की, पाध्ये समितीने तयार केलेल्या आदर्श निविदा कागदपत्रांमध्ये काही थोड्या बदलांनंतर तो खर्डा स्थानिक कंत्राटदारांसाठीही वापरता येऊ शकेल.

हा अहवाल मंत्र्यांच्या त्या गटासमोर सादर करण्यात आला.२८ एप्रिल १९८८ या दिवशी या गटाची बैठक झाली. या बाबीतील सर्व पैलूंची सांगड घालून ती आदर्श निविदा निश्चित करण्यासाठी शहरविकास मंत्रालयाकडे सोपवण्यात यावी. अणि वीर अमर प्रकाश समितीचा अहवाल सर्व मंत्रालयांकडे त्यांच्या मतांसाठी पाठवण्यात यावा असे दोन निर्णय या बैठकीमध्ये घेण्यात आले.

या इतर सर्व मंत्रालयांची मतं मिळवण्यामध्ये शहरविकास मंत्रालयाचे सात महिने गेले. अखेरीस ९ डिसेंबर १९८८ या दिवशी वीर अमर प्रकाश समितीवर इतर मंत्रालयांनी मांडलेल्या मतांचा अहवाल शहरविकास मंत्रालयाने सादर केला. वीर अमर प्रकाश समितीने पाध्ये समितीने तयार केलेली आदर्श निविदा मान्य करावी असं मत व्यक्त केलं होतं, हे आपण पाहिलंच आहे.

मंत्र्यांच्या गटानं असा निर्णय घेतला की हे प्रकरण अधिक विचारासाठी कायदा मंत्रालयाकडे सोपवण्यात यावे.

आठ महिने उलटतात. प्रकरण पुन्हा एकवार मंत्र्यांच्या त्याच गटाकडे आलेलं आहे. मंत्री निर्णय घेतात- वीर अमर प्रकाश यांनी सर्व कागदपत्रे तपासून एकच आदर्श निविदा तयार करावी. हे काम त्यांनी कायदा मंत्रालयाच्या मदतीने आणि इतर सर्व मंत्रालयांच्या मतांचा विचार करून करावे.

२० जून १९९० रोजी वर्ल्ड बँकेने पाध्ये समितीने तयार केलेली आदर्श निविदा आणि त्यांची स्वत:ची कार्यप्रणाली यातील काही फरक निदर्शनाला आणले. त्यानुसार जलसंपत्ती मंत्रालयाने आणखी एक समिती स्थापन केली. या समितीचे अध्यक्ष होते श्री व्ही.बी. पटेल. हे केंद्रीय जल आयोगाचे माजी अध्यक्ष होते. या बाबीचा संपूर्ण अभ्यास करून,भारत सरकार आणि वर्ल्ड बँक या दोघांनाही मान्य होईल असा एक दस्त-ऐवज तयार करण्याचं काम त्यांच्यावर सोपवण्यात आलं.

२५ ऑक्टोबर १९९०- सचिव समितीनं असा निर्णय घेतला की, आर्थिक बाबींचा विचार करणाऱ्या मंत्रीसमितीसमोर ठेवण्यासाठी एक आदर्श आणि संपूर्ण असा निविदा दस्त-ऐवज तयार करण्यात यावा. त्या समितीने असाही निर्णय घेतला की हा दस्त-ऐवज शहरविकास मंत्रालयाने तयार करावा– अर्थात ऊर्जा मंत्रालय, अर्थ मंत्रालय आणि जल संपत्ती मंत्रालय या मंत्रालयांची मते विचारात घेऊन मग हे काम पूर्ण करण्यात यावे.

१८ जानेवारी १९९१–पटेल समिती–ही समिती म्हणजे वीर अमर प्रकाश समिती नव्हे आणि वीर अमर प्रकाश समिती म्हणजे पाध्ये समिती नव्हे –ही बाब पक्की ध्यानात असू द्या–तर पटेल समितीने आपला अहवाल सादर केला. दोन दस्त-ऐवजांमधील फरक कमी करण्यासाठी त्यांनी काही बदल निश्चितच केले होते तरी काही फरक बाकी होतेच.

एक वर्ष जातं.

जानेवारी १९९२.—पटेल समितीचा अहवाल आर्थिक व्यवहार विभागाकडे पाठवण्यात येतो. त्यांच्यामार्फत तो अहवाल वर्ल्ड बँकेकडे उरलेले फरक निपटून काढण्यासाठी पाठवला जाणार असतो.

६ मे १९९२—सचिव समिती एक निर्णय घेते-शहरविकास मंत्रालयाने एक स्थायी समितीची स्थापना करावी. ही स्थायी समिती आंतर-मंत्रालयीन तांत्रिक समिती असावी, बांधकाम उद्योगाशी संबंधित अशा सर्व बाबी-त्यासाठी वापरली जाणारी प्रणाली, त्यातील कार्यपद्धती, त्यामध्ये उपयोगात आणले जाणारे मार्ग आणि याबरोबरच निविदांच्या व्यवस्थापनाचा तांत्रिक भाग या सर्व बाबींचा या समितीने पुनर्विचार करावयाचा होता. ह्या समितीने नियोजन आयोगाच्या सचिवांच्या अध्यक्षतेखाली हे काम करावयाचे होते.

२४ सप्टेंबर १९९२— आंतर-मंत्रालयीन तांत्रिक बाबींसंबंधीची स्थायी समिती तर अखेर स्थापन झाली.—परंतु नगरविकास मंत्रालयाच्या अखत्यारीत. या दिवशी या समितीची पहिली बैठक झाली.

१ मे १९९३—वर्ल्ड बँकेकडे पटेल अहवाल पाठवण्यात आला आहे. त्याच्या उत्तरादाखल वर्ल्ड बँकेकडून असं कळवण्यात येतं की त्यांच्या समितीने असा निर्णय घेतलेला आहे की ज्या प्रकल्पांना वर्ल्ड बँकेची मदत मिळालेली असेल त्या प्रकल्पांनी त्यांनी निश्चित केलेल्या प्रमाण निविदा दस्तऐवजांचाच उपयोग आंतरराष्ट्रीय निविदा भरताना करणे अनिवार्य करण्यात आलेले आहे. परंतु स्थानिक आवश्यकतांनुसार त्या दस्त-ऐवजांमध्ये काही मामुली फेरफार करण्यास त्यांची काही हरकत नाही.

या पत्राच्या उत्तरादाखल २५ मे १९९३ रोजी अर्थ मंत्रालयाच्या आर्थिक

व्यवहार विभागानं एक खास तुकडी (टास्क फोर्स) स्थापन केली.

या तुकडीमध्ये एका अतिरिक्त सचिवाच्या नेतृत्वाखाली इतर अनेक मंत्रालये आणि विभागांमधील सभासद सामील करण्यात आले. या कागदपत्रांमध्ये फेरफार सुचवण्याचं काम त्यांच्यावर सोपवण्यात आलं होतं. (फेरफार जर असतील तर) हे वाक्य सर्व कागदपत्रांप्रमाणे या कागदपत्रांमध्येही होतंच. या खास तुकडीनं नोंदवलेलं निरीक्षण असं—१ मे १९९३ नंतर वर्ल्ड बँकेची मदत मिळालेल्या सर्व प्रकल्पांनी 'प्रमाणभूत बोली दस्त-ऐवज' वापरण्यास सुरुवात याआधीच केलेली आहे.

२६ सप्टेंबर १९९४. आंतर-मंत्रालयीन तांत्रिक स्थायी समितीची पहिली बैठक झाल्यापासून जवळजवळ दोन पूर्ण वर्षांनी समितीची दुसरी बैठक होते.

जून १९९५. केंद्रीय सार्वजनिक बांधकाम विभागाच्या प्रमुख संचालकांच्या अध्यक्षतेखाली स्थापन करण्यात आलेली उप-समिती आपला अहवाल आंतरमंत्रालयीन तांत्रिक स्थायी समितीला सादर करते. या अहवालामध्ये म्हटलेलं असतं, १ जून १९९५ पासूनच केंद्रीय सार्वजनिक बांधकाम विभागाने आपल्या प्रकल्पांसाठी सुधारित संविदा प्रपत्र वापरण्यास सुरुवात केलेली आहे. हे सुधारित संविदा प्रपत्र आंतर मंत्रालयीन तांत्रिक स्थायी समितीच्या सदस्यांकडे विचारार्थ पाठवण्यात आले आहे.

२० मे १९९६. आर्थिक व्यवहार विभागानं असं म्हटलं आहे— वर्ल्ड बँकेच्या मदतीने करण्यात येणार असलेल्या प्रकल्पांसाठी मुद्दाम स्थानिक रूप देण्यात आलेल्या प्रमाणभूत बोली दस्त-ऐवजाचा अभ्यास खास तुकडी करत आहे. लक्षात घ्या-ही खास तुकडी २५ मे १९९३ या दिवशी अस्तित्वात आलेली आहे आणि यासाठी ती तुकडी १९९५मध्ये वर्ल्ड बँकेने जारी केलेल्या मार्गदर्शक तत्त्वांचा उपयोग करत आहे. 'हा विषय विचाराधीन आहे.'

३१ ऑक्टोबर १९९६. या वेळेपर्यंत 'प्रकल्प कार्यान्वयनासाठी प्रमाण निविदा पत्र' तयार करण्याचं काम प्रकल्प कार्यान्वयन विभागाकडे सोपवण्यात आलं आहे. या विभागानं निश्चित केलेल्या मसुद्यावर विचारविमर्श करण्यासाठी सचिव समितीची बैठक होते. या बैठकीमध्ये, हा विभाग आजपर्यंत अनेक तज्ज्ञांनी आणि समित्यांनी केलेल्या कामाची माहिती पुरवतो. असं सूचित केलं जातं की हा 'प्रमाण निविदा दस्त-ऐवज' अर्थखात्याने तयार केलेला आहे आणि सध्या चालू असलेल्या वर्ल्ड बँकेने मदत दिलेल्या सर्व प्रकल्पांना तो लागू करता येईल, तसेच प्रमाण संदर्भ म्हणूनही वापरता येईल. आजवर झालेल्या यशस्वी प्रकल्पांचा अभ्यास करून त्यांमधील मुद्यांचा विचार करणे आणि त्यामधून धडे घेणे फायद्याचे ठरेल, असंही या अहवालामध्ये नमूद केलेलं आहे. अनेक प्रकल्पांची सुरुवात होण्यास उशीर होण्याचं एक प्रमुख कारण म्हणजे जोखीम आणि खर्च यासंबंधींच्या उपमुद्यांचे

कार्यान्वयन. यासाठी एक यंत्रणा तयार करणे आवश्यक आहे "जी लवचिकता ठेवेल परंतु त्याच वेळेस कसूरदार कंत्राटदारांना याचा गैरवापर करू देणार नाही."

या सल्ल्यानुसार निर्णय घेण्यात येतात. सचिव समिती एक द्वि-सदस्य समिती स्थापन करते-यामध्ये प्रकल्प कार्यान्वयन विभागाचे सचिव आणि खर्च विभागाचे अतिरिक्त सचिव यांची नेमणूक होते. घेण्यात आलेल्या निर्णयानुसार तयार करण्यात येणार असलेली मार्गदर्शक तत्त्वं तपासून घेण्याचं काम या समितीवर सोपवण्यात येतं.

ही घटना आहे ३१ ऑक्टोबर १९९६ या दिवसाची.

२ सप्टेंबर १९९८. जवळ जवळ दोन वर्षांनंतर प्रकल्प कार्यान्वयन विभाग नोंद करतो-संबंधित मंत्रालयांना गरज वाटली नसावी किंवा त्यांनी आपल्या प्रगतीचा अहवाल दिला नसावा. द्विपक्षीय आर्थिक मदत मिळणाऱ्या प्रकल्पांसाठी तयार करण्यात येणार असलेल्या प्रमाण निविदा दस्त-ऐवजाविषयी डी ई ए (डिपार्टमेंट ऑफ इकॉनॉमिक अफेअर्स) ने काय पावले उचलली आहेत यासंबंधी काहीही माहिती उपलब्ध नाही.

मला शासनामध्ये घेण्यात आलेलं आहे. माझ्या इतर जबाबदाऱ्यांमध्ये हेच दोन्ही विभागही येतात— प्रकल्प कार्यान्वयीन विभाग आणि प्रशासनिक सुधारणा विभाग. मी नियोजन विभागाचा राज्यमंत्रीही आहे. नियोजन आयोगाच्या सर्वसाधारण छत्राखाली जे अनेक विभाग काम करतात त्यामध्ये 'बांधकाम उद्योग विकास परिषद' ही येते. या परिषदेने आयोजित केलेल्या एका चर्चासत्रामध्ये एक सहयोगी म्हणतो, या उद्योगाच्या विकासामध्ये अडथळा आणणारा एक मोठा घटक म्हणजे विवादामध्ये अडकून पडलेली फार मोठी रक्कम. ह्या प्रचंड रकमा अडकून पडलेल्या आहेत कारण लवाद नेमल्यानंतर जे वाद सरकार हरले आहे त्या वादांमधील देय रकमा सरकारने अजून दिलेल्या नाहीत, ही गोष्टही उघडकीला येते. बांधकाम उद्योग विकास परिषदेने केलेल्या सर्वसामान्य सर्वेक्षणामध्ये असे दिसून येते की, ही रक्कम जवळ जवळ 'त्रेपन्न हजार कोटीं'च्या घरात जाते.तो सहयोगी पुढे असेही म्हणतो, असा उशीर आणि भ्रष्टाचार होण्याचे एक कारण म्हणजे निविदा इत्यादी दस्त-ऐवजांसाठी प्रमाण दस्त-ऐवज उपलब्ध नाहीत.

यानंतर मी आधी सांगितलेली कहाणी शोधून काढली. परिषदेचे सचिव -एक अत्यंत व्यवहारचतुर व्यावसायिक-सर्वांना उपयोगी पडू शकेल असा एक प्रमाण दस्त-ऐवज तयार करण्याचे काम आपण होऊन अंगावर घेतात.....ते खूप कष्टाने आणि वेगाने काम करतात.

जून १९९९ पर्यंत एक जाडजूड दस्त-ऐवज तयार होतो.

आम्ही आमच्या विभागामध्ये त्याचा अभ्यास करतो. आम्हाला तो दस्त-ऐवज सखोल आणि परिपूर्ण वाटतो.

त्यानुसार मंत्री-सचिवालय, वाहनव्यवहार मंत्रालय आणि खर्च विभाग यांच्याकडे एक पत्र पाठवून हे काम पूर्ण झाल्याचं त्यांना कळवण्यात येतं. त्या पत्रामध्ये असंही म्हटलं जातं की हे काम गेली बारा वर्षे चालू होते, त्यामध्ये असंख्य वेळा सुधारणा करण्यात आल्या आणि आता ते पूर्ण झालेले असल्यामुळे तो दस्त-ऐवज ताबडतोब उपयोगात आणला जावा.

खर्च विभाग सुचवतो की प्रकल्प कार्यान्वयीन विभागाने एन टी पी सी, जी ए आय एल, एच पी सी एल, बी आय एल यांसारख्या सार्वजनिक क्षेत्रांतील उपक्रमांच्या यासंबंधीच्या प्रतिक्रिया जाणून घ्याव्या—हा दस्त-ऐवज सगळीकडे पाठवण्यात येतो.

सर्व उपक्रमांकडून आणि विभागांकडून त्यांच्या प्रतिक्रिया जाणून घेण्याचा आटोकाट प्रयत्न हा विभाग करत राहतो.

आम्हाला मिळवण्यास सांगण्यात आलेल्या प्रतिक्रियांपैकी शेवटचा गट आम्हाला मिळतो तेव्हा तारीख असते—२७ जानेवारी २०००.

आर्थिक व्यवहार समितीच्या मंत्र्यांच्या बैठकीसाठी एक नोंद तयार करावी असं आम्हाला सांगण्यात येतं.

या नोंदीचा एक भाग म्हणून इतर मंत्रालयांच्या प्रतिक्रियाही आम्ही त्यामध्ये समाविष्ट कराव्या असं आम्हाला सांगण्यात येतं.

एक नवी मोहीम सुरू होते.

जून संपेपर्यंत हेही काम पार पडतं.

मला दुसऱ्या जबाबदाऱ्या दिल्या जातात—आणि माझा या बाबीशी असलेला संबंध संपून जातो.

एका कल्पनेची भरारी

या नव्या जबाबदाऱ्यांमध्ये एक अतिशय छान खातं असतं. ईशान्य विभागाचा विकास. या भागातील मोठमोठ्या व्यक्ती विमानतळांसाठीचे प्रस्ताव पुढे दामटत असतात. त्यांपैकी काही संपूर्णपणे नव्याने उभारावे लागणार असतात ,तर काही आधीच अस्तित्वात असतात, परंतु त्यांच्या इमारतींचा विस्तार करणं आवश्यक असतं, काहींच्या धावपट्ट्यांची लांबी वाढवणं गरजेचं असतं. अधिक माहिती मिळवल्यानंतर मला कळून चुकतं की, हे विमानतळ फारच कमी वापरले जात आहेत. मग या सर्व लोकांना नव्या विमानतळांची एवढी घाई कशासाठी आहे ? मी चौकशी सुरू करतो. नजीकच्या भविष्यकाळात जी काही विमाने त्या विमानतळांवर उतरणार आहेत किंवा तेथून उड्डाण करणार आहेत त्यांच्यासाठी आता अस्तित्वात असलेली धावपट्टी पुरेशी आहे. मग त्यांना नव्या अधिक लांबीच्या धावपट्ट्या

कशासाठी हव्या आहेत?— आणि चटकन माझ्या नजरेला अनेक गोष्टी स्पष्ट होतात- इमारती बांधण्याची कंत्राटे —, धावपट्ट्यांच्या दोन्ही टोकाच्या जमिनी ताब्यात घेणे आणि त्या धावपट्ट्यांची लांबी वाढवण्याचा प्रस्ताव संमत झाल्यानंतर त्या जमिनीसाठी नुकसानभरपाई मिळवणे —

आता आपण आणखी पैसा विमानतळांसाठी खर्च करायचा नाही, असा मी आग्रह धरतो. प्रा. रॉडहॅम नरसिंह यांनी कमी खर्चाच्या विमानवाहतुकीविषयी लिहिलेल्या एका शोधनिबंधानं माझ्या मनात एका पर्यायी कल्पनेनं मूळ धरलं होतं. इतका कमी वापर असलेल्या विमानतळांवर वायफळ खर्च करण्याऐवजी आपण एक हवाई-टॅक्सी योजना सुरू करावी, असं माझ्या मनात होतं. इंडियन एअरलाईन्सनं काही विमानं भाड्यानं घ्यावीत आणि दिवसभर ती संपूर्ण ईशान्यभागामध्ये फिरवावी. ईशान्येचा संपर्क सगळीकडे राहील. हळूहळू या योजनेला ग्राहक मिळतील. सिल्चरहून गुवाहाटीला जायचं असलेल्या व्यक्तीला आधी कोलकत्याला जाऊन, तेथे एक रात्र एखाद्या हॉटेलमध्ये घालवून दुसऱ्या दिवशीचं विमान पकडून गुवाहाटीला जावं लागणार नाही. निविदा काढण्यात येतात. येणाऱ्या प्रस्तावांवर विचार करण्यासाठी दोन तांत्रिक समित्या स्थापन केल्या जातात. उत्कृष्ट निविदा शोधून काढण्यामध्ये इतका वेळ जातो की प्रमुख संभाव्य पुरवठाकार इंडियन एअरलाईन्स कॉर्पोरेशनला कळवून टाकतो की, त्याने ती विमाने परदेशी विमान वाहतूक उद्योगाला भाड्याने देऊन टाकली आहेत.

सर्व प्रक्रिया तिसऱ्या वेळी सुरू होते. परंतु निदान आज विमानसेवा तरी सुरू झालेली आहे. प्रा.नरसिंहांनी अधोरेखित केलेले सर्व फायदे मिळत आहेत. ही गोष्ट स्पष्ट आहे. पहिल्या निविदेपेक्षा कमी भाड्यात ही विमानं मिळवणं आम्हाला साध्य झालं आहे, अशी प्रौढी इंडियन एअरलाईन्सला मिरवता येत आहे.

एक चूक

१९९०च्या मध्यावर मध्य प्रदेशमधील एका वनीकरण प्रकल्पासाठी एक आयडीए रक्कम मंजूर करण्यात आलेली होती.

१९९६च्या जूनमध्ये १४३.४२ लाख रुपयांची अतिरिक्त केंद्रीय मदत मध्य प्रदेश सरकारच्या खात्यावर जमा करण्यात येणार होती. रिझर्व बँक ऑफ इंडियाच्या नागपूर येथील शाखेमध्ये मध्यवर्ती हिशेब विभागामध्ये 'मदत निधी हिशेब आणि तपासणी' खात्याच्या नियंत्रकांच्या नावे ही रक्कम काल्पनिक जमा करण्यात येणार होती आणि मग मध्य प्रदेश सरकारने ती संपूर्ण रक्कम काढून घ्यावयाची होती. या साऱ्या नोंदी केवळ कागदोपत्रीच होणार होत्या. काहीतरी चूक झाली आणि मदतनिधी आणि हिशेब खात्याच्या नियंत्रकांकडून आर्थिक व्यवहार विभागाच्या प्रकल्प संनियंत्रण

शाखेकडे पाठवण्यात आलेल्या पत्रामध्ये ही रक्कम '१३९४.५१ लाख' अशी दर्शवली गेली.

याचा परिणाम असा झाला की मध्य प्रदेश सरकारला १२५१.०९ लाख रुपये इतकी जादा रक्कम दिली गेली आणि तेवढीच वसूल करावयाची आहे असे दिसू लागले. १३९४.५१ लाख रुपये उणे १४३.४२ लाख रुपये. १२५१.०९लाख रुपये.

या सर्व नोंदी फक्त कागदोपत्रीच होणार होत्या. कोणीही जास्त श्रीमंत होणार नव्हतं किंवा गरीबही होणार नव्हतं. पण एका वर्षानंतर, ११ जून १९९७ या दिवशी, हिशेबनिसांना असं आढळून आलं की १२५१.०९ लाख इतके रुपये अतिरिक्त दिले आणि परत घेतले गेले आहेत. ही चूक सुधारण्यासाठी आर्थिक योजना विभागाकडे सोपवण्यात आली.

ही रक्कम देणे आणि परत घेणे या दोन्ही गोष्टी काल्पनिकच असल्यामुळे आर्थिक योजना विभागाला हे सुधारण्यासाठीची नोंदही काल्पनिकच करावी लागली. दैवाचा खेळ असा की, १६ सप्टेंबर १९९७ या दिवशी या विभागानं मध्य प्रदेश सरकारला प्रत्यक्ष देणे असलेल्या अतिरिक्त केंद्रीय मदत निधीमधून ही रक्कम प्रत्यक्ष वजा केली.

या एका चुकीमुळे हिशेबपुस्तकांमध्ये एकाऐवजी दोन विसंगती दिसू लागल्या. काल्पनिक नोंदवहीमध्ये मध्य प्रदेश सरकारला जी रक्कम द्यायची नव्हती ती रक्कम दिली गेली आहे असं दिसत होतं. दुसऱ्या नोंदवहीमध्ये -ज्यामध्ये खरीखुरी दिली गेलेली रक्कम नोंदलेली असते त्या वहीमध्ये मध्य प्रदेश सरकारकडून जी घ्यायला नको होती ती रक्कम घेतली गेल्याचं दिसत होतं.

२० एप्रिल १९९८ मध्य प्रदेश सरकारच्या महालेखापालांची नजर या चुकीवर पडली- जी रक्कम काल्पनिकरीत्या वजा करावयाची होती ती प्रत्यक्षात वजा करण्यात आली होती. ही रक्कम रोखीने परत करण्यात यावी अशी त्यांनी विनंती केली.

१० जून १९९८— प्रकल्प संनियंत्रण विभागाच्या संचालकांनी अशी विनंती केली की, अतिरिक्त केंद्रीय मदत निधीकडून जादा रक्कम काल्पनिकरीत्या जमा झालेली आहे आणि जी मदत निधी हिशेब खात्याच्या नियंत्रकांच्या नोंदवहीमध्ये 'येणे' या शीर्षकाखाली दिसत आहे ती तशाच काल्पनिकरीत्या जमा झालेली दाखवावी आणि दोन्ही नोंदी नीटपणे जुळवून घेण्यात याव्या. रिझर्व बँकेच्या नागपूर येथील शाखेच्या केंद्रीय हिशेब खात्यामध्ये मध्य प्रदेश सरकारच्या नावे योग्य त्या नोंदी करून —मध्य प्रदेश सरकारच्या नावे जमा आणि मदतनिधी आणि हिशेब खात्याच्या नियंत्रकांच्या नावे खर्च (?) अशी ही नोंद असावी अशीही त्यांनी विनंती केली.

यावेळेपर्यंत भारत सरकारचे नियंत्रक व महालेखापरीक्षक या बाबतीमध्ये लक्ष

घालू लागले होते. प्रत्यक्षात उणे केलेल्या रकमेकडे त्यांचं लक्ष गेलं होतं. १९९६-९७च्या मध्य प्रदेश सरकारच्या तोटा दाखवणाऱ्या हिशेबावर त्यांनी जोरदार आक्षेप घेतला. त्यानुसार,मध्य प्रदेश सरकारच्या महालेखापालांनी १९ जून १९९८ या दिवशी आणखी एक पत्र पाठवलं.—कृपया मध्यप्रदेश सरकारचे खाते जमा करा आणि मदतनिधी आणि हिशेब खात्याच्या नावे खर्च दाखवण्यात यावा.—हे काम प्रमुख नागरी विभाग ८४४३-नागरी ठेव या शीर्षकाखाली करण्यात यावे.

२ जुलै १९९८—आर्थिक नियोजन विभागानं मदतनिधी आणि हिशेब खात्याच्या नियंत्रकांना, राज्य सरकारला १२५१.०९ लाख रुपये परत करण्याची विनंती केली.

१० जुलै १९९८—मदतनिधी आणि हिशेब खात्याच्या नियंत्रकांनी आर्थिक नियोजन विभागाला '१३ ऑगस्ट १९९६ रोजी संमत केलेल्या ठरावाचा क्रमांक कळवावा, पुढील कारवाई करण्यासाठी ही माहिती आवश्यक आहे आणि ती या कचेरीमध्ये उपलब्ध नाही' असं कळवलं.

१३ ऑगस्ट १९९८— मदतनिधी आणि हिशेब खात्याच्या नियंत्रकांनी रिझर्व बँकेच्या नागपूर येथील केंद्रीय हिशेब विभागाला असं सुचवलं,"ही रक्कम मध्य प्रदेश सरकारच्या खात्यावर जमा करावी आणि या व्यवहाराची प्रतिनोंद मदतनिधी आणि हिशेब खात्याच्या रिझर्व बँकेच्या नवी दिल्ली येथील खात्यामध्ये खर्च टाकून करावी."

१ सप्टेंबर १९९८—हा व्यवहार पूर्ण करण्यासाठी आवश्यक असलेले सर्व साधारण आंतर-शासकीय सूचना पत्र द्यावे अशी सूचना रिझर्व बँकेने मदतनिधी आणि हिशेब खात्याच्या नियंत्रकांना केली आणि नमुना सह्याही पाठवाव्या असं कळवलं.

७ ऑक्टोबर १९९८— हा आंतर-शासकीय समायोजन व्यवहार करण्यासाठी आवश्यक असलेले 'आंतर-शासकीय सूचना पत्र जारी करण्यासाठी आवश्यक ती कारवाई' करण्याची विनंती मदतनिधी आणि हिशेब खात्याच्या नियंत्रकांनी आर्थिक नियोजन विभागाला केली.

१० नोव्हेंबर १९९८—मध्य प्रदेशच्या महालेखापालांनी मदतनिधी आणि हिशेब खात्याच्या नियंत्रकांना अशी विनंती केली की, नागपूर येथील रिझर्व बँकेकडे पाठवण्यात आलेल्या सूचनापत्राची एक प्रत 'आवश्यक ती कारवाई' करण्यासाठी आमच्या कचेरीकडे आपल्या पुष्टीपत्रासह पाठवण्यात यावी.

४ डिसेंबर १९९८— मदतनिधी आणि हिशेब खात्याच्या नियंत्रकांनी पुन्हा एकवार आर्थिक नियोजन -१ विभागाला ही रक्कम मध्य प्रदेश शासनाच्या खात्यावर जमा करण्याची विनंती केली. फार काळ लांबणीवर पडलेल्या या बाबीचा लवकर निकाल लावावा यासाठी राज्य सरकार आग्रह धरत आहे असंही त्यांनी नमूद केलं.

११ डिसेंबर १९९८—मध्य प्रदेश सरकारच्या महालेखापालांनी सर्व संबंधितांना पुन्हा एकवार कळवलं की राज्य सरकारच्या खात्यावर ही १२५१.०९ लाख रुपयांची रक्कम अजूनही जमा झालेली नाही.

१२ डिसेंबर १९९८— रिझर्व बँक ऑफ इंडिया च्या नागपूर शाखेतील केंद्रीय हिशेब खात्याने मदतनिधी आणि हिशेब खात्याच्या नियंत्रकांना विनंती केली की, ही आंतर-शासकीय समायोजनाची बाब पूर्ण करण्यासाठी विहित पध्दतीचे सूचना पत्र आणि नमुन्याच्या सह्या पाठवाव्या.

३० डिसेंबर १९९८— रिझर्व बँक नागपूर येथील केंद्रीय हिशेब विभागानं पुन्हा एकवार मदतनिधी आणि हिशेब खात्याच्या नियंत्रकांना विनंती केली की त्यांनी आंतर-शासकीय सूचनापत्र आणि नमुना सह्या संबंधित अधिकाऱ्यांकडे पाठवून द्याव्या.

आता आपण नवीन वर्षामध्ये आलो आहोत.

११ जानेवारी १९९९—मध्य प्रदेशाच्या महालेखापालांनी आर्थिक नियोजन विभागाला विनंती केली की ही बाब लवकर मिटवावी.

त्याच दिवशी, मध्य प्रदेश सरकारनं मदतनिधी आणि हिशेब खात्याच्या नियंत्रकांना विनंती केली की राज्यासमोर आर्थिक अडचणी असल्याने ही रक्कम ताबडतोब अदा करण्यात यावी.

२१ जानेवारी १९९९—मध्य प्रदेशच्या महालेखापालांनी मदतनिधी आणि हिशेब खात्याच्या नियंत्रकांना पुन्हा विनंती केली की ही रक्कम लगेच देण्यात यावी, ही बाब गेली दोन वर्षे रखडली आहे, ही गोष्टही ते निदर्शनास आणून देतात.

२८ जानेवारी १९९९– आर्थिक नियोजन-१ विभाग याची आता पाळी असते चौकशीची— अर्थ मंत्रालयाच्या दुसऱ्या एका विभागाकडे चौकशी करण्यात येते. या १२५१.०९ लाख रुपयांचे अतिरिक्त दिली गेलेली रक्कम समायोजित करण्यासंबंधी आजची स्थिती काय आहे ते कृपया कळवावे.

त्याच दिवशी, प्रकल्प संनियंत्रण विभागानं मदतनिधी आणि हिशेब विभागाच्या नियंत्रकांकडे ताबडतोब ही बाब दुरुस्त करण्यात यावी अशी मागणी केली.

काहीच घडेना तेव्हा मध्य प्रदेश सरकारने ही रक्कम लगेच परत करण्यात यावी अशी मागणी पुन्हा एकदा केली. १३% व्याजासह—

१६ फेब्रुवारी १९९९—मदतनिधी आणि हिशेब विभागाच्या नियंत्रकांनी अर्थ मंत्रालयाच्या अधिदान आणि लेखा विभागास ही १२५१.०९ रुपयांची, ऑगस्ट १९९६मध्ये एसीएने अतिरिक्त जमा केलेली रक्कम मध्य प्रदेश सरकारला परत करण्याचे आदेश दिले.

आर्थिक वर्ष संपलेलं आहे. ही रक्कम अजूनही जमा झालेली नाही.

८ एप्रिल १९९९—मध्य प्रदेश सरकारनं आणखी एक पत्र लिहिलं—कृपया ही रक्कम देण्यात यावी.

अखेरीस, ९ एप्रिल १९९९ या दिवशी अर्थ मंत्रालयाच्या अधिदान आणि लेखा विभागानं ही रक्कम देण्यास मंजुरी दिली. रिझर्व बँकेच्या नागपूर शाखेतील केंद्रीय हिशेब विभागाला त्यांनी विनंती केली की राज्य सरकारच्या खाती ही रक्कम जमा करण्यात यावी. हा विभाग मध्य प्रदेशच्या महालेखापालांना या संमती पत्राची एक प्रतही पाठवून देतो.

जून १९९६मध्ये झालेली एक चूक अशा रीतीनं एकदाची सुधारण्यात येते. फक्त तीन वर्षांनंतर— हे कधी घडतं—जेव्हा राज्य आणि केंद्र सरकार आणि भारत सरकारचे नियंत्रक महालेखा परीक्षक आणि राज्याचे महालेखापरीक्षक,आणि रिझर्व बँक ऑफ इंडिया, आणि सीएए अँड ए, आणि सीएएस आणि पीएफ विभाग आणि पीएमयू विभाग — यामध्ये गोवले गेलेले असतात तेव्हा. तुम्ही आम्ही या मूळ चुकीचे बळी असतो तर?

बाबी - लहान आणि मोठ्या-

कामे करण्याची ही पध्दत—कधी न संपणारी, बेफिकिरीने संथपणे काम करण्याची ही पध्दत—ही काही एखादी क्लृप्ती नव्हे—ही साधी सवयही नव्हे- हा आता स्वभाव बनला आहे. शासनाच्या प्रत्येक व्यवहारामध्ये-मग तो लहान असो की मोठा - तुम्हाला हे जाणवेल.

* शासन सतत नोकरवर्ग कमी करण्याच्या घोषणा करत असतं— एकामागोमाग येणाऱ्या पंतप्रधानांनी दिलेल्या यासंबंधीच्या मार्गदर्शक सूचना अमलात आणण्यासाठी सचिवांच्या समित्या स्थापन करण्यात येत असतात, परंतु अध्ययन रजेसाठी केलेला सर्वसाधारण अर्ज मंजूर होण्यासाठी महिन्यामागून महिने लागतात. वरिष्ठ अधिकाऱ्यांचे संदर्भामागून संदर्भ आणावे लागतात, जे याआधी अध्ययन रजेवर गेलेले असतात, त्यांना आता सरकारमध्ये काम करण्याची इच्छा नसल्यानं त्यांना निवृत्त होण्याची परवानगी देण्यात यावी अशा अर्थाच्या अर्जांना मंजुरी मिळण्यासाठीही तेवढाच वेळ लागतो.
* एखादा अधिकारी लाच घेताना पकडला जातो. त्याला शिक्षा करण्याच्या योग्य त्या प्रक्रिया पूर्ण होण्यास तब्बल १८ वर्षे लागतात आणि अखेरीस सरकार त्याला थोडे दटावल्यासारखे करून हे नाटक संपवून टाकतं.
* निर्गुंतवणूक आयोगाच्या ध्यानात येतं की आपले प्रतिस्पर्धी वेगाने प्रगती करत असताना, कोर्बा येथे एक कोल्ड रोल मिल सुरू करण्याचा बाल्कोचा प्रस्ताव गेली आठ वर्षं इकडून तिकडे फिरत आहे. अखेरीस

ही मंजुरी मिळते पण तोपर्यंत आठ वर्षे उलटलेली असतात. परंतु १००% राखीव ऊर्जा निर्मिती प्रकल्पांसाठी आवश्यक असलेली मंजुरी अजून आलेलीच नाही, हे आयोगाच्या लक्षात येतं.

* संयुक्त सचिव दर्जाच्या अधिकाऱ्यांची संख्या कमी करण्याचे सरकारचे निकडीचे प्रयत्न १९९१ मध्ये सुरू झाले. ते अजून चालूच आहेत.
* राष्ट्रीय वस्त्रोद्योग महामंडळ आगीतून फुफाट्याकडे ढकलले जात असतं. १२९ गिरण्यांपैकी फक्त २५ गिरण्या त्यांच्या पूर्ण क्षमतेएवढे काम करत असतात. तीस-एक अक्षरशः बंद असतात. ज्या गिरण्या बंद आहेत त्यांच्यामध्ये काम करणाऱ्या कामगारांच्या पगारापोटी सरकार दरवर्षी ७०० कोटी रुपये खर्च करतच असतं. या महामंडळाचं काय करायचं यासंबंधीचा विचार १२ वर्षांहून अधिक काळ चालू असतो. प्रत्येक योजना ही मुंबईतील बंद पडलेल्या गिरण्यांची जागा विकून टाकण्यावर आधारलेली असते. काश्मीरप्रश्नावर चर्चा चालावी तशा चर्चा महाराष्ट्र सरकार आणि केंद्र सरकार यांच्यामध्ये चालू असतात. मुख्यमंत्री येतात आणि जातात, चर्चा चालूच राहतात, एकापाठोपाठ एक नवनवी सूत्रं पुढे मांडली जातात. अजूनही ते चालूच आहे.
* १९७७ मध्ये सरकारनं खत कारखान्यांसाठी एक रिटेंटिव्ह मूल्य योजना तयार केली. शेतकऱ्यांना युरिया कोणत्या भावाने विकावयाचा हे सरकारने ठरवून दिलं आहे. देशातील प्रत्येक खत कारखान्यांमध्ये युरियाचं उत्पादनमूल्य काय आहे हे सरकार निश्चित करतं -प्रत्येक कारखान्याचं वेगळं मूल्य— प्रत्येक कारखान्याची निव्वळ किंमत काय आहे, हेही सरकारनं निश्चित केलं आहे. त्या निव्वळ मूल्यावर 'योग्य' प्रमाणात किती रक्कम परत मिळाली पाहिजे, हे सरकार निश्चित करतं. सरकारने ठरवलेल्या उत्पादन शुल्काच्या, सरकारने निश्चित केलेल्या निव्वळ किंमतीच्या, सरकारने ठरवून दिलेल्या प्रमाणातील रक्कमच प्रत्येक कारखान्याला "ठेवून घेण्याची" परवानगी आहे. ही ठेवून घेण्याची रक्कम आणि प्रत्यक्ष शेतकऱ्याला द्यावी लागलेली किंमत यांमधील फरक सरकारी तिजोरीतून 'अर्थसहाय्य' या कलमाखाली भरून काढण्यात येतो. प्रत्येक कारखान्याने किती रक्कम ठेवून घ्यायची याचा निर्णय तीन वर्षे अमलात असतो. गेल्या काही दशकांमध्ये ही योजनाच या उद्योगाच्या पायातील जडशील दंडाबेडी बनून राहिलेली आहे. शिवाय यामुळे भ्रष्टाचाराला फारच मोठे कुरण मिळालं आहे, एकामागोमाग येणारी सरकारं हे मूल्य कोणत्या निकषांवर निश्चित करायचं याबद्दल

कधी या तर कधी त्या दिशेला खेचली जात असतात आणि त्यांना कधीच एक ठोस निर्णय घेता आलेला नाही. हा "सहावा मूल्य निश्चितीचा कालावधी" एप्रिल १९९४ मध्ये संपत आहे. निवड करता न आल्यानं सरकारनं असं जाहीर करून टाकलेलं आहे की २६ ऑगस्ट १९९६ पर्यंत आता चालू असलेली पद्धतच कायम ठेवण्यात येईल– जी सर्वच बाजूंनी कालबाह्य झालेली आहे. ऑगस्ट १९९६ उजाडतो. अजून काही निर्णय नाही. म्हणून मग "सहावा मूल्य निश्चितीचा कालावधी" आणखी वाढवण्यात येतो—३० जून १९९७ पर्यंत. अजूनही काही निर्णय नाही. चार वर्षं उलटतात- सर्व पर्याय अजूनही तपासून पडताळून पाहिले जातच आहेत— अखेरीस बैठकांमागून बैठका झाल्यानंतर मूल्य निर्धारणाचं एक नवं धोरण तयार करण्यात येतं—साल २००२.

तसं पाहिलं तर हा उशीर होणं म्हणजे जकात गोळा करण्यासाठी एक निमित्त ठरतं असं म्हटलं पाहिजे. हा असा उशीर हृदयशून्यतेलाच जन्म देणारा असतो. ज्याच्यावर अन्याय झाला आहे अशा माणसालाच एका कचेरीतून दुसऱ्या कचेरीमध्ये पायपीट करण्याची शिक्षा सुनावली जाते.—अगदी त्याची हिंमत खचून जाईपर्यंत- संधी हातातून निसटून जातात - आर्थिक प्रगतीला खीळ बसते.

आणि कारभाराची पुढची फेरी तर याहूनही अधिक वेड्यावाकड्या वळणांची असते. कारण 'प्रक्रियेच्या' प्रत्येक पायरीवर, सर्व पर्यायांचा तोलून मापून विचार केला जात असताना एकेका पायरीवर आणखी एक बारीकसा किडा सोडून देण्यात येतो. प्रक्रियेमध्ये आणखी एक चकवा जमा होतो. मागच्याच उदाहरणाबद्दल बोलायचं तर एखाद्या खतकारखान्याला किती रक्कम ठेवून घेण्याची परवानगी द्यावी याच्या निर्णयासाठी पुढील मुद्दे महत्त्वाचे ठरवण्यात आले– कारखान्याची क्षमता-कारण त्यावरच त्या कारखान्यामध्ये किती गुंतवणूक झालेली आहे हे निश्चित करता येणार होतं, हा मुद्दा त्या कारखान्याचे उत्पादन मूल्य निश्चित करण्याशी निगडित होताच, पण हे येथेच संपलं नाही — यातही आणखी फरक केलेले होतेच—'अनुज्ञप्तीप्राप्त क्षमता', 'संकल्पित क्षमता' आणि 'स्थापित क्षमता.'

* ही क्षमता— अनुज्ञप्तीप्राप्त- संकल्पित आणि स्थापित—किती प्रमाणात वापरली जात आहे.

  ही गोष्ट फक्त प्रत्यक्ष उपयोगावर आधारून निश्चित करता येत नव्हती तर प्रत्यक्ष उपयोगाबरोबरच अशा उपयोगासाठी आदर्शभूत मानण्यात आलेल्या गोष्टींवरही अवलंबून ठेवण्यात आलेली होती. कोणत्याही कारखान्यानं आपली स्थापित क्षमता अधिक वापरून आपलं उत्पादन मूल्य कमी करू नये आणि 'गैरमार्गाने' फायदा मिळवू नये म्हणून ही

खबरदारी घेण्यात आलेली होती.

* कच्चा माल? नाप्था? इंधन? नैसर्गिक वायू?
* निविष्टी (इनपुट) आयात केलेला आहे की येथीलच आहे?
निविष्टीची किंमत—फक्त प्रत्यक्ष किंमत नव्हे तर सरकारने निश्चित केलेल्या आदर्शमूल्याच्या संदर्भामध्ये असलेली किंमत.
* मूल्यनिश्चितीचे वर्ष. सरकारने ज्या वर्षी निविष्टीचे मूल्य निश्चित केले असेल ते वर्ष. एका विशिष्ट वर्षाऐवजी दुसरे वर्ष निवडण्याचा परिणाम शेकडो कोटींमध्ये असू शकतो आणि हा परिणाम सर्व कारखान्यांच्या बाबतीत योग्य त्या प्रमाणात होत नाही– स्वर्गातून होणारी ही खैरात काही काही कारखान्यांवरच होते.
* कोणता "साहाय्यक (रासायनिक) वापरायचा आणि त्याचे सर्वसाधारण आयुष्य किती काळाचे असते हे सरकार ठरवते.
* निव्वळ स्थिर मालमत्ता—काही पायऱ्यांमध्ये आणि काही विशेष कारणांसाठी या शब्दांचा अर्थ असतो—निव्वळ स्थिर मालमत्ता—क्ष या दिवशी तपासलेली. पण काही पायऱ्यांमध्ये आणि काही इतर कारणांसाठी या शब्दांचा अर्थ असतो— मागील तीन वर्षांतील निव्वळ स्थिर मालमत्तेची सरासरी.
* भांडवलात पडलेली भर. काही टप्प्यांमध्ये, या शब्दप्रयोगात सर्व भांडवली वाढ घेतली गेली, तर इतर ठिकाणी हा शब्दप्रयोग फक्त ऊर्जा वाचवण्यासाठी बसवण्यात आलेल्या विशिष्ट यंत्रसामुग्रीच्या खर्चासाठी वापरण्यात आला.
* कॅपिटल वर्क इन प्रोग्रेस—याचा नक्की आकडा काढण्यासाठी फार गहन विद्वत्तेची गरज भासली होती.
* विक्री खर्च.
* विक्रेत्यांची दलाली.
* दुय्यम वाहतूक खर्च.
* कोणत्याही विशिष्ट कालखंडामध्ये सरकार देणार असलेल्या 'अर्थसाहाय्याचे प्रमाण.'
* द फर्टिलायझर पूल इक्वलायझेशन चार्ज.
* वाहतूक खर्चाची समीकरणे.
* कारखाना केव्हा बांधला गेला आहे यावर अवलंबून असलेली सवलत– हे तत्त्व अमलात आणण्यासाठी तर फारच गूढ अभ्यासाची जरूर होती. अनेक कारखाने वेगवेगळ्या काळात बांधले गेले होते म्हणून त्यांच्यामध्ये उजवं-डावं करण्यासाठी हे तत्त्व तयार करण्यात आलं होतं. म्हणजे

नव्याने तयार होणाऱ्या आणि नवं तंत्रज्ञान वापरून उत्पादन करणाऱ्या कारखान्यांनी, हे काही कारखाने जुने आहेत, जुनेच तंत्रज्ञान वापरत आहेत आणि म्हणून कमी कार्यक्षम आहेत या गोष्टींचा 'गैरफायदा' घेऊ नये.

* प्रत्येक कारखान्याचा विस्तार किती आहे हे ठरवण्यामध्ये सुद्धा अनेक चर्चा झाल्या—प्रत्येक कारखान्याचा स्वतंत्रपणे विचार करावा की एकेका गटागटाने विचार करून यांचा विस्तार निश्चित करावा यावर ही चर्चा होती. या प्रश्नाचे सुलभीकरण करताना अखेरीस अशा गटांची संख्या निश्चित झाली 'नऊ'.

"९२ च्या आधीचे वायूवर आधारित (लॅण्ड-फॉल) कारखाने, ९२च्या आधीचे वायूवर आधारित (नॉन- लॅण्ड-फॉल) कारखाने, ९२ नंतरचे वायूवर आधारित कारखाने, ९२ च्या आधीचे नाप्थावर आधारित कारखाने ज्यांची वार्षिक उत्पादन क्षमता ५ लाख मेट्रिक टनापेक्षा कमी आहे, ९२ च्या आधीचे नाप्थावर आधारित कारखाने, ज्यांची वार्षिक उत्पादन क्षमता ५ लाख मेट्रिक टनापेक्षा अधिक आहे, ९२ नंतरचे नाप्थावर आधारित कारखाने, तेलाचे इंधन वापरणारे आणि कमी सल्फरचा अवजड माल वापरणारे कारखाने, ज्यांची वार्षिक उत्पादन क्षमता ५ लाख मेट्रिक टनांपेक्षा कमी आहे, तेलाचे इंधन वापरणारे आणि कमी सल्फरचा अवजड माल वापरणारे कारखाने, ज्यांची वार्षिक उत्पादन क्षमता ५ लाख मेट्रिक टनांपेक्षा अधिक आहे, मिश्र ऊर्जा वापरणारे कारखाने..."

'सुलभीकरण' करण्यासाठी वापरण्याचं हे सूत्र किती गुंतागुंतीचं आहे, बघितलंत?

सूत्र जेवढं अधिक गुंतागुंतीचं तेवढ्या त्यामधील रिकाम्या जागा अधिक आणि त्या रिकाम्या जागा भरून काढण्यासाठी लागणारी विद्वत्ता —किंवा मग सौदे करण्यास मोकळीक.

तिसऱ्या प्रकरणामध्ये, मी दूरसंचार अनुज्ञप्ती प्रणालीचा विचार केला आहे. मला दूरसंचार खाते देण्यात आलं होतं तेव्हा मला ज्या गोष्टी दिसून आल्या, त्याबद्दल मी हे बोलतो आहे. आधीच्या 'सुधारणा' करताना निर्माण झालेल्या पळवाटा बंद करण्यासाठीचा प्रत्येक नवा प्रयत्न नव्या शासनाला अधिक उत्साहाने नव्या 'सुधारणां'कडे खेचत असतो.

हे पुस्तक–

या पुस्तकामध्ये मी वेगवेगळ्या क्षेत्रांमधील हकिकती आणि उदाहरणे दिली आहेत—कारभाराची आजची स्थिती आणि त्या स्थितीचे होणारे परिणामही. सरकारी खात्यांपासून सार्वजनिक उद्योगांपर्यंत, न्यायालयांपर्यंत, नियोजन आयोगासारख्या

एखाद्या संस्थेपर्यंत, कायदे संमत करण्यापासून संमत झालेल्या कायद्यांची अंमलबजावणी करण्यापर्यंत, पर्यावरणापासून राष्ट्रीय सुरक्षेपर्यंत.

ह्या गोष्टी जसजशा स्पष्ट होत जातील तसतसं तुमच्या लक्षात येईल की हा रोग शासनाच्या सर्वच शाखांमध्ये फैलावला आहे. कारभाराच्या सर्व बाबींवर त्याचा प्रभाव पडलेला आहे. यावर उपाय काय करावे याचा विचार करणं काही फारसं कठीण नाही. मी जे उदाहरण देत असेन त्याबद्दल पुढे आलेले अनेक उपाय मी यामध्ये लिहिलेले आहेत. मग ती बाब पर्यावरणाची असो की नियोजन आयोगासारख्या संस्थेबाबत असो. परंतु अशा कल्पनांचं पुढं काय होतं ते दर्शवणारे हे लेख आहेत. या प्रक्रियेमध्ये काम करणाऱ्या सर्वांनाही काय खुपतं आहे आणि कुठे खुपतं आहे हे चांगलं माहीत असतं. त्यानुसार वेळोवेळी ही प्रक्रिया सुधारण्याचे प्रस्ताव अंगीकारले जातात आणि "निश्चित केलेल्या कालावधीमध्ये" हे उपाय अंमलात आणण्याचे आदेशही काढण्यात येतात. परंतु, प्रत्येक बाबतीमध्ये हा प्रस्ताव त्याच चक्रामधून पुढे सारावा लागतो—कोणी असंही म्हणेल, असा पुढे 'सारावाच' लागतो.

आणि त्या चक्रामध्ये तो प्रस्ताव अगदी चुराचुरा होऊन जातो. त्यामध्ये प्रचंड रक्कम आणि जास्तीचा वेळ लागलेला आहे, असं कार्यक्रम कार्यान्वयन विभागाच्या अहवालावरून दिसून येतं. **निर्णयः–** हे कमी झालं पाहिजे. **उत्तरः–** प्रत्येक बाबीमध्ये ही रक्कम आणि लागलेला जास्तीचा वेळ याची जबाबदारी कोणाची हे निश्चित करण्यात आलं पाहिजे. **उपाय :–** ज्या ज्या प्रकरणांमध्ये असा जास्त खर्च झालेला आहे आणि जास्त वेळही लागलेला आहे, त्यामध्ये जबाबदारी कोणाची हे निश्चित करण्यासाठी व अशा सर्व प्रकरणांची चौकशी करण्यासाठी २३ मंत्रालयांमध्ये स्थायी समित्या स्थापन करण्यात येतात. परंतु लवकरच लक्षात येतं की, या स्थायी समित्या आपले अहवाल तयार करत आहेत आणि ते अहवाल दप्तरी दाखल केले जात आहेत. कोणतीही कारवाई केली जात नाही आहे. **उपाय–** आर्थिक बाबतीविषयीच्या मंत्री समितीकडे खर्च मंजुरीसाठी कोणताही प्रस्ताव आला की त्या विशिष्ट प्रकल्पाच्या स्थायी समितीचा आणि संबंधित मंत्रालयाचा अहवाल त्यासोबत जोडलेला असला पाहिजे. जास्तीचा खर्च त्याबद्दल जबाबदार कोण आणि त्याबद्दल कोणती कारवाई करण्यात आली आहे, हे त्या अहवालामध्ये नमूद केलेले असले पाहिजे. मी सुमारे ३५ अहवालांचा अभ्यास करतो. त्यांच्यापैकी 'प्रत्येक अहवालात' असा निष्कर्ष काढलेला असतो की जबाबदारी कोणाची हे ठरवणे शक्य झालेले नाही—जास्तीचा खर्च होण्याची कारणे ही 'यंत्रणेतील' दोष ही आहेत.... मग मी ते अहवाल वाचणं सोडूनच देतो...आम्ही सरकारी हॉटेले खाजगी क्षेत्रामध्ये टाकण्याचा सरकारचा निर्णय अंमलात आणण्याचा प्रयत्न करत होतो त्यावेळी

आम्हाला ज्या गुंत्यामधून वाट काढावी लागली त्याची थोडीफार कल्पना वाचकाला त्या प्रकरणाच्या वाचनामध्ये येईलच.

कोणा विद्वानानं म्हटलं आहे ते अक्षरश: इथे खरं ठरतं— मिठाचाच खारटपणा जर संपून गेला तर ते पुन्हा खारट करायचं तरी कशानं?

आणि तरीही—हीच सुधारणा सर्व प्रथम करणं आवश्यक आहे—पहिल्यांदा नुसती घोषणा केली तरी त्याचा अर्थ 'सुधारणा' केली असा होत होता— 'आजपासून आम्ही औद्योगिक परवाना देण्याची पद्धत रद्द करत आहोत', 'आम्ही आजपासून तांत्रिक प्रगती सर्वसाधारण विभाग बंद करत आहोत', 'आम्ही आजपासून विमाविभाग परदेशी गुंतवणुकीला खुला करत आहोत—' यापैकी प्रत्येक घोषणा म्हणजे प्रगतीचं एक महत्त्वाचं पाऊल होतं. परंतु आता—प्रत्यक्ष शासनप्रक्रियाच बदलण्याची वेळ आलेली आहे.

प्रत्येक लेखामागील सूत्र हेच आहे. हे लेख जसे लिहिले गेले तसेच मी ते येथे घेतले आहेत, कारण प्रत्येक लेख एक स्वतंत्र आणि संपूर्ण लेख आहे आणि मला त्यामध्ये मोडतोड आणि जोडाजोड करण्याचं धाडस झालं नाही. आणखीही एक कारण असं की प्रत्येक लेखामध्ये वाचकाला आनंद वाटेल आणि चीडही येईल असं भरपूर काही आहे. आणि मोडतोडीमध्ये आणि जोडाजोडीमध्ये ही मजा नाहीशी झाली असती.

म्हणून विषय आणि स्थळे बदलली तरी या सर्व लेखांमधून एकच विचारप्रवाह आहे.

आणि याचं तात्पर्यही समानच आहे—ही व्यवस्था सुधारण्याचा मार्ग ही पद्धत बदलणं किंवा ती संस्था बंद करणं हा नसून ते कामच रद्द करणं हा आहे- जेथे शक्य आहे तेथे तेथे तो अवयव छाटून टाकणं हाच आहे.

सडपातळ शरीराप्रमाणे ही आता सडपातळ झालेली यंत्रणा सुधारणं मग अधिक सोपं जाईल.

कारण राज्यकारभार सुधारणं आता फार गरजेचं झालेलं आहे. उपांत्य प्रकरणामध्ये सांगितल्याप्रमाणे काही कर्तव्यं अशी आहेत जी फक्त शासनच पूर्ण करू शकणार आहे.

■

धाडसी उपक्रम?

शोध-सार्वजनिक क्षेत्रांमधील उपक्रमांची खरी स्थिती

राष्ट्रीय पर्यटन विकास मंडळ ३२ हॉटेलं चालवतं. २००१-२००२ या वर्षामध्ये त्यांच्यापैकी ३१ हॉटेलं तोट्यात होती. फायद्यात चाललेलं एकुलतं एक हॉटेल म्हणजे म्हैसूरचं ललिथा महाल पॅलेस. वारसाहक्कानं चालत आलेलं महाल- हॉटेल मालकाच्या दृष्टीने एक उत्कृष्ट संधी आणि तेथे उतरलेल्या पाहुण्याच्या दृष्टीनेही—आणि तरी या हॉटेलनं फक्त ८६ लाख रुपये एवढा प्रचंड फायदा कमावला.

१९९९ ते २००१ या तीन वर्षांमध्ये आय टी डी सीच्या हॉटेल विभागाला एकूण १०५ कोटी रुपयांचा तोटा झालेला आहे.

यांपैकी ८ हॉटेलं दिल्लीमध्ये आहेत- अशोक, सम्राट, जनपथ, रणजित, कनिश्क, इंद्रप्रस्थ, कुतब आणि लोधी.

यांच्यापैकी प्रत्येक हॉटेल तोट्यामध्ये चाललेलं आहे. ४२ कोटी रुपये कमावण्यासाठी अशोक हॉटेल ५१ कोटी रुपये खर्च करतं. भुईभाडं फक्त '२५ हजार रुपये वर्षाला' द्यावं लागत असूनही—हीच जागा भाडेपट्ट्यानं घेऊन तेथे हॉटेल चालवण्यासाठी बोली लावणाऱ्या व्यक्तीने मात्र वर्षाला १४ कोटी रुपये भाडे द्यावे असा भूविकास विभागाचा आग्रह होता.

दिल्लीमधील या सर्व मालमत्तांचं खाजगीकरण करण्याच्या प्रक्रियेची सुरुवात केल्यानंतर आम्हाला असं दिसून आलं की यांपैकी एकाही—अगदी एकाही—मालमत्तेचे हक्कविलेख किंवा भाडेपट्ट्याचे कागदपत्र पूर्ण नव्हते.

* हे कागदपत्र उपलब्ध तरी नव्हते किंवा भाडेपट्टी वादामध्ये सापडलेले होते आणि तरीही ही हॉटेलं सुमारे ४५ वर्षे अस्तित्वात होती.
* यांपैकी एकाही—अगदी एकाही—हॉटेलकडे इमारत पूर्ण झाल्याचा

दाखला नव्हता—या इमारती बांधून पूर्ण झाल्याला सुमारे २५ ते ४५ वर्षे उलटली होती तरीही—एवढेच नव्हे तर ज्या नकाशांच्या आधाराने 'पूर्वलक्षी तारखेपासून' हा दाखला देता आला असता ते इमारतीचे नकाशेही उपलब्ध नव्हते.

* यांपैकी एकाकडेही—अगदी एकाकडेही अत्यंत आवश्यक असलेला अग्निशामक दलाचा दाखलाही नव्हता. या साऱ्याचा परिणाम म्हणजे ही सर्व सरकारी मालकीची हॉटेलं कित्येक वर्षे न्यायालयामध्ये वादात अडकलेली होती— पुष्कळवेळा सरकारच्याच एखाद्या विभागाविरुद्ध! याचं एक प्रातिनिधिक उदाहरण म्हणजे लोधी हॉटेल.

१९६६मध्ये—म्हणजे ३५ वर्षांपूर्वी—आय टी डी सीने नागरीविकास विभागाकडून ही इमारत विकत घेतली. यामागे समजूत अशी होती की, सरकारच्या एखाद्या साध्या 'विभागा'पेक्षा सरकारचं एखादं 'महामंडळ' ही हॉटेलं अधिक चांगल्या रीतीने चालवू शकेल. या महामंडळाला दिल्लीच्या महापालिकेकडे जो इमारत कर भरावा लागणार होता त्यासाठी या इमारतीची किंमत निश्चित करणं आवश्यक होतं. हे काम सरकारच्या दुसऱ्या एका विभागाकडे -केंद्रीय सार्वजनिक बांधकाम विभागाकडे सोपवण्यात आलं. या विभागाने या इमारतीची किंमत ठरवली ती 'घसारा धरून पुन:स्थापना' या तत्त्वानुसार.

परंतु यामध्ये आणखी एक चल घटक होता. आयटीडीसीला जो कर भरावा लागणार होता तो फक्त इमारतींच्या किंमतीवर आधारित नव्हता. ज्या जमिनीवर या इमारती उभ्या आहेत त्या जमिनी कोणाच्या मालकीच्या आहेत यावरही ही गोष्ट अवलंबून होती. या जमिनी आयटीडीसीच्या मालकीच्या आहेत असं गृहीत धरून नगरपालिकेने कर आकारणी केली. पर्यटन विभागाने आणि भूविकास विभागाने या गृहीताला हरकत घेतली. त्यांचं म्हणणं असं होतं की, या जमिनी नागरीविकास विभागाच्या मालकीच्या आहेत आणि त्या आयटीडीसीने भाडेपट्ट्यावर घेतलेल्या आहेत, असं मानावं लागेल. आयटीडीसीनेही आपलं म्हणणं मांडलं. त्यांचं म्हणणं असं होतं की, कर आकारणी करताना फक्त इमारतींचाच विचार व्हावा,त्यामध्ये जमिनीचा विचार अजिबात केला जाऊ नये. कारण ही जमीन आमच्या मालकीची नसून भाडेपट्ट्याने घेतलेली आहे. हा वाद दिल्लीच्या उच्च न्यायालयामध्ये पोहोचला. तारखेमागून तारखा पडत राहिल्या– दहा वर्षे उलटली. अखेरीस उच्च न्यायालयाने निर्देश दिले की हे प्रकरण नगरपालिकेच्या संयुक्त निर्धारण अधिकारी आणि नगरपालिका आयुक्त यांच्याकडे सोपवण्यात यावे. निर्गुंतवणूक मंत्रालयासमोर हे प्रकरण येण्याच्या आधी दोन वर्षे हे निर्देश दिले गेले होते. घडलं एवढंच की आयटीडीसी आणि महानगरपालिका एकमेकांना पत्रं पाठवत राहिले होते. बस.

परंतु खाजगीकरणाला विरोध करण्यासाठी आता हाच मुद्दा उपयोगी पडला. या प्रकरणाचा निकाल लागेपर्यंत बोली लावणारे कंत्राटदार बोली लावण्यास तयार होईनात आणि दुसऱ्या बाजूला सरकारचे अनेक विभाग हे प्रकरण धसास लावतच नव्हते. खाजगीकरण लांबणीवर टाकावं लागणार असल्याचं एक महत्त्वाचं कारण म्हणजे हे प्रकरण आहे असं निशाण त्यांनी कायमच फडकवत ठेवलं होतं. आणि लांबणीवर? किती? अर्थातच अनिश्चित काळपर्यंत.

२००१ च्या सप्टेंबरमध्ये ही परिस्थिती होती. मी सर्व संबंधितांना एका बैठकीला बोलावलं. यामध्ये कोणताही तत्त्वाचा प्रश्न असल्याचं मला शोधूनही सापडलं नव्हतं. यामध्ये कायद्याचाही एखादा प्रश्न नव्हता. प्रश्न होता तो फक्त एका मुद्याचा. या जागेचा खरा मालक कोण यावर सर्व अवलंबून होतं. नागरी विकास मंडळ की आयटीडीसी? दोन्ही विभाग एकाच सरकारचे "पण कोठेतरी कसले तरी कागदपत्र असलेच पाहिजेत ना—'मालकीचे किंवा भाडेपट्ट्याचे" मी अगदी संतापून विचारलं. अधिकाऱ्यांनी स्पष्टीकरण दिलं-तोच तर प्रश्न आहे. मूळचे कागदपत्र उपलब्ध नव्हते-कधीच नव्हते.

१९८१साली— इतक्या वर्षांपूर्वी चंडीगड शासनाने आय टी डी सीला ९० वर्षांच्या कराराच्या भाडेपट्ट्याने हॉटेल बांधण्यासाठी जमीन दिली. ही जमीन देताना एक अट घालण्यात आली होती. ती अशी की, हे हॉटेल तीन वर्षांच्या आत बांधले जाईल. नऊ वर्षे गेली. हॉटेलचा पत्ता नाही. चंडीगड शासनाने आयटीडीसीला एक 'कारणे दाखवा.' सूचना दिली. 'हा भाडेपट्ट्याचा करार रद्द का केला जाऊ नये याची कारणे दाखवा.' पुढची चार वर्षे पत्रापत्री चालू होती. पण हॉटेलचा पत्ता नाहीच. फक्त एक अर्धवट बांधलेला इमारतीचा सांगाडा. मग १९९४ मध्ये चंडीगड शासनाने हा करार रद्द केला. त्याच शासनाच्या संपत्तीविभागाकडे आयटीडीसीने फेरसुनावणीसाठी अर्ज दाखल केला. अर्ज फेटाळण्यात आला. आयटीडीसीने राज्यपालांच्या सल्लागाराकडे पुनर्निरीक्षणासाठी अर्ज केला. आयटीडीसीला जमीन परत देण्यात आली. आता पाळी होती चंडीगड शासनाची. आता त्यांनी पंजाब आणि हरयानाच्या उच्च न्यायालयामध्ये एक तक्रार दाखल केली. ही तक्रार सल्लागाराने ही जमीन आयटीडीसीला परत दिल्याविरुध्द केलेली होती. याचा अर्थ असा होता— सल्लागार म्हणजे मंत्र्याच्या दर्जाचा एक अधिकारी—त्याच्याविरुद्ध तक्रार त्याच्याच शासनाच्या प्रमुखाकडे म्हणजे राज्यपालांकडे नोंदवण्यात आली. दोन वर्षांनंतर उच्च न्यायालयाने निकाल दिला की सल्लागाराने दिलेल्या निर्देशानंतरची 'जैसे थे' ही परिस्थिती आहे तशीच कायम ठेवण्यात यावी, म्हणजे जमीन आयटीडीसीकडेच ठेवावी. ही गोष्ट चार वर्षांपूर्वीची आहे. परंतु इमारतीची ती

अर्धवट बांधकाम झालेली स्थिती आजही तशीच आहे- आयटीडीसीला जमीन मिळाल्यानंतर 'वीस वर्षांनी' परिस्थिती अशी आहे . आयटीडीसीनं असं कबूल केलं होतं की तीन वर्षांमध्ये हॉटेल बांधून पूर्ण होईल-तरी हॉटेलचा पत्ता नाहीच.

म्हणून ज्यावेळी या मालमत्तेची निर्गुंतवणूक करण्याचा प्रस्ताव मांडण्यात आला आणि त्यावर काम सुरू झालं, तेव्हा एक वादाचा मुद्दा उभा राहिला. या मालमत्तेची आता जी 'आपोआप वाढलेली किंमत' आहे तिचा किती हिस्सा चंडीगड शासनाला देण्यात यावा आणि किती हिस्सा आयटीडीसीने स्वतःकडे ठेवावा? दोन्ही बाजूंनी अतिशय अभ्यासपूर्ण विधाने मांडली. बैठका, पत्रव्यवहार, शास्त्रांचे आधार घेण्यात आले. पहिल्या बाजूचं म्हणणं होतं की आयटीडीसीचा अधिकार फक्त त्या मालमत्तेवर उभी असलेली अर्धवट बांधकाम झालेली इमारत पाडल्यानंतर तेथे पडणार असलेल्या मलब्याच्या किंमतीवर आहे. आयटीडीसीचे म्हणणं होतं- दिल्लीमधील मालमत्तांच्या संदर्भामध्ये जे तत्त्व निश्चित करण्यात आले आहे त्यानुसार रक्कम आयटीडीसीला मिळणे योग्य आहे.

आणि लक्षात असू द्या– चंडीगड शासन आणि आयटीडीसी हे दोन्ही एकाच-केंद्र सरकारचेच विभाग आहेत.

संपूर्ण तुकड्या

करासंबंधीचा हा वाद अखेरीस न्यायालयामध्ये पोचला. या वादाचा मूळ मुद्दा होता, सरकारच्या एका विभागाने त्याच सरकारच्या दुसऱ्या विभागाला किती कर द्यायचा आहे—म्हणजे सरकारचा कोणता विभाग या मालमत्तेचा मालक आहे यावर हे ठरणार होतं—सरकारच्या संरचनेमध्ये चर्चेनं जो वाद सोडवला जायला हवा तो अखेरीस न्यायालयात पोचला, त्या पीठामध्ये तो वाद अनेक वर्षे पडून राहिला, अखेरीस न्यायालयाने त्याच शासनाच्या एका विभागाला हा वाद सोडवण्यास सांगितलं, त्या विभागानं इतर विभागांशी पत्रव्यवहार करण्याखेरीज दुसरं काहीही केलं नाही, हा वाद त्या पत्रव्यवहारामध्येच अडकून पडला. यापैकी एकही बाब फक्त आय टी डी सी आणि त्यांची हॉटेल्स यांच्या बाबतीमध्येच खरी ठरेल असे नाही. ही बाब सरकारच्या सर्वच कारभाराला अगदी तंतोतंत लागू पडणारी आहे. खाजगीकरणाच्या प्रक्रियेला सुरुवात केल्याबरोबर आम्हाला याच दलदलीमध्ये रुतून पडलेले असे अनेक उद्योग एकामागोमाग एक दिसून येऊ लागले.

हिंदुस्तान टेलिप्रिंटर्स या उद्योगाने तामिळनाडूच्या राज्य उद्योग विकास महामंडळाकडून-सिपकॉटकडून होसूर या विभागामध्ये सुमारे १५ एकर जागा विकत घेतली. ही जागा वापरात आणली जात नव्हती. 'ही जागा वापरात न

आणल्यामुळे ती आम्ही परत का घेऊ नये याबद्दलची 'कारणे दाखवा' सूचना सिपकॉटने एचटीएलला जारी केली. या सूचनेचा परिणाम म्हणजे अनेक बैठका, चर्चा आणि पत्रव्यवहार सुरू झाला.

दहा वर्षांनंतर १९९३ साली एच टी एलने तामिळनाडू शासनाच्या दुसऱ्या एका विभागाकडून-तामिळनाडू लघु उद्योग विकास महामंडळाकडून-सिडकोकडून आणखी १५.९२ एकर जागा खरेदी केली. एच टी एलने ही जागाही वापरात आणली नाही म्हणून सिडकोनेही एक 'कारणे दाखवा' सूचना जारी केली. सिडकोने अधिक कडक भूमिका घेतली होती कारण एचटीएल परिरक्षा खर्चही नियमितपणे देणे विसरून जात होते. आत्तापर्यंतची बाकी सुमारे १८ लाख रुपये इतकी झाली होती. बैठका, चर्चा आणि अर्थातच पत्रव्यवहार— "वरील विषयासंदर्भात खाली सही करणाऱ्यास सूचना देण्यात आलेली आहे की—"

परदीप फॉस्फेट्स या उद्योगाची राज्याच्या पर्यावरण अधिकाऱ्यांशी जोरदार लढाई चाललेली आहे, असं आम्हाला आढळून आलं. ह्या उद्योगाचा पर्यावरणावर जो काही परिणाम होत होता, त्याबद्दल ह्या उद्योगाने उपाययोजना करण्याचं कबूल केलं होतं, परंतु तसं केलं नव्हतं, याबद्दल ही लढाई दीर्घकाळ चाललेली होती. अखेरीस ओरिसा उच्च न्यायालयामध्ये या वचनभंगाविषयी एक जनहित याचिका दाखल करण्यात आली. परंतु त्याचाही या उद्योगावर काही परिणाम झाला नाही. ८ फेब्रुवारी २००२ या दिवशी आर्थिक बोली दाखल करण्याचा शेवटचा दिवस होता. या अंतिम तारखेच्या दोनच दिवस आधी म्हणजे ६ फेब्रुवारीला आमच्याकडे या उद्योगाच्या व्यवस्थापनाकडून एक फॅक्स आला. त्यामध्ये असं लिहिलं होतं की 'एक महिन्यापूर्वीच ओरिसा उच्च न्यायालयाने असा आदेश दिला होता की, अमुक अमुक गोष्टी केल्या गेल्या नाहीत तर हा संपूर्ण उद्योग १५ फेब्रुवारीपासून बंद करण्यात येईल.' बोली करणाऱ्यांना घाबरवून पळवून लावण्यासाठी, कोणीतरी ही माहिती या अखेरच्या क्षणापर्यंत लपवून तर ठेवली नसेल, असं आमच्या मनात आल्याखेरीज कसं राहील?

आयपीसीएल, जीएआयएल, आणि ओएनजीसी, सर्वच उद्योग एकाच मालकीचे, भारत सरकारच्या मालकीचे— तरी त्यांच्यामध्ये एक वाद चालू होता- जीएआयएलने पुरवलेला नैसर्गिक वायू आणि ओएनजीसीने पुरवलेल्या नैसर्गिक वायूमधील सी२/सी३ घटक या दोहोंची किंमत कशी निश्चित करायची याबद्दल तो वाद चाललेला होता. हा वाद पुरी सहा वर्षे चाललेला होता.

आयपीसीएल- केंद्र सरकारचा एक विभाग आणि त्याच सरकारचा केंद्रीय उत्पादनशुल्क विभाग या दोघांमध्ये एक गरमागरम युद्ध चाललं होतं. आयपीसीएलने किती उत्पादन शुल्क भरलं पाहिजे याबद्दल हे युद्ध चाललेलं होतं. आयपीसीएलचं

एक उत्पादन- पायरोलायसिस गॅसोलिन- हे कोणत्या वर्गामध्ये घालायचं हा वादाचा मुख्य मुद्दा होता. हा वाद पुरी आठ वर्षे चाललेला होता. या वेळपर्यंत उत्पादन शुल्क विभागाचं असं म्हणणं होतं की, आयपीसीएलकडे फक्त या एकाच बाबीचे ५७० कोटी रुपये देणे निघते. ''सरकारच्या दोन विभागांमध्ये चाललेल्या या वादाचा निकाल काय लागतो ते बोली लावणाऱ्यांना सांगितल्याखेरीज बोली मागवता कशा येतील?'' खाजगीकरणाला विरोध असणाऱ्यांचा हा आग्रहाचा मुद्दा होता.

व्हीएसएनएल- केंद्र सरकारचा एक विभाग- त्याच सरकारच्या दुसऱ्या एका विभागाबरोबर अशाच एका वादामध्ये गुंतलेला होता. यावेळी दुसरा विभाग होता आयकर खाते. १९८६ सालापासून व्हीएसएनएल १०१ कोटी रुपये इतका आयकर भरत आला होता. दूरसंचार क्षेत्रातील बदलांमुळे ही रक्कम कराच्या रकमेच्या १२% परवाना शुल्क म्हणून वाढवण्यात आली होती. व्हीएसएनएलचं म्हणणं होतं की हा 'महसुली खर्च' आहे, तर हा 'भांडवली खर्च' आहे असं आयकर विभागाचं म्हणणं होतं. या गृहीतानुसार आयकर खात्यानं असं जाहीर केलं की व्हीएसएनएलकडून आयकरखात्याला ६०० कोटी रुपयांचे येणे आहे. साहजिकच, हा वाद मिटेपर्यंत आणि बोली लावणाऱ्यांना ही प्रचंड रक्कम आयकर विभागाला द्यावी लागणार आहे किंवा द्यावी लागणार नाही याचा खुलासा करता येईपर्यंत बोली मागवणं शक्यच नव्हतं. हे आग्रहाचं म्हणणं अर्थातच बोली लावू इच्छिणाऱ्या व्यक्तींना पळवून लावण्याची इच्छा असलेल्या व्यक्तींचं होतं हे उघड आहे.

(नॅशनल फर्टिलायजर्स लि.) राष्ट्रीय खत उद्योग मर्यादित— नांगल येथील नवीन विस्तारासाठीचा पर्यावरण निपटारा प्रमाणपत्र अजून मिळालेलं नाही. विजयापूर कारखान्याच्या दुसऱ्या विभागाच्या जमिनीचा हक्कविलेख अजून झालेला नाही. आणि अशी आणखी भरपूर उदाहरणं अगदी चीड यावी इतक्या नियमितपणे सामोरी येतात. आणि असे हे वाद दशकानुदशके का चालू राहतात याचं कारण तुम्ही सहज ताडू शकता. दोन्ही बाजूच्या फौजा आपल्या बाजूचं म्हणणं पुढे रेटण्यासाठी सज्ज असतात. त्या वादासंबंधीची कागदपत्रं तयार करणं, त्यांचा माग ठेवणं, त्या संबंधीच्या तारखांना न्यायालयामध्ये हजर राहणं, काय घडलं याबद्दल वरिष्ठांना माहिती देणं, त्यासंबंधीच्या पत्रव्यवहारांचे कच्चे खर्डे तयार करणं, त्यासंबंधीच्या होणाऱ्या पत्रव्यवहारांची नोंद ठेवणं, अनेक व्यक्तींचं संपूर्ण कार्यालयीन आयुष्य हे एवढंच असतं. ही 'कामे' हेच तर त्यांचं वैशिष्ट्य असतं. हे एवढंच त्यांचं वैशिष्ट्य असतं. कीन्सच्या विहितकाला हे आपलं उत्तर - लोकांना खड्डे खणायला लावा आणि मग ते भरायला लावा.

हॉटेलांसंबंधी आणखी थोडं

पण आपण आयटीडीसीच्या हॉटेलांकडे परत येऊ. काही प्रकरणांमध्ये प्रचंड प्रमाणात अतिक्रमण झालेलं माझ्या सहकाऱ्यांना आढळून आलं. इतर ठिकाणांइतकंच दिल्लीमध्येही. काही ठिकाणी आयटीडीसीची हॉटेलं दुसऱ्याच्या जमिनींवर घुसलेली होती, तर काही ठिकाणी आयटीडीसीच्या जमिनीवर अतिक्रमणं झालेली होती. दिल्लीमधील अशोक हॉटेलची गोष्ट घ्या—फार दूरवरच्या मणिपूरमधील नव्हे- अगदी इथे दिल्लीमध्ये-तेही दिल्लीच्या सीमेवरच्या एखाद्या भागात नव्हे-पंतप्रधानांच्या निवासस्थानापासून ३००-४०० यार्डांवर- तब्बल ३४७ लहान घरं बेकायदेशीरपणे उभारण्यात आली आहेत. नवी दिल्ली महानगरपालिकेचं म्हणणं आहे की, ही बेकायदेशीर घरं पाडली गेली तरच अशोक आणि सम्राट या हॉटेलांची समाप्ती प्रमाणपत्रं दिली जातील. परंतु ही घरं पाडण्यापेक्षा प्रत्यक्ष ताबा रेषेपलीकडील पाकिस्तानी बंकर पाडणं अधिक सोपं आहे. अर्थात- समाप्ती प्रमाणपत्र नाही. समाप्ती प्रमाणपत्र नाही म्हणजे अर्थात खाजगीकरणही नाही.

अशी उदाहरणांमागून उदाहरणं देता येतील—एक उदाहरण द्यायचं तर- कनिष्क, इंद्रप्रस्थ ही अगदी इथली- दिल्लीमधील हॉटेलं- ही हॉटेलं चालवण्यासाठी, त्यामधील उपाहारगृहं आणि मद्यगृहं चालवण्यासाठी आवश्यक असलेले परवाने- केव्हाच त्यांची मुदत संपून गेली आहे—आणि काही ठिकाणी तर हे परवाने घेतलेच गेलेले नाहीत.

अशी उदाहरणांमागून उदाहरणं– एक उदाहरण द्यायचं तर- फक्त दिल्लीमधलीच उदाहरणं घेऊ. कनिष्क, रणजित, जनपथ, लोधी, कुतब, अशोक ही सारी हॉटेल्स. या हॉटेलांमधील दुकानं आणि इतर व्यापारी संकुलं यांच्याशी केलेले भाडेपट्ट्याचे करार एकतर मुदत टळून गेलेले तरी आहेत किंवा मुळात केलेलेच नाहीत.

कोलकाता विमानतळावरील हॉटेल एअरपोर्ट अशोकचा भाडेपट्टी करार– हे हॉटेल तीस वर्षांपूर्वी १९७१-७२मध्ये उभे राहिलेलं आहे हे लक्षात घ्या- झालाच नव्हता आणि आयटी डी सी मात्र विमानतळ अधिकाऱ्यांशी त्यासंबंधी वाद घालत बसलेलं होतं.

कोलकाता आणि औरंगाबादच्या विमानतळांवरील उपाहारगृहे चालवण्यासाठी आवश्यक असलेले परवानेही अस्तित्वात नाहीत. कोणत्याही दृष्टीनं पाहिलं तरी कोवालम बीच हॉटेलची जागा ही हॉटेल चालवण्यासाठी अगदी उत्तम जागा आहे हे कोणीही मान्य करील. तरीही २००१-२००२मध्ये येथे येणाऱ्या पर्यटकांचं प्रमाण २४% इतकं कमी होतं. हे हॉटेलही तोटाच दाखवत होतं. ३.५ कोटींचा तोटा. हे हॉटेल २५.७८ हेक्टर एवढ्या जमिनीवर पसरलेलं आहे. राज्य सरकारच्या

नोंदणीनुसार,मात्र यापैकी फक्त १६.५ हेक्टर जागेचीच पूर्ण मालकी आयटीडीसीकडे आहे. या संपूर्ण संकुलातील सर्वांत मौल्यवान भाग- हॅल्सिऑन कासल- याचा समावेश या १६.५ हेक्टर जागेमध्ये होत नाही. उरलेली ९.२ हेक्टर एवढी जागा केरळ पर्यटन विकास महामंडळाच्या आणि काही खाजगी व्यक्तींच्या ताब्यात आहे, असं आढळून आलं आहे. हे इथंच संपत नाही- हा एवढा मोठा भाग दुसऱ्या व्यक्तींच्या ताब्यात असताना त्यावरील कर मात्र आयटीडीसी भरत होतं.

वाराणसीमधील अशोक हॉटेलची तर आणखीच एक गंमत आहे. आजच्या परिस्थितीवर प्रकाश टाकणारं एक रोचक उदाहरण- १९७६ मध्ये आयटीडीसीने पर्यटन विकास महामंडळाकडून या हॉटेलसाठी ९.४२ हेक्टर एवढी जागा विकत घेतली. परंतु मुळात पर्यटन विकास महामंडळाने ही जागा विकत घेतल्याचीच नोंद कोठेही सापडत नाही. १९७६पासून आयटीडीसी या जागेवरील कर भरत असलं तरी जमीन महसूल खात्याच्या दप्तरी मात्र मेजर जनरल एस. शमशेर जंग बहादुर राणा या नेपाळी व्यक्तीच्या मालकीची ही जागा आहे अशीच नोंद आहे. पर्यटन विकास महामंडळाने कधी ही जागा विकत घेतली होती याचा पुरावा पुष्कळ शोधूनही आम्हाला सापडला नाही. मग ही– काय बरं म्हणू- ही संदिग्ध बाब बोली लावणाऱ्या व्यक्तींना स्पष्टपणे सांगण्याखेरीज आणि या हॉटेलसाठी बोली लावताना 'जसे आहे तसे आणि तेथे' या तत्त्वानुसारच बोली लावण्यास सांगण्याखेरीज आम्हाला दुसरा पर्यायच उरला नाही.

खजुराहो येथील अशोक हॉटेलने आमच्यासमोर एक दुहेरी 'संदिग्धता' ठेवली. एका बाजूला नोंदी सांगत होत्या की या हॉटेलकडे ०.२५४ एकर एवढी जागा आहे आणि हॉटेलला याची कल्पनाही नाहीये, तर दुसऱ्या बाजूला एका खाजगी मालकीच्या जमिनीवर या हॉटेलने ०.५८३ एकर एवढ्या जागेवर अतिक्रमण केलं आहे असंही दिसत होतं. एवढंच नव्हे तर त्या अतिक्रमण केलेल्या जागेमध्ये या हॉटेलने १६ खोल्या आणि प्रमुख बावर्चीचं निवासस्थानही बांधलं होतं. मंत्रिमंडळाच्या निर्णयाची अंमलबजावणी करण्यासाठी माझ्या सहकाऱ्यांना प्रथम त्या खाजगी जागेच्या मालकाशी न्यायालयाबाहेर समझोता करावा लागला. या समझोत्याची किंमत होती -११ लाख रुपये.

आणि तरीही या परिस्थितीने —ही हिशेबांमधील अस्पष्टता, अतिक्रमणे, आधी उघड न केलेली देणी- आणखी आरोपांना मात्र वाव करून दिलाच- "सरकारचे पैसे तुम्ही खुशाल खाजगी मालकाला दिलेत- आणि तेही खाजगीकरणानंतर?"

आणखी एक आरोप

कोणत्याही एकाचं खाजगीकरण करताना कराव्या लागणाऱ्या प्रत्येक खरेदी आणि विक्रीच्या प्रकरणामध्ये, तसेच प्रत्येक संपादन आणि विलीनीकरणाच्या प्रत्येक प्रकरणामध्ये कराव्या लागणाऱ्या कागदपत्रांमध्ये 'व्यवहार समाप्तीनंतरचे समायोजन' या शीर्षकाचं एक कलम असतं. समजा,एका एककाची खरेदी ३१ डिसेंबर २००१ या दिवशी करण्यात आलेली आहे. त्या वेळी उपलब्ध असणारे त्या एककाचे लेखा परीक्षा झालेले हिशेब हे फक्त ३१ मार्च २००१पर्यंतचेच असणार आहेत, आणि तेही आपलं नशीब जोरावर असेल तर—त्या एककाचे ३१ डिसेंबर पर्यंतचे हिशेब जेव्हा उपलब्ध होतील त्या वेळी जर असं आढळून आलं की या एककाने क्ष व्यक्तीला य कोटी रुपये देणे आहे, जे विक्रीच्या वेळी आठवलं नव्हतं किंवा दडवून ठेवलेलं होतं, ती रक्कम सरकार त्या क्ष व्यक्तीला देईल किंवा उलटपक्षी जर या एककाला काही येणं असेल, किंवा या एककाची काही मत्ता त्यांनी स्वत:च्या मत्ता आणि दायित्व अहवालामध्ये दाखवली नसेल किंवा दाखवायला विसरले असतील तर ती रक्कम नव्या मालकांनी सरकारला द्यावी याची खात्री देणारे हे कलम आहे.

मॉडर्न फूड्स ही कंपनी काळजीपूर्वक रीतीने हिशेब ठेवत नाही असं आढळून आलं होतं. उदाहरणार्थ, काळजीपूर्वक हिशेब ठेवताना, येणे असलेली रक्कम तीन वर्षांहून अधिक काळ वसूल झालेली नसेल तर ते येणं वसूल होण्याची शक्यता कमी आहे असं मानून ती रक्कम हिशेबात दाखवली जाते. परंतु मॉडर्न फूड्सच्या हिशेबात मात्र पाच वर्षांहून अधिक काळ जमा न झालेली रक्कम वसूल होण्यासारखी रक्कम म्हणून दाखवण्यात आलेली होती– हे सर्व देणेकरी मुख्यत्वेकरून दिल्ली, उत्तर प्रदेश आणि बिहार सरकार हेच होते. त्यासाठी कोणतीही तरतूद करण्यात आलेली नव्हती. त्याचप्रमाणे वापरता येणार नाही आणि कमी वापर असलेला कच्चा माल, वापरता न येणारा साठवणीतील माल, कर्मचाऱ्यांच्या निवृत्तीनंतर त्यांना देण्याचे उपदान या रकमेचीही काहीही तरतूद केली गेलेली नव्हती. याचा परिणाम उघडच होता. या सर्व बाबींसाठी, आणखी अशाच अनेक इतर बाबींसाठी तरतूद करणं भाग पडलं-

१९९९-२०००च्या दरम्यान जेव्हा ही तरतूद करण्यात आली तेव्हा या कंपनीचा निव्वळ तोटा १३ कोटींवरून ४८ कोटी इतका वाढला. हा ३५ कोटींचा वाढीव तोटा केवळ त्या तरतुदी कराव्या लागल्यामुळे झालेला होता. सरकारला या कंपनीच्या कल्पक हिशेब पध्दतीची काहीच कल्पना नसल्याने सरकारने या कंपनीसाठी बोली लावणाऱ्या व्यक्तींना या वाढीव देण्याची अक्षरश: काहीही कल्पना दिलेली

नव्हती. त्याचा परिणाम असा झाला की सरकारला हा भार उचलावा लागला. परंतु वृत्तपत्रांमध्ये आणि इतरही ठिकाणी काय आरोप करण्यात आले ते तुम्हाला सहज समजू शकेल.

हिंदुस्थान टेलिप्रिंटर्समध्ये आम्हाला अशी अनेक संभाव्य देणी आढळून आली. इतर व्यक्तींनी कंपनीकडे त्या देण्यांसंबंधी मागण्या केलेल्या होत्या परंतु कंपनीच्या ताळेबंदामध्ये मात्र त्या देण्याचा उल्लेख केलेला नव्हता. ही देणी अशी होती- विक्रीकर- ११कोटी रुपये; आयकर- ३ कोटी रुपये; उत्पादन शुल्क- १कोटी रुपये. कंपनीच्या विरुद्ध इतके दावे नोंदलेले होते. यांपैकी प्रत्येक गोष्ट ही कंपनी विकत घेणाऱ्या व्यक्तीनं नंतर केलेली नव्हती, तर त्या सर्व गोष्टी ही कंपनी सरकारच्या मालकीची असताना केल्या गेलेल्या किंवा न केल्या गेलेल्या होत्या.

आम्ही ही आणखी एक गोष्ट शिकलो- तुम्ही सरकारी एककांचं खाजगीकरण करायला सुरुवात करता तेव्हाच तुम्हाला त्यांची खरी परिस्थिती समजून येते.

पण थांबा- अजून काही गोष्टी सांगायच्याच आहेत- आणि त्या याहून अधिक धक्कादायक आहेत- ही हॉटेल्स अनिवार्य असलेल्या रकमाही नियमितपणे जमा करत नाहीत असं आम्हाला आढळून आलं. म्हणजे प्रॉव्हिडंट फंड, उपदान इत्यादी. पहिल्या फेरीमध्ये आम्ही ज्या १३ हॉटेलांचं खाजगीकरण केलं त्यामध्ये आयटीडीसीने या अनिवार्य बाबींमध्ये न भरलेली रक्कम होती तब्बल ३१.५० कोटी रुपये. आयटीडीसीच्या मालकीच्या उरलेल्या हॉटेलांच्या खाजगीकरणाच्या वेळी तर आम्हाला फारच मोठा धक्का बसला, कारण त्यामध्ये ही जमा न केलेली रक्कम होती ८०कोटी रुपये.

कायद्याबद्दलचा आदर

हा शेवटचा मुद्दा- परिनियमांप्रमाणे जी रक्कम भरणे अनिवार्य आहे- जी भरली नाही तर शिक्षा होऊ शकते- ती रक्कम या हॉटेल्सनी भरलेली नव्हती. हा मुद्दा लक्षात आल्यानंतर इतर जे काही सार्वजनिक क्षेत्रातील उद्योग पुढील कारवाईसाठी आमच्याकडे येण्याची शक्यता होती, त्या सर्व उद्योगांची अधिक माहिती मिळवण्यास आम्ही सुरुवात केली. या अनमोल रत्नांपैकी ६८ रत्नांची प्राथमिक माहिती आम्ही मिळवू शकलो— अर्थात हॉटेलं सोडून. हे उद्योग अनेक निरनिराळ्या क्षेत्रांमध्ये पसरलेले होते. त्यांची जबाबदारी १६ मंत्रालयांवर होती, थोडक्यात सांगायचं तर अगदी प्रातिनिधिक असाच हा गट होता. चौकशीअंती असं आढळून आलं की या ६८ रत्नांनी अनिवार्य असलेली जी रक्कम सरकारकडे जमा केलेली नव्हती ती सुमारे 'एक हजार पाचशे अठ्ठ्याहत्तर कोटी रुपये' इतकी होती. यात भर म्हणजे त्या उद्योगांनी त्यांच्या कर्मचाऱ्यांचे पगारही दिलेले

नव्हते. ती रक्कम होती सुमारे 'तीनशे सत्तावन्न कोटी रुपये.'

कायदा असं सांगतो की उपदान इत्यादीसाठी भरणे आवश्यक असलेली रक्कम जर भरली गेली नाही तर त्या उद्योगातील वरिष्ठ अधिकाऱ्यांना कडक शिक्षा होऊ शकते. ही शिक्षा एक वर्षाच्या तुरुंगवासाइतकी असू शकते. मग सरकारच्या मालकीच्या आणि सरकारच चालवत असलेले हे उद्योग इतक्या निर्लज्जपणे कायद्याचा असा अवमान कसा करू शकतात? या मुद्यावर आजवर कोणालाही कधीही शिक्षा झालेली नाही, असं का? हे आकडे जर एखाद्या खाजगी उद्योगाशी संबंधित असते तर सरकार आणि सार्वजनिक क्षेत्राचे पाठीराखे या सर्वांनी किती आरडाओरड केली असती?

नोकऱ्यांना संरक्षण देण्याचा एकच मार्ग आहे आणि तो म्हणजे उद्योगांनी एकमेकांशी स्पर्धा करणं. आजपर्यंत असंख्य वेळा हे दाखवून देण्यात आलेलं आहे की, सार्वजनिक क्षेत्रातील उद्योग हे स्पर्धा करतच नसतात. कार्यक्षमतेचं जाऊ द्या, पण जमिनीसारखी मूर्त स्वरूपातील सार्वजनिक मालकीची मालमत्ता या आधी सांगितलेल्या प्रकारच्या सार्वजनिक क्षेत्रातील उद्योगांच्या हाती सोपवणं त्यांना सुरक्षित राखणारं ठरणार आहे का? असे उद्योग ज्यांना कधीही केलेल्या चुकीचा जाब विचारला गेलेला नाही असे उद्योग, ज्यांमधील कोणालाही कधीही जाब विचारणं किंवा शिक्षा करणं शक्यच नाही आहे? ज्यांच्या कर्मचाऱ्यांच्या पैशाची हमी सरकारनं घेतली आहे ते पैसेही हे उद्योग भरणा करत नाहीत, मग नोकऱ्या सुरक्षित ठेवणं तर दूरच राहिलं. या सर्व गोष्टी या उद्योगांच्या हाती सोपवणं शहाणपणाचं ठरेल का?

खरोखर मी तर एखाद्या कायद्याची पैज लावायला तयार आहे की, या सार्वजनिक क्षेत्रामधील एखाद्या विशिष्ट उद्योगाच्या खाजगीकरणाविरुद्ध फारच ओरड चालू असेल तर नक्कीच त्या उद्योगामध्ये फारच जास्त अफरातफर झालेली असणार.

'सुधारक'

उदाहरणार्थ, तुम्ही पश्चिम बंगाल किंवा बिहारमधील एखाद्या उद्योगाची कार्य संस्कृती बदलण्याचा प्रयत्न करण्याचा नुसता विचार करा- त्या उद्योगाचं खाजगीकरण करण्याचा प्रश्नच नाही- आणि एक मोठा आकांत उसळतो. याचिका दाखल केल्या जातात. तहकुबी आदेश मिळवले जातात. विधानमंडळं ठप्प केली जातात, बांधिलकी मानणारे पत्रकार गोंधळामध्ये भर घालतात. या अत्यंत विकसनशील प्रदेशांमधील सार्वजनिक क्षेत्रातील उद्योगांची सत्य परिस्थिती काय आहे?

जुन्या बिहार राज्यामध्ये केंद्र सरकारचे १३ उद्योग आहेत. अनेक वर्षांपासून त्यांपैकी '७' उद्योग 'आजारी' म्हणून घोषित केले गेले आहेत आणि 'औद्योगिक

आणि आर्थिक पुनर्रचना' (बीआयएफआर) या नावाच्या शवागारामध्ये पडून आहेत. पश्चिम बंगालमध्ये केंद्र सरकारचे ३७ उद्योग आहेत. त्यांपैकी, २० त्याच शवागारामध्ये पडून आहेत.

या उद्योगांबद्दल तीन मुद्दे लक्षात घ्या.

एक-दोन वर्षे तोटा झाला म्हणून कोणताही उद्योग 'आजारी' घोषित करून बीआयएफआरकडे पाठवला जात नाही. लागोपाठ चार वर्षे तोटा झाला, आणि त्याआधीच्या चार वर्षांमध्ये त्या उद्योगाच्या सर्वाधिक मूल्यांमध्ये ५० टक्के घट झाली असेल तरच तो उद्योग 'आजारी' म्हणून घोषित करण्यात येतो आणि बीआयएफआरकडे पाठवला जातो. बिहारमध्ये– उदाहरणार्थ, २ सार्वजनिक उद्योग असे आहेत की ज्यांचं मूल्य आता 'उणे' झालं असूनही त्यांना अजूनही बीआयएफआरकडे पाठवण्यात आलेलं नाही. बंगालमध्ये अशा उद्योगांची संख्या आहे '८'! या ८ उद्योगांचं मूल्य आता 'उणे १८४३कोटी रुपये' इतकं घसरलं आहे.

दुसरा मुद्दा- बिहार आणि बंगालमधील हे उद्योग बीआयएफआरकडे कित्येक दशकं कुजत पडलेले आहेत. उदाहरणच द्यायचं तर बंगालमधील २० उद्योगांपैकी '१२' उद्योग बीआय एफ आरकडे '१९९२' साली पाठवण्यात आलेले आहेत. या आजारी उद्योगांना पुनर्जीवन देण्याचं काम ना केंद्र सरकारला जमलेलं आहे ना राज्य सरकारला जमलेलं आहे. एवढंच नव्हे तर बीआयएफआर किंवा आयसीआयसीआय किंवा आयडीबीआय सारख्या प्रत्यक्ष कार्य करणाऱ्या, गुंतवणूक संस्थांनाही यावर एखादा मार्ग शोधता आलेला नाही. यांपैकी काही उद्योगधंदे पुन्हा कार्यान्वित करावे म्हणून खाजगी उद्योजकांनाही त्यांमध्ये संयुक्त भागीदारी करण्यासाठी आणण्याचे प्रयत्न केले गेले, तर काही उद्योगांच्या बाबतीमध्ये खाजगी उद्योजकांनी हे उद्योग ताब्यातच घेऊन टाकावे असाही प्रयत्न करण्यात आला- पण त्याचा काहीही उपयोग झाला नाही.

अनेक प्रकरणांमध्ये अशा निष्फळ धडपडीमध्ये अनेक वर्षे आणि जनतेचा भरपूर पैसा वाया घालवल्यानंतर बीआयएफआरला हे उद्योग बंद करण्याचीच शिफारस करावी लागलेली आहे. परंतु सरकारांना त्या शिफारसी अंमलात आणता आलेल्या नाहीत. हे उद्योग बंद होऊ नयेत याविषयीचा राजकीय दबाव कायम वाढताच राहिलेला आहे. न्यायालयांकडून तहकुबी सूचना आणल्या गेलेल्या आहेत. या उद्योगांचं पुनरुज्जीवन करण्यासाठी नवनव्या योजनांचा विचार करण्यात येईल अशी वचनं दिली गेली आहेत. आणि हे सगळं चालू असताना, जनतेचा पैसा वाया जातोच आहे ही प्रेतं सांभाळण्यासाठी—

राज्यांमधील सार्वजनिक उद्योगांची परिस्थिती अर्थातच याहून अतिशयच वाईट आहे आणि राज्य सरकारच्या उद्योगांपैकी बिहार आणि बंगाल या राज्यांमधील जे

उद्योग राज्यसरकारच्या मालकीचे आहेत आणि राज्य सरकारच ते चालवत आहेत, त्यांची स्थिती तर इतर राज्यांमधील उद्योगांपेक्षा कितीतरी अधिक खडतर आहे.

मार्च २०००मध्ये कॅगच्या कचेरीसाठी माहिती मिळवण्यासाठी एक परिशीलन केलं गेलं. या परिशीलनामध्ये असं आढळून आलं की, बिहारमध्ये ५४ सार्वजनिक क्षेत्रातील उद्योग आहेत. त्यांपैकी ३२ उद्योग चालू स्थितीत नाहीत असा अहवाल दिला गेला. या ५४ उद्योगांमध्ये एकूण ८१६८ कोटी रुपये गुंतवले गेले होते. आणि याउलट त्यांचा एकत्रित निव्वळ तोटा होता, ५०६०कोटी रुपये.

१९९९ सालासाठी कॅगने पश्चिम बंगालसाठी तयार केलेल्या अहवालामध्ये त्या राज्यातील सार्वजनिक उद्योगांसंबंधी माहिती दिलेली आहे. असे ७७ सार्वजनिक उद्योग आहेत, त्यांपैकी ६५ सरकारी कंपन्या आहेत, १२ महामंडळे आहेत. भांडवली गुंतवणूक आणि कर्जे यांचा एकत्रित विचार केला तर ही एकत्रित गुंतवणूक १०६३३ कोटी रुपये एवढी आहे. या १०६३३ कोटी रुपयांच्या गुंतवणुकीच्या बदल्यात राज्य सरकारला २ सरकारी कंपन्यांकडून ७१ लाख रुपये आणि एका महामंडळाकडून २.४ कोटी रुपये एवढी रक्कम मिळाली. पश्चिम बंगाल सरकारची आर्थिक परिस्थिती अनेक वर्षे अतिशय बिकट अशी आहे. केंद्र सरकारने जरी उसने पैसे घेतले तरी त्याला सुमारे १०% व्याज भरावं लागतं, याच्या विरुद्ध या राज्याच्या कंपन्यांचा परतीचा दर हा अत्यंत निराशाजनक असा फक्त ०.०४% एवढाच आहे.

२००१च्या मार्चमध्ये संपलेल्या वर्षाचा, पश्चिम बंगालसंबंधीचा कॅगचा अहवाल एक अतिशय माहितीपूर्ण कोष्टक सादर करतो. (पृष्ठ १५, खंड १, सिविल)

वर्ष	गुंतवणुकीवरील परतावा (%)	सरकारी कर्जावरील व्याजदर
१९९५/९६	०.०२	१४
१९९६/९७	०.०२	१३.८५आणि १३.७५
१९९७/९८	०.०५	१३.०५
१९९८/९९	०.०१	१२.१५आणि १२.५०
१९९९/२०००	०.०३	११.८५आणि १२.२५
२०००/०१	०.०८	१०.५२;११.८०;१२;१०.५०

या सर्व वर्षांमध्ये राज्याच्या एकूण खर्चाच्या प्रमाणात भांडवली खर्च कमी होत

राहिला- १९९६/९७ मध्ये तो १२% होता आणि त्यानंतरच्या प्रत्येक वर्षात ५% होता. मधल्या काळात, अपूर्ण प्रकल्पांमध्ये अडकून राहिलेला खर्च हा १९९६/ ९७ मधील ७६६कोटी रुपयांवरून १०८३ कोटी रुपयांवर गेला आहे असं कॅगला आढळून आलं. "भांडवली गुंतवणूक आणि भांडवली परतावा यांचे प्रमाण गेल्या ५ वर्षांमध्ये ०.५०यापेक्षाही कमी आहे, आणि १९९६/९७ मधील ०.४३ या प्रमाणावरून ते २०००/०१मध्ये आता ०.१४ यावर आले आहे. यावरून असे दिसून येते की जवळजवळ सर्व भांडवली जमा महसुली खर्चावर किंवा व्याजाच्या परतफेडीवर खर्च करण्यात आली हे उघड होते" अशी नोंद कॅगने केलेली आहे. 'अशा भांडवली रकमेच्या उपयोगातून कोणतीही परतफेड मिळत नसल्याने सरकारी कंपन्यांची टिकून राहण्याची क्षमता बऱ्याच प्रमाणात कमकुवत होते.' (शब्दशः) अशी धोक्याची सूचनाही कॅगने दिलेली आहे.

पण मग हीच परिस्थिती चालू ठेवणं राज्य सरकारला जमलं तरी कसं? 'भारत सरकारने हे इतके वाईट काम चालले असतानाही राज्य सरकारला खास वागणूक दिली आहे' अशी नोंदही कॅगने पुढे केलेली आहे आणि हे कोणाबद्दल तर ज्या राज्याचे राज्यकर्ते सतत केंद्र सरकार त्यांच्याकडे दुर्लक्ष करत असल्याची आणि दुजाभावाने वागवत असल्याची तक्रार करत असतात त्यांच्याबद्दल! ही खास वागणूक देण्याची पद्धत अशी

१. हडकोकडून अंतर्गत संरचनेसाठी खास कर्ज उपलब्ध करून देणे आणि
२. राज्यांच्या योजनांसाठी अधिक मदतनिधी देणे.

यापैकी प्रचंड रकमा (२९१२.८७कोटी रुपये) या ठेवीच्या रूपाने जमा करण्यात आल्या आणि हिशेबांमध्ये मात्र खर्च म्हणून दाखवण्यात आल्या. खर्चाच्या दर्जावर याचा वाईट परिणाम दिसतो— "चालू महसूल काहीच जमा नसणे,वेगाने वाढणारा तोटा,व्याजाच्या परताव्याची वाढती रक्कम, कर भरण्यासंबंधीच्या नियमांचे अनुपालन न करणे या गोष्टींवरून सरकारची वाईट आर्थिक स्थिती चालूच आहे असे दिसून येते." कॅगने अखेरीस म्हटले आहे, "राज्यसरकारच्या या अस्थिर अर्थोपायांमुळे त्याला संपूर्ण वर्षभर प्रचंड आगाऊ रक्कम आणि अधिकर्षाचा मार्ग स्वीकारावा लागलेला आहे."

परंतु याहूनही अधिक कल्पक असं एक साधन राज्यसरकारच्या उद्योगांसंबंधात उपयोगात आणलं गेलेलं होतं असं आम्हाला आढळून आलं. राज्यसरकारची महामंडळं अशा परिस्थितीमध्ये होती की, त्यांना स्वतःचा पैसा उभा करणं शक्यच नव्हतं. रिझर्व बँकेने घालून दिलेल्या कर्जाच्या मर्यादांमुळे आधीच राज्यसरकार डबघाईला आलेलं होतं. काही अडचण नाही! महामंडळांना आणखी कर्ज घेता यावं म्हणून राज्य सरकारनं एक 'हमी' लिहून दिली.

आणि कर्जाऊ घेतलेली रक्कम महामंडळांनी राज्यसरकारच्या स्वाधीन केली. राज्यसरकारनं लिहून दिलेल्या या हमीची रक्कम १९९९/२०००मध्ये ५६०६कोटी रुपये इतकी होती. २००१/०२मध्ये ही रक्कम ९६७७ कोटी रुपये इतकी वाढली. एका वर्षाचे तपशील देऊन कॅगने अशी नोंद केली, '२०००-२००१ मध्ये दिलेल्या हमीमध्ये ४२७७ कोटी रुपयांची रक्कम ही कर्जाच्या परतफेडीसाठी होती. त्याचा तपशील असा- डब्ल्यूबीआयडीएफसी (२८१२कोटी); डब्ल्यूबीकेवी आणि आयबी (८७१कोटी); डब्ल्यूबीपीडीसीएल (५९४ कोटी) एवढी रक्कम या महामंडळांनी घेतलेल्या कर्जाच्या परतफेडीसाठी वापरली गेली. या रकमेचं पुढे काय झालं ते याच अहवालामध्ये नंतर आपल्याला वाचायला मिळतं.

डब्ल्यूबीआयडीएफसी (पश्चिम बंगाल अंतर्गत संरचना विकास आर्थिक महामंडळ) ने १९९९-२००१ या काळात रोखे/बँकेची कर्जे यांसारख्या मार्गांनी राज्याची अंतर्गत संरचना विकसित करण्यासाठी ४५४०.५५ कोटी रुपये उभे केले कॅगच्या अहवालामध्ये पुढे म्हटले आहे, 'परंतु त्यापैकी फक्त २९१.५४ कोटी रुपये खर्च केले आणि उरलेली रक्कम ठेव खात्यामध्ये जमा करून ठेवण्यात आली. त्यामुळे ही रक्कम उभी करताना, अंतर्गत संरचना विकासाचे कारण सांगितले गेले ते संशयास्पद वाटणे साहजिक आहे. ६ सरकारी उद्योग आणि संविधिमान्य महामंडळे यांनी २८१.४७ कोटी रुपये खर्चाच्या योजना थांबवल्या, ज्यांची अंमलबजावणी करण्यासाठीच हा निधी उभारण्यात आलेला होता.'

१९९९-२०००मध्ये पश्चिम बंगाल अंतर्गत संरचना विकास आर्थिक महामंडळाने रोखे आणि बँकेची कर्जे या मार्गांनी जो १५६७.९३ कोटी रुपयांचा निधी अंतर्गत संरचना विकासासाठी म्हणून उभारला होता त्याची तपासणी करताना कॅगला असं आढळून आलं की, या रकमेपैकी १११७.९३ कोटी रुपये महामंडळाने राज्य सरकारच्या 'इतर कामांसाठी' कोलकाता येथे अधिदान आणि लेखा विभागामध्ये 'ठेव विभागात' जमा केलेले होते. १९९९-२००० या काळात एकूण १२१५ कोटी रुपये इतकी रक्कम राज्य सरकारने डब्ल्यूबीआयडीएफसीकडून कर्ज म्हणून घेतलेली होती.'

परंतु ही तर अर्धीमुर्धीही कहाणी नव्हती, असं पुढे दिसून आलं. कॅगने पुढे असं म्हटलं,

"(सप्टेंबर २०००च्या) परिनिरीक्षणामध्ये असे उघडकीला आले की ५८२.३१ कोटी रुपये ही रक्कम डब्ल्यूबीडीआयएफसीच्या ठेव विभागामध्ये ३१मार्च २०००या दिवशी जमा होती, 'कर्जा'मध्ये रूपांतर होण्याची वाट बघत ही रक्कम तेथे पडून होती. याखेरीज, २०००-२००१ या वर्षामध्ये डब्ल्यूबीडीआयएफसीने रोख्यांच्या रूपात (१६८९.८५कोटी रुपये); गृह व नागरी विकास महामंडळाच्या कर्जातून ५९०.७७ कोटी रुपये आणि मुदत ठेवींच्या रूपाने कमी मुदतीची ठेव-५४२ कोटी

रुपये आणि लांब मुदतीची ठेव-१५०कोटी रुपये; अशी एकूण २९७२.६२ कोटी रुपयांची रक्कम राज्याच्या अंतर्गत संरचनेचा विकास करण्यासाठी म्हणून उभी केलेली होती. कमी आणि लांब मुदतीच्या ठेवींवर औद्योगिक अर्थ संस्था आकारत असलेल्या व्याजाचा दर ११.७५ ते १४ दरसाल दर शेकडा एवढा होता. या २९७२.६२कोटी रुपयांपैकी २५४९.०७ कोटी रुपये कोलकाता येथील पीएओ (अधिदान व लेखा विभाग) मध्ये पडून ठेवण्यात आलेले होते. राज्य सरकारने २५०८.८९कोटी रुपयांची रक्कम ९२ साली परत करावयाच्या असलेल्या कर्जासाठी परिवर्तित केली. त्या कर्जाचा मासिक परतफेडीचा हप्ता १८ व्याजाच्या आकारणीसहित व्हावा एवढा होता. अशा रीतीने डब्ल्यूबीआयडीएफसीकडून सरकारला मिळालेले एकूण कर्ज ३७२३.८९कोटी रुपये इतके झाले होते. यापैकी मुद्दलाची १८३.५९कोटी रुपये एवढी रक्कम आणि ४८५.७६ कोटी रुपये एवढे व्याज सरकारने १९९९-२००१ या काळामध्ये परत केले.''

किती सोयीचं आहे, नाही, सगळंच! तुम्ही उसने पैसे घेऊ शकत नाही. म्हणून तुम्ही तुमच्या अधिकारातील एका महामंडळाला उसने पैसे घ्यायला सांगता, मग ते पैसे ज्या एकाच कामासाठी कर्जाऊ घेतले आहेत त्या कामासाठी ते न वापरता, महामंडळ ती रक्कम तुमच्याकडे एक ठेव म्हणून ठेवते आणि तुम्ही ती ठेव स्वत:ला कर्ज म्हणून देऊन टाकता.

कॅगचा अहवाल पुढे सांगतोच आहे,

१९९९-२००१या वर्षादरम्यान, रोखे आणि कर्ज या स्वरूपात डब्ल्यूबीआयडीएफसीने राज्यातील अंतर्गत संरचना विकासासाठी म्हणून जी ४५४०.५५कोटी रुपयांची रक्कम उभी केली होती त्यांपैकी फक्त २९१.५४ कोटी रुपये (६.४% रक्कम) याच विशिष्ट कामासाठी वापरण्यात आली आणि उरलेली रक्कम ठेव विभागामध्ये जमा करण्यात आली. याप्रमाणे ही कर्जाऊ रक्कम उभी करण्यासाठी दिलेले कारण आणि त्या रकमेचा प्रत्यक्षात केला गेलेला उपयोग यामध्ये मेळ घालता येत नाही. राज्य सरकारने स्वत:ची अर्थोपाय आणि मार्ग परिस्थिती सुधारण्यासाठी डब्ल्यूबीआयडीएफसीचा कर्ज काढण्यासाठी साधन म्हणून उपयोग करून घेतला.''

आणि अंतर्गत संरचना विकास महामंडळ हे अशा अनेक साधनांपैकी एक होतं हेही उघडच आहे. राज्यातील इतर उद्योगांची तपासणी करताना कॅगने नोंद केली आहे—

'(कॅगच्या १९९९-२०००च्या अहवालामध्ये) अशी नोंद करण्यात आलेली आहे की ३१ मार्च २०००या दिवशी राज्य सरकारच्या ३६ उद्योगांनी आणि २ सांविधिक महामंडळांनी एकूण १३०४.७२ कोटी रुपये इतकी रक्कम ठेव म्हणून ठेवलेली होती. यानंतर चाचणी परीक्षणामध्ये असे आढळून आले की २०००-

२००१या काळामध्ये राज्य सरकारच्या अनेक खात्यांनी ४ सरकारी उद्योग आणि २ सांविधिक महामंडळांना कर्ज आणि अग्रिम रक्कम देण्याच्या नावाखाली एकूण ४७९.७९कोटी रुपयांची उचल केली, परंतु ती रक्कम या संस्थांच्या 'ठेव खात्यांमध्ये' जमा करण्यात आली....''

आणि या सर्वाला मदत कोणाची झाली असेल तर ती एका विशिष्ट मुद्याची- जो मुद्दा एखाद्या खाजगी उद्योगाच्या बाबतीमध्ये पुढे आला असता तर भयंकर गदारोळ माजवला गेला असता- त्या उद्योगावर खटलाही भरण्यात आला असता. असं उघडकीला आलं की पश्चिम बंगाल सरकारच्या ६५ सरकारी कंपन्यांपैकी फक्त १५ कंपन्यांनी त्यांचे १९९८-९९चे हिशेब पूर्ण केले होते. उरलेल्या ५० कंपन्यांनी १ ते १५ वर्षांचे हिशेब अजूनही पूर्ण केलेले नव्हते. १२ महामंडळांपैकी फक्त एका महामंडळाने करारनिविष्ट वेळेमध्ये हिशेब पूर्ण केलेले होते. ९ महामंडळांचे हिशेब '१ ते १९वर्षे' इतक्या कालावधीमधील हिशेब अपूर्ण होते- आपण या बाबीची सत्यता तपासू शकता.

चाचणीदाखल तपासणी करताना असं उघडकीला आलं की राज्य सरकारच्या ४० उद्योगांपैकी २५ उद्योगांनी त्यांचा तोटा कमी दाखवला होता तर ८ नी त्यांचा फायदा वाढवून दाखवला होता.

'परंतु सरकार ह्या उद्योगांना प्रथम पुनरुज्जीवित का करत नाही?' केंद्रामधील सुधारक हा प्रश्न आग्रहानं विचारत असतात. खरं सांगायचं तर, गेल्या दशकामध्ये प्रत्येक केंद्र सरकारनं मोठ्या संख्येनं ही 'पुनरुज्जीवन पॅकेजेस' अमलात आणली आहेत. या पॅकेजेसमुळे करदात्यांना सुमारे ४०हजार कोटी रुपयांचा भुर्दंड पडला आहे. प्रत्येक वेळेला असं पॅकेज स्वीकृतीसाठी पुढे मांडण्यात आलं की अनेक प्रकारची भविष्यं वर्तवण्यात येतात - २वर्षांमध्ये विक्री कशी क्ष पटीनं वाढेल- ३ऱ्या वर्षामध्ये निव्वळ फायदा कसा दिसू लागेल— याचा परिणाम म्हणून किती उद्योग असे योग्य मार्गावर आले आणि आणि कितींनी ही 'पुनरुज्जीवन पॅकेजेस' मांडताना केली गेलेली भविष्यं खरी ठरवली हे शोधून काढण्याचं काम मी वाचकांवरच सोपवून मोकळा होतो.

'परंतु तुम्हा लोकांना सार्वजनिक क्षेत्रातील उद्योगांना मदत करण्याची मनापासून इच्छाच नसते- ही पॅकेजेस म्हणजे नुसता देखावाच असतो.' सुधारक आणखी एक टोमणा मारतात.

ठीक आहे, मग पश्चिम बंगालमधील उद्योगांचाच तेवढा विचार का करू नये? निदान 'त्या' सरकारवर तरी त्यांचे मतदार हा - हे उद्योग पुनरुज्जीवित करण्याची इच्छाच नसल्याचा आरोप करू शकणार नाहीत, कॅगचा अहवाल आहे-१९७३ मध्ये पश्चिम बंगाल सरकारने एक 'औद्योगिक पुनर्रचना विभाग' स्थापन केला.

१९९९च्या मार्चपर्यंत राज्य सरकारने २० आजारी उद्योग पुनर्रचनेसाठी ताब्यात घेतले होते. या २० पैकी १८ उद्योग आजारीच राहिले. त्यांचं भरणा झालेलं भांडवल होतं- ६५ कोटी रुपये. हे उद्योग पुनरुज्जीवित करण्यासाठी अतिशय मनापासून आणि शर्थीचे प्रयत्न केले असं आपण समजू- तर या प्रयत्नांनंतर या सर्व उद्योगांचा एकत्रित तोटा होता ७०४कोटी रुपये.

सुधारकांचं म्हणणं असतं, हे उद्योग सार्वजनिक क्षेत्रातच राहिले पाहिजेत कारण त्यामुळे त्यांचं उत्तरदायित्व वाढतं. सरकारचा हिस्सा ५१हून कमी झाला तर ह्या उद्योगांची संचालकमंडळे कॅग इत्यादींच्या परीक्षणक्षेत्रांमधून बाहेर होतील, असं या सुधारकांचं मत पडतं. खरं पाहिलं तर, सरकारचा हिस्सा कमी झाला तरच हे उत्तरदायित्व वाढेल. पश्चिम बंगालच्या बाबतीतील कॅगची तक्रार ऐकली की या उद्योगांच्या उत्तरदायित्वाच्या स्थितीची पुरेपूर कल्पना येते आणि त्यांच्या स्वत:च्या असहाय्यतेचीही पूर्ण जाणीव होते :

'भारताचे नियंत्रक आणि महालेखापरीक्षक यांनी पुन्हापुन्हा त्या राज्याच्या (पश्चिम बंगाल) लेखापरीक्षा अहवालामध्ये असे म्हटले आहे की, राज्याच्या अखत्यारीमधील उद्योगांचे विभाग प्रमुख आणि व्यवस्थापन वेळेवर आपले प्रपत्र लेखा सादर करण्यात अपयशी ठरले आहेत. लेखापरीक्षण विभागाच्या महालेखापालांनी अर्थविभागाच्या प्रमुख सचिवांना आणि संबंधित विभागांच्या सचिवांना वेळोवेळी याबाबत आठवण करून दिलेली आहे. परंतु परिस्थितीमध्ये फारशी सुधारणा झाली नाही आणि यांपैकी बहुतेक उद्योगांनी १० किंवा अधिक वर्षांच्या कालावधीतील आपले हिशेब पूर्ण केलेले नाहीत. प्रमुख सचिव/संबंधित विभागाचे सचिव यांपैकी कोणीही कसूरवार उद्योगांमधील विभागप्रमुखांवर, त्यांनी हे हिशेब पूर्ण न केल्याबद्दल काही कारवाई केली नाही किंवा ही परिस्थिती सुधारण्याच्या दृष्टीने काही परिणामकारक उपाययोजनाही केली नाही. याखेरीज, विभागांनी चालवलेल्या या उद्योगांच्या कार्यक्षमतेचे मूल्यांकन करण्यासाठी आवश्यक अशी अंतर्गत हिशेब तपासणीची किंवा कामाच्या मूल्यमापनाचीही कोणतीही पद्धत अस्तित्वात नव्हती. याचा परिणाम म्हणून या उद्योगांनी खर्च केलेल्या जनतेच्या संपत्तीविषयीचे उत्तरदायित्व या उद्योगांचे व्यवस्थापन किंवा सरकार यांपैकी कोणाचेच राहिलेले नाही.''

यानंतर कॅगने उद्योग आणि त्यांनी सादर केलेल्या हिशेबांचे शेवटचे वर्ष यांची यादी दिली आहे. लक्षात घ्या- कॅग या उद्योगांच्या आर्थिक किंवा प्रत्यक्ष कामाबद्दल बोलत नाही, ते तर कोणत्याही दृष्टिकोनातून पाहिलं तरी भयंकरच आहेत- किंवा हे हिशेब बरोबर आहेत की चुकीचे आहेत याबद्दलही बोलत नाही आहे, तो फक्त अगदी प्राथमिक अशा गरजेबद्दल बोलतो आहे. या उद्योगांनी अगदी प्राथमिक अवस्थेतील हिशेब ठेवण्याची तरी काळजी घेतली आहे का हे तो विचारतो आहे. यामधून उघडकीला

येतं की, सिसल झाडे लावण्याच्या योजनेचे हिशेब ती योजना सुरू झाल्यापासून तयार केले गेलेलेच नाहीत. ही योजना १९५५-५६मध्ये सुरू करण्यात आलेली आहे. ओरिएंटल गॅस कंपनीच्या उद्योगांचे हिशेबही सुरुवातीपासूनच ठेवले गेलेले नाहीत. ही कंपनी सुरू झाली आहे १९६०-६१मध्ये – कलकत्ता आणि हावरा येथील सरकारी विक्रयालयांचे हिशेबही 'सुरुवातीपासून तयारच केले गेलेले नाहीत; या दुकानांना सुरुवात झाली आहे १९५१-५२ साली. —सरकारच्या रेशीम गुंडाळणी योजनेला सुरुवात झाली आहे १९५६-५७ साली परंतु या योजनेचे हिशेबही 'सुरुवातीपासूनच तयार केले गेलेले नाहीत.'— सरकारच्या हुगळी येथील प्रशिक्षण आणि उत्पादन केंद्र- यांत्रिक खेळणी या विभागाचे हिशेबही असेच सुरुवातीपासूनच कधीही तयार केले गेलेले नाहीत, केंद्राची स्थापना-१९७२-७३. सरकारच्या बारगाशिया, हावरा येथील केंद्रीय कुलूप कारखान्याचे हिशेब सुरुवातीपासून तयार केले गेले नाहीत, सुरुवात- १९७२-७३. मानिकतोला येथील सरकारच्या औद्योगिक वसाहतीचे हिशेबही सुरुवातीपासून तयार केले गेलेले नाहीत. सुरुवात-१९८३-८४. सरकारच्या शक्तिगड येथील औद्योगिक वसाहतीचे हिशेब- सुरुवातीपासून तयार केलेले नाहीत- सुरुवात १९८३-८४. सरकारची कांचरापाडा विभाग विकास योजना- प्रारंभ-१९७५-७६- हिशेब तयार केलेले नाहीत- सुरुवातीपासूनच—सरकारी व्यवस्थापनाखालील 'हाट'- हिशेब तयार केलेले नाहीत- सुरुवातीपासूनच-सुरुवात- १९८२-८३. अशा आणखी १५ कंपन्या या यादीमध्ये आहेत. ज्यांचे ३ वर्षांपासून ते एका दशकापर्यंतचे हिशेब तयार केलेलेच नाहीत. जबाबदारी? उत्तरदायित्व? सरकारी उद्योग 'एक सामाजिक कर्तव्य' पूर्ण करताहेत.

ही लाजिरवाणी यादी दिल्यानंतर कॅगनं असं निरीक्षण नोंदवलं आहे,''या एवढ्या अक्षम्य अपयशानंतर आणि जनतेच्या हिताकडे केल्या गेलेल्या तेवढ्याच अक्षम्य दुर्लक्षाबद्दल सरकारने या उद्योगांच्या व्यवस्थापनाविरुद्ध काहीही कारवाई केलेली नाही.''

कॅगचे शेवटचे शब्द सार्वजनिक क्षेत्रातील उद्योगांच्या अहवालांच्या मलपृष्ठावर छापण्याच्या योग्यतेचे आहेत, कॅगने अतिशय दुःखानं म्हटलं आहे–

''सरकारी विभागांच्या मार्फत चालवण्यात येणाऱ्या उद्योगांनी वर्षानुवर्षे आपले हिशेब तयार न करणे आणि त्यामधून निर्माण होणारा बेजबाबदारपणा ही अतिशय गंभीर गोष्ट आहे. कारण यामध्ये फार मोठ्या प्रमाणावर जनतेचा पैसा वापरला गेलेला असतो आणि त्यामध्ये काही गंभीर आर्थिक घोटाळे वर्षानुवर्षे उघडकीला न येता छपून राहण्याची शक्यता असते. हे उद्योग विभागांच्या मार्फत चालवले जाणारे व्यवसाय असल्याने जनतेच्या पैशाचा हिशेब देण्यात चालढकल केली गेल्यास त्याची जबाबदारी विभागप्रमुखांवर ठेवण्यात आली पाहिजे. ज्या उद्योगांचे हिशेब पूर्ण केलेले नाहीत आणि ज्यांच्या आर्थिक कार्याचे मूल्यमापन केले गेलेले नाही अशा

उद्योगांसाठी अंदाजपत्रकामध्ये राखून ठेवण्यात येत असलेली आर्थिक मदत पुन्हा देण्याआधी सरकारने या गोष्टीच्या योग्यतेची पुन्हा तपासणी केली पाहिजे.''

हे लिहिलं गेलं आहे ३ वर्षांपूर्वी. या एवढ्या कडक टीकेनंतरही काहीही- अगदी काहीही घडलं नाही. कोणालाही शिक्षा झाली नाही की कोणत्याही उद्योगाची काम करण्याची पद्धतही बदलली नाही.

कायदे

वस्तुस्थिती ही अशी असताना आपण सार्वजनिक क्षेत्रातील उद्योगांसाठी म्हणून नवे कायदे तयार करू शकतो.

* उद्योग जेवढा सरकारी असेल तेवढा तो बेजबाबदार असणार.
* उद्योग जेवढा बेजबाबदार तेवढा तो स्पर्धा टाळणारा असणार.
* उद्योग जेवढा स्पर्धा टाळणारा असेल तेवढा तो सरकारी खजिन्यातून मिळणाऱ्या प्राणवायूचा कृत्रिम पुरवठा बंद झाला की लगेच मरून जाणार.
* त्या उद्योगाचे मरण जितके निश्चित, तेवढे त्याचे व्यवस्थापन आणि कामगार संघटना आणि त्या राज्यातील राजकारणी लोकही कोणत्याही बदलाला कडाडून विरोध करणार हेही निश्चित. हे लोक जेवढे आरडाओरडा करून आणि धमक्या देत बोलतील—हे लोक म्हणजे व्यवस्थापन, कामगारवर्ग, इतर- ज्यांच्यामुळेच हा उद्योग या वाईट परिस्थितीला येऊन पोहोचलेला आहे ते सर्व- हेच लोक हा उद्योग वाचवण्याचे आणि त्यातील नोकऱ्या टिकवण्याचे सर्व प्रयत्न शक्य त्या सर्व उपायांनी हाणून पाडतील.

आपण जेव्हा या सर्व कायदे आणि अनुभवाने सिद्ध झालेलं हे सत्य यांचा एकत्रितपणे विचार करतो – नैसर्गिक कायदेच म्हणेन मी यांना— हे सत्य म्हणजे मोडकळीला आलेले आणि सुधारता येणार नाहीत अशा उद्योगांची संख्या बंगाल आणि बिहार मध्ये सर्वांत अधिक आहे-तेव्हा आपल्याला हे काय चाललेलं आहे ते स्पष्ट दिसून येतं. या राज्यांचं राजकारणी आणि कामगार संघटनांचं नेतृत्वच कोणत्याही बदलाच्या विरोधात पाय रोवून घट्ट उभं असतं.

आता आपल्या देशाला जो ठामपणे निर्णय घ्यायचा आहे तो याच बाबतीमध्ये. सार्वजनिक क्षेत्रामधील ज्या व्यक्तींनी सार्वजनिक क्षेत्रातील उद्योगांना या दशेला आणून पोचवलं आहे, त्यांच्याचकडे आपण सर्व सुधारणा गहाण ठेवणार आहोत का? याच राज्यांमधील राजकारणी व्यक्ती आणि कामगार संघटना- ज्यांच्या कर्तृत्वामुळेच या भागातील कार्य संस्कृती कमालीची बिघडली आहे, त्यांच्याचकडे आपण सुधारणा ओलीस ठेवणार आहोत का?

■

सरकारला या जंजाळातून सोडवणे

१९३६ मध्ये सी.एम. चँगने लिहिलं आहे, ''राज्यकारभार निकृष्ट होत जातो आणि शेवटी फक्त पत्रव्यवहार उरतो. याचा परिणाम असा होतो की राजकारणाची सुरुवात जेथे व्हायला हवी तेथे ते बहुतेक वेळा संपते- आपले हेतू स्पष्ट मांडण्याच्या जागी. हुशार दंडाधिकारी एक चांगला सचिव नेमतो. परोपकाराच्या कृत्यांच्या आडोशाने जशी अनेक पापे लपवता येतात त्याच पद्धतीने तो सचिव त्याच्या उत्कृष्ट लेखनशैलीने अनेक पापांवर पांघरूण घालू शकतो. या खेळातील मुरलेला खेळाडू असतो तो, त्याला पक्के ठाऊक असते की आदेश इतक्या मोठ्या संख्येने काढले जातात की कोणीही त्यांच्याकडे गांभीर्याने पाहात नाही.'' सू दाऊ-लिनने एक आठवण सांगताना म्हटले आहे, ''सरकारी अधिकारी सरकारी कागदपत्रांची ज्या प्रकाराने वासलात लावतात, त्याच पद्धतीने पक्षाचे आदेशही अमलात आणले जात, सर्व काही कागदावरच केले जात असे, आणि एकदा का ते कागदावर गेले की त्याचा विसरच पडत असे....''

सरकारबाहेरच्या व्यक्तींवर उत्तर देण्याची जबाबदारी नसल्याने, सरकारी अधिकाऱ्यांना जास्त काळजी असे ती नोकरशाहीचे नियम पाळण्याची. प्रशासकीय उद्दिष्ट साध्य करण्याची नव्हे. १९३२ मध्ये सीअर्ल बेटसने लिहिलं आहे,''कुओमिंटांग जनतेची सेवा करण्यापेक्षा आपली चक्रे चालती ठेवण्यातच स्वत:चे उत्पन्न आणि शक्ती खर्च करत आहे, असे दिसते.''

१९३२ मध्ये चँग काय शेकने अशी नोंद केलेली आहे, ''चीनमध्ये जेव्हा सरकारी कचेरीमध्ये काही येऊन पोचते तेव्हा ते 'यामेनाइज' करण्यात येते- सुधारणेच्या सर्व योजना अतिशय निरुत्साहाने, निष्काळजीपणाने आणि अकार्यक्षमतेने हाताळल्या जातात.'' अतिशय कडक शब्दांमध्ये त्याने आपल्या अधिकाऱ्यांना

सुनावलं होतं, की शिह-कानने न वागण्यामुळे—म्हणजे काही निश्चित साध्य करण्याच्या हेतूने काम करणे - ते (अधिकारी) देशाचे वाटोळे करत आहेत. त्याने स्पष्ट शब्दांमध्ये सुनावलं होतं, "आपण कागदपत्रे इथून तेथे हलवण्याचेच तेवढे काम करत आहोत. साध्या सोप्या भाषेत लिहिली गेली तर ती कागदपत्रे चांगलीच असतात, पण खऱ्या परिस्थितीचा विचार न करता सत्य गोष्टींकडे दुर्लक्ष करून ही कागदपत्रे अतिशय निष्काळजीपणाने तयार केलेली असतात. प्रत्यक्ष कृती करताना मात्र एक तर चिनी लोकांना ही कृती कशी करायची ते माहीत तरी नसते किंवा माहीत असले तर ते अतिशय हळू काम करत असतात. आजचे काम पूर्ण न करण्याएवढीच ही बाब साधी नसते, तर या आठवड्याचे काम पुढच्या आठवड्यावर ढकलणे आणि खरे तर या महिन्याची सार्वजनिक कामे पुढच्या महिन्यावर टाकणे आणि या वर्षाचे कामही पुढच्या वर्षापर्यंत न करणे, अशा रीतीने काम करणे चालू राहते. या प्रकाराने कागदपत्रे जमा करत राहणे आणि कामे पुढे ढकलत राहणे, कामाची टाळाटाळ करत राहणे यामुळे सारे काही नष्ट होऊन जाऊ शकेल आणि सामान्य जनतेचे हाल प्रचंड वाढतील..."

काफ्काच्या विश्वाप्रमाणे नानकिंग हे एक कागदांचे विश्व बनून राहिलं. सू दाऊ-लिनला नोकरशाहीची फार सखोल माहिती होती. त्याने सांगितलं आहे, 'एखाद्या तालुक्याच्या ठिकाणी सरकारी कचेरीमध्ये एखादा कागद आला तर तो ३७ पायऱ्यांमधून पाठवला जातो - यापैकी प्रत्येक पायरीवरील कामासाठी काही तासांपासून काही दिवसांपर्यंतचा वेळ लागू शकतो. याचा परिणाम असा होतो, सहा महिन्यांनंतर उत्तर येणे ही गोष्ट कोणालाच आश्चर्याची वाटत नाही. या लांबलचक आणि थकवणाऱ्या प्रवासामध्ये असंख्य कागदपत्रे नष्ट होऊन गेली असतील आणि तेवढीच कोणाच्या तरी टेबलाच्या कप्प्यात जिवंतपणे गाडली गेली असतील. केवळ या लांबलचक प्रक्रिया-कार्यपद्धतीमुळे प्रत्येक सरकारी कचेरीमध्ये अशा कागदपत्रांचे ढिगारे मात्र पाहावयास मिळतात."

"असंख्य प्रकारचे कागदपत्र तयार करत राहण्याची सरकारी अधिकाऱ्यांची वृत्ती" हेच कदाचित यामेनायझेशनचे सर्वात महत्त्वाचे वैशिष्ट्य ठरेल. असे कागदपत्र-नकाशे आराखडे नियम, कायदे- ज्यांचा वास्तवाशी काहीही संबंध नाही आणि ज्यांच्या अंमलबजावणीची सुतराम शक्यता नाही असे कागदपत्र..."

लॉईड ई ईस्टमन, द *अबॉर्टिव्ह रेवोल्युशन.*
हार्वर्ड युनिवर्सिटी प्रेस, १९७४

आयटीडीसीच्या हॉटेलांमधील निर्गुंतवणुकीच्या बाबतीतील सरकारचे सल्लागार-

लझार्ड-यांनी दिल्लीच्या सम्राट हॉटेलला ३ फेब्रुवारी २००१ला भेट द्यावी असं ठरलं होतं. ज्या उद्योगाच्या मालकीसाठी आपण बोली लावणार आहोत तो उद्योग बघून घेण्याची उत्सुकता सर्व बोली लावणाऱ्यांना असणं साहजिकच असतं. सल्लागारांनी त्यांना त्या उद्योगासंबंधीची आणि त्याच्या कार्यपद्धतीविषयी संपूर्ण माहिती, सर्व तपशील द्यायचे असतात. म्हणून त्यांनी त्या संपूर्ण बाबीचा सखोल अभ्यास केलेला असणं आवश्यक असतं. त्यांनी या उद्योगाची जागा आणि मालमत्तेची तपासणी करणंही जरुरीचं असतं. ही ठरलेली भेट खरंतर कधीच होऊन जायला हवी होती. हॉटेलांमधील सरकारी सहभाग काढून टाकण्याची प्रक्रिया सुरू झाल्यानंतर तब्बल साडेचार वर्षांनी ही भेट घडून येत होती. सल्लागार मंडळी हॉटेलमधील एका उपाहारगृहामध्ये होती. कर्मचारीवर्ग गोळा झाला. त्यांनी घोषणा द्यायला, आरडाओरडा करायला आणि सर्वसाधारणपणे धमकावण्याला सुरुवात केली. हा प्रकार अर्धा तासपर्यंत चालला. निर्माण झालेल्या परिस्थितीमुळे सल्लागारांना तेथे बसूनही राहता येईना आणि दरवाजा अडवला गेला असल्याने तेथून निघूनही जाता येईना. अखेरीस त्यांना उपाहारगृहाच्या स्वयंपाकघराच्या दरवाजाने बाहेर काढण्यात आलं. प्रत्यक्ष जागेला भेट देणं अर्ध्यातच सोडून द्यावं लागलं. त्यांच्याबरोबर असलेल्या व्यवस्थापनाच्या लोकांनी अतिशय मदतीच्या भावनेनं त्यांना स्पष्टीकरण दिलं, या अशा प्रकारची निदर्शनं दिल्लीतील इतर हॉटेलांमध्येही होण्याची दाट शक्यता आहे.

बोली लावणारे आणि सल्लागार लझार्ड हे यानंतर अशोक हॉटेलला भेट देतील,असं ठरलं होतं. तारीख होती ६ मार्च २००१. भेटीच्या ठरलेल्या वेळापूर्वी जेमतेम तासभर आधी ही भेट पुढे ढकलणं भाग पडलं. ५ मार्चला या हॉटेलच्या-ज्याचा त्या वर्षाचा तोटा होता ९ कोटी रुपये - त्या हॉटेलच्या कर्मचाऱ्यांनी पुरेपूर पटवून दिलं की, दुसऱ्या दिवशी बोली लावणारे आणि सल्लागार यांपैकी कोणीही हॉटेलच्या आवारात जरी पाऊल टाकण्याचं धाडस केलं तर ते त्यांच्याकडे बघून घेतील. या भेटीची नवी तारीख १६ मार्च ही निश्चित करण्यात आली. कोणत्याही परिस्थितीला घाबरून बोली लावणाऱ्या व्यक्ती या प्रक्रियेपासून दूर पळून जाणार नाहीत याची पूर्ण खबरदारी घेण्यात यावी अशा सूचना आय टी डी सीच्या व्यवस्थापनाला देण्यात आल्या, तरीही सगळा गोंधळ त्या दिवशीही झालाच. पुन्हा एकदा ही भेट पुढे ढकलण्यात आली. नवी तारीख ठरली- २६ मार्च.

एवढं झाल्यानंतर सल्लागारांना आयटीडीसीला कळवणं भागच पडलं की "घडत असलेल्या घटना विचारात घेता, खाजगीकरणासाठी यापुढे समोर येणार असलेल्या इतर मालमत्तांच्या तपासणीबाबत काय धोरण असावे याबद्दल त्यांना मार्गदर्शनाची आवश्यकता आहे आणि अशा घटना लक्षात घेता, यापुढे आम्हाला

आणि बोली लावणाऱ्या व्यक्तींना भरपूर पोलीस संरक्षण असल्याखेरीज अशी तपासणी करणे शक्य होणार नाही आणि योग्यही होणार नाही.''

याचे परिणाम उलटे अंगावर आदळण्यास फार काळ लागला नाही.

दोनच आठवड्यांनंतर, १९ एप्रिल २००१ ला कामगार संघटनेच्या सदस्यांनी सल्लागारांना रणजित हॉटेलमधून पळवून लावलं.

२५ जुलै, मालमत्तेचं मूल्यमापन करणारा गट कुतब हॉटेलमध्ये पोहोचताच कामगार संघटनेचे अधिकारी आणि त्यांचे पित्ते त्या गटाला धमकावण्यास आणि घाबरवण्यासाठी पुढे सरसावले. प्रत्यक्ष तपासणी न करताच मूल्यमापन करणाऱ्या गटाला तेथून बाहेर पडावं लागलं.

९ ऑगस्टला सल्लागार भावी खरेदीदारांना घेऊन जनपथ हॉटेलमध्ये गेले. ज्या दालनामध्ये ही बैठक चाललेली होती त्या दालनाला कर्मचाऱ्यांनी गराडा घातला. लझार्डच्या कर्मचाऱ्यांनी ताबडतोब तेथून निघून जावं, असा त्यांनी आग्रह धरला, एवढंच नव्हे तर यानंतर आयटीडीसीच्या कोणत्याही मालमत्तेमध्ये ते गेले तर त्याचे परिणाम फार वाईट होतील अशी धमकीही त्यांनी देण्यास कमी केलं नाही. हॉटेलच्या अधिकारीवर्गावर त्यांनी शिव्याशापांचा वर्षावच केला. त्यांनी लझार्डला किंवा बोली लावू इच्छिणाऱ्या कोणालाही काहीही माहिती दिली तर त्याचेही परिणाम भयंकर होतील अशी धमकीही कामगारांनी अधिकारीवर्गाला दिली.

देशाच्या दुसऱ्या टोकाला, २६ मार्च २००२ला बोली लावणारे केरळातील कोवालम हॉटेलमध्ये पोचले. उत्तम स्थळ असूनही त्या वर्षी हॉटेलला ३.५ कोटी रुपयांचा तोटा झालेला होता- आणि या हॉटेलचं उतारूंचं प्रमाण फक्त २४% होतं. बोली लावणारे या आवारात फिरत असताना त्यांच्यावर हल्ला करण्यात आला. घडलेली घटना सल्लागारांनी ताबडतोब आयटीडीसीच्या अधिकाऱ्यांच्या कानावर घातली. ''बोली लावणाऱ्या व्यक्ती अगदी थोडक्यात वाचल्या'' हेही त्यांनी त्यांच्या कानावर घातलं. ''अर्ध्या तासाच्या आत आम्ही तुमच्याशी पुन्हा संपर्क साधतो'' असं त्यांना सांगण्यात आलं. पुढच्या काही दिवसांमध्ये त्यांना काहीही कळवण्यात आलं नाही. पुढील भेटीचा दिवस ठरलेला होता- ४ एप्रिल- त्या दिवसाच्या आदल्या संध्याकाळी सल्लागार या आधी केल्याप्रमाणे नुसते आयटीडीसीला आधी सांगून थांबले नाहीत, आधीच्या घटनांचे पडसाद अजूनही त्यांच्या कानात घुमत होते. त्यामुळे त्यांनी दोन वेळा व्यवस्थापनाला सूचना दिली आणि पोलिसांची किंवा ज्यांच्याकडे त्या मालमत्तेच्या सुरक्षेची व्यवस्था सोपवता येईल अशा कोणाही संघटनेची मदत घेण्याची विनंती केली. याचा परिणाम एवढाच झाला की सल्लागार आणि बोली लावणारे या दोघांवरही त्या ठिकाणी प्रत्यक्ष शारीरिक हल्ला करण्यात आला- हल्लेखोरांमध्ये हॉटेलचे कर्मचारीही सामील होते.

भेट अर्धवटच सोडून देणं भाग पडलं.

प्रत्येक वेळी 'असं करू नका' अशा स्पष्ट सूचना दिलेल्या असतानाही आयटीडीसीचे वरिष्ठ अधिकारी या प्रसंगांना हजर नसलेल्या, भावी बोली लावणाऱ्या व्यक्तींना कामगारवर्गानं केलेल्या विरोधाची संपूर्ण माहिती देत होते.

मूल्य कमी करणाऱ्या पैलूंविषयी आणखी काही माहिती हवीय ?

एखाद्या सरकारी उद्योगातील कर्मचारी सरकारच्या एका निर्णयाविरुद्ध अत्यंत सुरक्षितपणे काम करू शकतात ही तर वाईट गोष्ट आहेच. परंतु आता आपण पाहणारच आहोत की या खाजगीकरणाच्या प्रक्रियेमध्ये, धमक्या देणं किंवा गडबड माजवणं या तर फारच साध्या अडचणी ठरल्या.

अगदी पहिला, प्राथमिक घटक

आयटीडीसी हॉटेलांच्या खाजगीकरणाची प्रक्रिया सप्टेंबर १९९६मध्ये सुरू झाली. म्हणजे ज्या वेळी आयटीडीसीला निर्गुंतवणूक आयोगाकडे पाठवण्यात आलं तेव्हा. आयोगानं आपला अहवाल महामंडळाला फेब्रुवारी १९९७ मध्ये सादर केला.

महामंडळाच्या शिफारशी मंत्रिमंडळ सचिवांच्या अध्यक्षतेखाली बनलेल्या सचिव समितीकडे पाठवण्यात आल्या. या समितीने मूलभूत प्रस्ताव जुलै १९९७ मध्ये मान्य केला.

आता हा प्रस्ताव पंतप्रधानांच्या अध्यक्षतेखाली काम करणाऱ्या निर्गुंतवणूक मंत्रिमंडळ समितीकडे पाठवण्यास योग्य होता. या समितीनेही हा प्रस्ताव १६ सप्टेंबर १९९७ला मंजूर केला.

ही प्रक्रिया सुरू करण्यासाठी तत्त्वत: मान्यता मिळणे या पायरीवर पोहोचेपर्यंत एक पूर्ण वर्ष गेलं होतं.

सरतेशेवटी आम्ही एकदाचे सुरुवात करण्यासाठी तयार झालो. पण तरीही काही अडचणी होत्याच. प्रथम, आम्हाला या व्यवहारांसंबंधी सल्ला देण्यासाठी एक सल्लागार नेमणं आवश्यक होतं. हे काम करण्यासाठी आम्हाला एक आंतरराष्ट्रीय निविदा प्रसिद्ध करणं भाग होतं. मग हे काम करण्यासाठी प्रथम आम्हाला या कामात रस असणाऱ्या व्यक्तींनी या कामात आपला रस आहे हे सिध्द करणारी पत्रं आमच्याकडे सादर करणं आवश्यक होतं. हे अर्ज प्रथम आंतरमंत्रालय गटाने तपासायचे होते. या अर्जांपैकी कोणाला सल्लागार म्हणून नेमावं याबद्दलची या गटाची शिफारस सचिव समितीकडे पाठवायची होती. या समितीचे अध्यक्ष होते मंत्रिमंडळ सचिव. सचिव समितीची शिफारस मग पंतप्रधानांच्या अध्यक्षतेखाली काम करणाऱ्या निर्गुंतवणूक मंत्रिमंडळ समितीकडे जाणार होती.

अखेरीस सल्लागाराची नेमणूक झाली तेव्हा तारीख होती १८ जुलै २०००.

सुप्रसिद्ध आंतरराष्ट्रीय सल्लागार लझार्ड यांची निवड करण्यात आली होती. आता तुम्हाला खात्रीनं वाटत असेल की आम्ही कामाला सुरुवात करायला अगदी तयार झालो आहोत. परंतु, थांबा, अजून नाही, प्रथम आम्हाला सर्व मूलभूत वस्तुस्थितीचे मुद्दे गोळा करायचे होते, या हॉटेलांमधील कामे आणि मालमत्ता यांच्या प्राथमिक नोंदी एकत्र करायच्या होत्या. या सर्व गोष्टी भावी खरेदीदार विचारून घेणारच होते.

सल्लागार आणि आयटीडीसीचं व्यवस्थापन यांची पहिली संयुक्त बैठक ऑगस्ट २०००च्या पहिल्या आठवड्यामध्ये झाली. या बैठकीमध्ये त्यांना कोणती माहिती हवी आहे याची एक यादी त्यांनी सादर करावी, अशी सूचना आम्ही सल्लागारांना दिलेली होती. त्यांनी त्याप्रमाणे यादी सादर केली. बैठकीला हजर असलेल्या सर्व अधिकाऱ्यांनी मान्य केलं की ही आवश्यक असलेली सर्व माहिती सल्लागारांना सप्टेंबरच्या तिसऱ्या आठवड्यापर्यंत पुरवण्यात येईल.

१ सप्टेंबरला लझार्डने माझ्याकडे एक पत्र पाठवलं. त्या पत्रात असं म्हटलं होतं की आत्तापर्यंत आयटीडीसीकडून जेमतेम १० ते १५% माहिती पाठवण्यात आलेली आहे. मी आणि माझे सहकारी दूरध्वनींना भिडलो, आम्ही बैठका घेतल्या. कळकळीने वचनं दिली गेली.

ही अशी चालढकल का चालली होती हे कळणं काही फार अवघड नव्हतं. आणि या चालढकलीचे परिणाम काय होणार आहेत हेही कळणं फारसं अवघड नव्हतं. याचा परिणाम म्हणजे ही खाजगीकरणाची संपूर्ण प्रक्रियाच अगदी सहजपणे संपवून टाकता येणार होती. म्हणून, सप्टेंबर अखेरीला आम्ही असं ठरवून टाकलं की सर्वच्या सर्व ३१ मालमत्तांची संपूर्ण माहिती मिळेपर्यंत थांबायचंच नाही. आपण पायरीपायरीने खाजगीकरण करण्यास सुरुवात करायची. ज्या हॉटेलांसंबंधीची माहिती उपलब्ध होती, आणि जी जमीन नगरपालिकेचे कर इत्यादींच्या वादांमध्ये अडकलेली नव्हती ती हॉटेल्स आधी खाजगीकरणासाठी घ्यायची.

चालढकल चालूच होती- तीही अगदी संथपणे.

अगदी प्राथमिक माहिती- भांडवली खर्च, मालकीहक्काचे कागदपत्र यांसारखी प्राथमिक माहितीही ९ ऑक्टोबर २०००या दिवशी होणार असलेल्या आंतरमंत्रालय समितीच्या बैठकीच्या वेळेपर्यंत उपलब्ध झालेली नव्हती.

नोव्हेंबर २०००पर्यंत सर्व मालमत्तांना भेटी देण्याचं काम पूर्ण होणं आवश्यक होतं. प्रत्यक्षात नाईलाजानं ज्या ८ मालमत्ता पहिल्या फेरीमध्ये खाजगीकरण करण्या-साठी निवडाव्या लागल्या होत्या, तेवढ्यांनाच भेटी देऊन झाल्या आणि त्याही मी आधी वर्णन केलं त्या परिस्थितीला तोंड देतच.

२०००च्या सप्टेंबरपर्यंत जी माहिती आम्हाला पुरवायची होती ती माहिती डिसेंबरपर्यंत हळूहळू आमच्यापर्यंत झिरपत होती.

परंतु या वेळेपर्यंत दिल्लीमधील जमीन आणि विकास विभाग, नवी दिल्ली महानगरपालिका, दिल्ली नगरनिगम यांसारख्या सरकारी विभागांशी आयटीडीसीचे जे अनेक तंटे चाललेले होते, त्यासंबंधीची माहिती आम्हाला आणि सल्लागारांना मिळालेली होती. हे तंटे सोडवण्याची तर बातच सोडा, त्यांच्यासंबंधीची माहितीदेखील– आणि तीसुद्धा पहिल्या टप्प्यामध्ये खाजगीकरणासाठी निवडण्यात आलेल्या फक्त ८ हॉटेलांसंबंधीची माहितीसुध्दा २००१च्या फेब्रुवारी महिन्यापर्यंत हळूहळू आमच्यापर्यंत पोहोचत होती.

माहिती- अगदी प्राथमिक, मूलभूत माहिती —दुसऱ्या टप्प्यामध्ये खाजगीकरणासाठी निवडलेल्या हॉटेलांसंबंधीची ही प्राथमिक माहिती जून २००१पर्यंत पूर्ण झाली नव्हती.

माहिती

अर्थात, फेब्रुवारी किंवा जूनपर्यंत ही माहिती येऊन पोहोचली असं म्हणणंही गैरसमज उत्पन्न करणारंच आहे. कारण 'माहिती' दिली गेली असं म्हणता येईल, परंतु ती माहिती परस्परविरोधी होती, अपूर्ण होती, आणि बऱ्याच ठिकाणी ती वाचताही येण्यासारखी नव्हती हे अगदी वरवर पाहताही सहजच कळून येत होतं.

सल्लागार कंपनीचे संघ सहकारी सी बी रिचर्ड एलिस यांना जी कागदपत्रं उपलब्ध करून देण्यात आली होती त्यावरून असं दिसत होतं की, ममल्लापुरम येथील टेंपल बे हॉटेलची एकूण बांधलेली जागा ६५८५ चौरस मीटर एवढी आहे. परंतु लझार्ड या सल्लागारांशी पत्रव्यवहार झाल्यानंतर असं दिसून आलं की ही जागा ३५२६ चौरस मीटर एवढी आहे. रिचर्ड एलिसला जे आराखडे देण्यात आले होते त्यांवरून हॉटेल अशोक हस्सनची एकूण जागा ३.३४ एकर इतकी आहे. परंतु आयटीडीसीशी झालेल्या संपर्कावरून असं दिसून आलं की ही जागा प्रत्यक्षात २.६९ एकर एवढीच आहे. बंगलोर अशोकची बांधकाम झालेली जागा १३,५२१ चौरस मीटर आहे असं सांगणारे कागदपत्र सल्लागारांकडे पोचले, तर दुसरा कागदपत्रांचा संच ही जागा १२,९०५ चौरस मीटर एवढी आहे असं सांगत होता. मदुराई येथील अशोक हॉटेलची बांधलेली जागा एका कागदपत्रांच्या संचामध्ये ४,२१२ चौरस मीटर एवढी दाखवली होती, तर दुसऱ्या संचामध्ये ही जागा ३,८७१ चौरस मीटर एवढी दाखवण्यात आलेली होती. उदयपूर येथील लक्ष्मी विलास पॅलेस हॉटेलची बांधलेली जागा एका संचामध्ये ११,०००चौरस मीटर तर दुसऱ्या संचामध्ये ७,१३५ चौरस मीटर एवढी दाखवलेली होती. कुतब हॉटेलच्या संदर्भातील जे कागदपत्र सल्लागारांना देण्यात आलेले होते त्यामध्ये असं स्पष्ट लिहिलेलं होतं की हॉटेलची टेनिस कोर्ट्स, आणि व्यवस्थापन विकास केंद्राच्या

इमारती आणि आसपासची जागा ही निर्गुंतवणुकीसाठी विचारात घेण्याची आहे. अचानकपणे एक पत्र येतं, त्यामध्ये असं लिहिलेलं असतं की हा भाग निश्चितपणे निर्गुंतवणुकीसाठीच्या मालमत्तेमधील नाही. साहजिकच एक नवा प्रश्न समोर येणारच होता, त्याप्रमाणे तो प्रश्न आलाच- व्यवस्थापन विकास केंद्राला जाण्यासाठी स्वतंत्र मार्ग नव्हता. आणि भाडेकरारामध्ये एक कलम असं होतं की भाडेकरूने भाड्याने घेतलेल्या जागेमध्ये कोणताही बदल करावयाचा नाही. ज्या भूखंडांवर ही हॉटेल्स उभी होती त्या भूखंडांची मालकी कोणाची आहे, भाडेकराराच्या अटी काय आहेत, त्यावरील देणे किती आहे, यांसारख्या अत्यंत प्राथमिक बाबींबद्दलची दिली गेलेली माहिती अर्धवट,परस्परविरोधी, आणि स्पष्ट बोलायचं तर चुकीची होती.

'बैठक चालू आहे.' 'रजेवर आहेत.'

निर्गुंतवणूक मंत्रालयामध्ये दर काही दिवसांनी आम्हाला सल्लागारांनी नाईलाजानं आयटीडीसीच्या व्यवस्थापनाला लिहिलेल्या एखाद्या दुःखदायक पत्राची प्रत पाठवण्यात येत असे.

एखादं नमुन्याचं पत्र म्हटलं तर ते असं असे– ''माननीय महोदय... दिनांक ४ ऑक्टोबरला निर्गुंतवणूक मंत्र्यांनी बोलावलेल्या समालोचन बैठकीमध्ये घेतलेला निर्णय हा या पत्राचा विषय आहे. त्या निर्णयानुसार आयटीडीसीने राष्ट्रीय विमानतळ प्राधिकरणाशी संपर्क साधून त्यांच्याकडून बंगलोर येथील हॉटेल अशोकमधील विमानतळ उपाहारगृहाचा भाडेपट्टा नवीन भाडेकरूंकडे हस्तांतरित करण्यासाठी संमती प्राप्त करून घ्यावयाची होती. निर्गुंतवणूक प्रक्रियेमध्ये ही गोष्ट करणे आवश्यक आहे. तसेच आयटीडीसीकडून विमानतळ प्राधिकरणाला जी रक्कम देणे आहे ती रक्कमही नव्या भाडेकरू कंपनीला द्यावयाची आहे. या सर्व बाबींचे महत्त्व आणि निकड लक्षात घेऊनही आयटीडीसीच्या अधिकाऱ्यांनी विमानतळ प्राधिकरणाकडे या बाबींचा आग्रहपूर्वक पाठपुरावा केला नाही, हे नमूद करताना मला दुःख होत आहे. आपल्याला दूरध्वनीवर सांगितल्याप्रमाणे मी श्री.— आणि श्री.— यांना मागील आठवड्यात भेटलो आणि विमानतळ प्राधिकरणाने या बाबतीत कार्यवाही करणे किती निकडीचे आहे, हे त्यांना पुन्हा एकदा समजावून सांगितले. आमची भेट झाल्यानंतर लगेच मी प्रस्तावित व्यवस्था आणि या व्यवहाराच्या कागदपत्रांमध्ये आयटीडीसीचे हितसंबंध सांभाळण्यासाठी केलेली योजना नीट समजावून सांगणारे एक पत्रही श्री— यांना लिहिले, (या पत्राची एक प्रत सोबत जोडली आहे.) त्यानंतर मी श्री.— यांच्याशी संपर्क साधण्याचा सतत प्रयत्न करत आहे. शिवाय श्री.— यांच्याजवळ मी श्री.— यांच्यासाठी अनेक निरोपही ठेवले आहेत. परंतु मला त्यांच्याकडून काहीही उत्तर मिळालेले नाही.''

आणखी एक पत्र...''संदर्भ : लोधी, रणजित, जनपथ आणि कुतब यांच्या बांधकामाचे आराखडे.

माननीय महोदय... २जुलै रोजी श्री... (उपाध्यक्ष) यांना मी केलेला फॅक्स... आणि वरील विषयासंबंधी आपली झालेली चर्चा. आम्ही पुन्हापुन्हा आपल्याला विनंती करत आहोत की या चार मालमत्तांचे बांधकामाचे आराखडे डाटा रूम डॉक्युमेंट्स म्हणून बोली लावणाऱ्या व्यक्तींना यथायोग्य मूल्यमापनासाठी तपासण्यास मिळणे गरजेचे आहे. लोधी हॉटेलचे हे यथायोग्य मूल्यमापन आजपासून सुरू झाले आहे, याची आपल्याला कल्पना आहेच. परंतु, आम्हाला अजून बांधकामाचे आराखडे मिळालेले नाहीत...''

आणखी एक पत्र... ''माननीय महोदय, दिल्ली येथील अशोक हॉटेलच्या अधिकाऱ्यांशी आपल्या झालेल्या चर्चेसंबंधी मी २३ डिसेंबरला आपल्याला एक फॅक्स पाठवला होता. माहिती ज्ञापनपत्रिकेमध्ये कोणत्या अत्यावश्यक माहितीचा समावेश करावा आणि त्या अधिकाऱ्यांबरोबर बैठकीची वेळ निश्चित करण्यासंबंधी आपली ती चर्चा होती. आम्ही अनेकवेळा दूरध्वनीवर स्मरण करून देऊन आणि आपल्या सहकाऱ्यांना एक तपशीलवार प्रश्नावली पाठवूनही त्यांच्याकडून आम्हाला कसलीही माहिती मिळालेली नाही हे मी आपल्या लक्षात आणून देऊ इच्छितो. तसेच आपल्या कचेरीतूनही या महत्त्वाच्या बैठकींच्या वेळा ठरवण्याबाबत आमच्या कचेरीशी संपर्क करण्यात आलेला नाही. अशोक हॉटेलमध्ये आपल्या अधिकाऱ्यांच्या वृत्तीमध्ये झालेला बदल आमच्या कामामध्ये अडचणी आणत आहे आणि काम संपवण्याच्या कालमर्यादेमध्येही अडथळे आणत आहे. माझे सहकारी श्री....गेले काही दिवस आपल्या कचेरीशी दूरध्वनीवर संपर्क साधण्याचा अयशस्वी प्रयत्न करत आहेत. आज मी आपल्या दोन्ही कचेऱ्यांमध्ये हा प्रयत्न करून पाहिला परंतु आपण कचेरीतून बाहेर गेल्याचे आणि कामात गुंतल्याचे मला सांगण्यात आले. कृपया आपण ही बाब अतिशय निकडीची मानून आमच्याशी तात्काळ संपर्क कराल का? यामुळे ठरवून दिलेल्या तारखेच्या आत आमचे काम संपवणे आम्हाला शक्य होईल...''

आणखी एक असंच पत्र.... ''माननीय महोदय... २० डिसेंबरला दिल्लीच्या अशोक हॉटेलच्या आर्थिक महाव्यवस्थापकांशी लझार्डच्या गटाची जी बैठक झाली, त्या संदर्भात हे पत्र लिहीत आहे. या बैठकीमध्ये लझार्डच्या गटाला असे सांगण्यात आले की, या युनिटच्या सर्व विभागप्रमुखांना त्यांच्या वरिष्ठ अधिकाऱ्यांकडून अशी स्पष्ट सूचना देण्यात आलेली होती की, त्यांनी लझार्डच्या गटाशी प्रत्यक्षपणे कोणतीही चर्चा करू नये. त्यांना असेही सांगण्यात आले होते की, यापुढे दिल्ली अशोकसंबंधीची कोणतीही माहिती फक्त लेखी स्वरूपात : हॉटेल विभागाच्या

उपाध्यक्षांमार्फतच दिली जाईल. माझे सहकारी श्री.— यांनी याबद्दल आपणाशी चर्चा केली आणि आपणही ही गोष्ट खरी असल्याचे मान्य केलेत, असे मला समजले आहे. मागितलेली महत्त्वाची माहिती लेखी कागदपत्रांमधून एकत्रित करता येते हे खरे असले, तरी निरनिराळ्या विभागप्रमुखांशी भेटी घडवून आणणे आणि चर्चा करणे हेही सद्य परिस्थितीतील हॉटेल व्यवसाय आणि त्याचा भविष्यातील विकास समजून घेण्याच्या दृष्टीने अतिशय महत्त्वाचे आहे, हे आपण समजून घ्याल...''

१७ सप्टेंबर २००१ला सल्लागार पुन्हा एकदा आयटीडीसी व्यवस्थापनाला पत्र लिहीतच होते— ''३१ मार्च २००१रोजी संपलेल्या आर्थिक वर्षाचे, पहिल्या टप्प्यातील आयटीडीसी मालमत्तांचे हिशेब, आणि या मालमत्तांशी संबंधित त्यांचे मत्ता व दायित्व यांच्या रकमा ज्या हिशेबपुस्तकांमध्ये आढळून येत नाहीत, ते अजूनही आमच्याकडे आलेले नाहीत. या हॉटेलांच्या मालमत्तेचे मूल्यमापन करण्यासाठी आणि बोली लावणाऱ्यांच्या प्रश्नांना उत्तरे देण्यासाठी ही माहिती अतिशय आवश्यक आहे, हे मी पुन्हा एकवार आग्रहाने सांगू इच्छितो. कृपया ही बाब अतिशय निकडीची आहे, हे ध्यानात घेऊन आपण यावर कारवाई करावी, ही विनंती...''

''१२ ऑक्टोबर २००१: या पत्राचा संदर्भ मी आपल्याशी १० ऑक्टोबर २००१ला टेलिफोनवर बोललो आणि त्याच दिवशी एक फॅक्स पाठवला त्याच्याशी आहे. त्या संभाषणामध्ये मी आपल्याला अशी विनंती केली होती की पहिल्या टप्प्यामध्ये अंतर्भूत असलेल्या मालमत्तांची विनियामक एजन्सींना किती देणी आहेत याची माहिती आम्हाला आपण अत्यंत तातडीने पुरवणे आवश्यक आहे. परंतु पुन्हा पुन्हा आपल्या कचेरीमध्ये संपर्क साधून आणि आपल्यासाठी अनेक निरोप ठेवूनही आम्ही आपल्याशी संपर्क साधू शकलेलो नाही. ही बाब अत्यंत तातडीची आहे हे लक्षात घेऊन आपण कारवाई करावी अशी आपणाला विनंती आहे.....''

२२ ऑक्टोबर २००१: आपण पाठवलेल्या हास्सन युनिटच्या लेखापरीक्षित ताळेबंदामधील अनेक पृष्ठे वाचता येण्यासारखी नाहीत

१९नोव्हेंबर : एक स्मरणपत्र- ज्या मालमत्तांसंबंधी काही विचारणा करण्यात आल्या आहेत, त्यांची यादी या विचारणा कोणत्या तारखेला पाठवण्यात आल्या त्या तारखा, ही माहिती कोणत्या दिवशी मिळणे आवश्यक होते त्या तारखा, आणि १९ तारखेला या विचारणांची काय स्थिती होती : —सम्राट—मिळालेली नाही; कनिष्क—मिळालेली नाही; इंद्रप्रस्थ—मिळाली; कुतब—मिळालेली नाही; जनपथ—मिळालेली नाही; रणजित—मिळालेली नाही; लोधी—मिळालेली नाही; उदयपूर—युनिटने ज्या प्रश्नांना उत्तरे द्यायची होती ती उत्तरे मिळाली आहेत, निगम कचेरीने ज्या प्रश्नांना उत्तरे द्यायची आहेत ती उत्तरे अजून मिळालेली नाहीत; वाराणसी-

युनिटने ज्या प्रश्नांना उत्तरे द्यायची होती ती उत्तरे मिळाली आहेत, निगम कचेरीने ज्या प्रश्नांना उत्तरे द्यायची आहेत ती उत्तरे अजून मिळालेली नाहीत.

२७ मे २००२ : अगदी प्राथमिक स्वरूपाच्या प्रश्नांची उत्तरंही दिली जात नाहीत. १९८२-८३ या काळामध्ये भविष्यनिर्वाह निधीची तजवीज केली नाही म्हणून भविष्य निर्वाह निधी आयुक्तांनी आयटीडीसी वर एक खटला दाखल केला. या खटल्यासाठी घटनापेक्ष दायित्व किती असू शकेल? हॉटेल इंद्रप्रस्थची जमीन मोजणी व सीमांकन झालेले आहे, भूविकास विभाग आणि इतर अधिकारी विभागांचे किती देणे बाकी आहे? हॉटेल कनिष्कच्या १५व्या मजल्यावर संसद सुरक्षादलाच्या काही कचेऱ्या आहेत, खाजगीकरणानंतर या कचेऱ्या रिकाम्या करण्यात येतील काय?...

२८ मे २००२ : हॉटेल इंद्रप्रस्थच्या यथायोग्य मूल्यमापनाच्या वेळी असं लक्षात आलं की, तळमजल्याचा आराखडा, आणि मजला समतलन यांसारखे काही अत्यावश्यक आराखडे डाटा रूम कागदपत्रांमध्ये समाविष्ट केले गेलेले नाहीत. कोणत्याही बोलीकाराला मालमत्तेची यथायोग्य किंमत निश्चित करण्यासाठी या आराखड्यांची अत्यंत आवश्यकता आहे. त्यामुळे यथायोग्य मूल्यमापनाच्या अखेरच्या दिवशी, म्हणजे १८ मे २००२ या दिवशी आम्ही या युनिटच्या अभियांत्रिकी गटाला या आराखड्यांच्या प्रती स्वीकृत बोलीकारांच्या उपयोगासाठी तयार करण्यास सांगितले होते. परंतु एक आठवडा उलटून गेला आहे आणि अजून ह्या आराखड्यांच्या फोटोकॉपीज तयार झालेल्या नाहीत. हे आराखडे मिळण्यावरच त्यांचे प्रश्न आणि तांत्रिक मूल्यमापन अवलंबून असल्यामुळे बोलीकार आम्हाला सातत्याने दूरध्वनी करत आहेत. आम्हीही युनिटकडे या बाबीचा पाठपुरावा करत आहोत, परंतु आज सकाळपर्यंत या आराखड्यांच्या फोटोकॉपीज काढल्या गेलेल्या नव्हत्या.... "हॉटेल इंद्रप्रस्थसाठी बोली लावलेल्या काही व्यक्ती कनिष्क शॉपिंग प्लाझाचे प्रमुख संचालक श्री.....यांना या शॉपिंग प्लाझासंबंधित काही बाबींच्या संदर्भामध्ये भेटू इच्छितात. यथायोग्य मूल्यमापनाच्या कालावधीमध्ये या व्यक्ती त्यांना भेटू शकल्या नाहीत कारण ते रजेवर होते, असे आम्हाला सांगण्यात आले..."

अधिकृत शिडीवर –वर–खाली...

प्रत्येक टप्प्यावर सल्लागारांना या अधिकृत शिडीवर वर-खाली वर-खाली अशी धावपळ करणं भाग पडत होतं. त्यांची दिशाभूल करण्यात आली की मग माझे सहकारी आणि कधी वेळप्रसंगी मी स्वत: ही धावपळ करू लागलो. मी आधी सांगत होतो ती हकिकत पूर्ण करायची तर—दिल्लीमधील एकाही हॉटेलकडे समाप्ती प्रमाणपत्र नव्हतं. हे समाप्ती प्रमाणपत्र 'पूर्वलक्षी परिणामासह' मिळवण्यासाठी

पूर्ण योजनेचे आराखडे सादर करावे असं आम्हाला सांगण्यात आलं. हे आराखडेही उपलब्ध नव्हते. त्यामुळे ते आराखडेही 'पूर्वलक्षी परिणामासह' बनवावे लागले. परंतु हे करण्यासाठी आम्हाला पूर्ण योजनेचे 'नकाशे' सादर करावे लागतील असं आम्हाला सांगण्यात आलं. हेही उपलब्ध नव्हते. यातून बाहेर पडण्याचा मार्ग म्हणजे इमारत 'जशी आहे तसे आराखडे बनवणे ' हा आहे असं आम्हाला सांगण्यात आलं. परंतु हे काम करण्यासाठी दोन वास्तुकला तज्ज्ञांची नेमणूक करणं गरजेचं होतं. उत्तम मार्ग — आयटीडीसी आणि केंद्रीय सार्वजनिक बांधकाम विभाग दोघांनीही या गोष्टीला मान्यता दिली-पण त्या वास्तुकला तज्ज्ञांचा मेहनताना कोण देणार? केंद्रीय सार्वजनिक बांधकाम विभागानं आयटीडीसीकडे बोट दाखवलं आणि सीपीडब्ल्यूडीनं आयटीडीसीकडे. प्रत्येकाकडे याला योग्य अशी कारणंही होती. ही हॉटेलं सीपीडब्ल्यूडीच्या मालकीची आहेत, आयटीडीसीनं निदर्शनास आणून दिलं. परंतु ती हॉटेलं दीर्घ मुदतीच्या भाडेकरारावर आयटीडीसीला दिलेली आहेत, असं सीपीडब्ल्यूडीचं म्हणणं होतं. पण मग करायचं तरी काय? सल्लागार आणि आम्ही अगदी वैतागून जाऊन विचारलं. दोघांचंही उत्तर आलं—ही बाब नागरी विकास मंत्रालयाच्या सचिवांकडे पाठवावी.

निर्गुंतवणूक आयोगाच्या शिफारशीनुसार सरकारनं असा निर्णय घेतला होता की बंगलोरमधील अशोक हॉटेलची सरळ विक्री न करता, म्हैसूरमधील ललिथामहाल पॅलेस, आणि दिल्लीतील अशोक हॉटेल यांच्याप्रमाणे हे हॉटेलही दीर्घ मुदतीच्या भाडेकरारावर चालवण्यास द्यावे. बंगलोरमधील अशोक हॉटेल १९७२ मध्ये बांधण्यात आले होते. १९७४ मध्ये एक भाग वाढवण्यात आला होता. परंतु ज्या भूखंडावर हे हॉटेल उभं होतं त्याचं खरेदीखत अजून करण्यात आलेलं नव्हतं. या हॉटेलच्या निर्गुंतवणुकीच्या प्रक्रियेस सुरुवात करण्यासाठी या दस्त-ऐवजाची गरज होती. राज्याच्या माहिती आणि पर्यटन विभागाशी संपर्क साधण्यात आला. खरेदीखताचा एक कच्चा खर्डा तयार करण्यात आला. कायदा विभागानं हा खर्डा तपासून मंजूर करणं आवश्यक होतं. तपासून मंजूर करण्यात आलेला खर्डा मग राज्याच्या सार्वजनिक बांधकाम खात्याकडे पाठवण्यात आला. तेथून तो खर्डा सावकाशीनं कार्यवाहीसाठी बंगलोरच्या उपनिबंधकाकडे जाणार होता. ही प्रक्रिया पूर्ण करावी म्हणून आमचं मंत्रालय आयटीडीसीच्या मागे लागलेलं होतं. कंपनी सचिव या कामासाठी बंगलोरला जाऊन राहिलेले होते. ते सार्वजनिक बांधकाम विभागाच्या सचिवांच्या कचेरीत गेले. सचिव सुट्टीवर होते म्हणून त्यांना प्रभारी सचिवांकडे पाठवण्यात आलं. तेथून त्यांना उपसचिवांकडे पाठवण्यात आलं - या अधिकाऱ्यांकडे ही बाब सोपवण्यात आलेली होती. खरेदीखताच्या संदर्भातील सर्व मुद्दे सोडवण्यात आलेले आहेत असं त्या अधिकाऱ्यानं अत्यंत प्रेमळपणे सांगितलं. असं असेल तर

मग मी बंगलोरमध्ये आहे तोवर हे खरेदीखत पूर्ण करता येईल का? कंपनी सचिवांनी प्रश्न केला. हे प्राधिकारपत्र पाठवण्यास किमान एक आठवडा लागेल, त्यांना सांगण्यात आलं.....

पण हा तर सोडवण्याच्या असंख्य प्रश्नांपैकी फक्त एक प्रश्न होता. आणि २४ बाबींपैकी ही फक्त एक बाब होती. बंगलोरचं हॉटेल शहराच्या विमानतळावर एक उपाहारगृह चालवत असे. हे उपाहारगृह आयटीडीसीनं भारतीय विमानतळ प्राधिकरणाकडून भाडेपट्ट्यानं चालवण्यास घेतलेलं होतं. जो कोणी या हॉटेलची बोली जिंकेल त्याच्या नावावर हा भाडेपट्टा करून देणं आवश्यक होतं आणि या साठी भारतीय विमानतळ प्राधिकरणाच्या संमतीची गरज होती. परंतु, मूळ कागदपत्रांसंबंधीच्या रीतसर गोष्टीच अजून पूर्ण केल्या गेलेल्या नव्हत्या, असं दिसून आलं. यामध्ये आगाऊ परवाना शुल्क आणि प्रतिभूति ठेव ठेवण्यात आलेली नव्हती. या उपाहारगृहासाठी आयटीडीसीनं विमानतळ प्राधिकरणाला सुमारे ६० लाख रुपये देणं होतं. ही रक्कम आयटीडीसीने अदा केल्याशिवाय दुसऱ्या कोणत्याही व्यक्तीला हे उपाहारगृह चालवण्यासंबंधीचं संमतीपत्र देणं शक्य होणार नाही, असं विमानतळ प्राधिकरणानं कळवून टाकलेलं होतं. आयटीडीसीचं म्हणणं होतं की हे देणं देण्याएवढे पैसे त्यांच्याजवळ नाहीतच!! शेवटी सरकारनं असा निर्णय घेतला की जो बोलीकार जिंकेल त्यानं हे पैसे द्यावेत.

परंतु सरकारनं निर्णय घेणं ही एक गोष्ट आणि कर्मचाऱ्यांना त्या निर्णयाप्रमाणे काम करायला लावणं ही अगदी वेगळी गोष्ट आहे. "४ ऑक्टोबरला निर्गुंतवणूक मंत्र्यांनी जी बैठक बोलावली होती, त्या बैठकीमध्ये घेण्यात आलेल्या निर्णयासंबंधी हे पत्र लिहीत आहे–" या बैठकीनंतर ३ आठवड्यांनी सल्लागारांनी आयटीडीसीच्या व्यवस्थापनास लिहिलेल्या पत्राची ही सुरुवात आहे, "त्या निर्णयानुसार निर्गुंतवणूक प्रक्रियेप्रमाणे बंगलोर येथील अशोक हॉटेल चालवत असलेल्या विमानतळावरील उपाहारगृहाचा भाडेपट्टा नवीन खरेदीदाराच्या नावावर करण्यासाठी आयटीडीसी विमानतळ प्राधिकरणाशी संपर्क साधेल आणि आयटीडीसीने विमानतळ प्राधिकरणाला देणे असलेली रक्कम हा नवा खरेदीदार अदा करेल हेही त्यांना सांगेल व या बाबीसंबंधी त्यांची संमती मिळवेल. या प्रकरणाचे महत्त्व आणि निकड याची पूर्ण जाणीव असूनही आयटीडीसीच्या अधिकाऱ्यांनी या बाबतीमध्ये चिकाटीने लक्ष घातलेले नाही, असे मला नाईलाजाने नोंदवावे लागत आहे. आपल्याशी दूरध्वनीवर बोलणे झाल्याप्रमाणे मी विमानतळ प्राधिकरणाचे व्यापारविषयक कार्यकारी संचालक श्री... आणि आयटीडीसीचे विभाग उपप्रमुख श्री... यांच्याशी मागील आठवड्यात बोललो आणि त्यांना विमानतळ प्राधिकरणाने या विषयामध्ये ताबडतोब कृती करणे आवश्यक आहे, हे स्पष्ट करून सांगितले. मी त्यांना एक पत्रही

पाठवले आहे आणि त्याची एक प्रत या पत्रासोबत जोडलेली आहे, त्या पत्रामध्ये मी त्यांना या प्रस्तावित व्यवस्थेबद्दलची सर्व कलमे आणि विमानतळ प्राधिकरणाचा कोणताही तोटा होणार नाही याची घेतलेली काळजी याबद्दलची सर्व माहिती दिलेली होती. हे पत्र विमानतळ प्राधिकरणाचे अधिकारी श्री...यांच्याकडे आमच्या बैठकीनंतर लगेच पाठवून दिले होते. त्या बैठकीनंतर आयटीडीसीचे विभाग उपप्रमुख श्री....यांना भेटण्याचा मी सतत प्रयत्न करत आहे आणि आयटीडीसीचे एक अधिकारी श्री...यांच्याकडे मी अनेक निरोपही ठेवले आहेत. परंतु, आजपर्यंत मला त्यांच्याकडून काहीही कळवण्यात आलेले नाही,...''

आयटीडीसीने अगदी ठामपणे सांगितलं की ते या बाबीच्या पूर्ततेसाठी कसून प्रयत्न करत आहेत. परंतु या प्रयत्नांचे परिणाम सल्लागारांना काही फारसे पसंत पडण्यासारखे नव्हते.—मंत्रालयातील आमच्यासारख्यांना तर अजिबातच पसंत पडण्यासारखे नव्हते. आयटीडीसीच्या अधिकाऱ्यानं लिहिलं होतं, ''खाली सही करणाऱ्या व्यक्तीने विमानतळ प्राधिकरणाचा जोरदार पाठपुरावा (शब्दश:) केल्यानंतर त्यांना विमानतळ प्राधिकरणाचे व्यापारविभागाचे सरसंचालक श्री.... यांची भेट घेता आली. त्यांचा या बाबतीतील निर्णय तातडीने आयटीडीसीला कळवण्याची तातडीची गरजही मी त्यांना नीट समजावून सांगितली. श्री....यांनी आयटीडीसीचे पत्र त्यांना मिळाले असल्याचे सांगितले, परंतु त्यांच्या कायदेविभागाचे याबद्दल काय मत आहे ते कळल्यानंतरच कोणताही निर्णय ते आयटीडीसीला कळवू शकतील असेही त्यांनी स्पष्ट केले. आणि त्यांच्या बाजूने हा निर्णय होईपर्यंत कोणतीही गोष्ट ते लेखी स्वरूपामध्ये आयटीडीसीला कळवू शकणार नाहीत हेही त्यांनी स्पष्ट केले. असे असतानाही, श्री...यांनी असे सूचित केले आहे की या परिस्थितीमध्ये या विशिष्ट बाबीमध्ये निर्गुंतवणुकीनंतर मालकी बदलल्यावर पूर्वीच्याच अटींवर हा करार चालू ठेवणे विमानतळ प्राधिकरणाला कदाचित मंजूर होणार नाही.''

भाडेकराराच्या या कागदपत्रांच्या ढिगाऱ्यातून आम्ही वाट काढत असतानाच, सल्लागारांना कळलं की, आयटीडीसी इंडियन एअरलाईन्सशी एक करार करत आहे, हा करार इंडियन एअरलाईन्सला दोन वर्षांसाठी सुमारे ४० खोल्या भाड्याने देण्यासंबंधी होता. या खोल्यांचं भाडं योग्य त्या भाड्यापेक्षा १/३ इतकं कमी होतं. आणि हा करार कच्चा खर्डा करण्याच्या पायरीला पोचलेला होता असंही सल्लागारांना कळलं. यामुळे मूल्य आणखीच कमी होणार होतं. आता सर्वजणांना हातातली सर्व कामं बाजूला टाकून ही किंमत कमी करणारी घटना थांबवणं भागच होतं.

प्रत्येक टप्प्यावर एक 'मुद्दा'

"आम्ही दोन-दोन वास्तुरचनाकारांसाठी का पैसे द्यावे?" हे राज्यकारभार कसा चालू लागला आहे याचं एक प्रातिनिधिक उदाहरण मानता येईल. 'कोणीही' 'कोणताही' मुद्दा उपस्थित करू शकतो. आणि त्या मार्गाने एकेका वेळेला आठवड्यांमागून आठवडे किंवा महिनोनमहिने एखादी बाब लांबणीवर टाकू शकतो. किंबहुना ती व्यक्ती सरकारी निर्णयाची अंमलबजावणी संपूर्णपणे बंदच पाडू शकते असं म्हटलं तरी चालेल. प्रत्येक वळणावाकणावर आमच्या मंत्रालयाला या गोष्टीला तोंड द्यावं लागलं.

आयटीडीसीकडे ३२ मालमत्ता होत्या. कोणीही त्या सर्वच्या सर्व विकत घेणार नव्हतं. परंतु या मालमत्ता स्वतंत्रपणे विकता याव्या म्हणून त्यांचं 'विलीनीकरण' रद्द करणं आवश्यक होतं. विलीनीकरण रद्द करताना त्यामधील समभागधारकांचा तोटा होणार नाही याकडे लक्ष द्यायलाच हवं होतं. आयटीडीसीची जवळ जवळ सर्व मालकी सरकारकडेच होती. टाटांकडे १०% समभाग होते, परंतु सरकार घेईल त्या निर्णयाशी ते सहमत असतील, असं आश्वासन त्यांनी दिलेलं होतं. तरीही 'विलीनीकरण' रद्द करण्याचा प्रस्ताव समभागधारकांनी मान्य करायला हवा, असा आग्रह एका संयुक्त सचिवानं धरला. त्यानंतर 'देणेकऱ्यांचं काय?' असा प्रश्न त्यानं मांडला. व्यवस्थापनामध्ये बदल झाला तर त्यांनी आयटीडीसीला दिलेल्या कर्जाच्या परतफेडीवर परिणाम होईल असं त्यांना वाटण्याची शक्यता आहे. खरी गोष्ट अशी होती की या देणेकऱ्यांचा तोटा होणार नाही अशा प्रकाराने कसे व्यवहार करायचे हे न्यायालयाने आधीच निश्चित करून दिलेलं होतं. त्यांच्या निर्णयातला कळीचा मुद्दा हा होता की देणेकऱ्यांचे नुकसान होऊ द्यायचे नाही, परंतु एकत्रीकरण रद्द करणे किंवा दुसऱ्या एखाद्या कंपनीशी एकत्रीकरण करणे यामध्ये त्यांना नकाराधिकार मात्र दिलेला नाही. काही झाले तरी, आम्ही खरेदीखतासाठी आवश्यक असलेल्या सर्व कलमांची जुळवाजुळव करतच होतो.

"नाही." अधिकाऱ्यानं फतवा काढला, "प्रत्येक विक्रीला त्या त्या विशिष्ट हॉटेलच्या जागीच घेण्यात आलेल्या स्वतंत्र बैठकीमध्ये घेणेकऱ्यांनी मान्यता दिली पाहिजे." या फतव्यामुळे प्रत्येक सटरफटर वस्तू पुरवणाऱ्या व्यापाऱ्यालाही— आयटीडीसीने त्याचे पैसे दिले नसतील तर- प्रत्येक व्यवहारामध्ये बोलण्याचा हक्क प्राप्त झाला. कारण कंपनी कायद्यानुसार त्या बैठकीला हजर असलेल्या आणि मतदान करणार असलेल्या देणेकऱ्यांपैकी ७५% लोकांनी तो प्रस्ताव मंजूर करणं आवश्यक आहे. पण एकदा ही काळ्या दगडावरची रेघ उमटली आणि मग कोणत्याही बैठकीमध्ये काही निर्णय होणं अशक्यच होऊन बसलं. संयुक्त सचिवांनी असा आग्रहच धरला की देणेकऱ्यांची ही मंजुरी प्रत्यक्ष बैठक बोलावूनच मिळवली

गेली पाहिजे. समभागधारक आणि देणेकरी यांच्यामध्ये हा प्रस्ताव आधी फिरवून ही मंजुरी घेता येणार नाही.

ठीक आहे, बैठका तर बैठका. पण या बैठकींना बोलवायचं कोणाकोणाला? आयटीडीसीनं सांगितलं, त्यांच्याकडे त्यांच्या देणेकऱ्यांची अशी यादी तयार नाही आणि अर्थातच ती यादी तयार करायला वेळ लागेल....

शेवटी जे होणार होतं तेच झालं... काही लहानसहान देणेकरी बैठकीला हजर राहिले आणि तीन बाबींमध्ये त्यांनी विलीनीकरण रद्द करण्याचे प्रस्ताव फेटाळून लावण्यात यश मिळवलं. अखेरीस त्या कर्तुमकर्तुम शक्तींनी हे बैठका बोलावण्याचं नाटक बंद करण्याचं ठरवलं आणि न्यायालयाच्या निर्णयातून जे आपोआप निष्पन्न झालेलं होतं —अगदी सुरुवातीपासूनच जे अगदी उघड दिसत होतं तसंच करायचं ठरवलं... आयटीडीसीनं देणेकऱ्यांचा तोटा होऊ नये म्हणून एक सरसकट हमी द्यावी. परंतु हेसुद्धा पुरेसं नव्हतं. दिल्ली महानगरपालिका, भूमीविकास कचेरी, राष्ट्रीय इमारत बांधकाम निगम या सर्व सरकारी संस्थांनी आयटीडीसीची ही हमी स्वीकारण्यास स्पष्ट नकार दिला. त्यांचं म्हणणं होतं, जी संस्था आजपर्यंत अत्यंत बेमुर्वतपणे आमचे पैसे बुडवत आली आहे, तिची हमी आम्ही स्वीकारणार नाही. मग आम्ही असा निर्णय घेतला की जो यशस्वी बोलीकार असेल तो हे देणे फेडेल. आम्हाला अतिशय कडक अशा शिक्षेच्या अटीही त्यामध्ये घालाव्या लागल्या—निश्चित केलेल्या मुदतीमध्ये जर खरेदीदाराने हे देणे फेडले नाही तर सरकार खरेदीदाराने ज्या किंमतीला हे समभाग सरकारकडून विकत घेतले असतील त्या किंमतीच्या अर्ध्या किंमतीला सरकार ते समभाग परत विकत घेईल.

कोणत्याही टप्प्यावर, कोणत्याही पायरीवर, कोणीही,

या व्यवहारासाठी नेमण्यात आलेल्या कायदेशीर सल्लागारांनी विलीनीकरण रद्द करण्याचा हा प्रस्ताव तयार केला होता. त्यानंतर तो प्रस्ताव आंतरमंत्रालयीन गटाकडे मंजुरीसाठी पाठवायचा होता. मग तो कंपनी व्यवहार विभागाकडे 'त्यांच्या' मंजुरीसाठी पाठवायचा होता अणि सरतेशेवटी आयटीडीसीच्या संचालक मंडळासमोर तो मांडायचा होता.

आणि यापैकी प्रत्येक पायरीवर कोणीही यातील कोणत्याही बाबीवर प्रश्न विचारू शकत होता. मंत्रिमंडळ समितीनं ही विलीनीकरण रद्द करण्याची योजना मान्य केलेली होती. अखेर एकदाची आयटीडीसीच्या संचालक मंडळाची बैठक झाली. या संचालक मंडळानं २२ मालमत्तांचं विलीनीकरण रद्द करण्याला मान्यता दिली, परंतु ज्या चार मालमत्ता भाडेपट्ट्यानं आणि व्यवस्थापनाच्या कराराने द्यायच्या होत्या त्या मालमत्तांचं एकत्रीकरण रद्द करण्यास त्यांनी संमती दिली नाही. मंडळाचं

म्हणणं होतं की या मालमत्तांचं विलीनीकरण रद्द करणं योग्य ठरेल की नाही हे त्यांना अजून नीटसं ठरवता आलेलं नाही, आणि हे निश्चित केल्याखेरीज त्यांना या योजनेला संमती देता येणे शक्य होणार नाही. ही अवस्था होती, भारताचे पंतप्रधान ज्या समितीच्या अध्यक्षपदी आहेत त्या समितीने संमत केलेल्या एका योजनेची!

आणि प्रत्येक पावलागणिक अनेक गूढ प्रश्न उपस्थित केले जाऊ लागले. खाजगीकरण करण्याआधीचे काही आठवडे ही स्वतंत्र हॉटेलं ज्या नामधारी कंपन्यांच्या मालकीची असतील त्या कंपन्या प्रायव्हेट लिमिटेड असतील की पब्लिक लिमिटेड असतील...? या नामधारी कंपन्यांच्या नावामध्ये 'अशोक' हा शब्द का वापरता येणार नाही याची कारणं...''ही माहिती खरी आणि बरोबर आहे'' हे जाहीर करणारं एक शपथपत्र या योजनांच्या कागदपत्रांमध्ये होतं. संबंधित अधिकाऱ्यांचं म्हणणं होतं, हे शब्द 'संपूर्ण, खरी आणि बरोबर आहे' असे असायला हवेत...आणि प्रत्येक मालमत्तेचं शपथपत्र वेगळं असायला हवं, सर्व मालमत्तांचं एकत्रित असू नये.

याचा परिणाम असा झाला- विलीनीकरण रद्द करण्याची प्रक्रिया ऑक्टोबर २०००मध्ये सुरू झाली खरी, पण ती पूर्ण होण्यासाठी २००१चा शेवट यावा लागला. ही बाब भारताच्या राष्ट्रपतींच्या समोर ठेवण्यात आली, निर्गुंतवणूक समितीने तीन वेळा तिचा अभ्यास केला. २००१च्या नोव्हेंबरच्या मध्यावर निर्गुंतवणूक समितीने बंगलोर, मदुराई, बोधगया, हास्सन, मामल्लापुरम, आणि आग्रा येथील हॉटेलांसाठी आलेल्या बोली मान्य केल्या होत्या. परंतु विलीनीकरण रद्द करण्यासंबंधीच्या सूचना अजून पुऱ्या केल्या जातच होत्या त्यामुळे आम्ही हे व्यवहार पूर्ण करू शकलो नाही.

आणखी एका 'मुद्याने' आणखी सहा महिने खाल्ले. मालमत्तेचे मूल्यमापन करणाऱ्या व्यक्तींची नेमणूक. आयटीडीसीने या प्रक्रियेला सुरुवात केली जानेवारी २००१मध्ये. त्यांनी काही अटी घातल्या आणि कामाची व्याप्ती निश्चित केली. ७१ गटांकडून प्रस्ताव मागवण्यात आले. कामाची व्याप्ती दर पायरीगणिक बदलली जात आहे या आरोपामुळे संबंधित विभाग आणि सल्लागार यांच्यामध्ये वादविवाद झडू लागले. याखेरीज एक मूल्यमापक निवडण्यात आला. त्याला त्याचा मेहेनताना कमी करण्यास सांगण्यात आले. त्याने याला नकार दिला. मध्यंतरीच्या काळात दुसऱ्या एका विभागाने असा निर्णय दिला की कंपनी कायद्याच्या एका कलमान्वये कोणतीही कंपनी स्वत:च्या खाजगीकरणासाठी संबंधित अशा कोणत्याही कामासाठी पैसे खर्च करू शकत नाही. निर्गुंतवणूक मंत्रालय या मूल्यमापकाचा मेहनताना देणार असल्यामुळे त्यांनी निवडीची प्रक्रिया सुरू केली. आयटीडीसीने कळवले की त्यांनी ही प्रक्रिया आधीच पूर्ण केली आहे. ठीक आहे,

मग तुम्ही आम्हाला संबंधित फाईल पाठवू शकाल का? आम्ही विचारणा केली. ती फाईल आमच्या मंत्रिमहोदयांकडे पाठवण्यात आलेली आहे, असं उत्तर आम्हाला मिळालं. हा सगळा प्रकार आता इतका कडवट झाला होता की आधीचं सगळं काम रद्द करून पुन्हा नव्यानं सर्व कामाला सुरुवात करण्याखेरीज मला दुसरा काही पर्यायच नव्हता. २००१च्या जूनच्या अखेरीस एकदाचा मूल्यमापक नेमला गेला.

इतर काही सल्लागारांच्या- म्हणजे वकील,सनदी लेखापाल इत्यादींच्या नेमणुकीसंबंधातही हेच मुद्दे — त्यांचा मेहनताना कोणी द्यायचा? मर्यादित निविदा काढून त्यांची नेमणूक करता येते का? — उपस्थित केले गेले आणि निर्णयांना विलंब होत राहिला. त्यांची नेमणूक करण्याची प्रक्रिया १ ऑगस्ट २०००ला सुरू झाली आणि जानेवारी २००१संपेपर्यंत पूर्ण होऊ शकली नाही.

आयटीडीसीच्या अधिकाऱ्यांनी आता एक नवाच मुद्दा उकरून काढला. 'या हॉटेलांना तोटा होतो आहे,' त्यांनी सुरुवात केली, "हा तोटा आयटीडीसीच्या इतर विभागांनी भरून काढला आहे, म्हणून या हॉटेलांचे खाजगीकरण करण्याआधी निर्गुंतवणूक मंत्रालयाने या विभागांना त्यांनी खर्च केलेला हा पैसा परत करावा." प्रत्येक हॉटेलचे स्वतंत्र हिशेब पाठवण्यात आले. नोव्हेंबर २०००ते मार्च २००१- ७.५५कोटी रुपये; एप्रिल २००१ते सप्टेंबर २००१- १०.५२ कोटी रुपये. लवकरच एक स्मरण पत्रही पाठवण्यात आलं. आणि प्रत्येक पत्राबरोबर लेखनाचा सूर अधिकाधिक भांडखोर होत गेला.

हे सर्व चालू असतानाच, भूविकास कचेरीनं आपला अडथळा मध्ये सरकवला. गेली अनेक दशकं अधिकाऱ्यांनी या हॉटेलांची नीट तपासणी केली नव्हती, ते अधिकारी आता अचानकपणे सर्व हॉटेलांमध्ये जाऊन आले, आणि अर्थातच त्यांना अनेक त्रुटी आणि बेकायदेशीर बाबी आढळल्याच. त्यांनी आम्हाला असं कळवूनही टाकलं की, ते या सर्व बेकायदेशीर बांधकामं, गैरवापराच्या बाबी आणि इतर सर्व बेकायदेशीर गोष्टी यांची एक यादी आम्हाला पाठवून एक 'कारणे दाखवा' सूचनाही पाठवणार आहेत. या साऱ्याचा मूल्यमापनावर काय परिणाम झाला असता याची कल्पना करणं काही फार अवघड नाही. अशा याद्या आणि 'कारणे दाखवा' सूचना ताबडतोब डाटा रूममध्ये जमा करण्यात आल्या असत्या आणि बोलीकारांना पळवून लावण्यामध्ये त्यांचा मोठाच सहभाग ठरला असता.

हे सर्व बाजूला ठेवलं तरी सर्वच गोष्टींवर एक भीतीदायक अशी टांगती तलवार होती. महामंडळ आणि ही सर्व हॉटेलं त्यांची अपरिहार्य अशी देणीसुद्धा देता आली नव्हती. निवृत्ती कोशामध्ये पैसे जमा केले गेले नव्हते. मिळकत कर भरले गेले नव्हते. भाडेपट्टे दिले गेले नव्हते, वीजबिले दिलेली नव्हती, पाणीपट्टी थकलेली होती. या सर्व संविधीत देण्यांची अंदाजे रक्कम होत होती- ९०कोटी

रुपये. साहजिकच, ही देणी किती आहेत हे निश्चित होईपर्यंत आणि ही देणी फेडण्याची संपूर्ण जबाबदारी कोणाची आहे हे नक्की ठरेपर्यंत बोलीकार पुढची बोलणी करायला तयार होणार नाहीत हे उघडच होतं. ही जबाबदारी आधीच्या संचालकांची आहे की नव्या मालकांची आणि खाजगीकरणानंतर ही जबाबदारी कोणाची असणार आहे, ही गोष्ट त्यांच्या दृष्टीनं फारच महत्त्वाची होती. परंतु यासाठी आवश्यक ती चर्चा-घासाघीस म्हणणं जास्त योग्य ठरेल- अनेक विभागांबरोबर घडणं- कायदा विभाग, कंपनी संबंधित बाबी विभाग, कामगार मंत्रालय यांपासून ते आग्रा शहर छावणी मंडळ, मदुराईची महानगरपालिका येथपर्यंत- कठीणच होतं.

एक 'वाद' सोडवणं

प्रत्येक प्राधिकरणाला दुसऱ्या प्राधिकरणाच्या गुंत्यांमध्ये अडकलेल्या स्वत:च्या गुंत्यांमधून मार्ग काढायचा होता. कोवालम येथील अशोक बीच रिसॉर्टची जमीन सहा पायऱ्यांनी हस्तांतरित करण्यात आलेली होती. गेल्या ३० वर्षांच्या काळात आयटीडीसीने सल्लागारांना जे आकडे उपलब्ध करून दिले होते त्याप्रमाणे एकूण जमीन ७८.६१ एकर असायला हवी होती. परंतु हॉटेलने दिलेल्या आकड्यांप्रमाणे ही जमीन फक्त ६४.५ एकर एवढीच होती. ही एकच चूक सुधारण्यासाठी आयटीडीसी, पर्यटन मंत्रालय, पर्यटन विभाग, केरळ राज्य सरकार, विभाग आयुक्त, विझिंजम या खेड्याचा मुख्य अधिकारी एवढ्या लोकांचा सहभाग आवश्यक होता. एक अगदी साधं पत्राचं उदाहरण परिस्थितीची पूर्ण कल्पना येण्यासाठी पुरेसं होईल– परिस्थिती काय होती, कशी होती आणि एवढी एक लहानशी चूक सुधारण्यासाठी काय काय करावं लागणार होतं ते या एका पत्रावरून कळून येईल. कोवालमच्या अशोक बीच रिसॉर्टच्या महाव्यवस्थापकांनी हे पत्र २२ एप्रिल २००२ला लिहिलेलं आहे.

"या पत्रासोबत विझिंजमच्या प्रमुख अधिकाऱ्याचे पत्र जोडत आहे, जे स्व-स्पष्टीकरणात्मक आहे (शब्दश:). ठंडापेरूच्या नोंदीप्रमाणे आमच्या ताब्यामध्ये २५ हेक्टर ७८आर (शब्दश:) आणि ४० चौरस मीटर एवढी जागा आहे. यथायोग्य मूल्यमापनाच्या वेळी बहुतेक सर्व बोलीकारांना अतिक्रमण झालेली जागा आणि प्रतिकूल कब्जामधील जागा यांखेरीज उरलेल्या जमिनीचा स्पष्ट कब्जेदाखला हवा होता.

मी जिल्हा आयुक्तांशी यासंबंधी बोललो. पर्यटन सचिव श्री. टी. बालकृष्णन, आयएएस, यांनी आयुक्त, तहसीलदार इत्यादींची एक बैठक घेतली. श्री अमिताभ कांत आयएएस, संयुक्त सचिव यांनीही दिल्लीहून या बाबीचा पाठपुरावा केला आणि ही विशिष्ट बाब लवकरात लवकर मार्गी लावण्यास श्री. बालकृष्णन यांना

सांगितले. या बैठकीमध्ये, या विषयाची चर्चा करण्यात आली आणि असा निर्णय घेण्यात आला की वादातील जमिनीचा भाग बाजूला ठेवून आपल्याकडे असलेल्या उर्वरित जमिनीचा कब्जेदाखला देण्यात यावा. मुळात वाद आहे तो दोन क्षेत्रांमध्ये.

१. के टी डी सी.

२ उदय समुद्र

"राजवाडा आणि त्याच्या आजूबाजूची जमीन यापुरते बोलायचे तर ही जागा राज्य सरकारने आयटीडीसीला दिल्याचे किंवा किंमत चुकती केली गेल्याची काही नोंद सापडत नाही. ही नोंद राज्यसरकारच्या दप्तरीही सापडत नाही. ही जमीन संपादित केली गेलेली नाही आणि ही विशिष्ट जागा केरळ सरकारच्या मालकीची होती आणि आयटीडीसीकडे ती केव्हातरी हस्तांतरित केली गेली आहे. या हस्तांतरणाची नोंद आम्हाला सापडली नाही, त्याचप्रमाणे ती केरळ सरकारलाही सापडलेली नाही (शब्दश:) परंतु नोंदीमध्ये फेरफार केला गेलेला आहे आणि आता राजवाडा आणि त्याच्या आजूबाजूची जागा ही आपल्या मालकीची आहे. संपूर्ण ताबा नसतानाही संपूर्ण जमिनीवरील करही भरले गेलेले आहेत.

"हस्तांतरण कशा पद्धतीने झाले याची केरळ सरकारलाही नीट कल्पना नसल्याने त्यांनीही ही जमीन वादविषय मानली आहे. त्यामुळे, प्रतिकूल कब्जातील जागेचा पूर्ण हिशोब करून १६ हेक्टर ४७ आर (शब्दश:) ९५ चौरस मीटर एवढी जागा स्पष्ट कब्जा म्हणून मानली जाणार आहे. आणि उर्वरित ९ हेक्टर ३० आर (शब्दश:) ४५चौरस मीटर एवढी जमीन प्रतिकूल कब्जा म्हणून देण्यात आलेली आहे.

"सादर करण्यात आले—"

जमिनीचा गुंता सोडवणं ही तर नुसती सुरुवातच होती. आयटीडीसी आणि केरळ सरकार पर्यटन विकास महामंडळाचा ५.८० एकर जागेवरून एक वाद फार वर्षं चाललेला होता. आणि या जागेच्या मधोमध बांधण्यात आलेल्या एका इमारतीसंबंधीचा वाद तर त्याहूनही प्राचीन होता. हॅल्सिअन कासल. अखेरीस आयटीडीसीनं एक 'जशास तसे' न्यायाचा उपाय सुचवला. आयटीडीसी उत्तरेकडच्या कोपऱ्यातील जमिनीचा वादविषय असलेला भाग देऊन टाकेल. याच्या बदल्यात राज्यसरकारने आपला कासलवरील हक्क सोडून द्यावा. राज्य पर्यटन विभागाने याला मान्यता दिली. पण त्यांनी पुढे सांगितलं, ही जागेच्या हस्तांतरणाची एक महत्त्वाची बाब असल्याने ही बाब राज्य सरकारच्या मंत्रिमंडळाकडे विचारार्थ पाठवावी लागेल......

मालमत्तेशी संबंधित गुंतागुंती

अशा अडचणी पार केल्या म्हणजे आम्ही आता पुढे जायला मोकळे झालो

होतो असं मात्र अजिबात नाही. आम्ही फक्त पुढच्या अडचणींशी पोहोचलो होतो, एवढाच त्याचा अर्थ. प्रत्येक मालमत्तेच्या स्वत:च्या अशा खास अडचणी होत्या. प्रत्येक मालमत्ता ज्या न्यायालयीन खटल्यामध्ये गुंतलेली असेल त्याबद्दल बोलीकाराला माहिती होणं आवश्यकच होतं. परंतु अशी कोणतीही एकत्रित यादीही तयार नव्हती. मग न्यायालयाचा निर्णय हॉटेलच्या विरुद्ध लागला तर किती मोठा आर्थिक बोजा तयार होण्याची शक्यता आहे, याचा विचार करून ठेवण्याचा प्रश्नच नव्हता.

अगदी मूलभूत माहितीही नीटपणे तुलनात्मक रीतीनं जुळवून घेणं— म्हणजे न्यायालयासमोर असलेले खटले आणि त्यांचा कळीचा मुद्दा काय आहे एवढ्या कामासाठीही खूप वेळ लागला. असं लक्षात आलं की, एकूण हॉटेलांवर ३३९ खटले भरण्यात आलेले होते. यांपैकी बऱ्याचशा खटल्यांमध्ये राज्य सरकारच्याच इतर विभागांचाच सहभाग होता- राज्य वीज मंडळ- बिले न देणे, चुकीची बिले झाल्याच्या तक्रारी वगैरे; इतर काहींमध्ये स्थानिक नगरपालिका आणि परिमंडळ अधिकारी यांच्याशी मालमत्ता कर, अनधिकृत बांधकामे अशा बाबींमध्ये मतभेद होते, तर इतर काहींमध्ये करविभागाशी भांडणं होती. हॉटेलच्या कर्मचाऱ्यांनी हॉटेलविरुद्ध खटले दाखल केल्याच्या तर असंख्य बाबी होत्या. अन्यायाने नोकरीवरून कमी केल्याबद्दल, वरिष्ठता डावलली गेल्याबद्दल, कर्मचाऱ्यांनी दाखवून दिलेले मुद्दे अमान्य करून त्यांना बढती नाकारण्याबद्दल, तर हॉटेल व्यवस्थापनाने कर्मचाऱ्यांवर भरलेले खटलेही काही कमी नव्हते—गैरहजर राहणे, पाहुण्यांशी असभ्य वर्तन करणे, चोरी, दारू पिऊन येणे, निष्काळजीपणाची वागणूक, वेळ न पाळणे, पाहुणे, पुरवठादार, ठेकेदार यांना भरपाई होणे शक्य नसलेली उधारी देणे, असे ते खटले होते. पुरवठाकार, सहलीआयोजक व ठेकेदारांवरही भरले गेलेले काही खटले होते-न भरली गेलेली बिले, उपाहारगृहे भाड्याने घेणे, प्रवासी काउंटर आणि इतर सुविधांसंबंधीचे हे खटले होते. त्याच प्रमाणे आयटीडीसीने काही बाबी लवादाकडे सोपवण्याचे कबूल करून मग, लवादांनी दिलेल्या निर्णयाविरुद्ध खटले भरलेले होते, कामगार न्यायालयाच्या निर्णयांविरुद्ध अपीले केलेली होती, स्थानिक समाजांविरुद्ध केलेले खटले होते- दफन आणि दहन भूमी, हॉटेलच्या जागेवर अनधिकृतरीत्या बांधण्यात आलेल्या इमारती......

हे खटले उच्च न्यायालयामध्ये होते, स्थानिक न्यायालयांमध्ये होते, कामगार न्यायालयांमध्ये होते आणि लवादाकडे सोपवलेलेही होते. ही सर्व माहिती एकत्रित करणे एवढीच अडचण नव्हती. समस्या होती ती ही की कायदा विभागाला एखादा विशिष्ट खटला त्यावेळी कोणत्या टप्प्यावर आहे याची माहिती नव्हती.

परंतु माहिती गोळा करणं आणि ती नीट जुळवून घेणं ही तर फक्त पहिली पायरी होती. लवकरच असं लक्षात येऊन चुकलं की जो कोणी बोलीकार बोली

जिंकेल त्याला या न्यायप्रविष्ट बाबींच्या गुंताड्यामध्ये अनिश्चित काळपर्यंत आणि तेवढ्याच अनिश्चित रकमेच्या बोजाखाली राहावे लागणार आहे. उदाहरणच घ्यायचं तर ममल्लापुरमच्या हॉटेल बे टेंपलचं घेता येईल.

हे हॉटेल स्थानिक कोळ्यांशी भांडण्यात अडकलेलं होतं. या लोकांनी एकूण २.३६ एकर एवढ्या जागेमध्ये तीन स्मशान भूमी आणि दफनभूमी तयार केलेल्या होत्या. शिवाय हॉटेलच्या मालकीच्या जागेवर त्यांनी आपली घरंही बांधलेली होती. चेंगलपट्टूच्या उपआयुक्तांनी या स्मशानभूमी आणि दफनभूमीच्या भोवती भिंत बांधून काढण्याची परवानगी आयटीडीसीला देणारा हुकूम १९९८ मध्ये काढला होता, हे अगदी खरं, परंतु स्थानिक लोकांनी ही भिंत बांधूच दिली नव्हती. उपआयुक्तांचा हुकूमही सशर्तच होता. हा हुकूम असा होता- आयटीडीसीने स्मशानभूमी आणि दफनभूमीला आडोसा करणारी ही भिंत बांधावी, परंतु या गावातील कोणत्याही धर्माच्या लोकांनी आयटीडीसीच्या प्रस्तावित नव्या स्मशान- आणि दफनभूमीला विरोध केला तर आयटीडीसीला कोणतीही तक्रार न करता यापैकी प्रत्येक एक भूमी पूर्वेकडील जागेवर परत न्याव्या लागतील. विचारणा केल्यावर प्रत्यक्ष जागेवरील व्यवस्थापनानं सांगितलं की नव्या स्मशान आणि दफनभूमीच्या प्रस्तावित जागा अजून हस्तांतरित केल्या गेलेल्या नाहीत, आणि आमच्या पाहुण्यांच्या कुटिरांसमोरून मृत शरीरे जाळण्यासाठी किंवा पुरण्यासाठी आणण्याची प्रथा बंद करण्यास स्थानिक लोकांनी नकार दिला आहे. या सगळ्याचं खापर आयटीडीसीनं महसूलखात्याच्या माथी फोडलं होतं. त्यांचं म्हणणं असं होतं की या कोळ्यांची समजूत पटवणं महसूल खात्याला जमलं नाही. यावर संबंधित अधिकाऱ्यांचं असं उत्तर होतं की आम्ही कोळ्यांची समजूत पटवू शकलो नाही कारण आयटीडीसीने जे लेखी वचन द्यायचे होते तेच दिले नव्हते. यावर कडी म्हणजे आम्हाला असं दिसून आलं की नव्याने बांधण्यात आलेला सभाकक्ष, स्वयंपाकगृह, १२ खोल्यांचा एक नवा विभाग आणि ७ दुहेरी खोल्यांचा आणखी एक नवा संच इतक्या नव्याने बांधण्यात आलेल्या सर्व इमारती या 'सर्वाधिक भरतीच्या रेषेपासून २०० मीटर अंतरावर' या भागामध्ये मोडत होत्या. आणि यासंबंधात आयटीडीसीला ममल्लापुरम नवे शहर विकास प्राधिकरणाकडून सूचनाही देण्यात आलेल्या होत्या.

हॉटेलच्या जागेपासून २ किलोमीटर अंतरावर , आयटीडीसी एक उपाहारगृह चालवत होते. हे उपाहारगृह ४.५ एकर एवढ्या जागेवर पसरलेले होते. परंतु या जागेचा मालक कोण आहे, हे नक्की नव्हते. सल्लागारांना प्रथम आयटीडीसीला हे पटवावं लागलं की, त्यांनी मूळ मालकाचा तपास करावा. आणि त्यांच्याकडून एक हस्तांतरण पत्र तयार करून घ्यावं... खरं तर, तपासणीमध्ये असं दिसून आलं होतं की या हॉटेलच्या मालकीची आणखी ७.०५एकर एवढी जागा आहे. या जागेचे

हस्तांतरण कागदपत्रही उपलब्ध नाहीत. या बाबतीमध्येही आयटीडीसीला प्रथम मूळ मालक कोण आहे हे निश्चित करावयाचं होतं आणि मग हे हस्तांतरण कागदपत्र तयार करायचे होते.

खजुराहोचं हॉटेल ज्या जमिनीवर उभारण्यात आलेलं होतं, त्या जागेचं खरेदीखत नोंदणीकृत करण्यात आलेलं नव्हतं. अंतर्गत पत्रव्यवहारावरून असं उघडकीला आलं की स्थानिक भूमीनोंदींमध्ये अजून मूळ मालकाचंच नाव 'मालक' म्हणून नोंदलेलं आहे— महाराजा भवानी सिंग. यात भर म्हणून हीही गोष्ट उघडकीला आली की हॉटेलच्या १६ खोल्या, स्वयंपाकगृहप्रमुखाचं निवासस्थान आणि जलतरणतलावाचा काही भाग ज्या जमिनीवर उभारण्यात आलेला होता त्या जमिनीसंबंधी काही खटला चालू आहे. एका खाजगी व्यक्तीचं असं म्हणणं होतं की, ही जागा त्याच्या मालकीची असून आयटीडीसीनं ती बेकायदेशीररीत्या बळकावली आहे. अतिरिक्त आयुक्तांनी आयटीडीसीच्या विरुद्ध निर्णय दिलेला होता. आणि याउलट ती खाजगी व्यक्ती आयटीडीसीच्या मालकीच्या जागेमध्ये उत्तरेकडच्या भागामध्ये अनधिकृतरीत्या घुसलेली होती...

उदयपूर येथील लक्ष्मी विलास पॅलेस हॉटेलने हिंदुस्तान झिंक लि. या कंपनीला ७.७८ एकर एवढी जागा ९९ वर्षांच्या भाडेपट्ट्याने दिली होती- भाडं होतं दरसाल सुमारे १ लाख रुपये. एचझेडएलने आपल्या कर्मचाऱ्यांसाठी या जमिनीवर घरं बांधली होती. आणि याबदल्यात एचझेडएलने स्वखर्चाने १२ खोल्या बांधून दरसाल २५,०००रुपये प्रमाणे भाड्याने आयटीडीसीला दिल्या होत्या. साटंलोट्याचं याहून चांगलं उदाहरण सापडेल?

मुक्काम कलकत्ता. आयटीडीसी आणि भारतीय विमानतळ प्राधिकरण यांच्यामध्ये गेली 'तीस वर्षं' एक झगडा चालू आहे. हे भांडण होतं भाडं आकारण्यावरून झालेलं. आता तो वाद कायदामंत्रालयाकडे पडून होता. असाच आणखी एक वाद गेली 'बावीस वर्षं' आयटीडीसी आणि विमानतळ प्राधिकरण यांच्यामध्ये पेटलेला आहे. विमानतळावर आयटीडीसी चालवत असलेल्या उपाहारगृहाचे भाडे आकारण्यावरून हा वाद चालू आहे. आता हा वाद आंतर्देशीय विमानवाहतूक मंत्रालयाचे संयुक्त सचिव आणि आर्थिक सल्लागार यांच्याकडे लवादाच्या मध्यस्थीकरता गेलेला आहे. या वादांमुळे हॉटेल किंवा उपाहारगृह यांपैकी कोणाचेच भाडेपट्टे किंवा परवाना संमतीपत्रे सह्या करून झालेली नाहीत.

औरंगाबादमधल्या हॉटेलच्या बाबतीत मात्र आम्ही प्रगती करू शकलो नाही याचं एक आणखीच वेगळं कारण होतं. १९८० मध्ये आयटीडीसीनं दक्षिण रेल्वेकडून जमीन विकत घेतलेली होती. आणि ९.९४ लाख रुपये रेल्वेला दिलेले होते, एवढं सिद्ध झालेलं होतं. परंतु ही रक्कम 'किती' जमिनीसाठी देण्यात आलेली

आहे याबद्दलचा वाद पुढची 'एकवीस वर्षं' चालू राहिलेला होता. आयटीडीसीचं म्हणणं होतं की त्यांनी ही रक्कम २४.७२ एकर जमिनीसाठी दिलेली आहे तर रेल्वेचं म्हणणं होतं की ही रक्कम फक्त १२.४४ एकरांसाठी दिलेली आहे. आयटीडीसीने रेल्वेला न्यायालयात खेचलं होतं. सुरुवातीला रेल्वेचं म्हणणं होतं की आयटीडीसीने आणखी ४.१३ कोटी रुपये जास्तीच्या जमिनीची किंमत म्हणून रेल्वेला दिले पाहिजेत. परंतु लवकरच त्यांनी ही रक्कम वाढवली आणि आता ५.९४ कोटी रुपयांची मागणी केली. प्रदीप बैजल या निर्गुंतवणूक विभागाच्या सचिवांनी न्यायालयाबाहेर तडजोड करण्यासाठी एक सूत्र तयार केलं– दोन निविदा मागवायच्या- एक १२.४४ एकरांसाठी आणि दुसरी संपूर्ण जमिनीसाठी, जर सरकारने अखेरीस १२.४४ एकरांसाठीची निविदा मान्य केली तर रेल्वेला १ कोटी रुपये मिळतील, आणि जर संपूर्ण जमिनीची निविदा स्वीकारण्यात आली तर रेल्वेला सगळी वाढीव रक्कम मिळेल. परंतु शेवटच्या घटकेला आणखी एक अडचण उपटली. आर्थिक निविदा भरण्याच्या शेवटच्या तारखेला फक्त ३ आठवडे बाकी असताना 'द इकॉनॉमिक टाईम्स'मध्ये एक जाहिरात दिली गेली. एका महिलेचं म्हणणं होतं की ही सर्व मालमत्ता तिला वंशपरंपरेनं मिळालेल्या मालमत्तेचा एक भाग आहे...

दिल्लीमधलं लोधी हॉटेल ज्या जमिनीवर उभं आहे—आणि तसं ते गेली 'सदतीस वर्षं' उभं आहे- त्या जागेच्या मालकीबद्दल पर्यटन मंत्रालय आणि नागरी भूविकास मंत्रालयाचा भूविकास विभाग यांच्यामध्ये दीर्घकाळ आणि जोमदार अशी एक लढाई चालू होती. पर्यटन मंत्रालयाचं ठाम म्हणणं होतं- नागरी विकास मंत्रालयाच्या भूविकास विभागानं ही जागा पर्यटन विभागाला देऊन टाकलेली होती. तर भूविकास विभागाचं म्हणणं होतं, भारताच्या राष्ट्रपतींच्यातर्फे या जागेची मालकी नागरी विकास मंत्रालयाकडेच सोपवण्यात आलेली आहे. शास्त्रं बाहेर काढण्यात आली- दोन्ही बाजूंकडून—एकाचं म्हणणं होतं, नागरी विकास मंत्रालयाचे उप सचिव यांनी ही जमीन खरेदीच्या किंमतीने पर्यटन मंत्रालयाला वापरण्यासाठी दिलेली आहे. तर दुसऱ्या बाजूचं म्हणणं होतं, त्यांनी भरपूर किंमत मोजून ही जमीन खरेदी केलेली आहे. जवळजवळ सर्वच मालमत्तांवर अनधिकृत बांधकामे करण्यात आलेली होती. ती नियमात बसवण्यातही आलेली नव्हती. स्थानिक अधिकाऱ्यांनी हे गैरव्यवहार सुधारून घेण्यास उदारपणे परवानगी दिली आणि त्यांनी 'कारणे दाखवा' नोटिसा पाठवण्यास सुरुवात केली होती ते थांबवलं असतं तरी किती रक्कम भरावी लागणार होती याची कल्पना कोणीही सहज करू शकेल...

आणि ही फक्त एका उद्योगासंबंधीची गोष्ट झाली....

समस्या– तेवढ्याच वैताग आणणाऱ्या..तेवढ्याच मूर्खपणाच्या...ज्या मुख्य कामासाठी हा उद्योग सुरू करण्यात आला आहे त्या कारणाशी कसलाही संबंध नसलेल्या समस्या अगदी प्रत्येक व्यवहारामध्ये पावलोपावली सामोऱ्या येत राहिल्या.

खरं पाहिलं तर, ही हॉटेलं म्हणजे बऱ्याच अंशी झटपट पूर्ण करता येऊ शकतील असे व्यवहार होते.

जेसप आणि कंपनी हा उद्योग १९७०च्या सुरुवातीला आजारी झाला. त्या काळातल्या भ्रामक समजुतींप्रमाणे तो पुरता नष्ट होऊ नये म्हणून, १९७३ मध्ये ह्या कंपनीचं राष्ट्रीयीकरण करण्यात आलं. तिचा तोटा वाढतच गेला. एका पाठोपाठ एक अशी मदत दिली जात होती. २००२ च्या जानेवारीपर्यंत या कंपनीला देण्यात आलेल्या मदतीचा आकडा झाला होता- ४६६ कोटी रुपये. परंतु तिचा तोटा मात्र वाढतच राहिला. तिची निव्वळ किंमत शून्याच्याही खूपच खाली उतरली. १९९५मध्ये या कंपनीची बाब औद्योगिक अर्थव्यवस्था आणि पुनर्बांधणी केंद्राकडे (बीआयएफआर) सोपवण्यात आली होती. या कंपनीला पुन्हा स्वत:च्या पायावर उभं करण्यासाठी केंद्र एकामागून एका नव्या योजनेचा विचार करत होतं. त्याच काळात कंपनीची निव्वळ किंमत 'उणे २९० कोटी रुपये' एवढी झाली होती. तिचा एकत्रित तोटा '३७२कोटी रुपये' एवढा वाढलेला होता. केंद्राचा विचारविनिमय चालूच होता.

हा उद्योग एका खाजगी व्यवसायाकडे सोपवण्याची घोषणा सरकारनं केली.- तारीख होती ३० जानेवारी १९९७.

बीआयएफआरने पुनर्बांधणीची एक नवी योजना मंजूर केली- तारीख होती मे १९९८.

दोन वर्षांच्या अथक प्रयत्नांनंतरही कोणी भागीदार मिळेना तेव्हा अवजड उद्योग मंत्रालयानं ही बाब निर्गुंतवणूक मंत्रालयाकडे सुपूर्द केली.—फेब्रुवारी २०००.

बीआयएफआरने एसबीआय कॅप्सला व्यवहार पाहणारी एजन्सी नेमलं. या कंपनीचं रूपांतर 'जॉइंट वेंचर'मध्ये करण्यासाठी योग्य अशा भागीदारांची यादी बनवण्याची योजना नक्की करण्याचं काम या एजन्सीला दिलेलं होतं.

२०००च्या ऑगस्टमध्ये बीआयएफआरनं निर्गुंतवणुकीचे सगळे प्रयत्न कोलमडूनच पडतील असा एक आदेश काढला.

व्यवहार पाहणाऱ्या एजन्सीनं सप्टेंबर २०००मध्ये एक जाहिरात देऊन या जॉइंट वेंचरमध्ये सहभागी होऊन ही कंपनी चालवू इच्छिणाऱ्या खाजगी उद्योगांना निमंत्रण दिलं. त्या जाहिरातीला एकही उत्तर आलं नाही.

बीआयएफआरच्या आदेशाविरुद्ध सरकारनं औद्योगिक अर्थव्यवस्था आणि पुनर्बांधणी बाबीसाठीच्या अपील ॲथॉरिटीकडे एक अपील दाखल केलं. —नोव्हेंबर २०००.

या प्राधिकरणाने जानेवारी २००१पर्यंत याचा विचार करण्यात वेळ घेतला. आणि असा निर्णय दिला की या कंपनीचे पुनरुज्जीवन करण्याचा एक प्रयत्न म्हणून बीआयएफआरकडे एखादी निर्गुंतवणुकीची योजना सरकारने सादर करण्यात काहीच अडचण नाही.

त्यानंतरच निर्गुंतवणुकीची प्रक्रिया सुरू होऊ शकली—फेब्रुवारी २००१.

नेमून दिलेल्या कार्यपद्धतीनुसार काम केल्यावर, निविदा मागवणे आणि त्या निर्गुंतवणूक मंत्रालय समितीने अखेरीस स्वीकृत करणे या घटनेसाठी २७ फेब्रुवारी २००२ हा दिवस उजाडावा लागला.

इतर काही बाबींमध्ये, कहाणी इथेच संपली असती. परंतु ही तर बीआयएफआरची बाब होती, त्यामुळे करता येण्यासारखं एवढंच होतं की, पंतप्रधानांच्या अध्यक्षतेखाली काम करणाऱ्या मंत्रीसमितीने स्वीकृत केलेली योजना बीआयएफआरकडे —एका फिरत्या सनदी अधिकाऱ्याच्या अध्यक्षतेखाली काम करणाऱ्या एका विभागाकडे स्वीकृतीसाठी पाठवणं भागच होतं.

त्यानंतर बीआयएफआरनं ती योजना या विशिष्ट बाबीसाठी नेमलेल्या व्यवहार पाहणाऱ्या एजन्सीकडे पाठवली. म्हणजेच भारतीय स्टेट बँकेच्या एका दुय्यम अंगभूत कंपनीचे कोणीही सामान्य कर्मचारी प्रत्यक्ष भारत सरकारच्या मंत्र्यांनी स्वीकृत केलेल्या योजनेवर विचार करण्यासाठी बसणार होते.

व्यवहार पाहणाऱ्या एजन्सीला त्यांची पहिली बैठक बोलावण्यासाठी महिनाभर वेळच झाला नाही.

दोन महिन्यांनंतर, बीआयएफआरने निर्णय घेतला की निविदा मागवण्यात आणि स्वीकृत करण्यात व्यवहार पाहणाऱ्या एजन्सीने खरोखरच पारदर्शकता सांभाळलेली आहे.

अजूनही बीआयएफआरने कोणताही आदेश काढलेला नव्हता आणि दोन अडीच महिने उलटून गेलेले होते म्हणून आमच्या मंत्रालयाने बीआयएफआरला त्यांचा निर्णय कळवण्याची विनंती करणारे एक पत्र लिहिलं.

व्यवहार पाहणाऱ्या एजन्सीने आता आणखी एक बैठक बोलावली.

अखेरीस मंत्रिमंडळाने निविदा स्वीकृत केल्यानंतर 'चार महिन्यांनी' व्यवहार पाहणाऱ्या एजन्सीने आपला अहवाल बीआयएफआरकडे दिला. वरवर पाहता, त्यांनी दिलेल्या अहवालामध्ये एजन्सीने तयार केलेली एक योजना सुचवलेली होती. परंतु खरं पाहता मंत्रिमंडळानं स्वीकृत केलेली योजनाच नव्याने लिहून काढून सादर

करण्यात आलेली होती. फक्त या 'नव्याने लिहून काढण्यामध्ये 'चार महिने फुकट गेले होते.

व्यवहार पाहणाऱ्या एजन्सीने दिलेली योजना सगळीकडे प्रसृत करून इच्छुक भागीदारांना या योजनेवरील आक्षेप किंवा मते प्रदर्शित करण्यासाठी आणखी ३ आठवड्यांचा वेळ द्यायचा असं बीआयएफआरनं ठरवलं.

ही सुनावणी जेव्हा घेण्यात आली—या वेळेपर्यंत मंत्रिमंडळाने निविदा स्वीकृत केल्याला ५ महिने उलटून गेलेले होते. तेव्हा बीआयएफआरने पश्चिम बंगाल सरकारला त्यांनी मांडलेल्या बँक हमीबद्दलची त्यांची मते मांडण्यासाठी पाचारण केलं. ही कल्पना अशी होती- राज्य सरकारनं जेसपला त्यांचे विक्रीकराचे देणे फेडण्यासाठी जी रक्कम दिली होती ती कर्जाऊ रक्कम बोलीकार फेडेल याबद्दल बोलीकारानं बँकेची हमी द्यायची होती.

परंतु यावेळेपर्यंत कंपनीच्या कर्मचारी संघटनेनं कलकत्ता उच्च न्यायालयामध्ये जेसपच्या निर्गुंतवणुकीविरुद्ध एक याचिका दाखल केली होती.

न्यायालयानं एक अंतरिम आदेश काढला : सरकारनं सादर केलेल्या, एक महत्त्वाचा भागीदार घेण्यासंबंधीच्या योजनेबद्दलची कार्यवाही बीआयएफआरने सुरू करण्यास हरकत नाही, परंतु बीआयएफआरचे आदेश मिळाले तरी न्यायालयाच्या परवानगीखेरीज सरकारने त्या आदेशांनुसार कार्यवाही करता कामा नये.

सुनावणीच्या तारखेमागून तारखा पडतच राहिल्या.

जेसप अर्थातच रक्तबंबाळ होतच राहिलं.

जुलै २००२पर्यंत जेसपविरुध्दची ही याचिका म्हणजे निर्गुंतवणुकीविरुद्धच्या ३१ याचिकांपैकी एक होती. थेट सर्वोच्च न्यायालयापर्यंत या याचिका जाऊन पोहोचलेल्या होत्या. यांपैकी प्रत्येक याचिकेसाठी अनेक व्यक्तींचा आणि एजन्सींचा वेळ आणि मदत लागणार होती. महा न्यायप्रतिनिधी; सॉलिसिटर जनरल पासून ते सामान्य वकिलापर्यंत. कायदा, कंपनी बाबी, प्रशासनिक प्राधिकरण यांच्यापासून ते त्या विशिष्ट उद्योगाच्या व्यवस्थापनापर्यंत.

यावरून घ्यायचे धडे

१. आम्हाला ज्या गुंत्यामधून मार्ग काढावा लागला— ज्याची थोडीशी चुणूक मी वर दाखवली आहे— तो गुंता फक्त निर्गुंतवणुकीपुरता मर्यादित नाही. उलट, निर्गुंतवणूक हे फक्त एक स्फटिक आहे ज्यामधून आपल्याला सरकारची आणि सर्वसाधारणपणे शासनाची आजची अवस्था काय आहे याचा एक पैलू पाहायला मिळतो.
२. याच चालीने जात राहिलो तर जगाबरोबर पावलाला पाऊल मिळवून

चालण्याची शक्यता संभवतच नाही.

३. 'दुसऱ्या पिढीच्या सुधारणा'चा एक भाग म्हणून सर्वांत निकडीची सुधारणा कोणती असेल तर ती म्हणजे कार्यपद्धतीमधील सुधारणा आणि यामध्ये कार्यकारी मंडळाची निर्णय प्रक्रिया, न्यायालये कोणते खटले दाखल करून घेतील आणि किती झटपट त्यांचे निर्णय देतील. आणि प्रस्तावांचे रूपांतर कायद्यामध्ये होण्याआधी त्यांना ज्या चक्रामधून जावे लागते ते चकवे या सर्व गोष्टींचा अंतर्भाव कार्यपद्धतीमधील सुधारणांमध्ये होणे आवश्यक आहे.

४. प्रशासनामधील निर्णयप्रक्रियेचा वेग वाढवण्यासाठी आपल्याला याआधी हा वेग वाढवण्यासाठी केल्या गेलेल्या प्रयत्नांचं काय झालं ते तपासावं लागेल. आयात आणि औद्योगिक परवाने झटपट देता यावेत म्हणून किती समित्या स्थापन केल्या गेल्या होत्या हे लक्षात आहे ना? 'एक खिडकी योजना' आठवतेय? औद्योगिक समाशोधनासाठी स्थापन झालेले 'एकद्वार' सचिवालय? प्रत्येक प्रयत्नानंतर काही महिन्यांच्या आतच सगळ्या गोष्टी पुन्हा पहिल्यासारख्याच झाल्या. जेव्हा मूळ कामच काढून टाकण्यात आलं तेव्हाच सुधारणा होऊ शकली.

■

अ कॉरल रीफ (अडथळ्यांची शर्यत)

विनियामक, परवाने, तंत्रविद्या

दिल्लीमध्ये नुकत्याच पार पडलेल्या एका चर्चासत्रामध्ये, मोटरोला कंपनीची प्रमुख तंत्रविषयक अधिकारी - ही भारतीय आहे- पद्मस्री वॉरियर- दिल्ली आयआयटीची पदवीधर आहे- हिनं जाहीर केलं की मोटरोला लवकरच एक नवीन उपकरण बाजारात आणणार आहे. तुम्ही घरी पोचाल तेव्हा हे उपकरण कॉर्डलेस फोनचं काम करेल. घराबाहेर पडाल तेव्हा हे सेल्युलर फोन म्हणून काम करेल. तुम्ही जर अशा एखाद्या ठिकाणी पोहोचलात—उदाहरणार्थ, पर्वतावर किंवा दक्षिण ध्रुवावर—जेथे सेल्युलर सेवा काम करू शकत नाही—तर हे उपकरण सॅटेलाईट फोनचं काम करेल.

परंतु भारतामध्ये तुम्ही तुमच्या घरामध्ये जो कॉर्डलेस फोन वापरता तो मूलभूत सेवा पुरवणाऱ्या जाळ्याच्या साह्याने - बंदिस्त तारांच्या सेवेचं जाळं -काम करत असतो. तुम्ही तुमच्या सेलफोननं वापरू शकाल अशी सेल्युलर सेवा देण्यासाठी सेवादात्याला एक वेगळा परवाना घ्यावा लागेल, आणि हा परवाना मिळवण्याची प्रक्रिया संपूर्णपणे वेगळे नियम, परवानग्या आणि वेगळी शुल्कपद्धती यावर आधारलेली आहे. सॅटेलाईट फोन वापरण्यासाठी तुम्हाला एक खास परवानगी मिळवावी लागते जी परवानगी फक्त दूरसंचरण विभागच तुम्हाला जारी करू शकतो. थोडक्यात सांगायचं तर, ते एक उपकरण वापरण्यासाठी तीन संपूर्णपणे वेगवेगळ्या विभागांमध्ये काम करण्याचा परवाना असलेल्या सेवादात्याशी तुम्हाला संपर्क साधावा लागेल, एवढंच नव्हे तर सॅटेलाईट फोन वापरण्याची परवानगी असलेल्या काही निवडक लोकांप्रमाणे तुम्हाला दूरसंचरण विभागाकडून अभिषेकही करून घ्यावा लागेल.

परंतु आपल्याला उद्याची वाट पाहण्याची गरज नाही. जेव्हा तुम्ही कुणाला तरी

दूरध्वनी करता तेव्हा कामाला लागणाऱ्या निरनिराळ्या सेवागटांना तुमच्या दूरध्वनीची रक्कम कशी वाटून द्यायची याबद्दलचे आपले नियम असंख्य विभिन्नता, संक्रमणे, हस्तांतर बिंदू, प्रवेशद्वारं यांच्यावर आधारलेले आहेत—उदाहरणार्थ -दिल्लीमध्ये तुम्हाला दूरध्वनी उपलब्ध करून देणारा स्थिरमार्ग सेवा देणारा विभाग, जी कंपनी दिल्लीपासून कानपूरपर्यंतचे मार्ग उपलब्ध करून देत आहे ती कंपनी, तुमचा मित्र कानपूरमध्ये ज्या कंपनीचा सेल्युलर फोन वापरतो आहे त्या कंपनीचा मालक, इत्यादी.

परंतु सर्किट स्विच नेटवर्कच्या जागी पॅकेट स्विच नेटवर्क वापरण्यास सुरुवात झाल्यामुळे या सर्व विभिन्नता पुसल्या गेल्या आहेत. हे नेटवर्क आता जोडविरहित आणि सर्वगामी बनलं आहे. हीच गोष्ट तुमच्या म्हणजे ग्राहकांच्या बाबतीतही खरी ठरली आहे. आता तुमच्या घरामध्ये एकाच खोबणीतून आवाज येऊ शकतो, तसंच माहिती, इंटरनेट चालू शकतं आणि रेडिओ आणि दूरचित्रवाणीही काम करू शकते. परंतु आपली परवाना पद्धती मात्र अजून या सर्व वेगवेगळ्या सेवा आहेत, असा हट्ट धरून बसली आहे.

टीप :

माझ्यावर दळणवळण आणि माहिती तंत्रज्ञान मंत्रालयाची जबाबदारी सोपवण्यात आली तेव्हा मला जी परवाने देण्याची पद्धत आढळली तिचं वर्णन मी या लेखामध्ये केलेलं आहे. हा विभाग न्यायालयातील वादांमध्ये आणि फार कडवट आरोपप्रत्यारोपांमध्ये पार बुडालेला होता. मंत्री आणि अधिकारी यांचं मन वळवण्यात प्रावीण्य मिळवणं हा त्या काळाचा एक नियमच बनून गेला होता -अनेक उद्योजकांचं मूलभूत चातुर्य यातच होतं -म्हणूनच तर भावी मंत्र्यांना आणि अधिकाऱ्यांना हे मंत्रालय फारच हवंसं वाटत असे. माझ्या लौकरच लक्षात आलं की यातून बाहेर पडण्याचा एकच मार्ग म्हणजे परवान्यांची गरजच शक्य तेवढी संपवून टाकणं आणि उद्योजकांना त्यांच्या तंत्रज्ञानानं जे काही करता येणार असेल ते त्यांना करण्याची परवानगी देऊन टाकणं. निर्गुंतवणुकीच्या निर्णयांच्या वळणदार वाटांनी मला हे शिकवलं होतं की, मी जर एका वेळी एक सुधारणा सुचवली तर मी अनेक मंत्रालयांच्या जाळ्यांमध्ये अडकून राहीन. एकाच फटक्यात अनेक मुद्यांचा विचार करण्यासाठी मंत्र्यांच्या एका गटाची स्थापना करण्याच्या प्रस्तावाला पंतप्रधानांनी मान्यता दिली. या लेखामध्ये मांडलेल्या निदानाला आणि एक, एकत्रित, सामान्यत: स्वयंचलित अशा सर्वव्यापी उपयोगाच्या परवाना पद्धतीच्या प्रस्तावालाही या गटानं मान्यता दिली. या मंत्र्यांच्या गटानं केलेल्या शिफारशी नंतर मंत्रिमंडळानं स्वीकारल्या.

आता एखादी एकच प्रणाली अनेक कामं करू शकते. आपण दूरध्वनीचा वापर आणि प्रक्षेपण, आकाशवाणी आणि दूरचित्रवाणी यांच्यामध्ये फार मोठा फरक आहे असं मानतो. परंतु आज अशी मोबाईल उपकरणं उपलब्ध आहेत ज्यांच्या मदतीनं तुम्ही आकाशवाणीवरचे कार्यक्रम ऐकू शकता, तुम्ही चित्रफिती किंवा चित्रपट पाठवू किंवा स्वीकारू शकता, तुम्ही टेप केलेले दूरचित्रवाणीचे कार्यक्रम दुसऱ्यांना पाठवू शकता, माहितीमहाजालाचा उपयोग करू शकता....लवकरच त्यांनाही चित्रफिती आणि दूरचित्रवाणीवरचे कार्यक्रम स्वीकारता येऊ लागतील. एमटीएनएलच्या एका नव्या सेवेचं उद्‌घाटन करण्यासाठी मला आमंत्रित करण्यात आलं होतं. आम्ही अशोक हॉटेलमध्ये होतो. एमटीएनएलच्या प्रमुख कचेरीमध्ये त्यांनी आर्थिक मदत केलेला, बेगम अख्तरवरचा एक चित्रपट दाखवण्यास सुरुवात केली. एका सामान्य दूरध्वनी यंत्राच्याद्वारे तो चित्रपट अशोक हॉटेलपर्यंत आला, ते दूरध्वनी यंत्र एका संगणकाला जोडण्यात आलेलं होतं. आणि तो संपूर्ण चित्रपट मोठ्या पडद्यावर, एखाद्या चित्रपटगृहामध्ये दाखवावा तसा दाखवण्यात आला. आता याला तुम्ही काय म्हणाल—दूरध्वनी यंत्रणा? की प्रक्षेपण यंत्रणा? की चित्रपट?

आज सेल्युलर फोन आणि डब्ल्यूएलएल सेवा यांच्यामध्ये मोठा फरक केला जातो. पहिली यंत्रणा जीएसएम यंत्रणा वापरते तर दुसरी सीडीएमए तंत्रज्ञान वापरते. या दोन यंत्रणांच्या चालकांमध्ये अटीतटीचं कायदेशीर युद्ध चालू आहे. टीडीएसएटीनं सरकारला या दोन्ही सेवा वेगवेगळ्या ठेवण्यास सांगितलेलं आहे. आणि याचं कारण काय—तर त्यांना परवानेच या रीतीनं दिले गेलेले आहेत. तंत्रज्ञानामध्ये याची काय परिस्थिती आहे?

* एका सेवेची अंतर्गत कार्यप्रणाली जी सेवा देऊ शकते ती सर्व सेवा दुसऱ्या सेवेची अंतर्गत कार्यप्रणालीही देऊ शकते.
* दुसऱ्या टोकाला, ग्राहक फक्त एक यंत्र विकत घेऊन सीडीएमए आणि जीएसएम या दोन्ही सेवाप्रणालींचा उपयोग मोकळेपणाने करू शकतो.
* स्पर्धा असल्याने दोन्हींचे दरही समसमान झाले आहेत.
* या दोहोंपैकी प्रत्येक तंत्रज्ञान सर्व प्रकारची सेवा देऊ शकते. निश्चित केलेल्या व्याप्तीक्षेत्रामध्ये किंवा सर्व क्षेत्रामध्ये भ्रमणक्षमता.

परंतु आपल्या परवाना पद्धतीनं हे ठरवूनच टाकलेलं आहे की, जी व्यक्ती सीडीएमए तंत्रज्ञान वापरत असेल ती तिचं यंत्र फक्त एका तालुक्यामध्येच वापरू शकेल. हा विजेचा लोळ साडेसतरा किलोमीटरवर थांबेल यावर लक्ष ठेवा असंच ते बजावत असतात. कॉर्डलेस दूरध्वनी यंत्रं प्रथम आली तेव्हा काय झालं, आठवा बरं! ती बेकायदेशीर होती कारण ती बिनतारी होती आणि बिनतारी संदेश वहन १८८५च्या भारतीय टेलिग्राफ कायद्याखाली येत होतं. धन्यवाद! परंतु एकदा

एखादी वस्तू उपलब्ध झाली की लोक ती वापरण्यास सुरुवात करतात आणि मग कायद्याला नव्या परिस्थितीशी जुळवून घेणं भाग पडतं. तसंच या बाबतीतही झालं. लोकांनी आपआपल्या घरांमध्ये कॉर्डलेस दूरध्वनी बसवून घेतले आणि अखेरीस हे बेकायदेशीर नाही असं कायद्याला जाहीर करणं भाग पडलं.

हाच प्रकार पुन्हापुन्हा घडत आलेला आहे. दोन-तीन वर्षांपूर्वीपर्यंत आपले कायदा आणि सुव्यवस्था राखणारे अधिकारी तरुण व्यक्तींना त्यांच्या मित्रांशी माहितीमहाजालाच्या साहाय्यानं संपर्क साधत असल्याच्या आरोपावरून न्यायालयासमोर खेचत होते. 'माहिती महाजाल हे फक्त माहिती मिळवण्यासाठी आहे- ध्वनिप्रक्षेपणासाठी नाही.' आपले परवाने स्पष्ट सांगत होते. परंतु २००३च्या मध्यावर सरकारने महाजालावरून ध्वनी पाठवण्यास परवानगी दिली.

या परवानगी देण्यामध्येही एक धडा आहेच, महाजालावरून ध्वनिप्रक्षेपण करता येईल पण फक्त आंतरराष्ट्रीय संपर्कासाठीच, देशांतर्गत नाही. परंतु हा नियमही ती संपूर्ण कहाणी उघड करत नाही. महाजालाचा उपयोग आंतरराष्ट्रीय संपर्कासाठीच आणि तोही फक्त येणाऱ्या आंतरराष्ट्रीय संदेशांसाठीच......

अर्थात असं एकेका गोष्टीचा निकाल लावण्यानं अडचणी दूर होत नाहीत. हे आता घेतलेलं उदाहरण पुन्हा एकदा बघा. तुम्ही तुमच्याच शहरातल्या तुमच्या एखाद्या मित्राशी संपर्क साधता आहेत की मुंबईतल्या एखाद्या मित्राशी की दूरदेशातल्या न्यूयॉर्कमधल्या मित्राशी, महाजालाला काही फरक पडत नाही—महाजालाच्या वापरासाठी तुम्हाला एका ठराविक दरानं पैसे द्यावे लागतात. परंतु आपल्या नियमांनुसार स्थानिक संपर्क, दूर अंतरावरील संपर्क आणि आंतरराष्ट्रीय संपर्क यांच्यामध्ये फार मोठा फरक केला जातो. दरांमध्ये तर आहेच, परंतु, परवानग्यांमध्येही. दूरसंचरण विभागामध्ये सर्वांत मोठे वादाचे विषय म्हणजे 'राष्ट्रीय दूर अंतरावरील दूरध्वनी यंत्रणेचा' परवाना कोणाला द्यावा—एकाच शहरातील दूरध्वनीसंपर्क सेवेचा परवाना कोणाला द्यावा— आंतरराष्ट्रीय दूर अंतराचा परवाना कोणाला द्यावा -हा परवाना राष्ट्राच्या अंतर्गत असलेल्या दूर अंतरावरील संपर्काहून वेगळा मानलेला आहे—या सर्वच सेवा परस्परांहून वेगळ्या मानण्यात आलेल्या आहेत. त्यामुळे माहिती महाजालावरून केलेले आंतरराष्ट्रीय संपर्क खूपच स्वस्त असले तरी बेसिक, सेल्युलर 'राष्ट्रीय दूर अंतरावरील सेवा पुरवणाऱ्या प्रणालींना या माध्यमामधून दूरध्वनी सेवा पुरवण्याची परवानगी नाही. फक्त ज्यांना या महाजालाची सेवा पुरवण्याचा परवाना आहे त्यांनाच महाजालावरून दूरध्वनीसेवा पुरवता येते. आणि तीही फक्त एकाच प्रकारच्या दूरध्वनीपुरती.

परंतु हे इथेच संपत नाही, महाजाल सेवा पुरवणाऱ्यांना महाजालावरून दूरध्वनीसेवा पुरवण्यासाठी परवानाशुल्क भरावं लागत नाही; 'आंतरराष्ट्रीय दूर

अंतरावरील दूरध्वनीसेवा' पुरवणाऱ्या परवानाधारकांना त्यांच्या समायोजित एकूण उत्पन्नाच्या १५% रक्कम परवाना शुल्क म्हणून भरावं लागतं. एवढंच नव्हे तर, महाजाल सेवा पुरवणाऱ्याला प्रवेश शुल्कही भरावं लागत नाही.' आंतरराष्ट्रीय दूर अंतरावरील दूरध्वनी सेवा पुरवणाऱ्याला २५ कोटी रुपये इतकं प्रवेश शुल्क भरावं लागतं.

याचे परिणाम उघडच आहेत—

* जेव्हा तंत्रज्ञान एखादी सेवा उपलब्ध करून देतं किंवा ती सेवा वापरता येण्याची शक्यता निर्माण करून देतं -आणि परवाने मात्र त्यामध्ये अडथळे आणू लागतात,तेव्हा परवाना राज पायदळी तुडवलं जाणार हे निश्चित असतं. सरकारची पहिली प्रतिक्रिया ही असते की ती सेवा देणारे आणि वापरणारे या दोघांवरही कायदेशीर कारवाई करावी. यानं फक्त भ्रष्टाचाराला खतपाणी घातल्यासारखं होईल. आणि नव्यानं येतच असलेलं तंत्रज्ञान ही कायदेशीर कारवाई करणं अधिकाधिक अवघड करून ठेवू लागेल.
* जेव्हा तीच सेवा एका पर्यायी तंत्रज्ञानाच्याद्वारे उपलब्ध होऊ शकते आहे, परंतु दर प्रणालीच्या रचनेमुळे एक प्रकारचं तंत्रज्ञान वापरणं दुसऱ्या प्रकारच्या तंत्रज्ञानाच्या वापरापेक्षा महाग पडतं आहे, तेव्हां एक 'ग्रे मार्केट' निर्माण होईल. अधिक महाग तंत्रज्ञानाचा वापर करणं सरळ टाळून लोक दुसऱ्या तंत्रज्ञानाकडे वळतील. या ग्रे मार्केटमुळे दूर अंतराच्या दूरध्वनिसेवेमध्ये वीएसएनएलचा '४०%' इतका तोटा होतो आहे, अशी माहिती मिळालेली आहे. सर्व संबंधितांचं एकमत होतं की जे ही सेवा पुरवत आहेत ते एक बेकायदेशीर कृत्य करत आहेत. मग या गुन्हेगारांना पकडण्यासाठी तुकड्या बाहेर पडतात. एखादा चुकार गुन्हेगार पकडलाही जातो. परंतु याचा या पर्यायी व्यवस्थेवर काहीही परिणाम झालेला दिसत नाही.
* पुढच्याच वळणावर काय उभं आहे, हे उघडच आहे. ज्यांना फक्त राष्ट्रीय दूर अंतराच्या किंवा आंतरराष्ट्रीय दूर अंतराच्या दूरध्वनी सेवेचा परवाना मिळालेला आहे, त्यांचा धंदा हळूहळू दुसरीकडे जातो आहे असं त्यांच्या लक्षात येईल. कारण 'महाजालावरून स्वर-संदेशाचं तंत्रज्ञान वाढू लागेल आणि अधिकाधिक लोक महाजालाचा उपयोग करून दूरध्वनी करू लागतील. मग त्यांना आपला धंदा कमी होतो आहे हे मान्य करून तडजोड करावी लागेल किंवा तीच सेवा चोरमार्गानं उपलब्ध करून

देण्याचे मार्ग शोधावे लागतील. किंवा आपला नेहमीचा पर्याय— महाजाल दूरध्वनी उपलब्ध होण्यामध्ये सरकारच्या मदतीनं अडथळे आणणं— हे करावं लागेल.

* अखेरीस, आपले कायदेकानून नव्या परिस्थितीशी जुळवून घेतील. परंतु देशाला अनेक वर्षं वाया घालवावी लागल्यानंतर आणि असंख्य खटल्यांमध्ये सर्वांना गुंतून पडावं लागल्यानंतरच.
* याची एक आर्थिक किंमतही चुकवावी लागेल. फक्त ग्राहकालाच नव्हे, फक्त ही सेवा पुरवणाऱ्यालाच नव्हे, तर सबंध देशाला ही किंमत चुकवावी लागेल. आज अस्तित्वात असलेल्या परवाना पद्धतीमध्ये, 'बेसिक', 'सेल्युलर मोबाईल', 'ग्लोबल मोबाईल पर्सनल कम्युनिकेशन सिस्टम', 'राष्ट्रीय दूर अंतराची दूरध्वनीसेवा', 'आंतरराष्ट्रीय दूर अंतराची दूरध्वनी सेवा', महाजाल सेवा, व्हीएसएटी, पेजिंग आणि याबरोबर इतर सेवांमधील सर्व सेवा या सर्वांसाठी स्वतंत्र परवाने घ्यावे लागतात. याचा परिणाम असा होतो की यांपैकी प्रत्येक सेवा पुरवणारी प्रत्येक व्यक्ती वेगळी अंतर्गत कार्यप्रणाली वापरते. त्यांना दिलेल्या मार्गदर्शक तत्त्वांनुसार त्यांना स्वतंत्र हिशेब ठेवणं बंधनकारक असतं. प्रत्येक ग्राहकाला त्यानं वापरलेल्या प्रत्येक सेवेसाठी वेगळं बिल करणं बंधनकारक होऊन जातं. म्हणजे जो खर्च टाळण्यासारखा आहे तो खर्च तीच तीच गोष्ट अनेकवेळा करावी लागल्यामुळे आणि दुय्यम सेवांवर करावा लागल्यामुळे वाढतच जातो. ग्राहकाचीही गैरसोय होत असते- त्याला अनेक सेवा-दात्यांशी व्यवहार करत बसावं लागतं.

परंतु सर्वांत वाईट परिणाम वेगळाच आहे. अशी कार्यपद्धती आणि अशा यंत्रणा एक सवय लावून ठेवतात. ती फार धोकादायक असते.—बदल टाळत राहणं. येऊ घातलेल्या प्रत्येक नव्या गोष्टीची सामान्य जनतेला भीती घालणं. आपल्या समोर जी संधी चालून आली आहे ती संधी नसून एक सापळा आहे हे आपल्यालाच पटवत राहणं.

अडथळ्यांची शर्यत

असे नियम आणि कार्यप्रणाली नव्या तंत्रज्ञानाच्या स्वीकाराला अडथळे आणतात हा या प्रश्नाचा एक भाग झाला. दुसरा भाग असा- ज्यामुळे कोर्टकचेऱ्यांपासून ते आपलं काम करून घेण्यासाठी वशिले लावण्यापर्यंत (लॉबीइंग) असे अनेक परिणाम होऊ शकतात—परवाना पद्धती म्हणजे एक अडथळ्यांची शर्यतच होऊन बसते. वर्षांमागून वर्षं जातात तसे हे अडथळे वाढतच राहतात. शेवटी परिणाम

असा होतो- या प्रकारच्या सर्वच प्रक्रिया अनेक प्रकारच्या आणि परस्परांमध्ये गुंतून पडलेल्या आणखी असंबद्धतांमध्ये अडकून पडलेल्या दिसतात.

आंतरराष्ट्रीय दूर अंतराचे दूरध्वनी सेवा पुरवणारे आणि महाजाल सेवा पुरवणारे यांना भराव्या लागणाऱ्या परवाना शुल्क आणि प्रवेश शुल्क यांमधील असंबध्दता आठवा. आता त्यांच्या कार्यक्षेत्राची व्याप्ती विचारात घ्या. समजा- तुम्ही राजस्थानमधील गंगानगर या गावी आहात आणि तुम्हाला उदयपूरला दूरध्वनी करावयाचा आहे. उदयपूरही राजस्थानमध्येच आहे. किंवा गुजराथमधील सुरतहून भूजला दूरध्वनी करावयाचा आहे. तुमच्या स्थिर दूरध्वनी प्रणालीवरून हा दूरध्वनी करावयाचा आहे. हा दूरध्वनी दूर अंतराचा आहे असं मानलं जातं आणि त्यानुसार त्याचं शुल्क आकारण्यात येतं. या उलट, हाच दूरध्वनी तुम्ही तुमच्या सेलफोनवरून केलात तर तो स्थानिक दूरध्वनी मानण्यात येतो आणि त्यानुसार त्याचं शुल्क आकारण्यात येतं. याचं कारण? सेल्युलर सेवेच्या दृष्टीनं राज्य म्हणजे स्थानिक क्षेत्र आहे. मूलभूत सेवेच्या - म्हणजे उदाहरणार्थ बीएसएनएलच्या सेवेचा विचार केला तर या दूरध्वनीचं शुल्क ठरवण्याचं माप आहे एक ''एसडीसीए'' नावाची रचना 'शॉर्ट डिस्टन्स चार्जिंग एरिया'. ही रचना सर्वसाधारणपणे त्या तालुक्याच्या सीमांशी मिळतीजुळती असते. म्हणून आपल्या नियमांनुसार, तुमच्याजवळ जर सेलफोन असेल आणि त्यावरून तुम्ही ज्या राज्यामध्ये असाल त्या राज्यामध्ये कोठेही दूरध्वनी केलात तरी तो स्थानिक दूरध्वनी मानण्यात येतो. परंतु तुम्ही जर तुमच्या घरातून तुमच्या लहानशा तालुक्याच्या बाहेर स्थिर दूरध्वनी प्रणालीवरून हा दूरध्वनी केलात तर मात्र हा दूरध्वनी दूर अंतराचा दूरध्वनी मानण्यात येतो.

आणि उदयपूरमधील एखाद्या स्थिर दूरध्वनी प्रणालीवरून तुम्ही एखाद्या सेलफोनला दूरध्वनी केलात तर? त्याचं जे शुल्क आकारलं जातं ते संपूर्णपणे वेगळ्या संकल्पनेवर आधारलेलं आहे. परस्पर-संपर्क बिंदू. तुमचा स्थिर दूरध्वनी प्रणालीवरून केलेला दूरध्वनी कोणत्या तरी एका बिंदूवर सेल्युलर जालाकडे सोपवला जातो. हा परस्पर-संपर्क-बिंदू जर ५० कि.मी.पेक्षा अधिक अंतरावर दुसऱ्या एसडीसीएमध्ये असेल तर तुम्हाला त्या दूरध्वनीचं शुल्क दूर अंतरावरील दूरध्वनी म्हणून आकारलं जातं. परंतु जर तो दूरध्वनी त्याच एसडीसीएमध्ये येत असेल, मग तो ५० कि.मीच्या बाहेर असला तरीही तो दूरध्वनी स्थानिक मानला जाईल आणि दूर अंतरावरील दूरध्वनीचं शुल्क आकारण्यात येणार नाही.

परंतु नियमांमध्ये नेहमीच घडतं त्याप्रमाणे—एसडीसीए कायमच फक्त एका तालुक्यापुरतं असतं असं नाही. महाराष्ट्रामध्ये, गोवा आणि मुंबईसह संपूर्ण महाराष्ट्र हे मूलभूत सेवा देणाऱ्यांसाठी एकच सेवाक्षेत्र आहे. सेल्युलर सेवा देणाऱ्यांसाठी, परवाना देणं सुलभ व्हावं म्हणून मुंबई, नवी मुंबई आणि कल्याणचा काही भाग हे

एकच सेवाक्षेत्र मानलेलं आहे. उर्वरित महाराष्ट्र हे वेगळं सेवाक्षेत्र आहे. तामीळनाडूमध्ये मूलभूत सेवा देणाऱ्यांसाठी संपूर्ण राज्य- चेन्नईसह- हे एकच सेवाक्षेत्र आहे. परंतु सेल्युलर सेवांसाठी चेन्नई अधिक महाबलिपुरम अधिक मलैमनार हे एकच सेवाक्षेत्र आहे. आणि उर्वरित राज्य हे वेगळं सेवाक्षेत्र आहे. पश्चिम बंगालमध्ये, मूलभूत सेवांसाठी संपूर्ण राज्य हे एकच सेवाक्षेत्र मानलेलं आहे तर सेल्युलर सेवांसाठी कोलकता हे एक सेवाक्षेत्र आणि उर्वरित राज्य हे एक सेवाक्षेत्र मानलेलं आहे.

या सर्व राज्यांमध्ये मूलभूत सेवा देणाऱ्यांसाठी एक परवाना आणि सेल्युलर सेवा देणाऱ्यांसाठी दोन परवाने लागतात याचं कारण हे आहे. दिल्लीमध्ये परिस्थिती याच्या उलट आहे. सेल्युलर सेवेच्या सेवाक्षेत्रांमध्ये दिल्ली, गुरगांव, फरिदाबाद, गाझियाबाद, नॉइडा, बृहन-नॉइडा हे सर्व विभाग येतात, परंतु मूलभूत सेवेच्या सेवाक्षेत्रांमध्ये मात्र हे पाच विभाग चार वेगवेगळ्या एसडीसीएममध्ये मोडतात. दुसऱ्या दृष्टिकोनातून हे चार विभाग चार नसून तीनच आहेत तरीही—

नॉइडा आणि बृहन नॉइडा यांच्यासह गाझियाबाद हे तर एक 'क्युरेट'स एग' आहे. मूलभूत सेवांच्या बाबतीमध्ये हा विभाग पश्चिम यूपीचा एक भाग ठरतो, तर सेल्युलर सेवांच्या बाबतीत दिल्ली सेवाक्षेत्राचा एक भाग मानला जातो. याचा परिणाम असा होतो की एखाद्या ग्राहकानं आपल्या गाझियाबादमधील घरात बसून आपल्या स्थिर सेवा दूरध्वनीवरून त्याच घरातील एका सेल्युलर फोनवर दूरध्वनी केला तर तो दूरध्वनी आंतर-मंडळातील दूरध्वनी आहे असं मानलं जातं आणि त्यानुसार त्याचं शुल्क आकारण्यात येतं.

थोडक्यात सांगायचं तर, दिल्लीमध्ये मूलभूत सेवा देणाऱ्यांसाठी दिल्ली महानगर विभाग, जो एकाच एसडीसीएममध्ये येतो ते एकच सेवाक्षेत्र आहे, आणि सेल्युलर सेवा देणाऱ्यांसाठी महानगर विभाग आणि इतर अनेक लगतची क्षेत्रं ही सर्व एकाच सेवाक्षेत्रामध्ये येतात. महाराष्ट्र, पश्चिम बंगाल, तामीळनाडू या राज्यांमध्ये याच्या बरोबर उलट स्थिती आहे.

आता—ग्राहक-आणि वाचकही—शिवाय येणारेजाणारे मंत्रीही - जे कोणी या फरकामागील तर्कशास्त्र शोधून काढण्याचा प्रयत्न करत असतात ते सगळे गोंधळूनच जातात हा यातला सर्वांत कमी महत्त्वाचा परिणाम आहे. एकाच राज्यातील दूरध्वनी, स्थिर प्रणालीवरून केला तर दूर अंतराचा दूरध्वनी ठरतो पण सेल फोन वापरून केला तर मात्र तो स्थानिक दूरध्वनी ठरतो अशी परिस्थिती असेल तर महत्त्वाचे उद्योगधंदे बीएसएनएलसारख्या - ही मूलभूत सेवा देणाऱ्या संस्थेकडून दुसऱ्या सेवेकडे वळतील, हे नक्की. दुसरी गोष्ट, यामध्ये विसंधीकरण होतं आहे—बिनतारी संदेश तालुक्याच्या सीमा ओलांडून जाऊ शकतात, परंतु परवाना पद्धती त्यांना एखाद्या बळदामध्ये कोंडून ठेवते आहे. दूरसंचार व्यवसायाची प्रचंड

आणि जलद वाढ ही जशी त्या व्यवसायाची एक मोठी खूण ठरली आहे, त्यासारखीच दूरसंचार सेवा देणाऱ्यांमध्ये चालू असलेले याबाबतीतील असंख्य कज्जे हीही एक मोठी खूण आहे.

आजच्या घडीला, या विभागामध्ये एक बोटही शिरकावणं अशक्य आहे. कोणतंही पाऊल उचललं तरी एका बाजूला छुप्या रीतीनं झुकतं माप देण्याचा आणि दुसऱ्या बाजूवर छुपा अन्याय करण्याचा आरोप होतोच. अहमदाबाद आणि गांधीनगर ही दोन्ही शहरं एकच आहेत. लोक एका ठिकाणी राहतात आणि दुसऱ्या ठिकाणी काम करतात. तसंच पंजाबमध्ये मोहाली,पंचकुला आणि चंडीगड ही शहरं आणि महाराष्ट्रामध्ये मुंबई आणि नवी मुंबई ही शहरं ही प्रत्यक्षात एकत्रितच आहेत. परंतु यांपैकी प्रत्येक शहराच्या बाबतीमध्ये ती स्वतंत्र एसडीसीए मानली जातात. म्हणून त्यांचा एसटीडी कोड वेगळा आहे. परंतु त्यातही फरक आहेच. या सर्व शहरांना एकच सर्वसामान्य क्रमांक श्रेणी देण्याची परवानगी बीएसएनएलला देण्यात आलेली आहे. आणि खाजगी मूलभूत सेवादात्यांना मात्र या शहरांना दोन वेगवेगळ्या क्रमांक श्रेणीमध्ये विभागण्यास सांगण्यात आलेलं आहे. हे राहू दे—मोठमोठे व्यावसायिक आणि महत्त्वाच्या मंत्र्यांनीही मला प्रश्न केला आहे की या विभागांना एकच सर्वसामान्य एसटीडी कोड का देता येत नाही आहे? उलटपक्षी, दूरसंचार विभागातील कर्मचारीवर्ग मला सतत धोक्याची सूचना देत असतो की जर आपण या विभागांना एकच सर्वसामान्य आकारणी विभाग मानलं तर डब्ल्यूएलएलला मदत करण्यासाठी आपण जाणूनबुजून एसडीसीए वाढवत आहोत असा आरोप आपल्यावर करण्यात येईल. त्यांना एका एसडीसीएमध्येच फक्त सेवा पुरवण्याची परवानगी असते आणि एकच क्रमांकश्रेणी अमलात आली तर आपण या सेवादात्यांना लगतच्या भागांमध्येही सेवा पुरवण्यास परवानगी दिल्यासारखं होईल.

हे आणखी एक अनमोल रत्न पाहा– दोन सेवाक्षेत्रांच्या सीमेवर परस्परांशी संपर्क साधण्यास मूलभूत आणि सेल्युलर सेवादात्यांना बंदी आहे. म्हणजे-'क्ष' व्यक्तीला यूपी आणि हरियाणामध्ये सेल्युलर सेवा देण्याचा परवाना मिळाला तर तो आपलं तारांचं जाल एका बाजूनं यूपीच्या सीमेपर्यंत आणू शकतो आणि दुसऱ्या बाजूनं हरियाणाच्या सीमेपर्यंत आणू शकतो.पण तो ते जाल एकमेकांशी जोडू शकत नाही. याचा अर्थ असा की त्याचाच एक यूपीमधील वर्गणीदार त्याच्याच दुसऱ्या वर्गणीदाराला हरियाणामध्ये दूरध्वनी करत असेल तर हा सेवादाता तो दूरध्वनी त्याच्या तारांच्या जाळ्यावरून पाठवू शकत नाही. त्याला तो दूरध्वनी मागे फिरवून एका विशिष्ट बिंदूपर्यंत आणावा लागतो आणि मग तो दूरध्वनी एका 'राष्ट्रीय दूर अंतराच्या दूरध्वनी सेवादात्याकडे सोपवावा लागतो आणि मग तो दुसरा सेवादाता हा दूरध्वनी हरियाणामध्ये नेऊन पोचवतो. खरं तर या बाबतीतले तज्ज्ञ मंडळी मला

सांगतात की या 'क्ष'सारखे 'एकात्मीकृत' सेवादाते प्रत्यक्षात त्यांच्या स्वतःच्या ताराजालावरून ही 'दूर अंतराची दूरध्वनी सेवा' पुरवत असतात. छोट्या सेवादात्यांना मात्र 'राष्ट्रीय दूर अंतराच्या दूरध्वनीसेवेवर अवलंबून राहावं लागतं आणि टीआरएआयनं आकारलेला दरही द्यावा लागतो. परंतु हा जुनाट, बुरसटलेला प्रकार दूर करण्याचा तुम्ही प्रयत्न कराच– कारण प्रत्यक्षात हा नियम मोडला जातो आहेच, कारण हा नियम मोडणं बंद करणं अशक्य आहे, कारण हा प्रकार बंद केला तर त्या विशिष्ट प्रांतातील दूरध्वनी स्वस्त होतील– तुम्ही नुसता प्रयत्न करा की 'राष्ट्रीय दूर अंतरावरील दूरध्वनी विभागातील कोणी ना कोणीतरी असं म्हणत पुढे येईलच की त्याच्या व्यवसायाला धक्का पोचतो आहे. आणि त्याबद्दल त्याला नुकसान भरपाई मिळाली पाहिजे. नाहीतर न्यायालयं, टीडीएसएटी, टीआरएआय, वृत्तपत्रांमध्ये बातम्या....

या रीतीनं प्रत्येक 'परवाना राज' गोष्टी जशा आहेत तशाच सांभाळून ठेवण्यामध्ये अनेक हितसंबंध गुंतलेले राहण्यास उत्तेजन देत असतं. ज्या क्षणी तुम्ही त्यामध्ये सुधारणा करण्याचा प्रयत्न करू लागता त्याच क्षणी तुम्हाला कोणी ना कोणी तरी न्यायालयात खेचतंच. मग या सुधारणेमुळे त्या विशिष्ट व्यक्तीला काहीही त्रास होणार नसला तरीही – स्वतःचा फायदा बघण्यापेक्षा दुसऱ्याचा फायदा होऊ न देणं ही गोष्ट अनेकांना कामाला लावण्यासाठी अधिक फायदेशीर ठरते, असा भारतामधील अनुभव आहे. म्हणूनच गेल्या पाच वर्षांमध्ये या विभागामध्ये खटल्यांचा एक डोंगरच उभा राहिला आहे. या खटल्यांमुळे अनिश्चिततेला खतपाणी मिळतं, शिवाय सर्व संबंधित व्यक्ती अत्यंत वाईट अशा आरोपप्रत्यारोपांमध्ये गुरफटले जातात, ते वेगळंच. आणि अखेरीस हे सर्व मिळून पुढील आर्थिक गुंतवणुकीला खीळ घालण्यात यशस्वी होतात.

निरनिराळे अव्वल दर्जे.

हे एवढे सगळे वाईट परिणाम होत राहण्याचं एक कारण म्हणजे बऱ्याच काळपर्यंत, अनिवार्यपणे असे अनेक परवाने एकगठ्ठा दिले जात राहिले आहेत. प्रत्येक कारणाला जोडून येणारं दुय्यम कारण वेगळ्याच अव्वल प्रकारचं असतं. तसं ते असणारच असतं. कारण मधल्या वेळात गरजा, तंत्रज्ञान, आकलन या साऱ्यांमध्ये बदल घडून येणार हे निश्चित असतं- विशेषतः ज्या उद्योगामध्ये वस्तू दर महिन्याला बदलत असते आणि तंत्रज्ञान दर वर्षी नव्यानं येत असतं, त्या उद्योगामध्ये तर हे घडणारच असतं. १९९९च्या नवीन दूरसंचार धोरणाच्या (एनटीपी-९९) आधी तुम्ही मूलभूत सेवा पुरवण्याचा परवाना घेतलेला असेल आणि तुम्ही त्यानंतर एनटीपी-९९ राज्यामध्ये सामील झाला असाल तर हा बदल करण्याच्या

आधीपर्यंत तुमचं सेवा क्षेत्र कोणतं आहे यावर आधारून तुम्ही २९ कोटी रुपये आणि ५३२कोटी रुपये यांच्या मधली एखादी रक्कम परवाना शुल्क म्हणून भरलेली असेल. स्पर्धात्मक बोली लावण्यामधून ही रक्कम निश्चित केली जात होती. आणि हा परवाना २२ महिन्यांपर्यंतच्या काळापुरताच होता. याउलट, तुम्ही जर सेल्युलर मोबाईल सेवेसाठी बोली लावली असेल तर तुम्हाला ३८ लाख रुपये ते ५१२ कोटी रुपये यांच्यामध्ये एखादी रक्कम परवाना शुल्क म्हणून भरावी लागली असती. ही रक्कमही अर्थातच सेवाक्षेत्र कोणतं आहे यावर आधारलेली असती. हेही स्पर्धात्मक बोलीनंच आणि ४३ महिन्यांपर्यंतच्या काळापुरतं केलं गेलं असतं.

एनटीपी-९९च्या 'आधी' तुम्ही परवाना घेतला असता तर या प्रकारची रक्कम तुम्हाला परवाना शुल्क म्हणून भरावी लागली असती. मूलभूत सेवेसाठीचा परवाना तुम्ही जर एनटीपी-९९ जाहीर झाल्यानंतर घेतला असता तर तुम्हाला सेवाक्षेत्रावर आधारित असं प्रवेश शुल्क- २कोटी रुपये ते ११५ कोटी रुपये यामध्ये भरावं लागलं असतं आणि तेही सरकारनं निश्चित केलेली बोली लावून निश्चित केलेलं नव्हे. सेल्युलर सेवेसाठीचं प्रवेश शुल्क पडलं असतं १.१कोटी रुपये ते २०७ कोटी रुपये यांच्यामध्ये आणि हे शुल्क 'सरकारनं' निश्चित केलेलं नाही—तर ते बोली लावून निश्चित केलं गेलेलं—एचएफसीएलनं पंजाबमध्ये मूलभूत सेवा देण्यासाठी शुल्क भरलं १७७ कोटी रुपये. रिलायन्सला हा परवाना मिळाला २० कोटी रुपयांमध्ये. रिलायन्सचा फायदा. गुजराथमध्ये मूलभूत सेवेसाठी रिलायन्सनं शुल्क भरलं १७९ कोटी रुपये. १९९९ नंतर टाटांना हा परवाना ४० कोटी रुपयांना मिळाला. त्यामुळे, प्रत्येकाकडे त्यानं जास्तीचे पैसे भरल्याचा 'पुरावा' आहे. आणि म्हणून- पुढचं पाऊल टाकण्याची सरकारला परवानगी देण्याआधी त्याला नुकसान भरपाई मिळायलाच हवी.

परवाना शुल्काबरोबरच एक वार्षिक शुल्कही आहे. तुम्ही जर मूलभूत सेवा पुरवत असाल तर तुम्हाला तुमच्या 'समायोजित एकूण उत्पन्नाच्या' ८%,१०% किंवा १२% इतकी रक्कम भरावी लागते- ही रक्कम तुमचं सेवा क्षेत्र 'अ', 'ब' किंवा 'क' यांपैकी कोणत्या वर्गात मोडतं यावर अवलंबून असते. या ब्रह्मराक्षसाबद्दलही खूप विद्वानांची असंख्य मतं आहेत- पण त्याकडे सध्या आपण दुर्लक्षच करू. परंतु, तुम्ही जर सेल्युलर सेवा देत असाल तर मात्र तुम्हाला तुमच्या 'समायोजित एकूण उत्पन्नाच्या' १५% वार्षिक शुल्क भरावं लागतं. परंतु लवकरच मूलभूत सेवादात्यांना 'मर्यादित भ्रमणक्षमता' वापरण्याची परवानगी देण्यात आली. म्हणजे त्यांचे बिनतारी दूरध्वनी घराबाहेरही वापरता येऊ लागले म्हणून 'भ्रमणक्षमता' परंतु रचना मात्र तीच म्हणजे- एसडीसीए—म्हणजे अर्थ काय तर भ्रमणक्षमता पण मर्यादित आणि

नुकसानभरपाई म्हणून सेल्युलर सेवादात्यांचं वार्षिक शुल्क १५% वरून मूलभूत सेवादात्यांप्रमाणे ८%, १०% किंवा १२% यावर आणण्यात आलं.

एनटीपी-९९च्या आधी, एक मूलभूत सेवादाता म्हणून तुम्हाला एका मंडलामध्ये फक्त एकाच सेवादात्याबरोबर स्पर्धा करावी लगत होती. एनटीपी-९९ आणि 'मायग्रेशन पॅकेज'मुळे ही बंधनं निघाली. आता तुमच्या मंडलामध्ये जेवढ्या सेवादात्यांना आपला व्यवसाय सुरू करायचा असेल तेवढ्या सगळ्यांशी तुम्हाला स्पर्धा करावी लागते. सेल्युलर सेवादात्यांच्या बाबतीमध्येही 'एका सेवाक्षेत्रामध्ये दोनच सेवादाते' हे आधीचं बंधन निघालं, परंतु एका मंडलामध्ये चारपेक्षा अधिक सेवादाते असू नयेत असा हुकूमनामा काढण्यात आला. माहिती महाजाल सेवा देण्याचा तुमचा विचार असेल, किंवा तुम्ही रेडियो टॅक्सी सेवा सुरू करणार असाल किंवा दूर-संचार क्षेत्राशी संबंधित असा कोणताही व्यवसाय तुम्हाला सुरू करायचा असेल, तर तुम्ही फक्त प्रवेश शुल्क भरायचं आणि सुरुवात करायची. तुम्हाला जर मूलभूत सेवादाता म्हणून व्यवसाय सुरू करायचा असेल तर - तरीही तुम्ही प्रवेश शुल्क भरायचं आणि सुरुवात करायची. हेही आपण आताच बघितलं. परंतु प्रवेश शुल्क भरूनही तुम्ही सेल्युलर सेवा दाता म्हणून कामाला सुरुवात करू शकत नाही. एखाद्या विशिष्ट मंडलामध्ये चारपेक्षा कमी सेवादाते असावे लागतात तरच तुम्हाला त्या सेवाक्षेत्रामध्ये आपला व्यवसाय सुरू करता येतो. इतर कोणत्याही सेवेमध्ये स्पर्धेवर बंधनं नसताना फक्त सेल्युलर सेवेच्या क्षेत्रामध्येच स्पर्धेवर मर्यादा का आहेत? याचं जे कारण दिलं जातं, ते असं आहे-

सेल्युलर सेवादाते वर्णपट वापरतात- वर्णपट ही एक मर्यादित उपलब्धी आहे आणि त्यामुळे सेवादात्यांची संख्या मर्यादित ठेवणं भाग आहे. आता या तर्कशास्त्राचं पुढे काय झालं ते पाहा. प्रत्येक मूलभूत सेवादात्याला एक 'मर्यादित भ्रमणक्षमता' वापरण्यास सुरुवात करण्याची परवानगी देण्यात आली आहे. डब्ल्यूएलएल सेवा. परंतु ही सेवाही वर्णपटाचा वापर करतेच. म्हणजे- अधिक व्यक्तींनी मूलभूत सेवादाते म्हणून काम करण्यास सुरुवात केली तर आपलं 'परवाना राज' त्यांना कामाला सुरुवात करण्याची परवानगी देईल. परंतु सेल्युलर सेवा क्षेत्रामध्ये जर आणखी व्यक्तींना प्रवेश करण्याची इच्छा असेल आणि त्यांची स्पर्धा आज काम करत असलेल्या सेवादात्यांशी सुरू होणार असेल तर—त्यांना परवानगी दिली जाणार नाही. जरी दोन्ही सेवा- मूलभूत आणि सेल्युलर- एकाच तुटपुंज्या साधनसंपत्तीचा- वर्णपटाचा उपयोग करत असल्या तरीही—'

मूळच्या जुन्या मूलभूत सेवादात्यांना हा वर्णपट ८+८ मेगाहर्टझ्पर्यंत वापरण्यास परवानगी होती, तर जुने सेल्युलर सेवादाते ४.४ + ४.४ मेगाहर्टझ् वापरू शकत होते. जेव्हा जुन्या मूलभूत सेवादात्यांना 'मर्यादित भ्रमणक्षमता' देण्यात आली तेव्हा

त्यांचा वापर कमी करून ५+५ मेगाहर्टझ् वर आणण्यात आला. जुन्या सेल्युलर सेवादात्यांचा वापर वाढवून १०+१० इतका करण्यात आला.

परंतु हा फरक तर 'जुने मूलभूत सेवादाते' आणि 'जुने सेल्युलर सेवादाते' यांच्यामधला झाला. 'नवीन' मूलभूत सेवादात्यांना जास्तीत जास्त ५+५मेगाहर्टझ् वापरण्याची परवानगी देण्यात आली - आणि तीही पायरीपायरीनं - २.५+२.५ अशी देण्यात येणार होती. 'नवीन' सेल्युलर सेवादात्यांना ६.२+६.२ मेगाहर्टझ् वापरण्याची परवानगी होती. ही नंतरची परवानगी काही काळानंतर 'जुन्या' सेल्युलर सेवादात्यांप्रमाणे १०+१० मेगाहर्टझ्पर्यंत वाढवण्यात आली.

परवान्याबरोबर काही जबाबदाऱ्या, काही कर्तव्यंही येतातच. ही कर्तव्यंही दोन प्रकारची होती. एक होतं 'रोल-आउट' प्लॅन, म्हणजे तुम्ही तुमचं सेवाक्षेत्र कोणत्या गतीनं वाढवणार आहात ती गती. आणि दुसरं म्हणजे एक स्वतंत्र 'सार्वत्रिक सेवा कर्तव्य.' म्हणजे जी सेवाक्षेत्रं फारशी फायदेशीर ठरणारी नाहीत- खेडी, लहान गावं इत्यादी- अशा सेवाक्षेत्रांमधील वाढीची तुमची गती काय असणार आहे. कर्तव्यांच्या या दोन प्रकारांमधील प्रत्येकातील समाविष्ट बाबीमधील फरक तुम्ही 'नवीन' परवानाधारक आहात की 'जुना' परवाना धारक आहात यावर आणि तुम्ही मूलभूत सेवादाते आहात की सेल्युलर सेवादाते आहात यावर अवलंबून ठेवण्यात आलेला आहे.

तुम्ही मूलभूत सेवादाते असाल आणि तुम्हाला तुमचा परवाना एनटीपी-१९९९च्या आधी मिळालेला असेल तर किती खेड्यांमध्ये तुम्ही सार्वजनिक दूरध्वनी केंद्र उभारली पाहिजेत आणि किती 'डीईएल' डायरेक्ट टेलिफोन लाईन्स टाकल्या पाहिजेत हे ठरवून दिलेलं होतं. तुम्ही मूलभूत सेवा दाते असाल परंतु तुम्हाला तुमचा परवाना 'एनटीपी -१९९९' नंतर मिळालेला असेल तर तुम्ही ग्रामीण, शहरी आणि निमशहरी एसडीसीएच्या किती टक्के भाग सेवाक्षेत्रांमध्ये घेतला पाहिजे, हे सरकारनं तुम्हाला ठरवून दिलेलं असेल.

तुम्ही जर सेल्युलर सेवादाता असाल तर तुमची कर्तव्यं आणखीच वेगळ्या प्रकारची असतात. तुम्ही महानगरामध्ये काम करत असाल तर एका वर्षाच्या आत तुम्ही सेवाक्षेत्राच्या ९०% भाग व्यापला पाहिजे, तालुका मुख्यालयाचा किमान १०% भाग - एका वर्षाच्या आत, आणि तीन वर्षांच्या आत तालुका मुख्यालयाचा किमान ५०% भाग तुम्हाला व्यापता यायला हवा. —ही शेवटची अट नंतर दुरुस्त करून 'तालुका मुख्यालयाच्या भागाच्या बदल्यात त्या तालुक्यातील कोणतेही शहर/गाव व्यापले तरी चालेल' अशी करण्यात आली. मूलभूत सेवादात्यांमध्ये आणि तुमच्या बाबतीत आणखी एक फरक आहे आणि तो म्हणजे तुम्ही नवा सेवादाता आहात की जुना यामुळे या अटींमध्ये काही फरक पडत नाही.

या अशा तफावती असणं अपरिहार्यच आहे. तंत्रज्ञानं बदलतात,प्राथमिकता

बदलतात, काय काय करणं शक्य आहे हे सरकारांना कळून येतं, गुंतवणूकदारांना कसं पळवून लावता येईल ते कळून येतं, अपरिहार्य असतं पण त्याचे परिणाम होत नाहीत असं नाही. ज्या काळामध्ये हे परवाने दिले गेले तो काळ बांधून ठेवण्याच्या प्रयत्नात म्हणा हवं तर- निर्माण झालेल्या तफावतींमुळे नवं तंत्रज्ञान स्वीकारता येत नाही. त्या तफावतींमुळे सर्वच सहभागी व्यक्तींना स्वत:वर अन्याय झाला आहे, असं वाटू लागतं. प्रत्येक बाजूला वाटत असतं की समोरच्याला अनेक अयोग्य बाबी पक्षपातानं दिल्या गेल्या आहेत. आणि त्या पक्षपाताच्या बदल्यात आता 'त्यांना' आणखी काही सवलती मिळायला हव्या. आणि प्रत्येकजण 'पुरावा' द्यायला तयार असतो. सेल्युलर सेवादात्यांचं म्हणणं असतं की मूलभूत सेवादात्यांपेक्षा त्यांना अधिक परवाना शुल्क भरावं लागलेलं आहे. त्यांच्याकडे यासंबंधीचे आकडे तयार असतात. मूलभूत सेवादात्यांचं म्हणणं असतं, जी महत्त्वाची आहे अशा मोजपट्टीनं पाहिलं तर त्यांनाच जास्त रक्कम भरावी लागते आहे- वर्णपटाची जेवढी युनिट्स वापरण्याची त्यांना परवानगी आहे त्यावर त्यांनी देण्याचं शुल्क अवलंबून असतं. आणि त्यांच्याकडेही या संबंधीचे आकडे तयार असतात. या तक्रारींचं रूपांतर पुढे कज्जेखटल्यांमध्ये होतं. अर्थात आपल्या सुपीक कल्पनाशक्तीमुळे आपल्याला खटला करण्यासाठी मुळात एखादी तक्रार असणं आवश्यक नसतं ही गोष्ट वेगळी.

मोह? निकड? निकडीचा मोह!

याहूनही अधिक सखोल असा एक परिणाम आहे. परवान्यातील अचूक शब्दप्रयोगावर सर्वच गोष्टी अवलंबून असल्यामुळे उद्योजक फार मोठ्या मोहाला बळी पडत असतात- त्यांच्या मतानं त्यांना तसं करणं भागच पडत असतं. परवाने लिहिणाऱ्या सरकारी कर्मचाऱ्याच्या विनवण्या करणं, भाग पाडणं, वाकवणं हा तो मोह किंवा निकड असते.' आणि याउलट एकदा तो परवाना लिहिला गेला की उद्योजक त्याचा वकील आणि अभियंत्यांना बजावतो- तंत्रज्ञानानं मला अगदी सुरळीत आणि अमर्याद सेवा देण्याची संधी दिलेली आहे, आता हा परवाना वाचा आणि असा एक मार्ग शोधून द्या, ज्यायोगे मी या परवान्यामधील अटी न मोडता तंत्रज्ञानानं दिलेली पूर्ण सवलत वापरून जास्तीत जास्त सेवा देऊ शकेन.

या विभागातील एक चिवट बारमाही झाड आणि सध्या बातमीत झळकत असलेला एक पैलू नक्की काय घडतं ते चांगलं समजावून देऊ शकेल.

प्रत्येक वेळेला संसदेचं अधिवेशन सुरू झालं की, ग्रामीण विभागातील दूरध्वनींची कमतरता आणि खाजगी मूलभूत सेवादात्यांना ही सेवा देण्यास भाग पाडण्यात सरकारला आलेलं 'अपयश' याबद्दल प्रश्नांचा भडिमार सुरू होतो. आता तुम्ही जर दिले गेलेले मूळ परवाने पाहिले तर तुम्हाला दिसून येईल की त्या

परवान्यांमध्ये अशी दूरध्वनी सेवा तयार करण्याची अपरिहार्य अट घालण्यात आलेली आहे. या अपरिहार्य अटीबद्दल मी याआधी स्पष्ट करून सांगितलेलं आहेच- प्रत्येक मूलभूत स्थिर प्रवाह सेवादात्यानं एका निश्चित संख्येचे थेट दूरध्वनी आणि एका निश्चित संख्येचे सार्वजनिक दूरध्वनी ग्रामीण भागामध्ये बसवलेच पाहिजेत.

आणि तुम्ही जर नोंदी तपासल्या तर तुम्हाला आढळून येईल की, एकाही सेवादात्यानं कबूल केल्याप्रमाणे दूरध्वनी बसवलेले नाहीत. सर्वांनी मिळून एकूण ९८,००० खेड्यांमध्ये दूरध्वनी उपलब्ध करून द्यायचं कबूल केलेलं होतं. प्रत्यक्षात फक्त १२,००० खेड्यांमध्ये दूरध्वनी उपलब्ध झालेले आहेत. या सेवादात्यांना त्यांनी कबूल केलेली गोष्ट करणं भागच पडावं, इतकी कठोर शिक्षा देण्यात अडचण काय आहे?

पहिली अडचण आहे ती म्हणजे या परवान्यांमध्ये घुसलेलं एक वाक्य. या सेवादात्याला काही ठराविक संख्येनं खेड्यांमध्ये दूरध्वनी उपलब्ध करून द्यावे लागतील असं परवान्यामध्ये म्हटल्यानंतरचं वाक्य असं आहे, 'सेवाक्षेत्रातील सर्व खेड्यांमध्ये दूरसंचारविभागाने किंवा खाजगी सेवादात्याने एक जरी दूरध्वनी उपलब्ध करून दिलेला असेल तर ही अट लागू होणार नाही.'

याचा परिणाम? तुम्ही तुमच्या सेवाक्षेत्रांमध्ये सरकारी यंत्रणा किंवा तिचा वारस- बीएसएनएल- यांना बोलावून घेऊ शकलात तर तुमची या कर्तव्यातून सुटका झालीच समजा. पंजाबमध्ये ज्या सेवादात्यानं ही अट पूर्ण केलेली नाही त्याचा हा दावा आहे की, त्या सेवाक्षेत्रातील सर्व खेडी बीएसएनएलनं आधीच व्यापली आहेत. मध्य प्रदेशातील सेवादात्यांचीही हीच तक्रार आहे– त्यानंही कबूल केलेल्या खेड्यांमध्ये दूरध्वनी बसवलेले नाहीत. तो म्हणतो,"सेवा देण्यासाठी आम्ही कोणकोणत्या दुर्गम भागांमध्ये गेलो आहोत. बीएसएनएलनं पंजाबवरच सगळं लक्ष केंद्रित केलं आणि मध्य प्रदेशकडे दुर्लक्ष केलं याची शिक्षा आम्हाला का?"

आणि या दोघांचीही मिळून आणखी एक तक्रार आहेच,'ज्या मूलभूत सेवादात्यांना 'नंतर' मर्यादित भ्रमणक्षमतेची परवानगी देण्यात आली आहे, त्यांच्याकडे बघा बरं– या भामट्यांना कोणाच्याही घरामध्ये घुसण्यासाठी कोणतीही थेट लाईन टाकण्याची आवश्यकता नाही, किंवा खेड्यांमध्ये दूरध्वनी बसवण्याची त्यांच्यावर सक्तीही नाही. तालुका आणि जिल्ह्याच्या प्रमुख कचेऱ्यांमध्ये त्यांच्या 'अस्तित्वाची खूण' पटवणारे बिंदू दाखवले म्हणजे काम झालं. आणि दुसऱ्या हाताला डब्ल्यूएलएल(एम)चे लोक म्हणत असतात, वैयक्तिक ग्राहकावर मोबाईल फोन घेण्याची सक्ती ते करू शकत नाहीत. तसं पाहिलं तर त्यांची सेवा ही हवेतील सेवा

आहे. त्यांच्या सेवाक्षेत्रामध्ये ते प्रक्षेपण केंद्र उभारून ज्यांना ही सेवा हवी आहे त्यांना आपली सेवा देणं एवढंच ते करू शकतात.

अर्थात, परवान्यावर शिक्षा स्पष्ट लिहिलेल्या असतात– उदाहरणार्थ, समजा तुमचं सेवाक्षेत्र 'बी' वर्गाचं आहे. तुम्ही तुमच्या सेवाक्षेत्रासाठी निश्चित केले गेलेले दूरध्वनी बसवले नाहीत तर ४ कोटी रुपये भरणं तुम्हाला भाग पडेल.

आणि निश्चित केलेले सार्वजनिक दूरध्वनी बसवले नाहीत तर आणखी ४ कोटी रुपये भरावे लागतील. मूलभूत सेवादात्यांचं पुष्कळ बरं होतं- एकूण फक्त ५३ कोटी रुपये भरले की काम झालं—इतके इतके खाजगी आणि सार्वजनिक दूरध्वनी बसवण्याची कटकट नव्हती.

अटी न पाळल्याबद्दलच्या नोटिसा, न्यायालयाचे स्टे हुकूम, दुसऱ्या बाजूला कसं झुकतं माप दिलं गेलं आहे, याबद्दलच्या दोन्ही बाजूंचे कांगावे– दुसऱ्याला दिलेल्या सवलतींबद्दल आपल्याला नुकसानभरपाई मिळावी अशा मागण्या..

काळ गोठवणं

आपली औद्योगिक प्रगती एका पिढीनं मागे पडली याचं एक महत्त्वाचं कारण म्हणजे आपली औद्योगिक आणि आयात-निर्यात परवाना पद्धती. आपले परवाने तो परवाना 'कोण' वापरणार आहे यावर बेतलेले असत- त्या परवान्याचा वापर कशासाठी केला जाणार आहे, कोणती वस्तू किंवा माहिती आणली/पाठवली जाणार आहे यावर बेतलेले असत. एखाद्या उद्योजकाला 'अ' ही वस्तू 'ब' या ठिकाणी उभारलेल्या कारखान्यामध्ये निर्माण करण्याची परवानगी देण्यात आलेली असे. या कारखान्यातील 'क' ही निर्मितीप्रक्रिया 'ड' या 'ई' या देशातून आयात केलेल्या यंत्र सामग्रीवर, 'फ' या कच्च्या मालाचा वापर करून ती 'अ' ही वस्तू तयार केलेली असे, बहुतेक वेळा ती निर्माण केलेली वस्तू किती किंमतीला विकावी हेही निश्चित करून देण्यात आलेले असे. या सर्व अटींपासून तो उद्योजक किंचित जरी ढळला तरी त्याने कायदा मोडला, असं ठरत असे आणि त्याच्यावर कायदेशीर कारवाई करण्याची शक्यता नक्कीच असे.

एखाद्या उद्योजकानं काय, कोठे, कसं निर्माण करावं, हे ठरवणार कोण? सरकारी कचेऱ्यांमध्ये सुरक्षितपणे स्थानापन्न असलेल्या व्यक्ती. आयात-निर्यात विभागाचे महानियंत्रक, तांत्रिक विकास विभाग संचालनालय, नियोजन आयोग— थोडक्यात, काय उत्पादन करावं, कसं करावं, कोणत्या यंत्रसामग्रीच्या साह्यानं करावं, कोणाच्या मदतीनं करावं हे त्या उत्पादनामध्ये स्वत:चे पैसे गुंतवणाऱ्या उत्पादकापेक्षा परवाना देणाऱ्या अधिकाऱ्यांना अधिक चांगलं कळतं असा त्यांचा समज होता. हे अधिकारी आपल्या कामाभोवती आणि प्रक्रियेभोवती एक गुप्ततेचं

आवरण कायम राखत असत. परंतु त्यांच्या अधिकाराच्या आणि कीर्तीच्या, नावलौकिकाच्या अत्युच्च काळामध्ये जेव्हा मी त्यांच्या नोंदी - अगदी त्यांच्या अंतर्गत कामाच्या नोंदींसह सर्व नोंदी तपासल्या तेव्हा त्यांच्या निर्णयांच्या मागे साधे सर्वसामान्य नियमच वापरलेले होते हे समजून यायला मला फार कष्ट पडले नाहीत. (मला काय सापडलं याचं उदाहरणच हवं असेल तर 'इकॉनॉमिक अँड पोलिटिकल वीकली १९७३-खंड ८ यामधील 'कंट्रोल्स अँड द करंट सिच्युएशन-व्हाय नॉट लेट द हाउंडस रन?' हा लेख पाहावा.)

ही पद्धत आता आपल्या अर्थव्यवस्थेच्या जवळजवळ सर्वच विभागांमधून काढून टाकण्यात आलेली आहे. परंतु, दैवलीला अशी की दूरसंचार क्षेत्रामध्ये- असं क्षेत्र- ज्यामध्ये अतिशय वेगानं तंत्रिक बदल घडून येत असतात-त्याच क्षेत्रामध्ये ही पद्धत अजून टिकून आहे. शेवटचा किल्ला म्हणा ना- दोन्ही गोष्टींचा शेवटचा आधार-सेवा-ग्राहक-तंत्रज्ञान यांच्यासाठीच खास लिहिल्या गेलेल्या परवान्यांचं राज्य आणि त्याबरोबरच खाजगी सेवादात्यांची आणि सरकारी कर्मचाऱ्यांचीही त्या साठीच तयार झालेली मानसिकता.

तंत्रज्ञानामध्ये होणाऱ्या बदलांमुळे या पद्धतीवर सतत ताण येत असतो. या उलट,साठ आणि सत्तरच्या दशकामध्ये ज्यांना परवाने मिळाले ते करत असत त्याप्रमाणे आजचे उद्योजक नव्या तंत्रज्ञानाचा आपल्या कुरणावर काहीही परिणाम होऊ नये यासाठी काहीही करायला तयार असतात.

परंतु आज नवं तंत्रज्ञान दर दोन वर्षांनी तयार होतं आहे. दर तीन महिन्यांनी नवी उत्पादनं बाजारात येत आहेत. अनेक दशकांपूर्वी आर्थर सी. क्लार्कनं तंत्रज्ञानाच्या प्रगतीबद्दल दोन नवी स्वयंसिद्ध तत्त्वं मांडली.

* जे काही शक्य आहे असं वाटतं आणि ज्याची कल्पनाही केलेली नव्हती असंही ते घडून येतंच आणि ते घडून येतं आपल्याला ते घडेल असं वाटत असतं त्याच्या कितीतरी आधीच-

या तत्त्वांना आपण आपल्या स्वतःच्या अनुभवाचे काही बोल जोडू शकू.

* हे बदल घडून येतात तेव्हा त्यांचा परिणाम कोणाच्या कल्पनेतही नसेल इतका दूरवर पर्यंत होतो.
* नवे बदल उद्योजकांनाही धक्का देणारे असतात. कारण बहुतेक वेळा हे बदल घडवून आणणारे लोक आपल्या गॅरेजमध्ये वेगवेगळ्या प्रकारचे प्रयोग करण्यात गुंतलेले विक्षिप्त संशोधक असतात. आणि कोणत्याही परिस्थितीमध्ये मुलकी नोकर, न्यायाधीश, मंत्र्यांचं तर विचारूच नका-हे कोणीही शिक्षणानं किंवा योग्यतेनं या नव्या तंत्रज्ञानाच्या हल्ल्याची आणि त्याच्या परिणामांची पूर्व कल्पना करू शकतील असे नसतातच. याचा

परिणाम म्हणून दूरसंचार क्षेत्राला दर दिवशी जे हादरे बसत असतात ते आपण पाहतच आहोत.

एका बाजूला, नवं तंत्रज्ञान त्यामध्ये सहभागी होणाऱ्यांना सर्व माहिती सूक्ष्मांकित करण्याची संधी उपलब्ध करून देत असतं, माहितीचा प्रचंड साठा कल्पनाही करता येऊ नये इतक्या लहानशा जागेमध्ये साठवण्याची संधी देत असतं, सतत बदलत्या नव्या अल्गोरिथमच्या साह्यानं ती माहिती सांकेतिक भाषेमध्ये ठेवण्यास आणि एक गठ्ठा करून सादर करण्यास मदत करत असतं. या उलट, दुसऱ्या बाजूला दर महिन्याला पट्ट्यानुसार ही माहिती प्रक्षेपित करण्याची क्षमताही वाढतीच आहे. या दोन्ही विकासाच्या गोष्टी एकमेकींच्या सहयोगाने एकाच अंतर्गत कार्यव्यवस्थेचा वापर करून अनेक वेगवेगळ्या सेवा देऊ शकतात. दूरचित्रवाणी, आकाशवाणी, माहिती महाजाल, दूरसंच इत्यादी आणि शिवाय ग्राहक आपल्या एकाच उपकरणाच्याद्वारे या सगळ्या सेवांचा वापर करू शकतो ते वेगळंच-दूरचित्रवाणी संच, हातात बाळगण्याचं उपकरण, त्याचं दूरध्वनी यंत्र, यांपैकी कोणतंही— प्रस्थापित व्यवस्था -परवाने देणारे, अमलात आणणारे, नियमन करणारे—या नव्या शक्यतांना अडवण्याचे प्रयत्न करू शकते किंवा मग त्या शक्यता शक्य तितक्या लवकर सामावून घेण्यासाठी योग्य वातावरण तयार करू शकते.

* आपण चित्रपटगृहाकडून भरपूर करमणूक कर वसूल करत असतो. परंतु आज प्रेक्षकाला थेट उपग्रहाद्वारे चित्रपट पाहता येऊ लागले आहेत. लवकरच आपल्याला चित्रपट पाहण्यासाठी आपल्या दूरचित्रवाणी संचाचीही गरज उरणार नाही. संगणक, हातातली उपकरणं, अगदी पारंपरिक दूरध्वनी संस्थादेखील दूरध्वनी यंत्रांमधून बिनतारी जालामधून हे चित्रपट पुरवू शकतील. मग हे सेवादाते करमणूक कर चुकवत आहेत असं म्हणता येईल का?
* नुकतीच डिजिटल लायब्ररी ऑफ इंडियाची सुरुवात झालेली आहे. आत्ता-पर्यंत ३०,०००पुस्तकं त्यामध्ये जमा झालेली आहेत. महाजालाच्याद्वारे तुम्ही त्यापैकी प्रत्येक पुस्तक उतरवून घेऊ शकता. एका वर्षाच्या अवधीमध्ये आणखी १० लाख पुस्तकं सूक्ष्मांकित करून याच महाजालाच्याद्वारे उपलब्ध करून देण्यात येणार आहेत. मग ही पुस्तकं उपलब्ध करून देणारे आणि ती वाचणारे एका दृष्टीनं पाहिलं तर विक्रीकर चुकवतच असतात, म्हणून ही प्रक्रिया थांबवायची का?
* आपल्या देशाच्या बिनतारी विभागाच्या सल्लागारांनी सन २००४ पासून १४५२-१४९२ मेगाहर्टझ् ही प्रणाली सूक्ष्मांकित श्रुती प्रक्षेपणासाठी नेमून दिलेली आहे. समजा—एखादी कंपनी जर्मनीतील एखाद्या रुग्णालयाच्या

नोंदी या प्रणालीवरून प्राप्त करून घेते आणि त्यावर संस्कार करून ती माहिती परत जर्मनीला पाठवून देते. ही कंपनी कायदा मोडते आहे का? नवीन तंत्रज्ञानामध्ये 'डेटा'- खरं पाहाता- डेटा म्हणजे अंकाची किंवा अक्षरांची एक मालिका- परंतु पारंपरिक दृष्टीनं पाहिलं तर 'डेटा- माहिती ही स्वराशी निगडितच असते. आणि हे दोन्ही प्रकार एकाच पद्धतीनं प्रक्षेपित केले जातात. पहिल्या प्रणालीचा दर जर दुसऱ्या प्रणालीच्या दरापेक्षा कमी असेल तर ती कंपनी नक्कीच पहिली प्रणाली वापरेल. या प्रकरणामध्ये आपण दोन्ही प्रणालींचे दर एकसारखे करणार की सीबीआयचा ससेमिरा त्या कंपनीच्या पाठी लावणार?

* आज तुम्ही जवळ जवळ सर्व वृत्तपत्रं 'ऑन-लाईन' वाचू शकता. जेव्हा लेखन आणि वाचन यांचं तंत्रज्ञान थोडं आणखी पुढे जाईल तेव्हा तुम्ही ती वृत्तपत्रं 'ऐकू' शकाल. मग तुम्ही त्याला 'प्रक्षेपण' म्हणणार की 'छापील' म्हणणार?

* 'ब्रॉडकास्ट' आणि 'टेलिफोन' या दोघांमध्ये पूर्वी एकच फरक होता- 'ब्रॉडकास्ट' हा एकाच दिशेने करता येत असे; 'श्रोते' म्हणून आपण तो आवाज किंवा आकृती फक्त पाहू- ऐकू शकत होतो. उलटपक्षी 'टेलिफोनी'ने परस्पर संपर्क करता येत होता. परंतु आज आकाशवाणी आणि दूरचित्रवाणी हे दोन्ही कार्यक्रम श्रोत्यांशी आणि श्रोते त्यांच्याशी संपर्क साधू शकतात- श्रोते क्विझ मध्ये भाग घेऊ शकतात आणि त्यावेळी चालू असलेल्या चर्चेमध्ये दूरध्वनीच्या साह्याने प्रत्यक्ष सहभागी होऊ शकतात.

  काही काळातच या सहभागासाठी तुम्हाला तुमच्या दूरध्वनीचीही गरज भासणार नाही- तुमच्या दूरचित्रवाणी संचाद्वारेच तुम्ही हा संपर्क साधू शकाल. मग त्या संपर्काला तुम्ही 'टेलिफोनी' म्हणणार की 'ब्रॉडकास्टिंग' म्हणणार? आणि मग ही घटना कोणाच्या अधिकारातली ठरेल – ब्रॉडकास्टिंग कमिशनसारख्या एखाद्या आयोगाच्या की दूरध्वनी नियंत्रक नियमांच्या?

* सेट-टॉप बॉक्सच्या उपयोगाबद्दल चालू असलेली बाचाबाची आपण पाहिलेलीच आहे. आता लवकरच थेट उपग्रहावरून येणारे संकेत ग्रहण करणाऱ्या 'डिश' इतक्या स्वस्त होतील - एक दूरचित्रवाणी उद्योग तर आताच दरमहा १०० रुपये घेऊन ही 'डिश' भाड्यानं देऊ लागला आहे— की ही सुविधा सर्वसामान्यपणेच दूरचित्रवाणी संचामध्येच उपलब्ध करून दिली जाईल – मोफत आणि फारसं महत्त्व न देता आणि लोकांना केबल चालकांकडे जाण्याची गरजच उरणार नाही. मग आपण

ही नवी सुविधा नव्या संचांमध्ये बसवण्याला बंदी घालणार आहोत का? ज्यांना आपण सेट-टॉप बॉक्स बसवणं भाग पाडलं त्यांच्यावर 'अन्याय' होऊ नये म्हणून? किंवा या नव्या सुविधेमुळे केबल चालकांचा धंदा बसेल म्हणून?

* याची दुसरी बाजू तपासण्यासाठी उद्याची वाट पाहण्याची गरज नाही. अमेरिकेमधील केबल चालकांनी आणि त्यांच्यापेक्षा खूपच संथपणे चालणाऱ्या इंग्लंडमधील केबल चालकांनी देखील त्यांची जालव्यवस्था अत्याधुनिक केली आहे. आता ते 'टेलिफोनी' देऊ शकतात आणि त्याबरोबर माहिती महाजालाचा उपयोग करण्याची सुविधाही त्यांनी देऊ केली आहे. भारतामध्ये, आपण अजून टेलिफोनी, माहिती महाजाल आणि केबलच्या माध्यमातून दूरचित्रवाणी या सुविधा भिन्न भिन्न मानतो आहोत. तर मग आपण या आधुनिकीकरणाला विरोध करायचा का?

हा मूलभूत फरक आहे. आज अस्तित्वात असलेले कायदे आणि नियम यांचा भंग होऊ नये म्हणून आपण या नव्या शोधांना आणि सुधारणांना उपयोगात आणण्याची मनाई करणार आहोत का? या कायद्यांकडे केलं जाणारं सर्रास दुर्लक्ष त्यांना अगदी अर्थशून्य बनवून टाकेल इतकं वाढेपर्यंत आपण त्यांना कवटाळून बसणार आहोत का?– हे असंच त्या अगदी तपशीलवार आणि गुंतागुंतीच्या अशा औद्योगिक आणि आयात परवान्यांच्या आणि पिळून काढणाऱ्या करपद्धतीच्या बाबतीमध्ये घडून आलेलं आपल्याला माहीत आहे. की आपण या नव्या शक्यतांना कारणी लावण्याचा प्रयत्न करणार आहोत? आज देशामध्ये ९ कोटी दूरचित्रवाणी संच आहेत. आणि दूरध्वनी फक्त ६ कोटी आहेत. माहिती महाजालाशी संपर्क करू शकतील असे संगणक फक्त ९० लाख आहेत. दूरध्वनी जाल अधिक दाट व्हावं, महाजालाशी संपर्क करणं अधिक सुलभ व्हावं म्हणून आपण सतत सरकारचा पाठपुरावा करत असतो. आणि हे करण्यासाठी आवश्यक असलेली अंतर्गत व्यवस्था उभी करण्यासाठी, खरं पाहिलं तर, सर्व सरकारं प्रचंड पैसा खर्च करत असतात. परंतु दूरध्वनी जाल अधिक दाट करण्याचा आणि महाजाल संपर्क वाढवण्याचा सगळ्यात सोपा, स्वस्त आणि जलद मार्ग म्हणजे दूरचित्रवाणी संचांना 'टेलिफोनी' आणि 'महाजाल' वापरता येईल हे तंत्रज्ञान उपलब्ध करून देणं हाच आहे.

ओळख

आपले कायदे आणि नियम एवढेच अडथळे नाही आहेत. याहून जबरदस्त अडचण आहे ती हे नियम करणाऱ्या गटांना आजच्या बदलत्या परिस्थितीची ओळखच नसते या गोष्टीची. आपल्या जवळ जवळ सर्व नियामक आणि वाद

सोडवणाऱ्या मंडळांवर- अगदी आंतरराज्य जलवाद खास न्यायालय असो की टीडीएसएटी असो- त्यांच्यावर अध्यक्ष म्हणून काम करणारे लोक असतात - निवृत्त किंवा अजून कार्यरत असलेले न्यायाधीश. या मंडळांचं कार्य काहीसं न्यायालयांसारखंच आहे, असं मानण्यात येतं. हे मंडळ "अर्ध-न्यायालयीन आहे," असं आपण म्हणत असतो. तसंच या मंडळांसमोर चाललेल्या एखाद्या प्रातिनिधिक खटल्याला किती वेळ लागला याचा जर आपण हिशेब मांडला तर - वकिलांच्या मुद्यांकडे लक्ष देण्यात जो वेळ गेलेला असतो तेवढाच वेळ आपण, समजा, तंत्रज्ञांचं किंवा अभियंत्यांचं म्हणणं ऐकून घेण्यात घालवला तर आधीच्याच प्रकरणातला वेळ नक्कीच जास्त लागला आहे, असं आपल्या लक्षात येतं. याचा परिणाम असा होतो की ही मंडळं प्रत्येक समस्येचा विचार न्यायालयं करतील त्या प्रकारानेच करतात. म्हणजे-प्रतिज्ञापत्रकं तपासणं, कायद्याच्या कलमांचा, नियमांचा, उपनियमांचा, परिपत्रकांचा वगैरे अर्थ लावत बसणं इत्यादी. व्यवस्थापनतज्ज्ञ ज्याला 'डिझाईन सोल्युशन्स' म्हणतात, ज्यामुळे समोरच्या प्रश्नातील जास्तीत जास्त चांगल्या अशा ज्या बाबी आहेत त्यांच्याकडे सर्वाधिक लक्ष पुरवलं जाईल- पाण्याच्या साठ्यामध्ये जास्त पाणी साठवणे, टेलिकॉम सेवांसाठी अधिक मोठी ग्राहकपेठ शोधणे, त्यांचा लाभ अनेक पटींनी वाढेल आणि सर्वच संबंधितांना अधिक मोठं क्षेत्र काम करण्यासाठी उपलब्ध होईल, अशा पद्धतीनं ही मंडळं सहसा काम करत नाहीत. त्यांचा दृष्टिकोन हा 'कायदेशीरपणा' तपासण्यापुरता मर्यादित असतो. त्यांचं गृहीतच असं असतं – आणखी एक निर्णयशून्य स्पर्धा- एका स्पर्धकाला जे काही मिळेल ते दुसऱ्याला हरावंच लागेल.

या नियामक मंडळांना जे काम नेमून देण्यात आलेलं असतं त्यामुळेच त्या कामाचा काय निकाल लागणार हे देखील ठरून गेल्यासारखंच असतं. थॉमस बलोनं 'गणिती अर्थतज्ज्ञांची' तुलना नव्यानं हातात हातोडा मिळालेल्या एखाद्या लहान मुलाशी केली आहे- त्याला अचानकपणे सगळ्याच गोष्टी चुरा करण्यायोग्य वाटू लागतात. हीच उपमा सरकारलाही लागू पडते. तुम्ही जेव्हा एखादा मानवी हक्क आयोग स्थापन करता तेव्हा त्या आयोगाच्या दृष्टीमध्ये फक्त एकच बाब महत्त्वाची असते आणि ती बाब म्हणजे 'मानवी हक्क.' हे हक्क- किंवा खरं सांगायचं तर - राज्य सरकारच्या शाखांनी केलेला या हक्कांचा तथाकथित भंग हे तर त्यांच्या अस्तित्वाचंच मूळ कारण असतं. त्या काळामध्ये पंजाबमध्ये काय परिस्थिती होती- उदाहरणार्थ- न्यायसंस्था शिल्लक उरलीच नव्हती- याच्याशी आयोगाचा काहीही संबंधच नसतो. आज दूरसंचार क्षेत्रामध्ये नवीन तंत्रज्ञान आणणं हे टीडीएसएटी वगैरेंच्या निर्मितीमागचं ध्येय नाहीच आहे. आणि न्यायालयांचं तर बिलकूलच नाही. त्यांची निर्मिती झालेली आहे ती वाद सोडवण्यासाठी, एकमेकांशी

स्पर्धा करणारे स्पर्धक आणि त्यांचे वकील यांच्यामध्ये रदबदली करण्यासाठी आणि 'दोघांनाही समान वागणूक मिळते' आहे यावर नजर ठेवण्यासाठी. या आयोगांच्या प्रमुख व्यक्तींची पार्श्वभूमी, त्यांचं आयुष्यभराचं शिक्षण, या व्यक्ती ज्या व्यक्तींचं सांगणं मान्य करत असतात त्या व्यक्तींची खास तज्ज्ञता, अगदी या आयोगांची स्थापनाच ज्या कारणानं झालेली असते ते कारणच 'डिझाईन्स सोल्युशन्स'ना हातभर अंतरावर ठेवायला पुरेसं असतं. परवाना असं म्हणतो, नियम तसं म्हणतात, अमुक तारखेला लिहिलेल्या पत्रामध्ये तमुक असं म्हणतो, परंतु क्ष तारखेच्या परिपत्रकामध्ये विभागानं असं म्हटलं आहे...

म्हणजे मुळात काय आवश्यक आहे तर नियामकाला योग्य दिशा दाखवली गेली पाहिजे. एखाद्या परिपत्रकातील किंवा परवान्यातील अ शब्दापेक्षा ब शब्द अधिक महत्त्वाचा आहे हे आपलं काम आहे असा त्याचा समज झालेला आहे का? की प्रत्येक वादाच्या मुद्याचा उपयोग प्रस्थापित व्यवस्थेला आणखी एका पावलानं नव्या तंत्रज्ञानाकडे नेण्यासाठी करायचा आहे, प्रत्येक संधीचा वापर स्पर्धा अधिकाधिक वाढवण्यासाठी करायचा आहे हे त्याला पटलेलं आहे?

आज घडीला या आयोगांची दिशा ही पहिल्या मुद्याची दिशा झालेली आहे. म्हणूनच हे आयोग तंत्रज्ञानाच्या विकासातला मोठाच अडसर होऊन बसलेले आहेत.

यावरून घेण्याचे धडे

खरं तर हे धडे अगदी स्पष्ट आहेत.

* नियामक मंडळं - विशेषत: ज्या क्षेत्रांमध्ये तंत्रज्ञानाचा विकास झपाट्यानं होत असतो त्या क्षेत्रातील नियामक मंडळांवर तंत्रज्ञानातील जाणकार व्यक्तींचीच नेमणूक होणं गरजेचं आहे.
* नियामक व्यक्तींनी भविष्यातील तांत्रिक विकासावर नजर ठेवणं आवश्यक आहे. नवे तंत्रज्ञान स्वीकारताना स्वत:च्या निर्णयाचा त्यावर काय परिणाम होईल याची कल्पना त्यांना असली पाहिजे.
* स्वत:च्या वेळातील अधिकांश भाग त्यांनी तंत्रज्ञांशी, संशोधकांशी चर्चा करण्यात खर्ची घातला पाहिजे, वकिली चर्चेमध्ये नाही.

या दिशेनं जाण्यासाठी नियामकांना प्रवृत्त करण्याचा एक परिणामकारक मार्ग म्हणजे नवी संशोधने करणाऱ्या आणि त्या उद्योगांमध्ये ती नवी संशोधने सामावून घेणाऱ्या व्यक्तींना मदत आणि पुरस्कार देण्यासाठी एक रक्कम नियामक मंडळाच्या हवाली करणं. यामुळे नियामक मंडळाचे सदस्य त्यांच्या 'कर्तव्याचा एक भाग' म्हणूनच अशा नव्या संशोधकांच्या आणि संशोधनांच्या मागावर राहू शकतील. पुढच्या टप्प्यावर काय उभं आहे याची माहिती त्यांना सतत मिळत राहील. आणि

त्यांचा संबंध जे वकील किंवा हिशेब तपासनीस नाहीत किंवा पत्रकारही नाहीत अशा लोकांशीच येत राहील-

याखेरीज आपले उद्योजक आपली परवाना पद्धती आणि न्यायालयं यांचा उपयोग स्पर्धा आटोक्यात ठेवण्यासाठी करून घेण्यात फार पटाईत आहेत, ही त्यांची सवयच आहे, हेही नियामकांनी लक्षात ठेवलं पाहिजे. ही सवय आणि हे कौशल्य नियामकांवर ताबा मिळवण्यासाठीही वापरलं जाऊ शकतं याकडे नियामकांनी खास लक्ष पुरवलं पाहिजे.

एक प्रकारची मितभाषी वृत्ती राखली जाणंही तेवढंच आवश्यक आहे.

* तंत्रज्ञानाच्या कोसळत्या पुराला अगदी बारकाईनं तपासत बसणारा नियामक त्या उद्योगापुढे अडचणींचे डोंगर उभे करू शकेल. आज अनेक जण अशी मागणी करत आहेत की टीआरएआयनं मध्ये पडून दूरसंचार उद्योग ग्राहकांना जी असंख्य सोयींची नवनवी 'पॅकेजेस' देऊ करत आहेत त्यांना 'शिस्त लावावी', 'गोंधळ दूर करावा.' परंतु आजच्या घटकेला किंमत, उधारी, सुरक्षितता, सेवा एवढ्या बाबी देणारी अशी सुमारे '६०० पॅकेजेस दूरसंचार क्षेत्रामध्ये उपलब्ध आहेत. नियामक यांपैकी किती पॅकेजेसचं मूल्यमापन आणि नियमन करू शकेल? प्रत्येक पॅकेज तपासून ते पॅकेज 'लुटारू' नाही, याची खात्री नियामक करू शकणार आहे का? मग त्याने एखाद्या नियमांनुसार जाणंच योग्य ठरणार नाही का? उदाहरणार्थ, कमी शुल्क आकारणाऱ्या एखाद्या सेवादात्यानं तीन वर्षं शुल्क वाढवता कामा नये - तो शुल्क कमी करू शकतो पण वाढवता येणार नाही - असा एखादा नियम? असा एखादा सर्वसाधारण नियम असेल तर तो स्पर्धा मारून टाकण्यासाठी शुल्क कमी करून मग स्पर्धा नाहीशी झाल्यानंतर शुल्क वाढवतो आहे असं होणार नाही - त्याला असं करता येणारच नाही.
* प्रत्येक तपशिलाची इतकी बारकाईनं तपासणी करण्याचा आणि त्यावर नियंत्रण ठेवण्याचा प्रयत्न करायचं ठरवलं तर ते पळत्याच्या पाठी लागल्यासारखं मात्र होईल. समजा, नियामकानं सेल्युलर सेवादात्याला त्यानं दर मिनिटाला आकारण्याचा कमीतकमी दर ठरवून दिला, त्या दराखाली तो सेवादाता जाऊ शकणार नाही– पण दुसरा सेवादाता या नियमांतून पळवाट काढतो- तो हँडसेट फुकट देण्याचं आमिष दाखवतो. नियामक या प्रकारावर बंदी घालतो किंवा सेवादात्यानं : हँडसेटवर कमीत कमी इतकी किंमत आकारलीच पाहिजे असा हुकूम काढतो. मग सेवादाता

नियामकानं सांगितल्याप्रमाणे हँडसेटची किंमत ठेवतो पण मग त्या हँडसेटमध्ये आणखी काही सोयी फुकट उपलब्ध करून देतो. किंवा मग 'आज उधार-उद्या रोख' हे आमिष पुढे करतो. किंवा मग एखाद्या विमा कंपनीशी साटंलोटं करून त्याच्या ग्राहकांना विम्याची पॉलिसी सवलतीच्या दरानं मिळेल याची जाहिरात करतो. या सर्व आज बाजारात चालू असलेल्या क्लृप्त्या आहेत. नियामक किती क्लृप्त्यांवर बंधनं घालू शकेल? शिवाय दूरसंचार क्षेत्रांमध्ये या गोष्टींना बंदी आहे, परंतु वृत्तपत्रविक्रीच्या क्षेत्रामध्ये मात्र याच गोष्टींना परवानगी आहे, असं झालं तर? अखेरीस, वृत्तपत्र विक्रीच्या क्षेत्रामध्ये या गोष्टी चालूच आहेत की!

* परवाना देणाऱ्या अधिकाऱ्यांप्रमाणेच नियामकांनीही उद्योजकानं कोणती सेवा देण्यासाठी कोणतं तंत्रज्ञान वापरावं हे ठरवण्याच्या भानगडीत पडू नये. त्याचप्रमाणे उद्योजकाने यासंबंधात घेतलेल्या एखाद्या चुकीच्या निर्णयाचे परिणाम त्याला भोगावे लागले तर ती नियामकाची जबाबदारी नाही हे त्यानं लक्षात ठेवावं.

आपल्यापैकी प्रत्येक जणच नियामकाच्या कामाला मदत करू शकतो. प्रखर व्यावसायिक दृष्टीनं त्यांच्या निर्णयाची कसोशीनं तपासणी करून– अशी तपासणी हे ब्रिटिश आणि अमेरिकन न्यायपद्धतीच्या उत्कृष्टतेचा छाप आहे. आणि त्यांच्या निर्णयांच्या उच्च प्रतीचं ते एक महत्त्वाचं कारण आहे. भारतामध्ये निर्णयांचं विश्लेषण जवळ जवळ होत नाही, असं म्हटलं तरी चालेल. निकालपत्रांचं वाचनही क्वचितच होतं. निकाल सरकारच्या बाजूनं लागला आहे की विरोधात गेला आहे? एवढंच समजून घेण्याची उत्सुकता असते. अगदी आपले वकील सुद्धा निकालपत्राच्या महत्त्वाच्या ओळींवर तेवढ्या खुणा करून घेतात.

परवाना पद्धतीबद्दलही घ्यायचे धडे अगदी स्पष्ट आहेत.

* परवाने कमी करणे.
* ज्या ठिकाणी परवाने अगदी अनिवार्यच आहेत त्या ठिकाणी परवाना देणारा आणि परवाना घेणारा यामधील तो 'करार' होणार नाही याची दक्षता घेणे. परवाने हे शक्य तेवढे स्वयंपूर्ण अधिकारपत्राचं काम करतील, असे असावेत. मूलभूत सेवादात्यांना जे परवाने दिले गेले आहेत त्यामध्ये आणि भारतामध्ये महाजालाच्या संदर्भातही उलट प्रकारच्या सुधारणा करा. मूलभूत सेवादात्यांनी खेड्यांमध्ये अमुक इतके सार्वजनिक दूरध्वनी बसवायचे आहेत- आकारलेलं शुल्क भरा आणि तुम्हाला जी सेवा द्यायची असेल ती द्यायला सुरुवात करा.

* एखादा परवाना किंवा अधिकारपत्र देण्याची वेळ आली तर ते उघडपणे आणि संपूर्ण द्या.
* करारासारख्या वाटणाऱ्या अटी घालणं भागच पडलं तर त्याच्या कच्च्या खर्ड्यामध्ये कोणतीही संदिग्धता नाही याची खात्री करून घ्या. या अटी न पाळण्याची शिक्षा इतकी जबर ठेवा की अशी शिक्षा झाली तर तो सेवादाता नामशेषच व्हावा.
* आजपर्यंत किती वेळा आपल्याला सांगितलं गेलं आहे- "पण एनटीपी ९९मध्ये असं म्हटलेलं नाही–" म्हणून कोणताही परवाना किंवा धोरण हे काळ्या दगडावरची रेघ असल्याचं मानलं जाऊ नये. याउलट प्रत्येक धोरण, परवान्यातील प्रत्येक अट, सर्व कायद्यांसारखी मुदतबंद असावी. पूर्ण विचारांती या धोरणाचे, अटीचे नूतनीकरण न झाल्यास ती अट/धोरण अमुक वर्षांनंतर रद्द ठरेल, अशी तरतूद केली जावी. आपल्या संस्थांपैकी भारतीय रिझर्व बँक या संस्थेनं डॉ. विमल जालान यांच्या कारकिर्दीमध्ये एक प्रकारचं नियम पुनर्मूल्यांकन मंडळ स्थापन केलं होतं. तरुण अधिकाऱ्यांचा एक गट उप-प्रशासकांच्या निरीक्षणापुरत्या अध्यक्षतेखाली हे काम करत होता. या गटाला प्रत्येक फॉर्म आणि प्रत्येक नियम अगदी मुळापासून तपासण्याचे अधिकार देण्यात आलेले होते. या तरुण, ताज्यातवान्या बुद्धीच्या अधिकाऱ्यांना जेव्हा तो फॉर्म किंवा नियम चालू ठेवण्याचं एकही योग्य कारण दिसून येत नसे तेव्हा ते संबंधित विभागाकडे 'हा नियम का चालू ठेवावा याची कारणे दाखवा' अशी विचारणा करत असत.
* रिझर्व बँकेचे नवे प्रशासक डॉ. वाय.बी रेड्डी यांचं तर असं म्हणणं आहे की भविष्यात स्वीकृत होणाऱ्या प्रत्येक कायद्यामध्ये हा मुदतबंदीचं कलम घातलं जावं. एवढंच नव्हे तर आज अस्तित्वात असलेल्या कायदे, नियम आणि फॉर्म्सनाही ही अट लागू करावी– पुढील पाच वर्षांमध्ये हा नियम जाणीवपूर्वक अमलात आणला गेला नाही तर तो आपोआपच रद्द होईल.
* एखाद्या विशिष्ट क्षेत्रामध्ये तंत्रज्ञान जेवढ्या वेगाने विकसित होत असेल त्या वेगाच्या बरोबरीने ही मुदत कमी करत न्यावी.
* या विशिष्ट क्षेत्रांमध्ये,जेव्हा एखादा नवा शोध एखाद्या व्यक्तीला नियमाबाहेर जाऊन काही करण्यासाठी प्रवृत्त करतो किंवा असं करण्याची ताकद देतो, तेव्हा जो विचार आज केला जातो त्याच्या बरोबर उलट विचार झाला पाहिजे – त्या व्यक्तीवर आरोप करून उपयोग नाही तर अस्तित्वातील

नियम पुन्हा एकवार तपासले जाणं आवश्यक आहे.

* यासाठी डॉ. रेड्डी एक मार्ग सुचवतात तो असा, विचारामधील समतोल साधण्यासाठी प्रत्येक बाबींमध्ये परवान्याच्या अटी आणि तो विशिष्ट नियम या दोहोंचे मिळून एकच कलम तयार करता येते का ते पाहिले जावे.

खोलवर मुरलेल्या प्रवृत्ती

अशी नवी दिशा देण्यासाठी– जे लोक परवाना पद्धती तयार करत असतात, आणि जे नियामक असतात त्यांना ही नवी दिशा देण्यासाठी आपल्या मानसिकतेमध्ये ज्या तीन वृत्ती अगदी खोलवर रुतून बसलेल्या आहेत त्या आधी उकरून काढून टाकल्या जायला हव्या.

यापैकी पहिला समज असा आहे की कोणताही कार्यक्रम नीटपणे राबवला जायला हवा असेल तर त्यावर नियंत्रण ठेवणे आवश्यक आहे, नाहीतर सगळाच गोंधळ उडून जाईल. कोणताही विकास 'नियंत्रित'च असायला हवा. प्रोफेसर हायेक ज्या सत्याबद्दल आग्रहानं बोलत असत, ते सत्य आपल्या चारही बाजूंना पसरलेलं असूनही अजून ते आपल्याला दिसलेलंच नाही. ते सत्य असं- मानवी कृत्यांमधून 'आपोआपच' सुव्यवस्था निर्माण होत असते- मानवी प्रयत्न त्यामागे नसले तरीही. भाषा, समाजाची निर्मिती, इथपासून ते थेट रोजच्या आयुष्यातील नीतिनियम आणि कर्मकांडापर्यंत आणि महाजालापर्यंत. यापैकी प्रत्येक बाब मानवी कृत्यामधून परंतु मानवी योजनेशिवायच निर्माण झालेली आहे. यापैकी प्रत्येक बाबींसाठी असलेले वर्तनाचे नियम कोणत्याही प्रकारचं पूर्वनियोजन न करता तयार झालेले आहेत आणि सरकारी पूर्वनियोजन तर नक्कीच यामागे नव्हतं. याची ताजी उदाहरणं आपल्याला माहिती तंत्रज्ञान आणि केबल व्यवसायामध्ये पाहायला मिळतात. या उद्योगांचा इतका झपाट्यानं विकास झाला याचं कारणच हे आहे की त्यांच्या विकासावर 'नियंत्रण' ठेवण्यासाठी पाऊल उचलण्याची चपळाई आणि सजगता सरकारकडे नव्हती. जेव्हा कार्यक्रम अशा रीतीनं प्रगती करत असतात, सुव्यवस्था उत्स्फूर्तपणेच निर्माण होत असते तेव्हा त्यामध्ये पाऊल टाकण्याआधी सरकारनं स्वत:लाच हा प्रश्न केला पाहिजे, 'या कार्यक्रमावर नियंत्रण आणण्याची गरजच काय आहे?'

"ज्या क्षेत्रामध्ये इतक्या उत्स्फूर्तपणे सुव्यवस्था निर्माण झालेली आहे, तेथे दुसरी व्यवस्था लादण्याचे कारणच काय?"

दुसरा पक्का समज, आपण फार मोठ्या प्रमाणात निष्कारण सरकारच्या वाढवून ठेवलेल्या जबाबदाऱ्यांसंबंधी आहे. आपल्या संस्कृतीचं एक फार मोठं बलस्थान हे आहे की, आयुष्याचा एक अपरिहार्य भाग म्हणून येणाऱ्या उणिवांची

आणि दुर्दैवाची जबाबदारी आपला समाज घेत आला आहे. त्याच बाबींची जबाबदारी दुसऱ्या समाजांमध्ये सरकारला घ्यावी लागते. वृद्धापकाळी आपण त्यांची काळजी घेऊ म्हणून आपले आईवडील आपल्यावर विसंबून असतात. आपण त्यांच्यावर विसंबून असतो. काही कारणानं उद्या मी जर माझं पोट भरायला असमर्थ झालो तर मला खात्री असते की, मी माझ्या आईवडिलांकडे जाऊन राहू शकतो. माझे भाऊ, बहिणी आणि इतर नातेवाईक आणि मित्रमंडळी मला मदत करतील. अनिताला आणि मला खात्री आहे की उद्या आमचं दोघांचंही काही बरंवाईट झालं तरी तिच्या बहिणी आणि स्नेही आमच्या अदितची काळजी घेतील. भारतामध्ये आपला समाज हा आपलं संरक्षक कवच असतो. आपली सामाजिक संरक्षण व्यवस्था असतो. पाश्चिमात्य देशांमध्ये सरकारला ही कर्तव्यं पार पाडावी लागतात. आपल्या संस्कृतीची बलस्थानं लक्षात न घेता आपण आपल्या सरकारनंही ही कर्तव्यं अंगावर घ्यावी असा आग्रह धरतो आहोत. सरकारकडे तेवढी संसाधनंही नाहीत आणि तेवढा उरकही नाही. परंतु कसलाही विचार न करता आपण या गोष्टी सरकारवर लादतोच आहोत.

याचा परिणाम काय होईल, हे सांगायला कोणा ज्योतिषाची जरूर नाहीये. आपली कुटुंबं आणि समाज दुर्बळ बनत जातील. दुसऱ्याची सेवा करणं, त्याला वेळ देणं, त्याची काळजी घेणं यामुळे जी नाती दृढ होतात ती वापरलीच न गेल्यामुळे दुर्बळ होत जातील. आणि उलट बाजूला सरकारकडे इतकी संसाधनं उपलब्ध नसल्यामुळे त्याच्यावर थोपली जाणारी ही कर्तव्यं त्याला पार पाडता येणारच नाहीत. मनातील चीड, विशेषत: सरकारबद्दलची चीड, राग वाढतच राहील.

ही बाब अगदी नाट्यमय रीतीनं स्पष्ट झालेली आहे. आणि ज्या क्षेत्रांमध्ये अतिशय झपाट्यानं तांत्रिक विकास होतो आहे त्या क्षेत्रांमध्ये तर याचा घातक दुष्परिणाम तर अगदी ताबडतोबच दिसणार आहे. एक परवाना दिला जातो. तांत्रिक प्रगतीमुळे तीच सेवा आणखी कमी शुल्काने पुरवता येणं शक्य होतं. त्या क्षेत्रामध्ये येण्यास स्पर्धक उत्सुक असतात. आधीचे परवानाधारक 'सरकारनं त्यांना नुकसान भरपाई दिली पाहिजे' असा हट्ट धरून बसतात. त्यांचं म्हणणं असतं- एका वर्तुळामध्ये चारपेक्षा अधिक सेवादाते असणार नाहीत अशी आम्हाला तुम्ही खात्री दिली होती. आता जर तुम्ही पाचव्याला परवानगी देणार असाल तर. —निरोप्या उद्योगाची (पेजिंग) मागणी अशी आहे की सेल्युलर सेवेला एसएमएसची परवानगी दिल्यापासून त्यांचा धंदा बंद झाल्यातच जमा आहे. तर सेल्युलर सेवादात्यांचं म्हणणं आहे की तंत्रज्ञान स्पष्टपणे निर्देश करत असलेल्या सार्वत्रिक परवाना पद्धतीकडे जाण्याआधी त्यांनाही काही 'नुकसान भरपाई' मिळायला हवी. तंत्रज्ञानाच्या

विकासापासून किंवा स्पर्धेच्या वादळापासून उद्योजकांना वाचवणं ही सरकारची जबाबदारी असूच शकत नाही. आणि त्यांच्या स्वत:च्या चुकीच्या निर्णयांच्या दुष्परिणामांपासून त्यांना वाचवण्याची तर अजिबातच नाही.

तिसरा समज जो आहे तो तर या दोन समजांपेक्षाही अधिक खोलवर आपल्या मनामध्ये रुतलेला आहे. हा समज म्हणजे आपण न्यायबुद्धीला, न्यायी वागणुकीला जे महत्त्व आपल्या तत्त्वज्ञानामध्ये, आपल्या धोरणांमध्ये दिलेलं आहे- तो आहे. आपल्यावर काही ना काहीतरी अन्याय होतोच आहे याबद्दल आपल्यापैकी प्रत्येकाची खात्री पटलेलीच असते. ज्यांच्यासाठी आरक्षणं ठेवण्यात आलेली आहेत त्यांची खात्री असते की आपला समाज त्यांच्याशी नेहमीच अन्यायानं वागत आला आहे आणि आजही अगदी तसाच वागतो आहे. उरलेल्या सर्वांची खात्री असते की या आरक्षणांमुळे त्यांची पिळवणूक होते आहे. सेल्युलर सेवादात्यांना आणखी 'नुकसान भरपाई' हवी असते, डब्ल्यूएलएलवाल्यांना चोरदरवाज्यानं आत घेतलं गेलं असल्यामुळे त्यांना लगाम घालावा- कारण 'आम्ही' ते मार्केट तयार केलं आहे असा त्यांचा दावा असतो- अशीही त्यांची मागणी असते... डब्ल्यूएलएल वाले ओरडत असतात की सेल्युलर सेवादात्यांनी आधी आल्यामुळे आधीच सगळी मलई खाऊन टाकली आहे, 'हेच लोक आहेत ना - दर मिनिटाला १६ रुपये आकारून ग्राहकांना पिळून काढणारे? आम्ही या क्षेत्रामध्ये आल्यामुळेच आता हा दर मिनिटाला फक्त २ रुपये इतका खाली आला ना? आणि त्यामुळेच तर आज तुम्ही ज्याचं श्रेय घेताहात ती भरधाव प्रगती झाली ना या क्षेत्राची?'' सेल्युलर सेवादात्यांना तर तुम्ही ३०,००० कोटी रुपये देऊन बुडण्यापासून वाचवलंय असंही त्यांचं म्हणणं असतं.

अशा रीतीनं, प्रत्येक सामाजिक गटाला, प्रत्येक संयुक्त, सामुदायिक गटाला पक्की खात्री पटलेली असते की त्याच्यावर अन्याय झालेला आहे. या खात्रीच्या बरोबरीला असतं एक विशिष्ट कर्तृत्व! प्रत्येक गट, प्रत्येक समुदाय आपलं खास स्वारस्य तत्त्वामध्ये गुंडाळू शकतो. न्यायबुध्दी,समान संधी, सर्वांना सारखं वातावरण......

आज एका हाताला आपण या वृत्तीनं ग्रासलेलो आहोत – खात्री आणि कर्तृत्व आणि एक दुर्बळ सरकार दुसऱ्या हाताला. छिन्न-विच्छिन्नतेमुळे दुर्बळ झालेलं सरकार – निवडणूक क्षेत्राची छिन्नविच्छिन्नता - आणि म्हणून कायदेमंडळांची छिन्नविच्छिन्नता - आणि म्हणून अधिकाऱ्यांची छिन्नविच्छिन्नता स्वत:च्या नजरेतही स्वत:चं कायदेशीरत्व हरवून बसलेलं सरकार. – याच एका कारणामुळं, याच न्यायीपणाच्या भडिमारामुळं काहीसं हताश झालेलं सरकार– संपूर्ण नि:पक्षपातीपणा अशक्य असल्याच्या जाणिवेनं निश्चितपणे येणार असलेल्या अपयशामुळे खचलेलं सरकार...

याचा परिणाम काय होणार ते उघडच आहे. सरकार एका सवलतीकडून दुसऱ्या सवलतीकडे धडपडत जातं आहे, आज आग्रही असलेल्या एका गटाच्या

मागण्यांना मान तुकवतं आहे– नव्या सवलतींमुळे ज्या गटाचा तोटा होणार अहे त्या गटाकडे जातं आहे... धोरणं इकडून तिकडे फेकली जाताहेत. विकास थांबतो आहे, एका गटाच्या तक्रारी दूर करण्यासाठी जे उपाय केले जात आहेत त्याच उपायांमुळे दुसऱ्या गटाला आपल्यावर अन्यायाचे डोंगर रचले जाताहेत असं वाटतं आहे.

हे दुष्ट चक्र थांबवण्यासाठी आपल्याला हे समज प्रथम आपल्या डोक्यातून काढून फेकून दिले पाहिजेत. आणि हे समजून घेतलं पाहिजे :

* विकास आणि सुव्यवस्था यांना सरकारी मार्गदर्शनाची आणि नियमनाची काहीही गरज नसते. त्यांना मोकळेपणानं वाढू देण्याची फक्त गरज असते.
* प्रत्येक नियम आणि प्रत्येक बदल एकाला फायद्याचा तर दुसऱ्याला तोट्याचा ठरणार असतो.
* एखाद्या विभागातील तांत्रिक बदल जेवढा अधिक वेगानं घडून येत असेल, त्याच वेगाच्या प्रमाणात त्या क्षेत्रात उद्योग करणाऱ्या व्यक्तींचे परस्पर संबंध बदलत जातील.

तंत्रज्ञानाच्या प्रत्येक वळशानं किंवा नशिबाच्या प्रत्येक फेऱ्यानं ज्यांचा काही तोटा होतो आहे त्यांना 'नुकसान भरपाई' देत राहणं सरकारला परवडणारं नाही.

■

एक संस्था

एक वाहनतळ

नियोजन मंडळ पूर्वी जी कामं पार पाडत होतं त्या कामांचं आज फारसं औचित्य राहिलेलं नाही. मंडळ जी कामं पार पाडतं आहे तीसुध्दा कमी अधिक प्रमाणात यांत्रिकतेनंच पार पाडली जात आहेत. ठरलेल्या पायऱ्यांवरून जाणं, एवढंच. उदाहरणार्थ- आदर्श आराखडा आणि त्याची वाटणी कशी करावी याच्याशी संबंधित असे निर्णय, किंवा आणखी एक उदाहरण घ्यायचं तर मुख्यमंत्र्यांशी वार्षिक नियोजनासंबंधीच्या चर्चा.

या टप्प्यांवरून गेल्यानंतरही या अगदी पारंपरिक बाबींबद्दलही मंडळाला जे काही म्हणायचं आहे किंवा जे निर्णय घेतले गेले आहेत त्याला फारसं महत्त्व किंवा अधिकार दिला जातो, असं नाही.

* याचं एक कारण असं की एक संस्था म्हणून इतर संस्थांपेक्षा- म्हणजे हे निर्णय कार्यवाहीमध्ये आणणार असलेल्या मंत्रालयाला किंवा चांगला राज्य कारभार करत असलेल्या राज्यांनाही- या मंडळाला संबंधित प्रश्नांसंबंधी फार जास्त माहिती असते असं अजिबात नाही.
* आणखी एक कारण असं की राजकीय वर्ग कमजोर होत गेल्यामुळे मंडळाची कामाची वाटणी ही कमी अधिक प्रमाणात साचेबंद झाली आहे. गेल्या वर्षीची कामांची वाटणी आणि सरसकट गोळा केलेले साचे हे दोन मुद्दे तेवढे विचारात घेऊन नियोजन मंडळाचे वरिष्ठ अधिकारी वार्षिक कामांपैकी ९/१० कामं केंद्रीय मंत्रालयांना आणि राज्यांना वाटून टाकतात.
* आणखी एक कारण असं की सरकारचाच एक भाग म्हणून ओळखलं जाऊ लागल्यामुळे आणि प्रत्यक्षातही सरकारचा एक भागच बनून गेल्यामुळे,

नियोजन मंडळाला संपूर्ण सत्य न बोलण्याची सवयच लागून गेली आहे.

* आणखी एक कारण असं की केंद्रीय मंत्रालयांच्या संदर्भामध्ये नियोजन मंडळाला, आणि राज्यांच्या संदर्भामध्ये केंद्रीय सरकारला जी दुर्बलता आलेली आहे त्यामुळे मंडळाने आपल्या कामकाजामध्ये 'जाऊ दे' हे तत्त्वज्ञान स्वीकारलेलं आहे. त्यांना ठाऊक आहे की आज ना उद्या मंडळ आपल्या प्रस्तावाला होकार देईल, त्यांना हेही ठाऊक आहे की मंडळाला जे काही म्हणायचं आहे ते त्याच्या फायलींपुरतंच आणि बंद खोलीतील बैठकांपुरतंच मर्यादित राहणार आहे. मंत्रालय किंवा राज्य सरकार पूर्वी जेवढ्या गंभीरपणे मंडळाचा सल्ला विचारात घेत असत तेवढा आता घेत नाहीत हेही मंडळाला माहीत आहे.
* रस्त्याच्या कडेला एखादं मंदिर असावं, पडझड झालेलं, जाता जाता त्याच्याकडे बघून मान वाकवली जावी- आपले वाडवडील तसं करत आले आहेत म्हणून—आणि पुढे निघून जावं बस- एवढंच -तसं या मंडळाचं झालं आहे.. या परिस्थितीचे परिणाम मात्र बरेच आहेत.
* फक्त हा देखावा सांभाळण्यासाठी बराच पैसा आणि वेळ खर्ची पडतो आहे.
* जी कामं होणं गरजेचं आहे ती कामं होत नाहीयेत.
* नियोजन मंडळाची स्व-प्रतिमा -विशेषत: मंडळाच्या वरिष्ठ अधिकाऱ्यांच्या नजरेत— अतिशय खालच्या पायरीला पोहोचली आहे. माझ्याबरोबर झालेल्या वरिष्ठ अधिकाऱ्यांच्या बैठकींमध्ये त्यांनी नियोजन मंडळाचं वर्णन केलं ते असं होतं—
* एक गोठा.
* एक पांजरपोळ.
* एक वाहनतळ.
* एक पायपुसणं.
* सरकारचा एक उपविभाग- एक पुरवणी.
* सरकारला जे काम करून हवं आहे ते करून घेणारा एक मध्यस्थ.
* एक निरुपयोगी संस्था- निदान ज्या रीतीनं हे मंडळ काम करतं आहे त्या दृष्टीनं तरी. सरकारला जे म्हणायचं आहे आणि करायचं आहे, पण प्रत्यक्ष तसं करता येत नाही, असं काम पूर्वी सरकार नियोजन मंडळाकडून करून घेत असे. परंतु आता तेवढं कामही करणं जमणार नाही इतका दुर्बळ झालेला सरकारचा एक अवयव.

आपण निरुपयोगी झाल्याची ही भावना अधिक प्रबळ होण्याची दोन कारणं

आहेत – तसं पाहिलं तर जुळी कारणं आहेत ही. एका हाताला आर्थिक आणि वित्तीय धोरणांमध्ये गेल्या दशकामध्ये फार मोठ्या प्रमाणावर बदल झालेले आहेत. यापैकी कोणत्याही बदलाची सुरुवात करण्यास आपण कारणीभूत आहोत असं या आयोगाला कधीही भासलेलं नाही आणि तसं त्यानं काही कामही केलेलं नाही. उलट, वेळोवेळी जी धोरणं जाहीर करण्यात आली त्यांच्याशी या आयोगाला जुळवूनच घ्यावं लागलं आहे. ज्या ठिकाणी फार मोठे बदल घडून आलेले नाहीत तेथेही हीच कथा आहे. याचं एक उत्तम आणि प्रातिनिधिक उदाहरण म्हणजे सिंचन विभागाच्या सल्लागाराचं असं म्हणता येईल. पाण्यासंबंधीच्या आंतर-राज्य विवादांची एकूण संख्या ९ इतकी आहे. त्या विवादांमध्ये एकूण ९०लाख हेक्टर जमीन, एकूण जलविद्युत निर्मितीच्या ४ ते ५% आणि सुमारे ४०,००० कोटी रुपयांची गुंतवणूक अडकलेली आहे. यांपैकी फक्त ३ विवाद ट्रायब्युनलपुढे आहेत. हे विवाद सोडवणं किंवा हे विवाद सोडवण्यासाठी कोणती 'डिझाईन-सोल्युशन्स' वापरता येतील हे जनतेला दाखवणं यांपैकी कोणत्याच बाबतीत ह्या आयोगाचा पुढाकार नाही, सहभाग नाही. सल्लागारांचा अहवाल सांगतो, "या विवादांबद्दल काही नोंदी देण्यात आलेल्या आहेत, परंतु त्यांचे पुढे काय झाले हे माहीत नाही. "आयोग स्वत: पुढाकार घेऊन काही करत का नाही?" या प्रश्नाला उत्तर म्हणून सल्लागार स्पष्टीकरण देतात, "कारण आम्ही एका व्यवस्थेमध्ये काम करतो." एक अभ्यास हाती घेतला तर तो अभ्यास पायरीपायरीनं वरिष्ठ अधिकाऱ्यांपर्यंत वर चढत जाईल– त्यांना ही कल्पना पसंत पडली तर ती उप-सभापतींसमोर मांडण्यात येईल. ते हा प्रस्ताव पंतप्रधानांकडे पाठवतील—याचा अर्थ तो प्रस्ताव पंतप्रधानांच्या कचेरीमधील एका अधिकाऱ्याकडे जाईल. तो हा अभ्यास दाबून तरी टाकेल किंवा मग 'सूचना' किंवा 'भाष्य' यासाठी संबंधित मंत्रालयाकडे पाठवून देईल– धोरणं आणि समस्या दूरच राहिल्या - अनेक बाबी अशा समोर उभ्या ठाकलेल्या आहेत की ज्यांच्या संबंधात आयोगाचा सल्ला घेणं अतिशय जरुरीचं आहे. पण तसा तो घेतला जात नाही.

उलटपक्षी, ज्या ज्या वेळेला सरकारला विशेषत: पंतप्रधानांना नव्या कल्पनांची गरज भासली आहे त्या वेळी ते किंवा सरकार नैसर्गिकपणे आयोगाकडे वळलेले नाहीत. याच्या अगदी उलट घडलेलं आहे. उदाहरणार्थ, वित्तीय विभागातील सर्व सुधारणांचा विचार करण्यासाठी अर्थ मंत्रालयाने वेगवेगळे गट स्थापन केले,

टीप : (इतर मंत्रालयांच्या जबाबदारीबरोबरच नियोजन मंडळाचीही जबाबदारी माझ्यावर टाकण्यात आली तेव्हा मला नियोजन मंडळाची जी स्थिती दिसली त्यावर आधारलेला हा लेख आहे. नियोजन मंडळ अजूनही तसेच आहे).

आयोगाचा कसलाही सहभाग न घेता. त्याचप्रमाणे पंतप्रधानांना टास्क फोर्स स्थापन करण्याची गरज भासली आणि आयोगाचे उप-सभापती एक व्यक्ती म्हणून त्या टास्क फोर्सचे सदस्य होते हे सोडलं तर आयोगाचा त्यामध्ये काहीही सहभाग नव्हता. यावरूनही हे दिसून येतं की पंतप्रधानांना आवश्यक असलेले धोरण विषयक सल्ले त्यांना आयोगाकडून मिळत नव्हते.

मला हे सांगण्यात आलं – फक्त एकाच अधिकाऱ्याकडून- मध्यम आणि कनिष्ठ अधिकारी वर्गामध्ये आयोगाची प्रतिमा इतकी नकारात्मक नाही. त्या पातळीवर त्यांना हे दिसतं आहे की, आयोग पूर्वी जसा होता तसा आता नाही— तो अधिकारी स्पष्टीकरण देत होता- आयोगाला ज्या गोष्टी करणं सहज शक्य आहे त्याही तो करत नाही. पण या अधिकाऱ्यांच्या मते याचं कारण 'नेतृत्वाचं अपयश' हे आहे. म्हणजे आयोगाच्या वरिष्ठ पदांवर जे लोक ज्या बाबी हाताळत आहेत त्यांना त्या विशिष्ट बाबींबद्दल जवळ जवळ काहीच माहिती नाही. आणि म्हणून त्यांना कर्मचारीवर्गाकडून उत्कृष्ट काम करून घेण्याची आचही नाही आणि तेवढं ज्ञानही नाही.

काही वर्षांपूर्वी पर्यंत - हे मध्यम श्रेणीतील अधिकारी आठवणीनं सांगत असतात- विशिष्ट क्षेत्रामधील विभागांचे प्रमुख म्हणून त्या त्या विषयांचे तज्ज्ञ काम करत असत. सर्वसाधारण काम बजावणारे अधिकारी राज्य सरकारांचे आराखडे सांभाळत असत. जसजसा आयोगाचा वापर 'वाहनतळ' म्हणून होऊ लागला तसतसे अधिकाधिक वरिष्ठ अधिकाऱ्यांना इथे नेमण्यात येऊ लागलं. राज्यसरकारांशी संबंधित असलेलं काम त्यांच्यासाठी पुरेसं नव्हतं. म्हणून मग क्षेत्रीय विभागांचं कामही त्यांच्यावरच सोपवण्यात येऊ लागलं.

बाहेरच्या व्यक्तीला या मंडळामध्ये नीतीधैर्य खचल्याची जी जाणीव होते त्याचं प्रमुख कारण हे आहे, असं अधिकारी कबूल करतात. याचे इतरही काही परिणाम झालेले आहेत,

* विभागीय आणि धोरणात्मक कामाची प्रत कमी झालेली आहे.
* मध्यम पायरीवरील अधिकाऱ्यांच्या बढतीच्या आशा मावळून गेल्यात जमा आहेत.
* आयोगामध्ये झालेली नेमणूक म्हणजे काही चुकांबद्दल दिली गेलेली तात्पुरती शिक्षाच आहे, असं वरिष्ठ अधिकारीदेखील मानू लागले आहेत. गेल्या वर्ष-सव्वा वर्षात प्रमुख शेतीविषयक सल्लागार या स्थानावर आलेली ही तिसरी व्यक्ती आहे.

बढतीच्या आशा क्षणभर दूर ठेवल्या तरी आज या विभागातील सामान्य दर्जाच्या, या वातावरणाचं कारण समजलं तरी त्याचा परिणाम असा झालेला आहे-

उत्कृष्ट काम करण्यासाठी आवश्यक असलेलं बरोबरीच्या लोकांचं दडपणही नाही आणि स्वत:ला आदर असलेल्या लोकांसाठी आणि त्यांच्याबरोबर काम करताना मिळणारं साफल्याचं समाधानही नाही.

अशा प्रकारच्या प्रयत्नांवर- म्हणजे आयोगाची पुनर्रचना करणे यासारख्या प्रयत्नांवर– आजकाल उपहासाचं आच्छादन घातलं जातं हे मला इथं सांगितलंच पाहिजे. आणि याचं कारण म्हणजे आयोगाची 'संस्थात्मक स्मृती' फार तल्लख आहे. विचारताक्षणी अधिकारी यापूर्वी झालेल्या अशा प्रयत्नांचं काय झालं ते घडाघड सांगू लागतात.

* १९६४ : कर्मचारी पुनर्रचना योजना तयार करण्यात आली. परिणाम— चौकशी करणाऱ्या अधिकाऱ्यांपासून सल्लागारांपर्यंतच्या एकूण तांत्रिक अधिकारी संख्या २८५ वरून ३२७ वर गेली.
* १९६७ : व्यवस्थापन सुधारणा आयोगानं नियोजन मंडळावरील आपला अहवाल सादर केला. काही जागा रद्द करण्यात आल्या. वाहन व्यवहार नियोजन विभागातील आणि बांधकामविषयक आर्थिक विचार विभागातील संयुक्त तांत्रिक गट गुंडाळले गेले.
* १९६८-७१ : बी. वेंकटाप्पय्या या सदस्याच्या अध्यक्षतेखाली अंतर्गत पुनर्रचना समितीने दोन अहवाल सादर केले.
  परिणाम : वेगवेगळ्या पातळ्यांवर एकूण ७२ नव्या जागा निर्माण करण्यात आल्या. अर्थ मंत्रालयानेही त्या गोष्टीला मान्यता दिली. पण एका अटीवर - योग्य वेळी कर्मचारी परीक्षण विभाग आयोगाच्या कर्मचारीसंख्येची तपासणी करत जाईल. प्रकल्प व्यवस्थापन आणि मूल्यमापन विभागाला 'संनियंत्रण आणि माहिती विभाग' असं नवं नाव देण्यात आलं. कार्यक्रम प्रशासन विभागामध्ये एक अनेकपदरी एकक स्थापन करण्यात आलं - ज्याचं नाव नंतर राज्य नियोजन विभाग असं ठेवण्यात आलं.
* १९७५ : आयोगामध्ये बाहेरील तज्ज्ञांना बोलावण्याचा एक प्रयत्न खूप गाजावाजा करून झाला. त्याचं एकच फलित समोर आलं. दोन विभाग होते- ऊर्जा विभाग आणि उद्योग व खनिजे विभाग. उद्योग व खनिज विभागामधून कोळसा व पेट्रोलियम बाहेर काढून ते ऊर्जा विभागामध्ये घालण्यात आले आणि ऊर्जा विभागाला एक नवं नाव देण्यात आलं- यापुढे हा विभाग 'शक्ती आणि ऊर्जा विभाग' म्हणून ओळखला जाईल.
* १९७५-७६ : १९७१-७२मध्ये अर्थ मंत्रालयाने अट घातल्याप्रमाणे कर्मचारी परीक्षण विभागाने कर्मचारी संख्येची तपासणी करण्याचं काम

हाती घेतलं. त्यांनी काही जागांचं एकत्रीकरण, त्यांची पुनर्रचना इत्यादी उपाय सुचवले. परिणाम : 'तांत्रिक' जागांमध्ये कपात करून त्यांची संख्या सुमारे ९०ने कमी करण्यात आली.

* १९८५ : कर्मचारी परीक्षण विभागाने आणखी एक पाहणी केली- यावेळी ही तपासणी ४ विभागांची होती. त्यानंतर काही किरकोळ तडजोडी करण्यात आल्या.

* १९८६-९२ : लहान-सहान प्रमाणात पुनर्रचना चालूच राहिल्या. त्यामध्ये काहींची बदली झाली, काही जागा रद्द करण्यात आल्या. आणि काही नव्याने तयार करण्यात आल्या. काही नवे विभाग बनवले गेले, काही नवी एककं आणि काही गट उभारण्यात आले. काही कामं आणि कर्मचारी इकडून तिकडे पाठवून कामाची विभागणी आणि जुळणीही करण्यात आली. आयोगाची भूमिका, कर्तव्य आणि स्वरूप होतं तसंच, न बदलता राहिलं.

* १९९१ : एक सदस्य, व्ही. कृष्णमूर्ती यांच्या अध्यक्षतेखाली नियोजन आयोगाची पुनर्रचना करण्यासाठी एका टास्क फोर्सची स्थापना करण्यात आली. नव्याने अमलात आलेल्या आर्थिक सुधारणांच्या संदर्भामध्ये आयोगाची नवी भूमिका काय असावी आणि त्याची नवी रचना कशी असावी याबद्दल या टास्क फोर्सने सूचना करायच्या होत्या. त्यांच्या अंतिम अहवालामध्ये टास्क फोर्सनं असं सुचवलं की १०० अ-तांत्रिक जागांसह काही विशिष्ट जागा रद्द कराव्या. हा अहवाल उपाध्यक्षांकडे सुपूर्द करण्यात आला, त्यांनी तो फेरतपासणीसाठी परत पाठवला. मग निम्न श्रेणी कारकून किंवा चतुर्थ श्रेणीच्या कर्मचाऱ्यांच्या जागा कमी करण्याचा प्रश्नच राहिला नाही. किंवा उच्च श्रेणी कारकून, सहकारी, विभाग प्रमुख यांच्या जागा रद्द करण्याचाही प्रश्न उरला नाही. काही काळानंतर, या टास्क फोर्सनं आपला अखेरचा अहवाल सादर केला. त्यामध्ये अनेक शिफारशी केलेल्या होत्या. शेवटी ५ महिन्यांनंतर ५ संयुक्त सचिवांच्या आणि वरिष्ठ अधिकाऱ्यांच्या जागा रद्द करण्यात आल्या. बाकीच्या बाबतींमध्ये आयोगाचं काम पूर्वीसारखंच चालू राहिलं. शेवटचा अहवाल सादर झाल्यानंतर सुमारे एका वर्षानं २३ जुलै १९९३ या दिवशी, या अहवालाचा विचार करण्यासाठी आयोगाच्या सर्व सदस्यांची एक बैठक बोलावण्यात आली. एका स्वतंत्र बैठकीमध्ये या अहवालाचं सादरीकरण व्हावं आणि यासाठी आयोगानं एक बैठक ताबडतोब आयोजित करावी असा आदेश पंतप्रधानांनी दिला. या आदेशानंतर कोणतंही सादरीकरण

झाल्याचं दिसत नाही. मधल्या काळामध्ये, या अहवालाचा ज्यांच्या नोकरीवर परिणाम होणार होता अशा अधिकाऱ्यांच्या संघटनेनं या प्रस्तावित पुनर्रचनेला आणि जागा कमी होण्याच्या शक्यतेला विरोध करणारी चळवळ सुरू केली. या चळवळीचा आढावा घेण्यासाठी सरकारनं एका अधिकारी गटाची स्थापना केली.

* २८ ऑगस्ट १९९५ : टास्क फोर्सनं आपला अखेरचा अहवाल सादर केल्यानंतर बरोबर ३ वर्षांनी आणखी ४ जागा रद्द करणारा आदेश काढण्यात आला.
* १९९७-९८ : पाचव्या वेतन आयोगानं सुचवलेल्या शिफारशींच्या संदर्भात नियोजन मंडळाची पुनर्रचना कशी करावी याबाबतचा आपला अहवाल नव्या स्ट्रॅटेजिक व्यवस्थापन गटानं सादर केला. त्यांच्या शिफारशी अशा होत्या– "सध्याच्या स्वरूपातील वार्षिक नियोजन पद्धत रद्द करण्यात यावी. परिप्रेक्ष्य नियोजन, मध्यावधी नियोजन आणि संसाधन नियोजन हा मंडळाच्या कामाचा गाभा असावा. नियोजन मंडळ हा सरकारचा विभाग असण्याऐवजी हे मंडळ संपूर्णपणे स्वायत्त असावे. या हेतूच्या पूर्ततेसाठी संसदेच्या अधिनियमानुसार अणु ऊर्जा मंडळ अणि इलेक्ट्रॉनिक्स कमिशन प्रमाणे एका नव्या नियोजन मंडळाची रचना करण्यात यावी." सद्य परिस्थितीमध्ये ही उदाहरणंही हास्यास्पदच आहेत– अणुऊर्जा मंडळाची स्वायत्तता संसदेच्या अधिनियमानुसार त्याची रचना झाली आहे या गोष्टीवर अवलंबून नाही, तर एकामागोमागच्या पंतप्रधानांनी या मंडळाला कामकाजाचं स्वातंत्र्य दिलेलं आहे यावर अवलंबून आहे. आणि इलेक्ट्रॉनिक्स कमिशनबद्दल बोलायचं तर, १९७१मध्ये इलेक्ट्रॉनिक्स विभागाचं रूपांतर इलेक्ट्रॉनिक्स कमिशनमध्ये करण्यात आलं, १९८९मध्ये हे कमिशन सरळ बरखास्तच करण्यात आलं आणि पुन्हा मूळ विभागामध्ये 'सामावून' घेण्यात आलं.
* १९९८चा मध्य-ते जानेवारी १९९९ : नियोजन मंडळाची पुनर्रचना करण्यासंबंधीचे प्रस्ताव उपाध्यक्षांनी पाठवले. मंत्रिमंडळाच्या सचिवालयाचा दृष्टिकोन काय आहे ते जाणून घ्यावे असा आदेश पंतप्रधानांच्या कचेरीनं काढला. या सूचनांच्या आधारे मंडळाच्या पुनर्रचनेचा आराखडा नव्यानं विचार करण्यासाठी पाठवण्यात आला.

खरं सांगायचं तर या सर्व प्रयत्नांचा एवढाच परिणाम झाला की, काही जागा कमी करण्यात आल्या, काही नव्यानं निर्माण करण्यात आल्या, काही खोके नव्यानं बांधण्यात आले, काही इकडून तिकडे हलवण्यात आले आणि आस्थापना आराखड्यावर

काहींची जागा बदलण्यात आली. झालं फक्त एवढंच. यापैकी कोणत्याही प्रयत्नामुळे सरकार किंवा मंडळाचा, ना मंडळाच्या अस्तित्व हेतूकडे पाहण्याचा दृष्टिकोन बदलला ना त्यांची कार्यपद्धती बदलली.

मंडळाच्या अंतर्गत कामातील ही सत्यं साहजिकच कर्मचारीवर्गाच्या मनामध्ये फार तीव्रतेनं जागृत असतात. मंडळाच्या वाढत्या निरुपयोगीपणामागील मुख्य कारण मात्र वेगळंच आहे, ज्या धोरणात्मक वातावरणामध्ये मंडळाला काम करायचं आहे, त्यामध्ये फार मोठे बदल घडून आलेले असले तरी आणि नवीनवी कामं पार पाडण्याची निकड उत्पन्न झालेली असली तरी मंडळ मात्र आपली जुनीच कामं 'उरकण्यामध्ये' गुंतलेलं आहे. हे उरकणं कसं असतं तेही आपण पाहणारच आहोत.

महत्त्वाची कामं

काही महत्त्वाची कामं झालीच पाहिजेत आणि मंडळ ती कामं करण्यास योग्य अशी संस्था आहे.

* निकडीच्या समस्यांची गर्दी वाढत असताना मंत्रालयांचा जास्तीत जास्त वेळ आगी विझवण्यामध्ये जातो आहे. ताबडतोबीच्या जबाबदाऱ्यांमधून मुक्त केलं गेल्यास मंडळ दूरदृष्टीचा मार्ग शोधू शकेल.
* मंत्रालयांचे विभागांमध्ये तुकडे पडत असताना, ऊर्जा किंवा वाहन-व्यवहारासारख्या त्यामानाने स्पष्ट सीमा असलेल्या विभागांमध्येही एखादा विभागीय धोरणात्मक दृष्टिकोन स्वीकारला जाण्याची शक्यता कमी होऊ लागली आहे. नियोजन मंडळ ही संस्था मंत्रालयाच्या निरुंद परिप्रेक्ष्याच्या पलीकडे जाऊन निर्णय घेण्यास अतिशय योग्य अशी संस्था ठरू शकते.
* निरनिराळ्या राज्यांमध्ये आणि केंद्र सरकारमध्येही निरनिराळे राजकीय पक्ष सत्तेवर असल्यामुळे आणि एका पक्षाकडून सत्ता दुसऱ्या पक्षाकडे जाण्याचा वेगही बराच वाढलेला असल्यामुळे या सर्वांपलीकडे जाऊन एक संघटनात्मक संस्था असण्याची गरज आता तर फारच वाढलेली आहे.
* सर्वसाधारण आर्थिक विकास आणि विशेषत्वानं वित्तीय संसाधनं बाजाराच्या दबावाखाली अधिकाधिक जाऊ लागलेली असताना जे विभाग आणि प्रांत मागे पडण्याची शक्यता आहे त्यांच्या हितसंबंधांचं रक्षण करण्यासाठी अशा संस्थेची गरज खरं तर वाढलेलीच आहे.
* दर काही दिवसांनी वेगवेगळी मंत्रालयं आपआपले निर्णय जाहीर करत असतात—, परदेशी गुंतवणूकदारांसाठी विभाग खुले करणं, सार्वजनिक

क्षेत्रांमधील काही एककं निर्गुंतवणुकीसाठी मोकळी करणं, प्रत्येक मंत्रालय जवळ जवळ आपल्या मनानंच हे सर्व करत असतं. नियोजन मंडळ ही संस्था या सर्व प्रश्नांचा संपूर्ण विचार करून त्यांचं परीक्षण करण्यास योग्य ठरणार आहे. आणि नियोजन मंडळ प्रत्येक घटनेची पायरीपायरीनं करण्याची कृतीही ठरवून देऊ शकेल. उदाहरणार्थ, निर्गुंतवणुकीसाठी निश्चित केलेल्या एखाद्या विभागातील किंवा एककातील कामगार संघटनांची प्रतिक्रिया काय होऊ शकेल याचा आधी विचार करून त्याप्रमाणे पावलं उचलणं.

* सरकारी संरचनेमध्ये विचार करणं ही प्रक्रिया अधिकाधिक सरकारी होऊ लागल्यामुळे नव्या कल्पना, विचार असलेल्या एखाद्या उद्योजकाची नितांत गरज आहे.
* सरकारला आणि सर्वसाधारणपणे सर्वच राजकीय पक्षांना जनतेला आवडणार नाहीत असे निर्णय घेण्याची शिफारस करणं महागात पडण्याची शक्यता असते. असे निर्णय घेण्यासाठी पूर्वतयारी करणारी अशी एखादी संस्था असणं आता तर फारच आवश्यक झालं आहे.

ज्या राजकोषीय बंधनाकडे सगळी राज्यसरकारं आणि केंद्र सरकार अतिशय वेगानं खेचलं जातं आहे ते पाहिलं की, आजपर्यंत जी पावलं उचलण्यासाठी सर्वच सरकारं पाय मागे घेत होती ती पावलं उचलण्याची ही एक सुवर्णसंधीच आहे असं मला प्रामाणिकपणे वाटतं.

नियोजन मंडळ या संस्थेनं या पायऱ्या तपशीलवार तयार कराव्या, म्हणजे कोणतेच पर्याय शिल्लक राहिलेले नाहीत अशा वेळी नक्की काय करायला हवं आहे याचा आराखडा हाताशी उपलब्ध असेल. या पावलांची गरज लोकांना पटवून देण्याचं काम मंडळानं करणं योग्य होणार आहे.

नित्यक्रम ठरवणे

मंडळाची सर्वांत महत्त्वाची पाच कामं अशी-

* पंचवार्षिक योजनेचा आणि मध्यावधी मूल्यमापनाचा आराखडा बनवणे.
* केंद्रीय मंत्रिमंडळं आणि राज्यं यांना आराखड्यातील निधीचं वाटप करणं.
* केंद्रीय मंत्रिमंडळं आणि राज्यं यांनी सादर केलेल्या योजना आणि प्रकल्पांचा आढावा घेणं.
* केंद्रीय मंत्रिमंडळं आणि राज्य सरकारं यांच्याबरोबर नियोजनाची वार्षिक चर्चा.
* मूल्यमापन.

आराखडा तयार करणं आणि मध्यावधी आढावा घेणं.

या कागदपत्रांचा आढावा घेणं हे अतिशय तपशीलवार करण्याचं काम असल्यामुळे या नोंदीमध्ये मी त्यावर काहीच भाष्य करत नाही.

निधीचं वाटप करणं

सिद्धांत पाहिला तर यासाठी एक आदर्श नमुना उपलब्ध आहे. या नमुन्याचा उपयोग करून मंडळ खालील गोष्टींचा अंदाज बांधू शकतं,

* संसाधनं.
* त्या प्रमाणात उपलब्ध करून देता येणारी रक्कम.
* त्यानंतर विभागीय मागणी
* त्यानंतर विभागीय भांडवल-उत्पादन यांच्या गुणोत्तरावर आधारित विभागीय खर्च.

  खरं तर-

* ही माहिती अगदी संदिग्ध असते आणि त्यामधून निर्माण होणारी मागणी आणि आवश्यक गुंतवणुकीमधील संबंधही तेवढाच संदिग्ध आणि नाजूक असतो.
* 'आदर्श नमुन्याने दर्शवलेली गुंतवणूक आणि मंडळाने निश्चित केलेली खर्चाची रक्कम या दोहोंमध्ये तसा काही सरळ संबंध नसतो. हे तीन स्तरांवर होतं,

❑ खर्चाची विभागणी अशा तत्त्वांवर केलेली असते की त्यामध्ये 'मालमत्तेची निर्मिती' या खर्चाची तरतूद नसते.

❑ 'विभाग' मंत्रालयांशी मिळतेजुळते नसतात.

❑ एखाद्या राज्यासाठी निश्चित केलेली रक्कम त्या राज्यामधील विभागांना देऊ केलेल्या रकमेतून उभी केलेली नसते.

परिप्रेक्ष्य आराखड्याचे सल्लागार यांनी एका सूत्ररूप नोंदीमध्ये आदर्श आराखड्यांपासून रक्कमेच्या विभागणीपर्यंत पोहोचण्याच्या ज्या पायऱ्या घेतल्या जातात त्या सांगितल्या आहेत. त्या अशा–

संपूर्ण अर्थव्यवस्थेमधील आदर्श तयार करणे आणि विभागीय खर्चाचा आराखडा बनवणे. यासाठी तयार केलेले एक टिपण–

१. राष्ट्रीय खर्चाच्या मूलतत्त्वांवर सार्वजनिक खर्च आधारलेला नसतो. केंद्र सरकार आणि राज्य सरकारे अर्थसंकल्पामधील जी वर्गवारी प्रमाण मानतात ती वर्गवारी १२ महत्त्वाच्या विकास कार्यक्रमांच्या पायावर

आधारलेली असते. परंतु ही वर्गवारी आर्थिक वर्गवारीशी संपूर्णपणे मिळतीजुळती नसते. त्यामुळे आर्थिक विभागांची गरज अर्थसंकल्पातील महत्त्वाच्या विकास कार्यक्रमांच्या पायावर उभारली गेलेल्या वर्गवारीच्या भाषेमध्ये समजावून घ्यावी लागते.

२. अर्थसंकल्पामध्ये केल्या गेलेल्या तरतुदींमध्ये गुंतवणूक आणि रोजचा खर्च हे दोन्ही एकत्रितपणे दाखवले जातात आणि तेथे समस्यांचा दुसरा टप्पा येतो. आर्थिक दृष्टिकोन स्वीकारलेला आहे की अर्थ संकल्पीय दृष्टिकोन स्वीकारलेला आहे यावर गुंतवणूक आणि रोजचा खर्च यांची वर्गवारी अवलंबून असते. भांडवल आणि महसूल यांची अर्थसंकल्पीय वर्गवारी हा पैसा कोणत्या कामासाठी वापरण्यात येणार आहे, यावर अवलंबून नसते. उदाहरणार्थ, प्रत्यक्ष अंतर्गत उभारणीसाठी दिलेली रक्कम ही 'महसूल' या खात्यामध्ये लिहिली जाईल, आणि रोजच्या खर्चासाठी केलेली कर्जाची तरतूद 'भांडवल' या खात्यामध्ये मांडली जाईल. याउलट संपूर्णपणे खर्च कोणत्या प्रकारचा आहे यावर अवलंबून आर्थिक वर्गवारी केलेली असते. म्हणून 'इंदिरा आवास योजने'साठी दिलेला निधी आर्थिक वर्गवारीमध्ये गुंतवणूक म्हणून दाखवला जाईल, तर अर्थ संकल्पीय वर्गवारीमध्ये हाच निधी महसुली खर्च म्हणून दाखवला जाईल. यामुळे नियोजन आराखड्यातील तरतुदीकडून प्रत्यक्ष खर्चाकडे जाताना वर्गवारीतील हा फरक लक्षात घ्यावा लागतो.

३. आदर्श नियोजन आराखड्यांमध्ये सार्वजनिक आणि खाजगी गुंतवणूक यामध्ये फरक न करता सर्वसाधारणपणे विभागीय खर्चाचा अंदाज मांडलेला असतो. पूर्वी देशातील संपूर्ण गुंतवणुकीचा एक फार मोठा भाग हा सार्वजनिक गुंतवणुकीचा होता आणि औद्योगिक परवाने देण्याच्या पद्धतीमुळे खाजगी गुंतवणुकीवरही सरकारचं चांगलंच नियंत्रण होतं. तेव्हा नियोजन मंडळ खाजगी आणि सार्वजनिक गुंतवणुकीमध्ये फरक करताना सार्वजनिक गुंतवणुकीची संभाव्य गरज किती आहे हे पाहून उरलेला खाजगी गुंतवणुकीचा निधी 'शिल्लक' दाखवत असे. सार्वजनिक गुंतवणुकीचा निधी केंद्र आणि इतर राज्य यांमध्ये वाटून देतानाही नियोजन मंडळ काही प्रमाणात घटनेनं नेमून दिलेल्या जबाबदाऱ्या आणि काही प्रमाणात निधी उभारण्याची क्षमता यांच्या आधारानं निर्णय घेत असतं.

४. असं असलं तरी, ९व्या योजनेमध्ये काही महत्त्वाचे बदल करणं भागच पडलं होतं. सरकारसमोर असलेले गंभीर आर्थिक प्रश्न नजरेसमोर ठेवून सर्वसाधारण सार्वजनिक गुंतवणुकीचं प्रमाण निधी उभा करण्याच्या क्षमतेवर,

करपात्र आणि करविहीन, यांवर आणि योजनेमध्ये नसलेल्या खर्चाच्या अत्यंत व्यावहारिक, सत्य मूल्यमापनावरच अवलंबून ठेवावं लागलं होतं. याचा परिणाम असा झाला की, नवव्या योजनेतील गुंतवणुकीच्या खर्चाचा अंदाज पूर्ण करण्यासाठी अर्थव्यवस्थेमध्ये खाजगी गुंतवणुकीचा प्रभाव खूपच वाढला. खाजगी गुंतवणुकीवरील सरकारचं नियंत्रण जवळजवळ संपल्यातच जमा असल्यानं या योजनेमध्ये प्रथम खाजगी गुंतवणुकीची विभागशः वाटणी कशी करता येईल, याचा अंदाज मंडळ घेतं आणि मग गुंतवणुकीची गरज आणि खाजगी गुंतवणुकीची मर्यादा यामधील अंतर भरून काढण्यासाठी सार्वजनिक गुंतवणुकीचा उपयोग करतं. या मर्यादेपर्यंत या योजनेमधील सार्वजनिक गुंतवणुकीचा आकृतिबंध सीमित असतो.

५. सार्वजनिक गुंतवणुकीच्या क्षेत्रांमध्ये उपलब्ध असलेल्या मर्यादित संसाधनांमध्येही, सार्वजनिक गुंतवणुकीच्या आकृतिबंधामध्ये महत्त्वाचे बदल घडवून आणणं या गोष्टीची शक्यता अतिशय कमी असते. इथे एक फार महत्त्वाची गोष्ट ध्यानात घेणं आवश्यक आहे की आधीच्या योजनांमध्ये सुरू झालेल्या कामांसाठी बराच मोठा निधी या योजनेमध्ये आधीच निश्चित केला गेलेला असतो. आणि त्या योजनेमध्ये सुरू झालेली ही कामं रद्द करणं हे फार मोठ्या मोडतोडीला आमंत्रण देणारं असतं. अशा प्रकारच्या खर्चांची तजवीज आधी करावी लागते. यानंतर सरकारनं या विशिष्ट योजनेसाठी मान्य केलेल्या प्राथमिकता आणि निर्माण झालेल्या त्रुटी यांचा विचार करून उरलेली रक्कम वाटण्यात येते.

६. या मर्यादित क्षेत्रातही, निधी उभा करण्याच्या मर्यादित स्त्रोतांमुळे फारसं स्वातंत्र्य मिळत नाहीच. सार्वजनिक क्षेत्रातील उद्योगांच्या अंतर्गत उपार्जित खर्चामुळे या योजनेचा बराच मोठा भाग आधीच वेगळा केला गेलेला असतो. हा भाग बहुतांशी घसारा निधीसाठी वापरायचा असल्यामुळे तो निधी ज्या विभागामधून उभारला गेला असेल त्याच विभागामध्ये तो खर्च करावा लागतो. अशा प्रकारे केंद्राच्या एकूण तरतुदीपैकी फक्त ५५%रक्कम वाटपासाठी उपलब्ध असते.

७. निधीच्या वाटणीची पहिली पायरी ही एक निर्णय घेण्याची असते - केंद्र सरकारने दिलेली मदत म्हणून किती रक्कम राज्यांमध्ये वाटायची आणि किती रक्कम केंद्राकडे इतर मंत्रालयांमध्ये वाटण्यासाठी ठेवायची याचा निर्णय घेणं आवश्यक असतं. सर्वसामान्यपणे हा निर्णय अंदाजपंचेच घेतला जातो. आणि साधारणपणे ४५% रक्कम राज्यांना वाटण्यासाठी बाजूला ठेवली जाते.

८. आधी सांगितल्याप्रमाणे, केंद्रीय योजनेअंतर्गत मंत्रालयांना देण्याचा निधी हा आधीच्या योजनांमध्ये सुरू केलेल्या कामांसाठीच्या तरतुदींचा विचार प्रथम करून ठरवावा लागतो आणि बहुतेक वेळा त्या तरतुदी संपूर्ण रकमेच्याच कराव्या लागतात. हे काम झाल्यानंतर, उरलेल्या रकमेचं वाटप कसं करावं याचा निर्णय घेण्यात येतो. योजनेमधील गुंतवणुकीच्या संभाव्य शक्यतांचा या निर्णयामध्ये मोठा वाटा असतो हे खरं असलं तरी मंत्रालयांमधील आपसातील राजकीय देवाणघेवाण आणि घासाघीस हेही यामधील महत्त्वाचे मुद्दे ठरतात. तरीही, सर्वसाधारणपणे आदर्श योजनेच्या आराखड्यानं दिलेल्या तरतुदी आणि योजनेच्या ५ वर्षांसाठी मंत्रालयं आणि विभाग यांमध्ये केलेली वाटणी परस्परांशी जुळणारी असते असं म्हणायला हरकत नाही.

९. अडचणी खऱ्या सुरू होतात त्या वार्षिक योजनेच्या अंतर्गत प्रत्यक्ष वाटणीला सुरुवात होते तेव्हा. पंचवार्षिक योजनांची तरतूद ही फक्त दिशादर्शक असते आणि वार्षिक योजनेच्यावेळी खरीखुरी वाटणी केली जाते, हे आपण लक्षात ठेवलं पाहिजे. वार्षिक योजनांमध्ये सरकारकडे प्रत्यक्षात किती निधी उपलब्ध आहे हे स्पष्टपणे कळून येत असल्यामुळे पंचवार्षिक योजनेच्या दस्त-ऐवजामध्ये जशा प्रकारच्या वर्षानुसार वाटणीचा विचार मांडलेला असतो त्यापेक्षा कितीतरी वेगळ्या प्रकारानं ही वाटणी केली जाऊ शकते. गेल्या काही वर्षांमध्ये संसाधनांची प्रत्यक्ष उपलब्धता ही योजनेपेक्षा खूपच कमी पडत आलेली आहे. अशा परिस्थितीमध्ये, आधीच सुरू असलेल्या योजनांवरचा आणि प्रकल्पांवरचा खर्च चालू ठेवणं अत्यंत जरुरीचंच असल्यामुळे नव्या योजना आणि प्रकल्पांसाठीची तरतूद साहजिकच कमी करण्यात येते. या काटछाटीला कसलंच प्रमाण नसतं हेही खरं.

याचा एक परिणाम असा होतो की योजनेच्या कालावधीत ज्या प्रकल्पांवर अधिक गुंतवणूक करून विशेष भर देणं गरजेचं असतं, त्या प्रकल्पांनाही इतर मंत्रालयांनी पुनर्गुंतवणुकीद्वारा काही निधी उपलब्ध करून दिला तरच त्यांची गरज पूर्ण करता येते. या प्रकारच्या पुनर्गुंतवणुकीला जोरदार विरोध केला जातो आणि म्हणून वार्षिक योजनेअंतर्गत थोडेफार मामुली बदल करणंच तेवढं शक्य होतं.

१०. नवव्या योजनेमध्ये काही अतिमहत्त्वाच्या तरतुदींना संरक्षण देण्याचे प्रयत्न सुरू आहेत. पंतप्रधानांनी मार्गदर्शन केल्यानुसार 'स्पेशल ॲक्शन प्लॅन्स' एसएपीमार्फत हे संरक्षण देण्याची कल्पना आहे. तरीही यातली

रक्कम काही फार मोठी नसल्याने सरसकट वाटणीमध्ये काही नाट्यमय बदल होण्याची शक्यता कमीच आहे.

*   *   *

त्यांनी जे स्पष्टीकरण दिलं आहे, त्यावरून त्यांनी नोंदवलेलं हे निरीक्षण ''तरीही सर्वसाधारणपणे आदर्श योजनेच्या आराखड्यानं दिलेल्या तरतुदी आणि योजनेच्या ५ वर्षांसाठी मंत्रालयं आणि विभाग यांमध्ये केलेली वाटणी परस्परांशी बऱ्यापैकी जुळणारी असते असं म्हणायला हरकत नाही''- साध्या गुणाकारभागाकाराचा परिणाम म्हणून या निरीक्षणाचं स्पष्टीकरण करता आलं नसतं तर हे निरीक्षण म्हणजे एक चमत्कारच मानावा लागला असता.

कालसापेक्ष परिस्थितीमध्ये चलसंख्यांमधील परस्पर संबंध कधीकधी अतिशय उच्च प्रमाणात येऊ शकतात. याचं कारण एवढंच असतं की 'काळ' हा घटक या गणितामधून बाहेर काढलेला नसतो. हे 'बऱ्यापैकी जुळणं' यामुळेच असतं की विभाग आणि मंत्रालयं यांची परस्परसंबंधित प्रमाणं दर वर्षाला किंवा दर योजनेगणिक ही फार मोठ्या प्रमाणात बदलत नसतात. आपण सर्व विश्लेषणं बाजूला ठेवली, आणि या वर्षीची एका मंत्रालयासाठी केलेली तरतूद फक्त गेल्या वर्षीच्या तरतुदीनुसार तपासली तर आपल्याला परस्पर संबंधाचा गुणक पुढील प्रमाणे आढळतो—

१९९१-९२ ते १९९९-२००१ या वर्षांसाठी-

०.९७४, ०.९८७, ०.९४२, ०.९९३, ०.९९६, ०.९८०, ०.९८५, ०.९९६, ०.९९७.

या आणि अशा कारणांमुळे एकदा योजनापत्र तयार झालं की त्यानंतर वाटणी करण्यामध्ये आदर्श योजना आराखड्याचा फारच थोडा सहभाग शिल्लक राहतो. हा आदर्श आराखडा बाजूला ठेवण्यात येतो, असं म्हटलं तरी चालेल. पुढच्या वर्षीचं योजनापत्र तयार करताना हे पत्र बाहेर काढून समोर ठेवलं जातं एवढंच. ही गोष्ट पुढील तीन साध्या गोष्टींवरून सिद्ध होते.

* पहिल्या तीन वर्षांमध्ये, योजनेमध्ये खर्चाची केलेली तरतूद आवश्यक वाटली होती त्यापेक्षा चांगलीच कमी होती. या तुटीचा सर्वसाधारण वाढीवर, विभागीय मागणीवर किंवा विभागांमधील वाटणीवर काय परिणाम होईल याचा विचार करून हा आदर्श आराखडा तपासून बघण्याची गरज निर्णय घेणाऱ्यांना भासलीच नव्हती.
* निधीच्या वाटणीसाठी केंद्रीय मंत्रालयं आणि राज्यं यांच्याविषयीचे कोणते निर्णय विभागांवर काय परिणाम करतात याबद्दलचा एखादा 'रेडी-रेकनर' अस्तित्वातच नाही - निदान त्याची मदत घेतल्याचं दिसून तरी येत नाही. जर हा आदर्श आराखडा निर्णय घेणाऱ्यांच्या उपयोगाचा असता तर

मंडळातील निर्णय घेणाऱ्या प्रत्येक अधिकाऱ्याच्या हाताशीच असा 'रेडी रेकनर' असणं ही प्राथमिक महत्त्वाची गोष्ट ठरली असती.

* वर्गीकरणांची बेसुमार वाढ मात्र चालूच आहे, खर्च विरुद्ध गुंतवणूक, केंद्रीय साह्य, विशेष केंद्रीय साह्य; विशेष वर्गातील राज्ये, उत्तर-पूर्व परिषद, सीमावर्ती क्षेत्र विकास निधी; पर्वतीय क्षेत्र विकास कार्यक्रम.

–सरकारी अंदाजपंचे धोरणांऐवजी काही निकषांवर निर्णय घेतले जात असते तर यांसारखी वर्गीकरणं केव्हाच सुरळीत करण्यात आली असती.

शिवाय मंडळ प्रत्येक प्रकल्प किंवा योजना नीट तपासून पाहात आहे, त्यावर किती खर्च होईल हे निश्चित करत आहे आणि मग त्या राज्याला किंवा मंत्रालयाला किती निधी उपलब्ध करून द्यायचा याच्या प्रकल्पविशेष एकत्रित परिणामाच्या निर्णयाशी येऊन पोचतं आहे असंही नाही.

मंडळाकडे प्रत्येक प्रकल्प आणि योजना तपासून बघण्याची क्षमताच नाही आणि हे काम करण्याचं त्यांचं ध्येयही नाही.

या वेळेपर्यंत एक गोष्ट निश्चित झालेली आहे की 'राज्य विभागा'मध्ये येणारा प्रत्येक प्रकल्प ही राज्याची जबाबदारी मानली जाते. त्यामुळे हे प्रकल्प तपशिलानं तपासले जात नाहीत.

या सुरक्षिततेमध्ये भर पडते ती बाहेरील एजन्सीजकडून परस्पर पैसे उसने घेण्याची सूट राज्यं आणि मंत्रालयांना मिळते. त्यामुळे अधिकारी असं सांगतात, एकदा ही बाहेरची मदत नक्की झाली की मग तो प्रकल्प थांबवणं किंवा त्यामध्ये कसलाही बदल घडवून आणणं हे जवळजवळ अशक्यच होऊन जातं. आणि म्हणूनच त्या प्रकल्पाचा तपशीलवार अभ्यास करण्यात काही अर्थच नसतो, असं अधिकारी कबूल करतात. आज अधिक आकर्षक वाटणाऱ्या राज्यांमध्ये असे बाहेरच्या मदतीनं उभे राहणारे प्रकल्प मोठ्या प्रमाणावर वाढत असताना, एकामागोमाग एक नवे प्रांत परदेशी थेट गुंतवणुकीसाठी उपलब्ध होत असताना, हा निधी कोणत्या ठिकाणी द्यायचा हे ठरवण्यामध्ये आयोगापेक्षा बाहेरील निधीचे स्रोतच अधिक महत्त्वाचे ठरतात असं अधिकाऱ्यांचं म्हणणं आहे. नाबार्डची शेतीक्षेत्रामधील गुंतवणूक, किंवा हडकोची गृहनिर्माण क्षेत्रातील गुंतवणूक यांसारख्या अंतर्गत अर्थसंस्थांच्या कार्याचा परिणाम तुलनेनं लहान असला तरी त्यांना उपलब्ध असलेला निधीही याच दिशेनं काम करताना दिसतो- आयोगाची शिफारस काय आहे, यापेक्षा या वित्त संस्थांचा निर्णय काय आहे यावर हा निधी कोणत्या ठिकाणी जाणार हे ठरत असतं.

वेळोवेळी जी 'पॅकेजेस' किंवा 'योजना' जाहीर केल्या जातात, त्यांच्या बाबतीतही हेच खरं ठरतं. काही बाबतींमध्ये आयोगाची काही एक भूमिका पूर्वी असे. उदाहरणार्थ, पंतप्रधानांचा 'स्पेशल ॲक्शन प्लॅन' इथे तयार करण्यात आला असं म्हणतात.

एखादी उल्का पडताना अचानक दिसावी तसा समझोता आयोगाला तेवढ्याच असंख्य जाहीरनाम्यांबद्दल करावा लागलेला आहे. उदाहरणार्थ, 'गरिबी हटाव' योजना वर्षांमागून वर्षं दुप्पटचौपट झाल्या आहेत, फुगत गेल्या आहेत यावर आयोगाचं काहीही नियंत्रण नाही.

जेव्हा एखादी भरगच्च योजना समोर येते तेव्हाही उरलेल्या मंत्रालयांमध्ये आणि विभागांमध्ये हा निधी कसा वाटायचा किंवा कोणत्या बाबीला प्राथमिकता दिली पाहिजे हे ठरवण्यासाठी आयोग काही विशेष अभ्यास करतो असं नाही, तर सर्वसाधारण अनुमानधपक्यानं या निधीतील भाग वाटून टाकला जातो. सर्वसाधारणपणे कोणत्याही योजनेतील ८०% निधी हा आधीच्या योजनांमध्ये सुरू करण्यात आलेल्या प्रकल्पांवर आणि योजनांवर खर्च केला जातो. यावेळी, उरलेल्या रकमेचा एक मोठाच भाग या 'स्पेशल ॲक्शन प्लॅन'साठी राखून ठेवण्यात आला होता असं म्हणतात. हा सर्वाधिक महत्त्वाचा 'प्लॅन' ५% विभाग आणि १४% मंत्रालयांवर पसरलेला होता. आयोगानं उरलेल्या ४७ मंत्रालयांच्या खर्चामध्ये ५% कपात केली आणि ती रक्कम या १४ 'निवडक' मंत्रालयांकडे सुपूर्द केली.

प्रकल्प आणि योजनांवर आयोगाचा किती प्रभाव पडतो याबद्दल अधिकाऱ्यांमध्ये मतभिन्नता आहे.

काहींचं मत असं आहे- काही विभागांमध्ये गुंतवणुकीच्या प्रस्तावांवर चर्चा करण्यात ६०% वेळ खर्च होतो आणि या चर्चांचा फारसा महत्त्वाचा प्रभाव पडत नाही हे वेगळंच. ते म्हणतात, 'मंत्रालयं पुढाकार घेतात. आम्ही प्रतिक्रिया देतो. आमच्या मतांना फारशी किंमत दिली जात नाही.' ते म्हणतात. "खरं सांगायचं तर आमची त्यांना कटकटच होते. निधीची वाटणी कशी करण्यात आली आहे, हे जाणून घेण्यापुरताच मंत्रालयांना यामध्ये रस असतो. आम्ही आमचे आक्षेप ताणून धरले तर मंत्रालयं पंतप्रधानांच्या कचेरीमध्ये जातात आणि आम्ही अडथळे आणणारे, नकारात्मक विचार करणारे आणि कटकट करणारे ठरवले जातो, तसं आम्हाला सांगितलंही जातं." एका प्रमुख सल्लागारानं असं सांगितलेलं आहे, "मंत्रालयांना हे माहीत असतं की, असा प्रस्ताव अगदी शेवटच्या क्षणी मंडळाकडे पाठवण्यात येतो, आणि सीसीईएची बैठक घेण्यात येते तेव्हा त्या बैठकीमध्ये मंडळ आपले विचार पुन्हा एकवार मांडणार असतं. परंतु त्यांना हेही माहीत असतं की मंडळानं मांडलेल्या मुद्यांवर सारवासारवी करणारा एक सर्वसाधारण प्रस्ताव मांडला जाईल आणि तो स्वीकारलाही जाईल."

काही अधिकाऱ्यांचं मूल्यमापन याच्या बरोबर उलट आहे. ते म्हणतात, "निधीची वाटणी हा एका दीर्घकाळ चालणाऱ्या प्रक्रियेचा शेवटचा टप्पा आहे. या टप्प्याला पोचण्याआधी ज्या चर्चा आणि विचारांची देवाणघेवाण होते त्यांचा परिणाम मंत्रालयांनी

निश्चित केलेल्या धोरणांवर आणि योजनांवर खात्रीनेच होत असतो.'' वाहनव्यवहार हा असा एक विभाग आहे, असं म्हणतात. ''या विभागामध्ये निधीची वाटणी कशी करावी यावर फारच थोडा वेळ खर्च केला जातो, चर्चांचा सारा रोख धोरणात्मक मुद्यांवर असतो आणि आमचा त्या चर्चेवर नक्कीच प्रभाव पडतो.'' असं ते म्हणतात.

अधिकाऱ्यांचा तिसरा एक गट आहे तो दोन्ही प्रकारच्या घटनांचा उल्लेख करतो. उदाहरणार्थ - भटिंडा तेलशुद्धीकरण प्रकल्पाची गोष्ट घ्या. या प्रकल्पाचं मूल्यमापन करणं थांबवल्यामुळे संबंधित अधिकाऱ्यांनी एका वर्धनक्षम नसलेल्या प्रकल्पाला दिलेली मान्यता रोखणं या विभागाला शक्य झालं होतं आणि याउलट रूरकेला पोलाद कारखान्याची बाब आहे- या कारखान्याचं आधुनिकीकरण करण्याच्या योजनेमध्ये मात्र मंडळानं योग्य रीतीनंच या योजनेतील त्रुटींवर लक्ष केंद्रित केलेलं होतं. तरीही मंडळानंच पलटी मारल्यामुळे ही योजना पुढे जाऊ शकली आणि त्यामध्ये मंडळानं सहकार्यही केलं.

गुंतवणुकीच्या प्रस्तावांचं योग्य ते मूल्यमापन करण्याची संधी तरी मंडळाला मिळते का, याबद्दलही अधिकाऱ्यांमध्ये मतभिन्नता आहे. मंत्रिमंडळाच्या नोंदींवर ज्या घाईनं सूचना मागवल्या जातात आणि या सूचना किती थातुरमातुर स्वरूपाच्या असतात याकडेही ते लक्ष वेधतात- ''या विषयाचं साधारण ज्ञान असलेली कोणतीही एखादी सामान्य व्यक्ती स्वतःच ज्या नोंदी तयार करू शकेल तेवढ्याच प्रतीच्या या नोंदी असतात.'' इतर काहींचं म्हणणं आहे की काम करता करता सुधारणा करण्यासाठी मंडळाला भरपूर संधी मिळू शकते, परंतु मंडळच त्या संधींचा नीट उपयोग करून घेत नाही. याची कारणं अशी, तज्ज्ञतेचा अभाव, जसं आहे तसं चालू ठेवण्याची जबरदस्ती, आणि अखेरीस मंत्रालयं त्यांच्या मनाप्रमाणेच करणार याची खात्री इत्यादी. असं असलं तरी पुढील ३ मुद्यांवर सर्वांचं एकमत होतं असं दिसून येतं.

* व्यक्ती बाजूला ठेवू, एक संस्था म्हणून मंत्रालयांपेक्षा निश्चितपणे अधिक उच्च प्रतीचे नैपुण्य एखाद्या प्रकल्पावर किंवा योजनेमध्ये आज मंडळ आणू शकत नाही हे सत्य आहे.
* प्रकल्पांना आणि योजनांना निधी देण्यात येतो तो त्यांचं महत्त्व नियोजन मंडळाला पटलं आहे म्हणून नव्हे, तर जेव्हा ते प्रकल्प काही कारणांनी अगदी परिपक्व होतात तेव्हा त्यांना निधी उपलब्ध करून दिला जातो. काही मंत्रालयांमधील निधीची वाटणी दर वर्षी एका टोकापासून दुसऱ्या टोकापर्यंत अतिशय आश्चर्यकारकपणे का जाताना दिसते याचं हे एक कारण आहे. मंत्रालयांची कार्यक्षमता किंवा हे प्रकल्प ज्या विभागांमध्ये

मोडतात त्यांची प्राथमिकता या मुद्यांमुळे एवढे मोठे झोके घेतले जाणार नाहीत हे उघड आहे.

* मंडळाला अडचणी येतात कारण स्वत:जवळ उपलब्ध असलेली माहितीही मंत्रालयं मंडळाला पुरवत नाहीत. प्रशासनिक मंत्रालयांकडे जी माहिती असते त्यापैकी बरीचशी ती मंत्रालयं ऑन-लाईन ठेवतात हे खरं, परंतु ही माहिती मिळवण्यासाठी एका खुणेच्या शब्दाची जरूर असते, तो खुणेचा शब्द दिला जात नाही, असं अधिकाऱ्यांचं म्हणणं आहे. आणि खुणेचा शब्द शोधत फिरणं मंडळाच्या प्रतिष्ठेला शोभत नाही असं मंडळाला वाटतं. परकीय मदतीने चालणाऱ्या प्रकल्पांची संपूर्ण आणि अद्ययावत माहिती अर्थ मंत्रालयाकडे असते, परंतु हे प्रकल्प सरळ सरळ नियोजन आराखड्यातील प्राथमिकतांवर अतिक्रमण करत असले तरीही अर्थ मंत्रालय आपल्याजवळची ही माहिती नियोजन मंडळाला पुरवत नाही, असंही अधिकाऱ्यांचं म्हणणं आहे.

सर्व राज्यांशी होणारा नियोजन आराखड्याविषयीचा वार्षिक विचार - विनिमय

नियोजन मंडळाच्या उपाध्यक्षांना भेटण्यासाठी मुख्यमंत्र्यांनी येणं आणि वार्षिक नियोजनासंबंधी त्यांच्या होणाऱ्या चर्चा ही एक ठळक घटना आहे.

खेरीज ४०,००० कोटी रुपये एवढी प्रचंड रक्कम मंडळाच्या हस्तेच राज्यांना दिली जात असते.

या चर्चा झडोत, एवढ्या मोठ्या रकमा दिल्या जावोत, राज्यांचा कारभार चांगला किंवा वाईट चालो, या योजनांची कार्यवाहीची प्रत आणि वेग मात्र या चर्चांशिवाय जसा असता तसाच चालू राहिला आहे. पाणीपुरवठ्याची वसुली करण्यामध्ये सतत होत असलेला तोटा असेल, राज्य वीज मंडळांची आणि इतर सरकारी यंत्रणांची चालूच असलेली दुरवस्था असेल, चालू वर्षातील गंगाजळीची घट असेल किंवा त्यामुळे राज्यांनी चालू पंचवार्षिक योजनेमध्ये उसने घेण्यासाठी निश्चित केलेली रक्कम आधीच उचलून संपवली असेल– पश्चिम बंगालनं १२१%, महाराष्ट्रानं ११५%, राजस्थाननं १०६% इतका म्हणजे सुमारे ९०% निधी या राज्यांनी योजनेची तीन वर्षं पूर्ण होण्याआधीच उचललेला आहे– कोणत्याही निर्देशांकाचा वापर केला तरी एकच गोष्ट सिद्ध होते आणि ती म्हणजे राज्यांबरोबर केलेल्या चर्चा असोत की त्यांना दिलेला निधी असो, मंडळ राज्यांच्या कार्यक्षमतेवर कोणताही प्रभाव पाडू शकलेलं नाही.

राज्य नियोजन समितीचे संयुक्त सचिव-ज्यांना एखाद्या महत्त्वाच्या राज्याचं

प्रतिनिधित्व करताना मंडळाशी चर्चा करण्याचा अनुभव आहे, त्यांनी या वार्षिक नियोजन आराखड्याची आजची अवस्था काय आहे याबद्दल काय म्हटलं आहे, पाहा :

"—वार्षिक नियोजनासंबंधीच्या चर्चांचा शेवट राज्यांचे मुख्यमंत्री आणि मंडळाचे उपाध्यक्ष यांच्या संयुक्त बैठकीमध्ये होतो. या बैठकीमध्ये वार्षिक योजनेच्या अंतिम आराखड्याचा आकार निश्चित करण्यात येतो. हा अंतिम आराखडा राज्यांच्या विकासकामाच्या प्राथमिकतांवर भर देणारा असावा, अशी अपेक्षा असते.

परंतु, गेली काही वर्षे उपलब्ध निधी आणि योजनेचा आकार यामधील तफावतीचा राज्य सरकारांना त्रास होत आहे. जवळ जवळ सर्वच राज्यांची चालू वर्षातील उत्पनाची ऋण शिल्लक ही गोष्ट याच्या मुळाशी आहे (निगेटिव्ह बॅलन्स ऑफ करंट रेवेन्यूज-बीसीआर). या तफावतीमुळे योजनेचा नियोजित आकार आणि प्रत्यक्ष निधीची उपलब्धता यामध्ये अंतर पडत जाते. हे अंतर दर वर्षी वाढतच जात आहे ही खरी काळजी करण्यासारखी गोष्ट आहे. याचा परिणाम असा होतो की ही योजना वास्तवापासून दूर जाऊ लागते आणि विकासकामांना मार्गदर्शन करण्याची कुवत तिच्यामध्ये राहात नाही."

ही योजना बनवताना असणारं वातावरण - विशेषत: राज्यपातळीवरील वातावरण- या परिस्थितीमध्ये भरच घालत असतं. राज्यपातळीवर ही योजना तयार होत असताना प्रत्यक्षामध्ये किती निधी उपलब्ध होऊ शकेल याची कल्पना अंतर्गतरीत्या अधिकाऱ्यांना असते. खरं पाहिलं असता, राज्याच्या संपूर्ण योजना आराखड्याला सुरुवात या ठिकाणी व्हायला हवी. परंतु तसं होत नाही. प्रारंभबिंदू हा अंतिमबिंदू असतो. संपूर्ण प्रक्रियेच्या शेवटी जी घटना घडायला हवी - म्हणजे मुख्यमंत्री आणि उपाध्यक्ष यांच्यातील योजनेचा आकार निश्चित करण्यासाठी होणारी बैठक - ती घटना प्रारंभीच घडते, आधीच्या वर्षी जाहीर केलेल्या आराखड्याच्या आकारमानापेक्षा या वर्षीचा आराखडा अधिक विस्तृत असावा असा राजकीय दबाव हा- एखादा अपवाद वगळता - परंपरागत रीतीने आणला जातो. मुख्यमंत्र्यांच्या दृष्टीने त्यांच्या राज्यातील जनतेला आणि प्रसारमाध्यमांना आपण आपल्या राज्यासाठी अधिक निधी मिळवण्यामध्ये कसे यशस्वी झालो आहोत हे जाहीर करण्याची ही एक उत्तम संधीच असते. त्याच वेळी योजनेचं आकारमान वाढलेलं दिसलं नाही तर सरकारला विकासकामांमध्ये काही स्वारस्य नाही, आणि सरकार अगदी निष्प्रभ ठरलेलं आहे अशी हाकाटी करण्याची संधी विरोधी पक्ष सोडणार नाही अशी भीतीही असते. म्हणून उपलब्ध निधीचा विचार न करता दर वर्षी अधिकाधिक विस्तृत आराखडे बनवण्याचा दबाव सरकारवर पडत असतो.

वरील अनिवार्य बाबी लक्षात घेता, राज्यपातळीवरील योजना आखण्याचं काम अतिशय गांभीर्याने केलं जातं. त्यामधील आकडेवारी जुळवलेली असते असं अजिबात नाही. परंतु, निधी उपलब्धतेच्या शक्यता विचारात घेऊन आशावादी दृष्टिकोनामधून हा आराखडा तयार करण्यात येतो. काही प्रमाणभूत उदाहरणांवरून ही बाब अधिक स्पष्ट होईल.

अ) सार्वजनिक उद्योग क्षेत्रामधील आवक ही बहुधा ॠणच असते. तरीही हे उद्योग फायदेशीर होण्यासाठी आवश्यक त्या कठोर उपाययोजना करण्यात येतील, या अपेक्षेने ते आकडे सौम्य करण्यात येतात किवा 'शून्य' मानले जातात.

आ) सरकारबाह्य वित्तसंस्थांकडून अपेक्षित असलेल्या कर्जाचा, उदाहरणार्थ नाबार्ड– अंदाज बांधताना तो अंदाज सढळ हाताने धरला जातो. आर आय डी एफ सारख्या योजनांखाली नाबार्ड देत असलेले कर्ज हे प्रस्तावित योजनांच्या पात्रतेवर अवलंबून असते. आधीच्या वर्षापेक्षा या वर्षी अधिक पात्र योजना प्रस्तावित केल्या जातील आणि वित्त संस्थांना त्या मान्य होतील, ही एक शक्यता नेहमीच असते. (तसे बहुधा घडत नाही तरीही.)

इ) ईएपीकडून मिळणारे अतिरिक्त केंद्रीय साह्य हे आणखी एक क्षेत्र आहे. बाह्य वित्त संस्थांच्या संमतीनं निर्धारित केलेल्या निधीवाटपाच्या कार्यक्रमानुसार काही रक्कम ही अतिरिक्त केंद्रीय साह्य म्हणून निश्चित करता येते. ही रक्कम योजनेच्या साधनसंपत्तीचा एक भाग मानण्यात येते. निर्धारित रकमेपेक्षा प्रत्यक्षामध्ये वाटली जाणारी रक्कम नेहमीच कमी असते. याचं महत्त्वाचं कारण म्हणजे अशा प्रकल्पांच्या कार्यान्वितीकरणामधील अडथळे आणि अशा प्रकल्पांमधील मूलभूत गुंतागुंत हे असतं.

मागील वर्षाच्या आराखड्यापेक्षा आकारानं मोठ्या अशा या वर्षीच्या आराखड्याचं अंदाजपत्रक आणि ठोकताळे निश्चित करण्यासाठी हे मार्ग अवलंबण्यात येतात. नियोजन मंडळाच्या पातळीवर सर्वसाधारणपणे आर्थिक साधन विभाग साधनांच्या उपलब्धीचे खरेखुरे अंदाज सादर करतो. परंतु आधी सांगितल्याप्रमाणे पद्धतशीर दबाव येत असतात आणि त्यामुळे राज्यांना आवडेल असेच अंदाजपत्रक अखेरीस सादर केलं जातं. नियोजन मंडळाच्या पातळीवरील तपासणी ही बहुधा राज्यपातळीवरील तपासणीसारखीच पार पाडण्यात येते, म्हणजे उपलब्ध निधीच्या तपशिलामध्ये अधिक बदल केले जातात. उदाहरणार्थ, बाह्य मदत मिळालेल्या प्रकल्पांच्या अतिरिक्त केंद्रीय साह्यामध्ये किंवा वित्तसंस्थांकडून घेण्यात येणार

असलेल्या कर्जाच्या आकड्यांमध्ये क्षुल्लक बदल करणं, इत्यादी. समस्या काय आहेत याची पूर्ण कल्पना असते आणि अतिउच्च पातळीवर याबद्दलचे कठीण निर्णय घेतले जाणार असल्याची चर्चाही होत असते. योजनेचा आकार निश्चित करण्याबाबतचे निर्णय बहुतेकवेळा सौम्यच असतात आणि ते 'आहे तसेच' याच मार्गानं जाणारे असतात. क्षुल्लक बाबींना महत्त्व येतं आणि संपूर्ण चित्र नजरेतून निसटून जातं.

या योजना राज्यांमध्ये कशा रीतीनं राबवण्यात येतात यावरून या घटनांचे परिणाम आपल्याला दिसून येतात. आराखड्यामधील उपलब्ध निधीचे आकडे आणि प्रत्यक्षात उपलब्ध असलेला निधी यामध्ये जो फरक असतो त्यामुळे कोणत्या प्रकल्पाला प्राधान्य द्यावं हे ठरवण्याचे अधिकार निर्माण होतात. अर्थविभागाच्या उपलब्ध साधनसंपत्तीवर असलेल्या बंधनांवर हे प्राधान्य अवलंबून असतं. आराखड्याच्या एकूण विस्तारामधील त्याच प्रकल्पांना प्राधान्य दिलं जातं, ज्यांच्या मागण्या पूर्ण करता येतील एवढा निधी उपलब्ध असतो. यामुळे मूळ योजनेचं पावित्र्य नष्ट होतं. मूळ योजनेमध्ये दर्शवलेली निधीची उपलब्धी आणि योजनेमधील कार्यक्रम पार पाडण्यासाठी आवश्यक असलेला निधी या दोन्ही गोष्टी परस्परपूरक असणं ही आदर्श वस्तुस्थिती आहे. परंतु हे असं असावं यासाठीच्या अर्थपूर्ण सूचना दिल्या जात नाहीत. आणि म्हणून पुढच्या वर्षी हेच नाटक खेळलं जातं.

बहुतेक राज्यांमध्ये हे काम किती अवास्तव रीतीनं चाललं आहे, हे समजून घेण्यासाठी पुढील आकड्यांकडे नुसती नजर टाकली तरी भागण्यासारखं आहे.

तक्ता क्रमांक १
१९९९-२००० या वर्षासाठीच्या एकूण योजनेतील निधी उपलब्धी.

क्र.	राज्याचे नाव	स्वीकृत योजना	अंतिम अंदाजपत्रक.
१.	अरुणाचल प्रदेश	६६५.००	४९७.४१.
२.	आसाम	१७५०.००	१०१९.२३
३.	हिमाचल प्रदेश	१६००.००	१३५६.३३
४.	जम्मू आणि काश्मीर	१७५०.००	५९२.७०
५.	मणीपूर	४७५.००	३५८.७४
६.	मेघालय	४६५.००	४२७.६५
७.	मिझोरम	३६०.००	२६५.४५
८.	नागालँड	३१५.००	२५९.६८

क्र.	राज्याचे नाव	स्वीकृत योजना	अंतिम अंदाजपत्रक.
९.	सिक्कीम	२५०.००	२०१.२४
१०.	त्रिपुरा	४७५.००	४३१.०८
११	आंध्र प्रदेश	५४८०.००	४००१.६१
१२	बिहार	३६३०.००	२३१८.८१
१३	गोवा	२८१.१९	२७१.७६
१४	गुजरात	६५५०.००	६५४६.१३
१५	हरयाना	२३००.००	१३७९.२५
१६	कर्नाटक	५८००.००	५९७६.९८
१७	केरळ	३२५०.००	२६४१.१५
१८	मध्य प्रदेश	४००४.००	१६३८.८९
१९	महाराष्ट्र	१२१६२.००	९९५५.७२
२०	ओरिसा	३३०९.१७	२०८२.३०
२१	पंजाब	२६८०.००	१६२७.९८
२२	राजस्थान	४६५०.००	१५०७.०७
२३	तामिळनाडू	५२५०.००	५२७२.१०
२४	उत्तर प्रदेश	११४००.००	४९५४.०८
२५	पश्चिम बंगाल	५७८७.००	३६९६.२३
एकूण	२५ राज्ये.	८४७३८.३६	५९२७९.५७

ज्या आकड्यांवर आधारून नियोजन मंडळानं पुढे जाण्याचं मान्य केलं ते आकडे आणि डिसेंबर १९९९मध्ये उपलब्ध असण्याची शक्यता असल्याचे आकडे यांच्यामध्ये जो प्रचंड फरक दिसतो आहे तो चक्रावून टाकणाराच आहे. यापेक्षा विलक्षण बाब म्हणजे अंदाजपत्रकातील निधी आणि प्रत्यक्ष उपलब्ध असलेला निधी यांमध्ये दिसत असलेला फरक दर वर्षीच दिसत आला आहे, दर वर्षी तो वाढतोच आहे अणि तरीही त्याबद्दल कसलाही पाठपुरावा केलेला दिसून येत नाही. इतकी बेपर्वाई दिसते की एखाद्या औद्योगिक संस्थेनं पाठपुरावा करायचाच असं ठरवलं तर जी माहिती त्यांच्या ओठावर असेल तेवढी प्राथमिक माहितीही सहजगत्या उपलब्ध होऊ शकत नाही.

* या दोन्ही आकड्यांचा अभ्यास करण्यासाठी एखाद्यानं तौलनिक तक्ते मागितले तर ते खास तयार करावे लागतात.

* प्रत्येक राज्याने गेल्या काही वर्षांमध्ये काय आश्वासनं दिली आहेत आणि त्याबद्दल त्यांनी काय कार्यवाही केली आहे, याची माहिती एखाद्याला हवी असल्यास ती माहिती सहज उपलब्ध होत नाही, तर ती शोधून काढावी लागते.

समारंभ संपतो-दोन्ही बाजू-मंडळ आणि राज्यं दोघांनाही या बैठकीमध्ये काय ठरलं त्याबद्दल फारसा रस नसतो, असं भासत असतं. मंडळाकडून आपल्या राज्यासाठी कोणत्या आकाराचा आराखडा खेचून घेता आला यावरच सर्व लक्ष केंद्रित झालेलं असतं. आणि या मुद्यावरच दोन्ही बाजू एका भासमय करारावर स्वाक्षऱ्या करतात.

हे अगदी क्षोभकारक आहे, हे तर खरंच. पण याहूनही क्षोभकारक अशी आणखी एक बाब आहे. राज्य नियोजन मंडळाच्या संयुक्त सचिवांच्या टिपणीमध्ये सुचवण्यात आल्याप्रमाणे मंडळाचा आर्थिक संसाधन विभाग सातत्यानं उपलब्ध आर्थिक साधनं अत्यंत वास्तववादी रीतीनं मांडत आला आहे. अखेरीस जे काही निर्णय घेतले जातात त्यांच्याशी हे अंदाजपत्रक खूपच जवळचं असतं. परंतु मंडळ मात्र राज्य सरकारने पुढे केलेले अवास्तव आकडेच सर्वसाधारणपणे मान्य करत आलं आहे. याचे परिणाम दुसऱ्या क्रमांकाच्या तक्त्यावरून स्पष्ट होतील.

तक्ता क्रमांक २ एकूण योजना निधी उपलब्धी.

रुपये कोटीमध्ये. पृष्ठ क्र. १२८ पाहा ....

या तक्त्याकडे एक वरवरचा दृष्टिक्षेप टाकला तरी अधिकृत पातळीवरील आकडे निदान खेळाच्या मैदानातले तरी आहेत. परंतु प्रत्येक राज्याचे आराखडे जसजसे त्या अतिमहत्त्वाच्या घटनेच्या – उपाध्यक्ष आणि मुख्यमंत्री यांच्यामधील ती बहुचर्चित बैठक— स्पष्ट बोलायचं तर 'फोटो-ऑपॉर्चुनिटी'चं (जाहिरातबाजीची संधी) मंत्रतंत्र सांभाळून होणारी ती सुप्रसिद्ध बैठक— जसजशी जवळ जवळ येऊ लागते तसतसे हे आकडे मोठेमोठे होऊ लागतात.

मंडळाचे अनेक विभाग-विशेषत: राज्य आराखड्यांचे सल्लागार-स्वत:चे काही खाजगी माहितीचे स्त्रोत वापरत आहेत असं जाणवत नाही. जी माहिती ते वापरत असतात ती माहिती मुख्यत्वेकरून राज्यांनीच पुरवलेली असते. सर्वांना ठाऊक असलेल्या, आणि राज्ये सर्रास वापरत असलेल्या लपवाछपवीच्या क्लृप्त्यादेखील नोंदवल्या जात नाहीत.

उदाहरणार्थ : महामंडळांना हमी पत्रं द्यायची आणि त्यांना घातलेल्या कर्जाच्या मर्यादेला वळसा घालायचा आणि मग त्या महामंडळांनी राज्य सरकारला ती रक्कम उसनी दिलेली दाखवायची. हे अगदी चटकन आठवणारं उदाहरण आहे. परंतु

महत्त्वाची आणि नित्य घडणारी बाब ही आहे की या मार्गानं जे कर्ज घेतलं जातं त्याची एकूण रक्कम किती आहे याबद्दलची मात्र कोणतीही माहिती उपलब्ध नसते.

काही राज्यांसंबंधीच्या काही नोंदी अगदी तपशीलवार केल्या जातात, परंतु वार्षिक आराखडा निश्चित करण्यासाठीच्या बैठकीमध्ये मांडल्या जाणाऱ्या नोंदी मात्र सर्वसामान्य पद्धतीनेच तयार केल्या जातात. आसाम राज्यासंबंधीच्या टीपेमध्ये तेथे चालू असलेल्या भयंकर हिंसाचाराबद्दल एखादा परिच्छेद लिहिला जातो,परंतु या हिंसाचाराचे तेथील तेल-उत्पादन,चहाचे मळे आणि सर्वसामान्य गुंतवणूक यांवर काय परिणाम होत आहेत याबद्दल मात्र काहीही नोंद केली जात नाही. बिहारमधील विकासाच्या प्रत्येक कार्यक्रमावर बांगलादेशातील पुराचा काय परिणाम होतो, त्यामुळे राज्यकारभार करणं किती कठीण होत आहे, भ्रष्टाचार किती वाढीला लागला आहे आणि आर्थिक परिणाम काय होत आहेत याबद्दल अवाक्षरही लिहिलं जात नाही. एका वाक्यातील एका पुसटशा उल्लेखाखेरीज यापैकी कोणत्याच महत्त्वाच्या बाबीची दखल घेतली जात नाही.

यापेक्षा महत्त्वाची गोष्ट म्हणजे, राज्य सरकारने नोंदवलेली उद्दिष्टे ही त्या राज्यांनी दिलेली वचनं आहेत एवढं मानून हे अधिकारी थांबत नाहीत, तर कधी कधी या बाबींची पूर्तताही झालेली आहे, अशा भावनेनं ते वागताना दिसतात. अनेक उदाहरणं देता येतील परंतु त्यापैकी दोन उदाहरणं ही बाब स्पष्ट करण्यास पुरेशी ठरतील.

उत्तर प्रदेश या राज्याची आर्थिक परिस्थिती कोणत्या अवस्थेला पोचलेली आहे ही बाब जगजाहीर आहे. परंतु त्यासंबंधीची टीप काय म्हणते हे पाहण्यासारखं आहे.

* * *

आर्थिक वसुलीसंबंधीच्या आणीबाणीकडून नव्या विकासाकडे

१९९७-९८चे आर्थिक वर्ष संपता संपता उत्तर प्रदेश सरकारने एक श्वेतपत्रिका जारी केली. त्या श्वेतपत्रिकेमध्ये राज्यासमोर उभ्या असलेल्या प्रचंड आर्थिक प्रश्नावर भर दिलेला होता. १९९३-९४ पासून १९९७-९८पर्यंत महसुली जमा ४४% ने वाढली असली तरी महसुली खर्च याच्या दुपटीने वाढला होता. महसुली वसुलीची टक्केवारी पाहता महसुली वसुली आणि महसुली खर्च यांच्यामधील तफावत१९९३-९४ मध्ये ९.५% होती ती १९९७-९८मध्ये ४४% पर्यंत वाढलेली होती. त्याचप्रमाणे १९८७-८८मध्ये जो भांडवली खर्च एकूण खर्चाच्या १७% होता तो १९९७-९८मध्ये ८% वर आलेला होता. राज्यातील आर्थिक आणि सामाजिक सुधारणांचा वेग वाढावा आणि त्याच वेळी मधील काळामध्ये राज्याची आर्थिक परिस्थिती सुधारावी यासाठी सुधारणा सुचवण्याची विनंती उत्तर प्रदेश

अ.क्र.	राज्य	१९९७-९८ ओ एल इस्ट	१९९७-९८ ए पी	१९९७-९८ ॲक्च्युअल	१९९८-९९ ओ एल इस्ट	१९९८-९९ ए पी	१९९८-९९ ॲक्च्युअल	१९९९-०० ओ एल इस्ट	१९९९-०० ए पी	१९९९-०० ॲक्च्युअल
१.	अरुणाचल प्रदेश	५३९.६१	६००.००	४४८.७६	४६७.७१	६२५.००	४४९.९०	४५१.८४	६६५.००	४९७.४१
२.	आसाम	१०८९.९९	१५१०.२८	१००६.२१	११२७.५७	१६५०.००	१२६०.८३	११५७.२६	१७५०.००	१०१९.२३
३.	हिमाचल प्रदेश	२९३.४१	१००८.००	८६०.९२	५१३.४०	१४४०.००	१०१०.२४	७१६.२५	१६००.००	१३५६.३३
४.	जम्मू आणि काश्मीरं	३२१.४४	१५५१.८१	७२८.५३	६९९.७०	१९००.००	६३६.२१	५४९.९९	१७५०.००	५९२.७०
५.	मणीपूर	३३३.१९	४१०.००	३४१.३५	३६८.३१	४२५.००	२१४.७७	३६७.२४	४७५.००	३५८.३०
६.	मेघालय	२०८.७२	३८२.००	१८१.७६	३०१.५५	४००.००	२२६.८६	३४९.४७	४६५.००	४२७.६५
७.	मिझोराम	११९.९७	२९०.००	१९०.५०	१४६.५३	३३३.००	२७६.३१	१९९.३६	३६०.००	२६५.४५
८.	नागालँड	१३५.६८	३०१.००	१३३.७१	१५३.०१	३००.००	२२१.६०	१८२.४९	३१५.००	२५९.६८
९.	सिक्कीम	१७१.३४	२२०.००	१६४.६३	१८२.७८	२३७.००	१७५.८०	१९४.५२	२५०.००	२०१.६८
१०.	त्रिपुरा	३७९.८०	४३९.९१	४१२.७०	२२८.७६	४४०.००	४६४.००	३३२.३४	४७५.००	४३१.०८
	एकूण (१० राज्य)	३५९३.१५	६७१३.००	४४६९.०७	४१८९.३२	७७५०.००	४९७६.५१	४५००.७६	८१०५.००	५४०९.५१
११.	आंध्रप्रदेश	१६६७.७८	३५७९.५५	३८९९.९०	३२७६.३४	४६७८.९५	५१७४.७४	१६७२.८८	५४८०.००	४००१.६१
१२.	बिहार	१७४९.०८	२२६८.४२	२४१२.९७	२४१६.२४	३७६८.७४	२९५६.४१	१८७७.७०	३६३०.००	२३१८.८१
१३.	गोवा	१९५.२२	२३०.५६	१९७.८४	२०३.७९	२९१.३४	२२३.५२	२३५.३५	२८१.१९	२७१.७६
१४.	गुजरात	४३६३.१३	४५०९.६२	४८७४.९२	५००५.१२	५४५०.००	४३०१.९०	५११०.६५	६५५०.००	६५४६.१३
१५.	हरयाणा	१२७३.४२	१५७६.०४	१३३४.२३	१८२६.०४	२२६०.००	१६०४.९२	२१३८.६४	२३००.००	१३७९.२५
१६.	कर्नाटक	३६९१.२३	४१५३.५९	४९४४.५१	४६२४.४२	५३५३.००	४७९३.८४	४००४.८१	५८००.००	५९७६.९८
१७.	केरळ	२८५१.१०	२८५१.२८	३३६७.२४	३००९.९८	३१००.००	२९१७.०५	२१९३.५४	३२५०.००	२६४१.१५
१८.	मध्यप्रदेश	२४३१.४५	३७१८.५०	३६५६.१८	२०४६.६४	३७००.००	३५०३.४५	२७१७.३८	४००४.००	१६३८.८९
१९.	महाराष्ट्र	४७५१.९६	८३९३.१९	७२५०.६०	९९२६.१३	११६००.७३	९७३१.४२	१०२९५.५४	११२६२.००	९९५५.७२
२०.	ओरिसा	१९८६.११	२५२९.४६	२०५०.३१	२३८५.५९	३०८४.४३	२०९८.५७	३३०६.२५	३३०९.१७	२०८२.३०
२१.	पंजाब	१०७४.५४	२१००.०१	१८१४.२०	१५३१.६६	२५००.००	१३०७.०८	२३५८.२५	२६८०.००	१६२७.९८
२२.	राजस्थान	३०५९.३२	३५१४.४२	४०५५.२८	३००४.१२	४३००.००	२९०४.७३	३५६६.८४	४७५०.००	१५०७.०७
२३.	तामिळनाडू	३३५७.७६	४००४.९०	४०१०.०३	४२३२.६५	४५००.००	४५०१.००	४९७८.८१	५२५०.००	५२७२.१०
२४.	उत्तरप्रदेश	४१७२.६१	७२४६.५७	४७९३.३३	५३४५.९०	१०२६०.००	६१२४.७५	७०४६.६२	११४००.००	४९५४.०८
२५.	पश्चिम बंगाल	३२३२.८२	३९०७.७२	३०७८.४९	२८७६.७५	४५९४.८५	३८७९.७१	४०७९.६७	५७८७.००	३६९६.२३
	एकूण (१५ राज्य)	३९८५७.५३	५४५८३.८३	५१७४०.०३	५१७११.३७	६९४४२.०४	५६०२३.०९	५५५८२.९३	७६६३३.३६	५३८७०.०६
	एकूण (२५ राज्य)	४३४५०.६८	६१२९६.८३	५६२०९.१०	५५९००.६९	७७१९२.०४	६०९९९.६०	६००८३.६९	८४७३८.३६	५९२७९.५७

ओ एल इस्ट = अधिकृत पातळीवरचे अंदाजपत्रक (Official Level Estimate) = ए पी = मंजूर अंदाजपत्रक (Approval Plan) = ॲक्च्युअल = प्रत्यक्ष उपलब्ध निधी (Actual)

सरकारने वर्ल्ड बँकेला केली होती. वर्ल्ड बँकेने त्यांच्या 'उत्तर प्रदेश-आर्थिक आणीबाणीकडून नव्या विकासाकडे' या नावाच्या एका दस्त-ऐवजामध्ये त्या राज्याला सुधारणांचा एक साचा सुचवला आहे. त्यामध्ये वर्ल्ड बँकेने पुढील काही गोष्टी सुचवल्या आहेत (१) आर्थिक धोरण (२) राज्यकारभार (३) इन्फ्रास्ट्रक्चर आणि (४) मानवी संसाधने. या दस्त-ऐवजामध्ये सुचवण्यात आलेल्या धोरणात्मक आणि संस्थात्मक बदलांचा योग्य तो परिणाम व्हावा म्हणून त्यांच्याबरोबरच तातडीने उचलावयाची पावले, मध्यावधी उपाय आणि दूरगामी परिणाम होणार असल्याने उपायही सुचवण्यात आलेले आहेत.

* * *

या सुधारणा अमलात आणल्या जाण्याच्या शक्यतेबद्दल अवाक्षरही काढण्यात आलेलं नाही.

पश्चिम बंगालच्या औद्योगिक विभागामध्ये केल्या गेलेल्या गुंतवणुकीची गेल्या काही वर्षांमध्ये झालेली दुरवस्था सर्वांना ठाऊकच आहे. परंतु १९९९-२००० सालच्या वार्षिक आराखड्याच्या चर्चेसाठी तयार केलेल्या टीपेमध्ये परिस्थितीची नोंद कशी केली आहे पाहा—

केंद्र सरकारने आपले नवे औद्योगिक धोरण जाहीर केल्यानंतर १९९३ मध्ये राज्य सरकारने उद्योगांच्या एकत्रित विकासाला प्रोत्साहन देणारे एक प्रागतिक धोरण जाहीर केले. त्याचवेळी औद्योगिक गुंतवणुकीला आकर्षित करणारी 'एक खिडकी' एजन्सीही मजबूत करण्यात आली. २३ सप्टेंबर १९९४ या दिवशी राज्य सरकारने आपले नवे औद्योगिक धोरणही जाहीर केले. हे धोरण देशाच्या उदारमतवादी वातावरणाशी आणि केंद्र सरकारच्या आर्थिक धोरणांशी समन्वय साधणारे असे होते. या धोरणाचे प्रमुख मुद्दे पुढीलप्रमाणे आहेत—

१. परदेशी तंत्रज्ञान आणि गुंतवणुकीला उत्तेजन देणे.
२. ऊर्जा निर्मितीमध्ये खाजगी क्षेत्राच्या गुंतवणुकीला परवानगी देणे.
३. महत्त्वाच्या आर्थिक बाबींमध्ये सहभागी होण्यासाठी सरकारी मदतीने चालवल्या जाणाऱ्या संयुक्त घटकांना उत्तेजन देणे.
४. सरकारी, खाजगी किंवा संयुक्त विभागांच्या मदतीने औद्योगिक इन्फ्रास्ट्रक्चरमध्ये सुधारणा व श्रेणीवाढ घडवून आणणे. आणि
५. सामाजिक इन्फ्रास्ट्रक्चर सुविधांमध्ये सुधारणा करणे.

या सुधारणा विशेषत्वाने घडवून आणण्यासाठी इतर काही विभागांबरोबरच काही औद्योगिक विभागही राज्य सरकारने निश्चित केले आहेत. यामध्ये पेट्रो-केमिकल आणि दुय्यम उद्योगांचा समावेश आहे. उदाहरणार्थ - इलेक्ट्रॉनिक्स,

वस्त्रोद्योग, चर्मोद्योग, पर्यटन, अन्न आणि अन्नविषयक उद्योग, वनविभाग इत्यादी. राज्य सरकारने राज्याच्या सार्वजनिक क्षेत्रातील आजारी उद्योगांकडे औद्योगिक लक्ष पुरवले असून त्यांचे कामकाज सुधारण्यासाठी पुनर्वसन, यंत्रसामग्रीचे आणि इमारतीचे आधुनिकीकरण या बाबींवर अधिक भर देण्यात आलेला आहे.

राज्यातील लघु आणि मोठ्या उद्योगांमधील गुंतवणुकीमध्येही लक्षणीय वाढ झालेली आहे. नवीन औद्योगिक धोरण जाहीर झाल्यापासून ३१ डिसेंबर १९९६ पर्यंत पश्चिम बंगाल या राज्यांमधून ११३८ इंडस्ट्रियल आंत्रप्रनर्स मेमोरँडा (आयइएम) दाखल झाले आहेत, ज्यामध्ये १७१५४ कोटी रुपयांची गुंतवणूक अपेक्षित आहे.

मुद्दे

१. राज्य सरकारचे नवीन औद्योगिक धोरण जाहीर झाल्यापासून राज्यामध्ये नवीन औद्योगिक एकके उभारण्यासाठी अनेक एमओयु दाखल झालेले आहेत. त्यांपैकी काही थेट परदेशी गुंतवणूक असलेलेही आहेत. औद्योगिक प्रकल्पांचे कार्यान्वयीकरण, गुंतवणुकीचा ओघ आणि राज्यातील नोकऱ्यांमध्ये झालेली वाढ या बाबींनी त्यांच्याशी सुसंगत असा फायदाही दाखवायला हवा. यासंबंधी केल्या गेलेल्या एका संशोधनात्मक अभ्यासामध्ये असे दिसून आले आहे की, १९९१ ते डिसेंबर १९९६ या कालावधीमध्ये राज्य सरकारला ३१,२५६.६२ कोटी रुपयांची गुंतवणूक असलेले १४०६ प्रस्ताव स्वीकृत करता आले. यापेक्षा महत्त्वाची गोष्ट म्हणजे देशातील एकूण थेट परदेशी गुंतवणुकीच्या प्रस्तावांपैकी ११.६९% प्रस्ताव पश्चिम बंगालचे होते, याहून मोठा भाग फक्त महाराष्ट्राचा होता. ही घटना ऑगस्ट १९९१ पासून मार्च १९९५ या कालावधीतील आहे. प्रकल्पांचे प्रत्यक्ष कार्यान्वयीकरणही सुधारत आहे. उदाहरणार्थ,१९९६ मध्ये ३४५८ कोटी रुपयांच्या गुंतवणुकीचे प्रकल्प कार्यान्वित झालेले होते किंवा कार्यान्वित होण्याच्या पायरीपर्यंत येऊन पोहोचले होते.
१९९४ मध्ये राज्य सरकारने आपलं नवीन औद्योगिक धोरण जाहीर केल्यानंतर नोव्हेंबर १९९४ पासून ३१ जानेवारी १९९७ पर्यंत, राज्यातील 'एक खिडकी' योजना राबवणाऱ्या 'शिल्प बंधु' या एजन्सीने एकूण ९०९ गुंतवणुकीचे प्रस्ताव हाताळले, त्यांपैकी ८५७ प्रस्ताव नवीन एककांसाठी होते तर ५२ प्रस्ताव चालू एककांच्या वाढीसाठीचे होते. यामधील एकूण गुंतवणूक २३,५५४ कोटी रुपयांची होती. त्यांपैकी किती प्रस्ताव प्रत्यक्षात सुरू झाले याची माहिती नाही तरीही, १९९०च्या

प्रारंभापासून, पश्चिम बंगालमध्ये औद्योगिक पुनरुज्जीवनाची चाहूल लागू लागली ही बाब निश्चितच उत्साहवर्धक आहे. परंतु हे पुनरुज्जीवन तसेच चालू राहायला हवे असेल तर मध्यावधीचा आणि दीर्घ मुदतीचा स्थिर कामगारवर्ग मिळण्याची खात्री गुंतवणूकदारांना द्यावी लागेल. या नव्या गुंतवणुकीमुळे निर्माण होणाऱ्या नव्या नोकऱ्यांचा फायदा घेण्याची संधी कामगारांना घेता यावी म्हणून राज्य सरकारने कौशल्यांचा विकास करणाऱ्या संस्था, माहिती पुरवणे आणि संपर्क शृंखला तयार करण्याचे काम हाती घेणे आवश्यक आहे.

२. राज्यातील अनेक सार्वजनिक क्षेत्रातील एकके आजारी आहेत. राज्य सरकारने अनेक आजारी उद्योग स्वत:च्या पंखांखाली घेतले आहेत. राज्य सरकारने ही एकके पुनरुज्जीवित व्हावी म्हणून काही कार्यक्रमही सुरू केले आहेत.

आजारी उद्योगांची पुनरुज्जीवनाची परिस्थिती फारशी समाधानकारक नाही.

३. राज्य आर्थिक महामंडळाकडून येणे असलेल्या रकमेची वसुली करण्याकडेही राज्य सरकारने लक्ष पुरवणे जरुरीचे आहे.

४. राज्यातील औद्योगिक विकासाला अडथळा आणणारी एक महत्त्वाची गोष्ट म्हणजे पुरेसा इन्फ्रास्ट्रक्चरल पाठिंबा नसणे. इन्फ्रास्ट्रक्चरच्या विकासासाठी राज्य सरकारने परदेशी संस्थांसह अनेक खाजगी संस्थांना आमंत्रित केले आहे. या बाबतीतील प्रगती फारशी समाधानकारक नाही.

५. राज्यातील तीन ठिकाणांवर केंद्र सरकारने पुरस्कृत केलेली विकास केंद्रे स्थापन करण्याची प्रक्रिया संथ गतीने चालली आहे. भारत सरकारने या तीन केंद्रांना मान्यता देऊन ३१ मार्च १९९७पर्यंत १.५ कोटी रुपये इतकी रक्कम दिलेली आहे.

६. राज्यातील बेरोजगार व्यक्तींची प्रचंड संख्या विचारात घेता राज्य सरकारने सेवा क्षेत्राच्या विकासाच्या कार्यक्रमांकडे अधिक लक्ष पुरवणे आवश्यक आहे, उदा. बँकिंग, अर्थ, भांडवल बाजार, आरेखन सल्लामसलत, सॉफ्टवेअर, माहिती तंत्रज्ञान इत्यादी.

७. राज्य सरकारने देऊ केलेले अनेक प्रोत्साहन उपाय तोट्याचेच ठरत आहेत. हे प्रोत्साहन उपाय म्हणजे उद्योजकांना उद्योगांच्या उभारणीसाठी देण्यात आलेले अर्थसाहाय्य. नवीन धोरणानुसार उद्योगांकडे जाणारा अर्थप्रवाह फक्त तंत्र आणि अर्थ या विभागातील निपुणतेवर आधारित असला पाहिजे, असं असलं तरी हे प्रोत्साहन उपाय आणखी काही काळ चालूच राहतील असे दिसत आहे.

८. कोलकत्यातील नागरी भागातील अनौपचारिक विभागातील ६ विभागांचा अभ्यास असे दर्शवतो की........

* * *

अधिकृत दाव्यांमध्ये मात्र कधी तरी चुकून माकून येणाऱ्या एखाद्या ओळीमध्येच सावधानतेचा इशारा दिलेला आढळून येतो.... ''त्यापैकी किती प्रत्यक्षात सुरू झाले याची माहिती उपलब्ध नाही''...''यासंबंधीची प्रगती समाधानकारक नाही.''...''राज्यातील आजारी उद्योगांचे पुनरुज्जीवन कार्यक्रमाची परिस्थिती फारशी समाधानकारक नाही.'' या बाबींबद्दलची यापेक्षा कितीतरी अधिक माहिती छापील सूत्रांकडूनही मिळू शकते.

संघटना कार्यपद्धतीवर परिणाम करत असते

या परिस्थितीमध्ये भर घालणारे मंडळाचेही काही संघटनात्मक विभाग आहेत.

यांपैकी सर्वात अधिक परिणाम करणारी बाब आहे ती म्हणजे आत्यंतिक ढिलेपणा. उदाहरणार्थ, ज्या राज्यांवर लक्ष ठेवायचं आहे त्या राज्यांना निरीक्षकांनी दिलेल्या भेटींचा **तक्ता क्रमांक ३ पाहा.**

राज्य आराखडे तयार करणाऱ्या अधिकाऱ्यांनी त्यांच्यावर सोपवण्यात आलेल्या राज्यांना १९९८ आणि १९९९ या दोन वर्षांमध्ये दिलेल्या भेटी.

राज्य	नियोजन मंडळाच्या सल्लागारांनी दिलेल्या भेटी	प्रत्येक भेटीतील सरासरी दिवस
आंध्रप्रदेश	१	३
बिहार	१	४
गोवा	१	४
गुजरात	१	४
हरियाणा	०	०
हिमाचल प्रदेश	१	२
जम्मू आणि काश्मीर	०	०
कर्नाटक	१	४
केरळ	१	४
मध्यप्रदेश	०	०
महाराष्ट्र	१	३

राज्य	नियोजन मंडळाच्या सल्लागारांनी दिलेल्या भेटी	प्रत्येक भेटीतील सरासरी दिवस
ओरिसा	१	२
पंजाब	०	०
राजस्थान	०	०
तामिळनाडू	०	०
उत्तरप्रदेश	०	०
पश्चिम बंगाल	१	८
अंदमान	१	४
अरुणाचल प्रदेश	०	०
आसाम	६	४.७
मणीपूर	२	१.५
मेघालय	०	०
मिझोराम	३	१.७
नागालँड	०	०
सिक्कीम	०	०
त्रिपुरा	२	२.५

याचप्रमाणे, राज्यांना एकूण अंदाजपत्रकीय आधार किती रकमेचा मिळणार आहे याचा अंदाज, राज्यांना जानेवारी उजाडला तरीही दिला जात नाही. उदाहरणार्थ, या वर्षीही हेच घडलं आहे आणि मग साहजिकच राज्यांना स्वत:च काही सोय करावी लागते. आणि एकदा का त्यांनी स्वत:च्या अंदाजपत्रकाला स्वीकृती दिली की मग तर वार्षिक आराखडा पत्रकाकडे लक्ष न देण्याचं त्यांना आणखी एक कारणच मिळतं. फक्त त्या काल्पनिक रकमेचा आकडा म्हणजे 'वार्षिक आराखड्याचा आकार' वार्षिक आराखडा कार्यक्रमामधून साधून घेणं एवढंच काम बाकी राहतं.

असं असलं तरीही अधिकारीवर्ग एका महत्त्वाच्या कारणांकडे सतत लक्ष वेधत राहतो. ते कारण असं, आजचं एकमात्र सरकारी तत्त्वज्ञान म्हणजे - "त्यांच्या मनासारखं होऊ दे- विरोध नको" निदान असं वागण्याची जबरदस्तीच होत असते असं भासतं. अधिकारी म्हणतात, "आम्हाला मुद्दे मांडण्याची परवानगी असते, परंतु मग हळूहळू ते मुद्दे मागे पडत जाताना पाहण्याची परवानगी असते. आणि याचं कारण असं दिलं जातं, राज्यांना त्यांच्या त्यांच्या समस्या असतातच."

केंद्र सरकारच्या मंत्रालयांप्रमाणेच राज्य सरकारांनाही ही गोष्ट माहीत असते

की, सुरुवातीला आवश्यक तेवढा विरोध करून झाला की मंडळ आपल्या मनासारखं करायला आडकाठी आणणार नाही आहे.

यांसारखे घटक असल्यामुळे वार्षिक आराखड्याच्या दस्त-ऐवजामध्ये मुद्द्यांचं चित्रण अतिशय अस्पष्ट अशा रीतीनं केलेलं असतं. आर्थिक विषयांना वाहिलेल्या नियतकालिकांकडे उदा. बिझिनेस स्टँडर्ड, बिझिनेस इंडिया, बिझिनेस टुडे किंवा द इकॉनॉमिक टाईम्स इत्यादी नियतकालिकांकडे जर आपण ही राज्यं वाटून दिली आणि त्यांना एकूण परिस्थितीचं विश्लेषण करायला सांगितलं तर याहून अधिक स्पष्ट चित्र आपल्याला निश्चितच मिळू शकेल. आणि एखाद्या व्यवस्थित संशोधन करणाऱ्या संस्थेकडे हे काम सोपवलं तर मग फारच छान.

या नित्यक्रमामध्ये अडखळत अडखळत पोहोचल्यानंतर ही प्रक्रिया आता पूर्णपणे दुर्लक्षित अवस्थेला पोहोचलेली आहे. दोन वर्षांमध्ये विभागीय कार्यगटांची एकही बैठक झालेली नाही. याच वर्षी उपाध्यक्षांनी टोचणी लावल्यामुळे या कार्यगटांचं पुनरुज्जीवन करण्यात आलं आहे. सध्या फक्त मोठ्या राज्यासाठीच्या कार्यगटांचं. १ नोव्हेंबर १९९९ या दिवशी मंडळानं प्रमुख सचिवांना पत्र लिहून कळवलं, "जानेवारी आणि फेब्रुवारीमध्ये मुख्यमंत्र्यांशी होणारी वार्षिक आराखड्यासंबंधीची चर्चा पूर्ण करता यावी म्हणून त्यांचे २०००-०१ या वर्षाचे वार्षिक आराखड्याच्या नियोजनाचे कागदपत्र १५ डिसेंबर १९९९ पर्यंत मंडळाकडे पाठवून द्यावेत." एकाही राज्यानं किंवा केंद्रशासित प्रदेशानं ही तारीख पाळली नाही.

तक्ता क्रमांक ४ : २०००-०१ या वर्षासाठीच्या वार्षिक नियोजन आराखड्याची राज्यांकडून आलेली कागदपत्रे

अ	१५ डिसेंबर ९९ पर्यंत नियोजन आराखड्याची कागदपत्रे पाठविणारी राज्ये	—
ब	१० फेब्रुवारी २००० पर्यंत नियोजन आराखड्याची कागदपत्रे पाठविणारी राज्ये	१२

अ.क्र.	राज्ये	कागद पाठविल्याची प्रत्यक्ष तारीख
१.	मिझोराम	१६.१२.१९९९
२.	पंजाब	३१.१२.१९९९
३.	अंदमान व निकोबार बेटे	०६.०१.२०००
४.	लक्षद्विप	११.०१.२०००
५.	चंदीगड	१२.०१.२०००
६.	मणीपुर	१७.०१.२०००
७.	पाँडीचेरी	१७.०१.२०००
८.	दादरा आणि नगर हवेली	१८.०१.२०००
९.	मेघालय	१९.०१.२०००
१०.	आसाम	२४.०१.२०००
११.	गोवा	०१.०२.२०००
१२.	हिमाचल प्रदेश	११.०२.२०००

काही राज्यांच्या बाबतीत तर त्यांनी वर्ष उलटून गेल्यानंतर आपले वार्षिक आराखडे पाठवले आहेत. यावरील अधिकृत टिप्पणी : वर्ष संपल्यानंतर 'सहा महिन्यांनी' ओरिसाने आपला वार्षिक आराखडा पाठवला आहे. तो मंजूर करण्यात आला.

जाता जाता, केंद्र सरकारची मंत्रालयंही तारखा पाळत नाहीतच. २८ ऑक्टोबर १९९९ या दिवशी मंडळानं त्यांना विनंती केली की, "१ डिसेंबर १९९९ पर्यंत २०००-०१ या वर्षासाठीचे आपले प्रस्ताव आमच्याकडे पाठवावे."

आलेल्या प्रस्तावांचा तक्ता पुढीलप्रमाणे—

तक्ता क्रमांक ५ : केंद्रिय मंत्र्यांनी वार्षिक आराखडे पाठविल्याची तारीख

वार्षिक आराखडा मिळाल्याची तारीख	**संख्या**
१ डिसेंबर	०
१ ते १५ डिसेंबर या कालावधीत मिळालेले	१४
१६ ते ३१ डिसेंबर या कालावधीत मिळालेले	२०
१ ते १५ जानेवारी या कालावधीत मिळालेले	१३
१६ ते ३१ जानेवारी या कालावधीत मिळालेले	१६
एकूण विभाग	६८

टीप: काही विभागांनी आपले प्रस्ताव तुकड्यातुकड्यांनी पाठवले, ज्या दिवशी त्या विभागाचा संपूर्ण प्रस्ताव सादर झाला ती तारीख त्या विभागासमोर नोंदवण्यात आलेली आहे.

"नाममात्र" वृत्ती

आराखडे तयार केले जातात ते अंमलात आणण्यासाठी. आणि हे प्रत्यक्षात घडतं आहे हे पाहण्यासाठी एक समिती आहे– कार्यक्रम मूल्यमापन समिती. 'प्रोग्रॅम इव्हॅल्युएशन ऑर्गनायझेशन-पीईओ.' ही समिती जे काम करते त्या कामाची व्याप्ती आणि त्या कामाची केली जाणारी उपेक्षा पाहिली तर मूल्यमापन ही एक फक्त नाममात्र राहिलेली प्रक्रिया आहे असं जाणवतं.

एका वेळेस सुमारे एक हजार प्रकल्प कार्यान्विततेच्या वेगवेगळ्या टप्प्यांमध्ये असतात असं म्हणतात. परंतु त्याचवेळी पीईओकडे मात्र एका वर्षामध्ये तीन किंवा चारच प्रकल्पांचं मूल्यमापन करण्याची क्षमता आहे.

१९९७च्या मध्यापर्यंत,पीईओचे अहवाल हे फक्त सरकारसाठीच असतात, असं मानण्यात येत होतं. जेमतेम ४० प्रती काढण्यात येत असत. आता एका अहवालाच्या सुमारे २५० ते ५०० छायाप्रती काढण्यात येतात. त्यांपैकी बहुतेक राज्य आणि केंद्र सरकारच्या विभागांकडे पाठवण्यात येतात. ५ प्रती संसद ग्रंथालयाकडे पाठवण्यात येतात. आणि ५ प्रती वृत्तपत्रांना देण्यासाठी प्रमुख माहिती

अधिकाऱ्याकडे -पीआयओ-पाठवल्या जातात. पीआयओने कधी जादा प्रतींची मागणी केली आहे काय? यावर सल्लागारांचं उत्तर आहे 'एक-दोन वेळा केली होती मागणी.'

या प्रतींचं पीआयओनं काय केलं असं विचारल्यावर मूल्यमापन सल्लागार उत्तर देतात, "ते या प्रतींचं काय करतात ते आम्हाला माहीत नाही." ते पुढे स्पष्टीकरण देतात, "या प्रती सरळ वृत्तपत्रांना देण्याचा पीईओला अधिकार नाही."

* त्यांच्या लेखी नोंदीमध्ये सल्लागार लिहितात,"१९९७च्या जूनमध्ये नियोजन मंडळाने एक निर्णय घेतला, त्यानुसार पीईओचे अहवाल पीआयओच्या कचेरीमार्फत जनतेला उपलब्ध करून द्यावे असे ठरले. त्यानंतर प्रसिद्ध झालेले सर्व अहवाल योग्य त्या कारवाईसाठी पीआयओकडे पाठवण्याचा परिपाठ सुरू झाला. पीईओनेही पुढाकार घेऊन काही अधिकाऱ्यांच्या अहवालांची संक्षिप्त रूपे 'योजना' कडे पाठवली. हेच इतर अहवालांच्या बाबतीतही करण्यात येणार आहे. एनईई आणि ए आर डब्ल्यू एसपीच्या अहवालांकडे वृत्तपत्रांचे लक्ष गेले आहे ही गोष्ट आम्हाला जाणवली आहे."

हे अहवाल पाठवल्यानंतर होणाऱ्या प्रतिक्रियेबद्दलचे त्यांचे विचारही असेच माफक आहेत.

* "पूर्वीच्या अनुभवांवरून हे स्पष्ट होते की संबंधित मंत्रालयांनी किंवा विभागांनी पाठपुरावा करण्यासाठी काय पावले उचलली आहेत याची माहिती पीईओला पुरवण्यात येत नाही. तरीही, जेव्हा जेव्हा नियोजन मंडळाने पुढाकार घेतला आहे, तेव्हा तेव्हा पाठपुरावा केला गेलेला आहे. उदाहरणार्थ,एम एस वाय आणि एन ई ई यांचे अहवाल प्रसिद्ध झाल्याबरोबर संबंधित मंत्रालयांनी पाठपुरावा करण्यासाठीची पावले उचलली होती."

त्यांच्याकडे पाठवण्यात येत आलेल्या अहवालांच्या प्रतींचे ते काय करतात, अशी विचारणा पीईओच्या सल्लागारांनी आता प्रमुख माहिती अधिकाऱ्यांकडे केली आहे. "वृत्तपत्रांना याविषयी काय माहिती द्यावयाची याबद्दल त्यांना अजून निश्चित सूचना देण्यात आलेल्या नाहीत, एक दोन वेळा पत्रकार त्यांच्या कचेरीमध्ये भेट देण्यासाठी आले असताना त्यांनी एक दोन अहवालांवर नजर टाकली असेल आणि त्यामुळेच वृत्तपत्रांमध्ये त्यासंबंधीचे उल्लेख आले आहेत."

असं पीआयओचं याला उत्तर आहे.

सरकारी खाक्या

मंडळाच्या आताच्या दुर्बल अवस्थेच्या मुळाशी दोन परस्परांशी संबंधित अशी

कारणं आहेत- एक म्हणजे हे मंडळ हा सरकारचाच एक विभाग आहे अशी झालेली सरसकट समजूत आणि दुसरं म्हणजे या मंडळाची कार्यसंस्कृती संपूर्णपणे सरकारी खाक्याची झालेली आहे.

नियोजन मंडळाची संपूर्ण ओळखच आता एक सरकारी यंत्रणा अशी झालेली आहे.- विशेषत: केंद्र सरकारची एक यंत्रणा आणि केंद्र सरकारमध्येही त्या काळामध्ये जे केंद्रीय सरकार असेल त्याचा एक भाग अशी ओळख आता नियोजन मंडळाची झालेली आहे.

याचे अनेक परिणाम होतात. एका बाजूला, नियोजन मंडळ ही एक स्वतंत्र, नि:पक्षपाती अशी तज्ज्ञ यंत्रणा आहे असं मानण्यात आलं असतं तर मंडळाला जो अधिकारी स्वर प्राप्त झाला असता तो मिळू शकत नाही. आणि दुसऱ्या बाजूला मंडळ फारच भिडस्तपणे वागू लागलं आहे. आपल्याला जे म्हणायचं आहे ते म्हटल्यामुळे एखाद्या मंत्रालयाचा अपमान तर होणार नाही ना - एखाद्या राज्य सरकारचे आत्ताच्या केंद्र सरकारशी असलेले नातेसंबंध बिघडणार तर नाहीत ना— या आणि अशा विचारांनी मंडळ स्पष्ट बोलण्याची टाळाटाळ करताना दिसतं. फक्त राज्य सरकारं आणि मंत्रिमंडळंच नव्हे, तर जी काही वाटणी होईल ती उत्तमच आहे हे म्हणण्यात मंडळही त्यांच्याइतकंच उतावीळ असतं - उगाच एखाद्या राज्यानं किंवा मंत्रिमंडळानं गोंधळ करायला नको-

दुसरं- मंडळाचे जे अधिकारी आहेत ते इतर सरकारी अधिकाऱ्यांसारखीच माणसं आहेत. मंडळाबाहेरील एका तज्ज्ञानं म्हटलं आहे, ''प्रत्येकजणच कोणत्या ना कोणत्या सरकारी खात्यामध्ये काम करत असल्याने मंडळही सरकारी होणार नाही तर काय?''

तिसरं - आर्थिक संसाधने आणि यथार्थदर्शी नियोजन हे दोन विभाग सोडले तर मंडळाची बाकी सर्व रचना सर्वसाधारणपणे सरकारी खात्याच्या रचनेसारखीच असते. बहुतेक कार्यरत विभाग हे मंत्रालयांच्या धर्तीवर काम करतात. या एका गोष्टीमुळेही मंडळाला जे काही स्वाभाविक फायदे मिळायला हवे ते मिळू शकत नाहीत. उदाहरणार्थ, आपण आधी पाहिल्याप्रमाणे, मंत्रालयांचे विभाजन होत असताना, सर्व बाबींचा एक सर्वंकष दृष्टिकोन ठेवू शकण्याचं काम एकच विभाग म्हणजे नियोजन मंडळ करू शकतं. परंतु जेव्हा मंडळाचे स्वत:चेच विभाग मंत्रालयांच्या प्रतिबिंबाप्रमाणे काम करत असतात तेव्हा हे महत्त्वाचं काम पार पाडण्याची संधी दुरावते.

चौथी गोष्ट- केंद्र सरकारची मंत्रालयं आणि राज्य सरकारं या दोघांच्याही बाबतीमध्ये मंडळ फार मोठ्या प्रमाणात सरकारी अधिकाऱ्यांनी पुरवलेल्या माहितीवर विसंबून राहतं हे आपण यापूर्वी पाहिलंच आहे. आर्थिक संसाधन विभागाच्या

कक्षेमध्ये येणाऱ्या बाबींमध्ये विशेष तज्ज्ञता असणाऱ्या संस्थांशी-द रिझर्व बँक ऑफ इंडिया, द फायनान्स कमिशन, द इन्स्टिट्यूट ऑफ पब्लिक फायनान्स अँड पॉलिसी इत्यादी - त्या बाबींबाबत चर्चा करणारे या विभागाचे सल्लागार हे एकुलते एक उदाहरण आहे. इतरांनी मान्य केलं की त्यांची चर्चा अगदी वरवरची किंवा न झाल्यासारखीच म्हणावी लागेल. बहुतेकांनी असं बोलूनही दाखवलं की त्यांची चर्चा बहुतांशी केंद्रीय मंत्रालयाशीच होते, या मंत्रालयाच्या अखत्यारमधील संस्थांशीही त्यांचा संपर्क होत नाही.

पाचवी गोष्ट - मंडळ ज्या श्रोतृवर्गाला उद्देशून हे काम करत असतं तो श्रोतृवर्गही बहुतांशी केवळ सरकारीच असतो. पीईओचे अहवाल किंवा मंडळानं केलेलं राज्यांच्या कामाचं मूल्यमापन यांची काय वासलात लागते ते आठवून पाहा.

मंडळाला अधिक कमजोर करणारी याहून महत्त्वाची एक गोष्ट म्हणजे मंडळाच्या कामकाजाची संपूर्ण पद्धत आता पक्की सरकारी बनली आहे. मंडळामधील विभाग एकमेकांचा वाराही लागू न देता आपआपलं काम पार पाडत असतात. उदाहरणार्थ, ज्या आदर्श आराखड्यावर मंडळाचा नवा आराखडा आधारलेला असावा अशी कल्पना असते तो आदर्श आराखडा- एका सल्लागाराने म्हटल्याप्रमाणे- इतर विभागातील अधिकाऱ्यांसाठी एक 'ब्लॅक बॉक्स' मानला जातो. शिवाय प्रत्येक विभाग हा अधिकारी परंपरेनेच चालवला जातो.

सर्व सरकारी खात्यांच्या रचनेप्रमाणेच, मंडळामध्येही विश्लेषणाची जागा आता कारभारानं घेतली आहे. राज्यकारभाराची जागा फायलींवर नोंदी करण्यानं घेतली आहे. याची असंख्य उदाहरणं देता येतील, दोन दिली तरी पुरेसं होईल.

एक प्रशिक्षण वर्ग

आपली कौशल्यं सतत उजळत राहिलं पाहिजे ही गोष्ट सर्वांनाच मान्य होईल. नियोजन मंडळ तर स्वतःच या गोष्टीचा आग्रह इतरांकडे धरत आलं आहे. १,४०,००० रुपये खर्चाच्या, एक आठवडा चालणाऱ्या एका सरळ साध्या प्रशिक्षण वर्गाच्या प्रस्तावाला कोणकोणत्या अडचणींना तोंड द्यावं लागतं ते आता आपण पाहू. हा प्रशिक्षण वर्ग कार्यक्रम मूल्यमापन संस्थेच्या अधिकाऱ्यांसाठी घेण्यात येणार आहे.

हैद्राबादच्या 'द नॅशनल इन्स्टिट्यूट ऑफ रूरल डेव्हलपमेंट'— एनआयआरडीनं सर्व संबंधितांना एक पत्रक पाठवलं. १९९७च्या फेब्रुवारीच्या १० ते १४ तारखांना ही संस्था "विकास कार्यक्रमांचे संख्याशास्त्रीय पद्धतीने मूल्यमापन करणे" या विषयावरील एक प्रशिक्षण वर्ग घेणार आहे असं या पत्रकाद्वारे सर्वांना कळवण्यात आलं. हे पत्रक कार्यक्रम मूल्यमापन संस्थेच्या प्रमुख कचेरीमध्ये- 'जून १९९७'

मध्ये पोचलं. प्रशिक्षण वर्ग संपल्यानंतर चार महिन्यांनी.

१५ जून १९९७ पीईओच्या संयुक्त सल्लागारांनी एन आय आर डीला एक पत्र लिहून एक खास प्रशिक्षण वर्ग आयोजण्यासंबंधीचे तपशील पाठवण्याची विनंती केली. 'मूल्यमापनाची वेगवेगळी तंत्रे' या विषयावर हा प्रशिक्षण वर्ग पीईओच्या वेगवेगळ्या स्तरांमधील अधिकाऱ्यांसाठी घेण्यात येणार होता. त्याचप्रमाणे असे वर्ग कोणत्या तारखांना घेता येतील तेही कळवण्याची विनंती या पत्रामध्ये करण्यात आलेली होती.

२५ जून १९९७ एन आय आर डीचे एक अध्यापक या पत्राला उत्तर देताना असं कळवतात की, वरिष्ठ संशोधन अधिकारी आणि पी ई ओचे संशोधन अधिकारी यांच्यासाठी फेब्रुवारी १९९८मध्ये असा प्रशिक्षण वर्ग घेता येईल. पीईओच्या आवश्यकतेनुसार हा प्रशिक्षण वर्ग ५ किंवा १० दिवसांच्या कालावधीचा ठेवता येईल. यातील प्रशिक्षणार्थींनी एखादा चाचणी मूल्यमापन अहवाल तयार केल्यानंतर जर त्यांना प्रत्यक्ष कार्यक्षेत्राला भेट देणे गरजेचे वाटले तर हा वर्ग १० दिवसांचा ठेवणे फायद्याचे ठरेल. पीईओने या प्रस्तावाला मान्यता दिल्यानंतर प्रत्यक्ष वर्गामध्ये कोणकोणते विषय शिकवायचे ते निश्चित करता येईल. फेब्रुवारी १९९८ हा काळ सोईचा नसल्यास कृपया एन आय आर डीला तसे कळवण्यात यावे म्हणजे दुसरा काळ निश्चित करता येईल. प्रशिक्षण वर्गाचे अभ्यास साहित्य आणि प्रशिक्षणार्थींचे राहणे व जेवणखाण यासाठी एन आय आर डी दर दिवसाला दर व्यक्तीगणिक ५५० रुपये आकारते. जाण्यायेण्याचा खर्च पी ई ओने उचलायचा आहे.

५ ऑगस्ट १९९७ : या बाबीची तपशीलवार चर्चा होते. आणि असा निर्णय घेण्यात येतो की प्रस्तावित खर्चाचा विचार करता सध्या एन आय आर डीचे हे उत्तर दप्तरदाखल करावे.

१/१० जुलै १९९७ : आस्थापना आणि प्रशिक्षण विभागाचे संयुक्त संचालक एक पत्रक काढतात. १७ ते २७ नोव्हेंबर १९९७ या कालावधीमध्ये दिल्लीमध्ये इंडियन इन्स्टिट्यूट ऑफ पब्लिक ॲडमिनिस्ट्रेशन ही संस्था एक प्रशिक्षण वर्ग चालवणार आहे,असं या पत्रकामध्ये म्हटलेलं असतं.

१४/१५ जुलै १९९७ : पीईओचे संयुक्त सल्लागार हा आय आय पी ए मधील प्रशिक्षणाचा प्रस्ताव उपसल्लागारांसमोर ठेवतात.

१ सप्टेंबर १९९७ : मूल्यमापन विभागाचे सल्लागार आस्थापना विभागाच्या प्रशिक्षण भागाच्या संयुक्त सचिवांना एक पत्र लिहितात. या पत्रामध्ये काही प्रश्न विचारलेले असतात. पी ई ओने पाठवलेल्या प्रशिक्षणसंबंधीच्या माहितीपुस्तिकेसारखा एखादा प्रशिक्षण अभ्यासक्रम आस्थापना आणि प्रशिक्षण विभागाकडे आहे काय, असा प्रशिक्षण अभ्यासक्रम देशातील कोणत्याही संस्थेमध्ये किंवा परदेशामध्ये

आयोजित करणे शक्य आहे काय आणि आस्थापना आणि प्रशिक्षण विभाग स्वत:च असा एखादा मूल्यमापन तंत्रांविषयीचा प्रशिक्षण वर्ग आयोजित करू शकेल काय असे ते प्रश्न होते.

आस्थापना आणि प्रशिक्षण विभागाकडून काहीही उत्तर नाही, मूल्यमापन समितीचे सदस्य ही प्रशिक्षणाची बाब एका चर्चेदरम्यान मूल्यमापन विभागाच्या सल्लागारांसमोर मांडतात.

१५ सप्टेंबर १९९७ : मूल्यमापन विभागाचे सल्लागार त्याच एन आय आर डीकडे पत्र लिहून हैदराबाद येथील प्रशिक्षण वर्गाच्या कोणत्या तारखा पी ई ओच्या अधिकाऱ्यांसाठी उपलब्ध होऊ शकतील याची विचारणा करतात .

२६ नोव्हेंबर १९९७ : राज्य पातळीवरील मूल्यमापन कचेऱ्यांमधील उपसल्लागारांना उपसचिव आदेश देतात की, १२ ते १७ जानेवारी १९९८ या कालावधीमध्ये एन आय आर डीमध्ये घेण्यात येणाऱ्या सेवांतर्गत प्रशिक्षण वर्गाला उपस्थित राहणे अनिवार्य आहे.

३ डिसेंबर १९९७ : संयुक्त सल्लागार कोलकाता, हैद्राबाद आणि लखनौ येथील राज्यस्तरीय कचेऱ्यांमधील उपसल्लागारांना एन आय आर डी मधील या प्रशिक्षण वर्गाला उपस्थित राहण्यासाठी नियुक्त करतात.

९ डिसेंबर १९९७ : अचानकपणे आस्थापना आणि प्रशिक्षण विभागाच्या संयुक्त सल्लागारांकडून एक पत्र येतं. त्यांनी लिहिलेलं असतं, कोणत्याही संस्थेमध्ये अशा प्रकारचा योग्य असा प्रशिक्षण वर्ग चालवला जात असल्याची माहिती त्यांना मिळू शकलेली नाही. परंतु या बाबीसाठी दिल्लीतील आर्थिक विकास संस्था- इन्स्टिट्यूट ऑफ इकॉनॉमिक ग्रोथ किंवा गुरगावमधील व्यवस्थापन विकास संस्था- मॅनेजमेंट डेव्हलपमेंट इन्स्टिट्यूटशी संपर्क साधणे अधिक उचित ठरेल.

११ डिसेंबर १९९७ : संयुक्त सल्लागारांनी हैद्राबादच्या प्रशिक्षण वर्गासाठी काही माणसं नियुक्त केली होती. तेच आता आस्थापना आणि प्रशिक्षण विभागाने पत्र पाठवल्यानुसार आर्थिक विकास संस्था आणि व्यवस्थापन विकास संस्था या दोन्ही संस्थांना पत्र लिहून पीईओच्या अधिकाऱ्यांच्या प्रशिक्षण गरजांचं मूल्यमापन करण्याच्या सूचना कर्तृत्व व्यवस्थापन विभागाला देतात.

१९ डिसेंबर१९९७ : कर्तृत्व व्यवस्थापन संस्थेतील अधिकारी नियुक्त केलेल्या अधिकाऱ्यांना एन आय आर डी येथे १२ ते १७ जानेवारी १९९८ या कालावधीमध्ये घेण्यात येणाऱ्या प्रशिक्षण वर्गास जाण्याचे आदेश देतो.

परंतु, आज इतक्या वर्षांनंतर, अधिकाऱ्यांना कारणं आठवत नाहीत, पण हा प्रशिक्षण वर्ग झालाच नाही.

२३ फेब्रुवारी १९९८—१५ सप्टेंबर १९९७ रोजी मूल्यमापन सल्लागारांनी

पाठवलेल्या पत्राला एन आय आर डीचे महासंचालक उत्तर देतात. ते लिहितात, 'दोन प्रशिक्षण वर्ग किंवा वर्गिका तयार करण्यात आल्या आहेत, एक वरिष्ठ अधिकाऱ्यांसाठी आहे, तिचा काल ३ आठवड्यांचा आहे आणि दुसरा लहान अभ्यासक्रम निरीक्षक पातळीच्या अधिकाऱ्यांसाठी आहे आणि तो ४ आठवड्यांचा आहे. हे दोन्ही अभ्यासक्रम नियोजन मंडळाच्या खास विनंतीवरून त्यांच्यासाठी मुद्दाम तयार करण्यात आलेले असल्यामुळे या दोन्ही प्रशिक्षण वर्गांचा खर्च पीईओने सोसायचा आहे. हे मान्य असल्यास दोन कालखंड या अभ्यासक्रमांसाठी निश्चित करता येतील-१९९८ मधील जुलै आणि ऑक्टोबर या दोन महिन्यांमध्ये हे प्रशिक्षण वर्ग आयोजित करता येतील. दर प्रशिक्षणार्थीसाठी दर आठवड्याचा खर्च ३५०० रुपये एवढा येईल. परंतु कमीत कमी २० प्रशिक्षणार्थी आणि दर आठवड्याला कमीतकमी ७०,०००रुपये एवढा खर्च निश्चित आहे. प्रशिक्षणार्थींची संख्या २०च्या वर गेल्यास दर प्रशिक्षणार्थीसाठी दर आठवड्याला ३५०० रुपये एवढा खर्च आकारण्यात येईल. १५ मार्च १९९८च्या आधी नियोजन मंडळाने आपली स्वीकृती कळवल्यास एन आय आर डीला आपले १९९८-९९चे वेळापत्रक निश्चित करता येईल.

काहीही घडत नाही.

२८ जुलै १९९८ : पीईओचे संयुक्त सल्लागार या पत्राला उत्तर देण्याऐवजी एक सूचना प्रसारित करतात. या सूचनेमध्ये निरनिराळ्या संस्थांशी संपर्क साधून मूल्यमापन तंत्रांसंबंधी प्रशिक्षण वर्ग घेण्यासंबंधी त्या संस्थांशी बोलणी करावी असं म्हटलेलं असतं. ते अशीही नोंद करतात की, पीईओच्या अधिकाऱ्यांना प्रशिक्षण देण्यासाठी एनआयआरडी ही संस्था सर्वतोपरी योग्य असली तरीही आर्थिक विकास संस्थांबरोबर एक बैठक ठरवण्यात यावी आणि या बैठकीमध्ये त्यांना असे प्रशिक्षण वर्ग आयोजित करता येतील काय याचा शोध घेण्यात यावा.

२८ ऑक्टोबर १९९८ : फेब्रुवारी १९९८मध्ये एन आय आर डीकडून आलेल्या पत्राला मूल्यमापन सल्लागार उत्तर लिहितात. ते लिहितात, 'पीईओच्या गरजा भागवण्यासाठी प्रशिक्षण अभ्यासक्रमामध्ये काही बदल करणे आवश्यक आहे. उदाहरणार्थ, संस्थेने आधीच स्वीकारलेल्या काही कामांमुळे आणि काही अंतर्गत अडचणींमुळे संस्थेच्या २० अधिकाऱ्यांना एकदम आणि २ आठवड्यांहून अधिक काळ प्रशिक्षणासाठी पाठवणे संस्थेला जमणारे नाही. यामुळे प्रत्येक अभ्यासक्रमाचा कालखंड २ आठवडे किंवा त्याहून कमी ठेवणे आवश्यक आहे. दुसरी गोष्ट अशी पीईओ आपल्या दुय्यम अधिकाऱ्यांना प्रथम पाठवण्याच्या विचारात आहे. एन आय आर डीने किमान १ ते ५ क्रमांकाचे विषय या २ आठवड्यांच्या अभ्यासक्रमामध्ये पूर्ण करावे आणि उर्वरित विषयांची सर्वसाधारण

कल्पना प्रशिक्षणार्थींना द्यावी.

२८ ऑक्टोबर १९९८ : आर्थिक बाबी विभाग आणखी एका प्रस्तावाचा विचार करत आहे. त्यांचे सल्लागार मूल्यमापन सल्लागारांना विनंती करतात की ३० नोव्हेंबर ते ११ डिसेंबर १९९८ या कालावधीमध्ये दिल्ली येथील आर्थिक विकास संस्थेमध्ये घेण्यात येणार असलेल्या प्रशिक्षण वर्गासाठी अधिकाऱ्यांची नावे निश्चित करावी.

३० ऑक्टोबर १९९८ : मूल्यमापन सल्लागार आर्थिक बाबी विभागाच्या सल्लागारांना विनंती करतात, पीईओमधील आणि त्यांच्या क्षेत्रीय विभागांमध्ये काम करत असलेल्या भारतीय आर्थिक सेवा विभागाच्या - इंडियन इकॉनॉमिक सर्व्हिसच्या अधिकाऱ्यांना मूल्यमापन तंत्रांचे विशेष प्रशिक्षण देण्याची व्यवस्था करावी.

३ डिसेंबर १९९८ : आर्थिक बाबी विभागाचे संचालक नवी दिल्लीतील भारतीय सार्वजनिक प्रशासन संस्थेच्या- इंडियन इन्स्टिटट्यूट ऑफ पब्लिक ॲडमिनिस्ट्रेशनच्या (आय आय पी ए) संचालकांना पत्र लिहितात. त्या पत्रामध्ये ते लिहितात, आय आय पी ए ही संस्था भारतीय आर्थिक सेवा विभागाच्या अधिकाऱ्यांना प्रकल्प मूल्यमापन आणि मूल्यमापन तंत्रे यासंबंधी प्रशिक्षण देणाऱ्या संस्थांपैकी एक असल्याने ते असा मूल्यमापनाच्या तंत्रासंबंधीचा एखादा अभ्यासक्रम आयोजित करू शकतील का ते कळवावे.

१७ डिसेंबर १९९८ : हैद्राबादच्या एन आय आर डीचे संचालक मूल्यमापन विभागाच्या सल्लागारांनी पाठवलेल्या प्रस्तावाला संमती असल्याचे कळवतात. त्या प्रस्तावामध्ये पी ई ओच्या २० दुय्यम अधिकाऱ्यांच्या वर्गासाठी तयार केलेल्या अभ्यासक्रमाचा कालावधी ४ आठवड्यांवरून २ आठवड्यांवर आणण्याची सूचना केलेली होती ती त्यांना मान्य आहे. ते पुढे असं लिहितात की, १ ते ५ या क्रमांकाचे विषय या कालावधीमध्ये पूर्ण करण्यासाठी ते त्यांच्या अभ्यासक्रमामध्ये आवश्यक ते बदल करत आहेत. आणि हा प्रशिक्षण वर्ग १९९९च्या मार्च महिन्याच्या तिसऱ्या आठवड्यामध्ये घेणे शक्य आहे असंही ते कळवतात. त्यांच्या पहिल्या पत्रातील खर्चाची बाब मात्र ते पुन्हा एकवार स्पष्ट करतात- २० प्रशिक्षणार्थींचा दर आठवड्याचा खर्च ७०,००० रुपये इतका येईल.

८ नोव्हेंबर १९९९ : पीईओचे वरिष्ठ संशोधक अधिकारी आणि संयुक्त सल्लागार एन आय आर डीने 'आदल्या वर्षी' १७ डिसेंबरला पाठवलेल्या पत्राला उत्तर पाठवतात. त्या पत्रामध्ये ते हैदराबाद तेथील मूल्यमापन तंत्रांच्या प्रशिक्षणासाठी जाणाऱ्या २० प्रशिक्षणार्थींची एक यादी पाठवतात. ही यादी योग्य अशा अधिकृत विभागांकडे मंजुरीसाठी पाठवण्यात आलेली आहे असं ते कळवतात. या यादीमधील प्रशिक्षणार्थी अन्वेषक पातळीवरील अधिकारी आहेत.

११ जानेवारी १९९९ : मूल्यमापन सल्लागार प्रशासन विभागाच्या अतिरिक्त

सल्लागार/सर्वसाधारण प्रशासन विभागाचे अंडर सचिव यांना एन आय आर डीच्या नावे १.४० लाख रुपये पाठवण्याची विनंती करतात. त्यानंतर प्रशिक्षणार्थींना मूल्यमापन तंत्रांच्या प्रशिक्षण वर्गाला पाठवता येणार आहे.

२१ जानेवारी १९९९ : सर्वसाधारण प्रशासनाचे अंडर सचिव व्यावसायिक आणि विशेष सेवा विभागाकडे हे १.४० लाख रुपये पीइओच्या अधिकाऱ्यांच्या प्रशिक्षणासाठी वापरण्याची आणि त्याच वेळी अंतर्गत आर्थिक विभागाची (आय एफ) मान्यता मिळवण्याची विनंती करतात. ते ही फाईल प्रशासन विभागाच्या अतिरिक्त सल्लागारांकडे पाठवतात. ते ही फाईल पुढे अंतर्गत आर्थिक विभागाकडे पाठवून देतात.

८/१० फेब्रुवारी १९९९ : अंतर्गत आर्थिक विभागातील एक विभाग प्रमुख आणि अर्थविभागाचे संचालक एक प्रश्न उपस्थित करतात—त्यांचं मत असं असतं की, अशा प्रकारच्या प्रस्तावांवरील त्यांचं मत त्यांनी आधीच मांडलेले आहे. ते मत या फाईलला जोडून घेण्यास हरकत नाही आणि मग ती फाईल पीईओच्या संयुक्त सल्लागारांकडे पाठवून द्यावी.

१६ फेब्रुवारी १९९९ : पीईओचे संयुक्त सल्लागार/मूल्यमापन विभागाचे सल्लागार नोंद करतात की, अंतर्गत आर्थिक विभागाच्या (आय एफ)च्या सल्ल्याप्रमाणे या दोन्ही बाबी कर्तृत्व व्यवस्थापन संस्थेने एकत्रित करण्यास काही हरकत नाही. ते ही बाब आता प्रशासन विभागाचे अतिरिक्त सल्लागार यांच्याकडे पाठवतात. हे करत असतानाच ते अशीही एक नोंद करतात की, कर्तृत्व व्यवस्थापन संस्थेने यापूर्वी मूल्यमापन प्रशिक्षणाचे असे कार्यक्रम घेणे शक्य आहे काय ते पडताळून पाहण्याची विनंती करणारी पत्रे आर्थिक विकास संस्थेच्या संचालकांना लिहिली आहेत. आणि अजून पर्यंत या बाबीचा काही निर्णय होऊ शकलेला नाही. आता हैद्राबादची एन आय आर डी ही संस्था हा मूल्यमापनाच्या तंत्रांचे प्रशिक्षण देणारा कार्यक्रम राबवण्यास तयार आहे. यानंतर ते प्रशासन विभागाच्या अतिरिक्त सल्लागारांना विनंती करतात, 'कृपया या बाबीवर आवश्यक ती कारवाई करावी.'

१६/१७ फेब्रुवारी १९९९ : प्रशासन विभागाचे अतिरिक्त सल्लागार आर्थिक सल्लागारांना एक विनंती करतात, पीईओच्या अधिकाऱ्यांना हे प्रशिक्षण देण्यासाठी आवश्यक असलेली १.४०लाख रुपयांची रक्कम व्यावसायिक आणि विशेष सेवा विभागातून देण्याच्या प्रस्तावाला मान्यता द्यावी. व्यावसायिक आणि विशेष सेवा हा विभाग नियोजन मंडळाच्या प्रमुखाच्या अखत्यारीमध्ये आणि त्यांच्या अंदाजपत्रकामध्ये मोडतो. ते ही फाईल आर्थिक सल्लागारांकडे पाठवून देतात.

१७ फेब्रुवारी १९९९ : आर्थिक सल्लागार नोंद करतात,'कृपया बोलावे' आणि फाईल आर्थिक विभागाच्या संचालकांकडे पाठवून देतात.

१८ फेब्रुवारी १९९९ : अंतर्गत आर्थिक विभागाचे विभाग प्रमुख ही फाईल कर्तृत्व व्यवस्थापन विभागाकडे पाठवून देतात आणि ' आधी सांगितल्याप्रमाणे ही फाईल दाखल करावी' असे सांगतात.

२३ फेब्रुवारी १९९९ : आर्थिक विभागाचे संचालक एक प्रश्न उपस्थित करतात. ते म्हणतात, अर्थ मंत्रालयाकडून आवश्यक त्या सूचना न आल्याने अंतर्गत आर्थिक विभाग 'प्रशिक्षण' या बाबीसाठी एक नवे खाते उघडण्याची प्रक्रिया सुरू करू शकलेला नाही. त्यामुळे ते ही फाईल आर्थिक सल्लागारांकडे पाठवून देतात.

२५ फेब्रुवारी १९९९ : पी ई ओच्या अधिकाऱ्यांना प्रशिक्षण देण्यास कोणतीच हरकत नाही, परंतु आर्थिक विभागाच्या संचालकांच्या नोंदीमध्ये म्हटल्याप्रमाणे नवे खाते उघडणे आणि त्याचबरोबर हा होणारा खर्च योग्य असल्याबद्दल एकवार प्रशासन संचालकांनी विचार करावा, अशी नोंद करून आर्थिक विभागाचे सल्लागार ही फाईल आर्थिक विभागाच्या संचालकांकडे पाठवतात.

८ मार्च १९९९ : आर्थिक विभागाचे संचालक ही फाईल प्रशासन विभागाचे अतिरिक्त सल्लागारांकडे पाठवतात.

८ मार्च १९९९ : अतिरिक्त सल्लागार नोंद करतात, 'कृपया तपासून पाहावे' आणि फाईल सर्व साधारण प्रशासन विभागाच्या अंडर सचिवांकडे पाठवतात.

९ मार्च १९९९ : सर्व साधारण प्रशासन विभागाचे अंडर सचिव नोंद करतात, आराखड्याच्या व्यावसायिक आणि विशेष सेवा विभागाच्या योजनेमधून हा खर्च करता येणे शक्य आहे आणि पी ई ओच्या अधिकाऱ्यांसाठीच्या प्रशिक्षण वर्गासाठी १.४० लाख रुपयांची रक्कम उपलब्ध करून देण्यात यावी.' ही फाईल ते प्रशासन विभागाच्या अतिरिक्त सल्लागारांकडे पाठवून देतात.

१६ मार्च १९९९ : प्रशासन विभागाचे अतिरिक्त सल्लागार निर्णय घेतात- पी ई ओच्या अधिकाऱ्यांसाठी प्रशिक्षण कार्यक्रम घेण्यासाठी लागणारा निधी व्यावसायिक आणि विशेष सेवा योजनेच्या खात्यांमधून द्यावा. त्यानुसार नोंद करून ते ही फाईल राज्य आराखडे विभागाच्या प्रमुख सल्लागारांकडे पाठवून देतात.

१६ मार्च १९९९ : राज्य आराखडे विभागाचे प्रमुख सल्लागार विचारणा करतात, 'नवी दिल्ली येथील आय आय पी एमध्ये प्रशिक्षण वर्ग घेण्याच्या सर्व प्रयत्नांचे काय झाले?'

१७ मार्च १९९९ : मूल्यमापन विभागाचे सल्लागार स्पष्टीकरण देतात, 'आय आय पी एने फक्त भारतीय आर्थिक सेवा विभागाच्या अधिकाऱ्यांसाठी एक खास अभ्यासक्रम घेण्याचे मान्य केले आहे. परंतु ती संस्था पीईओच्या अन्वेषण अधिकाऱ्यांसाठी असा अभ्यासक्रम घेण्यास तयार नाही.' ते पुढे असेही सांगतात, 'शिवाय आर्थिक विकास संस्था, आय आय पी ए किंवा कोणतीही दुसरी संस्थाही

एन आय आर डीइतकीच खर्चाची ठरेल हे पडताळून पाहण्यात आलेले आहे. खेरीज आर्थिक विकास संस्था आणि आय आय पी ए या संस्थांनी आजवर फक्त 'प्रकल्प मूल्यमापन' करण्याचे अभ्यासक्रम घेतले आहेत, तर एन आय आर डी ही संस्था प्रामुख्याने मूल्यमापन तंत्रविषयक प्रशिक्षण अभ्यासक्रम घेण्याबद्दल प्रसिद्ध आहे. म्हणून एन आय आर डीचा प्रस्ताव लवकरात लवकर मंजूर करण्यात यावा अशी आम्ही शिफारस करत आहोत.' त्यानंतर ते आर्थिक सल्लागार परिषदेचे अध्यक्ष आणि प्रमुख सल्लागार यांच्याकडे ही फाईल पाठवून देतात.

१८ मार्च १९९९ : मूल्यमापन विभागाच्या सल्लागारांची पूर्वगामी नोंद विचारात घेऊन आर्थिक सल्लागार परिषदेचे अध्यक्ष पुन्हा एकवार आर्थिक सल्लागारांच्या सूचनेकडे लक्ष वेधून घेतात, ती सूचना अशी आहे– एन आय आर डीने दिलेली सवलत विचारात घेतल्यानंतरही ते आकारत असलेली रक्कम बरीच जास्त आहे. म्हणून दुसऱ्या सल्लागारांनी याबाबत एन आय आर डीशी पुन्हा चर्चा करावी. ही नोंद करून ते ही फाईल प्रशासन विभागाचे अतिरिक्त सल्लागार यांच्याकडे पाठवून देतात.

१८ मार्च १९९९ : प्रशासन विभागाचे अतिरिक्त सल्लागार आता चांगल्याच कात्रीमध्ये सापडले आहेत. ते या फाईलवर शेरा मारतात, 'योग्य त्या कार्यवाहीसाठी' आणि ती फाईल सल्लागारांकडे पाठवून मोकळे होतात.

१ एप्रिल १९९९ : ग्रामीण विकास विभागाच्या सल्लागार नोंद करतात, ''एन आय आर डीशी चर्चा झालेली असून त्यांनी खाण्या-राहण्याचे २५० रुपये आणि वरील १०% सेवाकर एवढेच रक्कम आकारण्याचे मान्य केले आहे. म्हणून पी ई ओने कृपया यासंबंधी एन आय आर डीला पत्र लिहून कळवावे.' आणि त्या ही फाईल मूल्यमापन विभागाच्या सल्लागारांकडे पाठवतात.

१ एप्रिल १९९९— मूल्यमापन विभागाचे सल्लागार नोंद करतात, ''कृपया आवश्यक ती कारवाई करावी.'' आणि फाईल पीईओच्या संयुक्त सल्लागारांकडे पाठवण्यात येते.

५ एप्रिल १९९९ — पीईओचे संयुक्त सल्लागार लिहितात, या प्रशिक्षणासाठी योग्य त्या अधिकाऱ्यांची निवड झालेली असून हा २ आठवड्यांचा प्रशिक्षण वर्ग २.७.९९पासून सुरू करण्यास काहीच हरकत नाही. ते पुढे लिहितात, ग्रामीण विकास विभागाच्या सल्लागारांनी सुचवल्यानुसार ''कर्तृत्व व्यवस्थापन विभागाने एन आय आर डीशी संपर्क साधून आवश्यक ती कारवाई करावी.'' आणि कर्तृत्व व्यवस्थापन विभागाकडे ''आवश्यक त्या कारवाईसाठी'' ही फाईल रवाना होते.

८ एप्रिल १९९९ : सर्वसाधारण प्रशासन विभागाचे उपसचिव दर प्रशिक्षणार्थीमागे खाण्या-राहण्याचा खर्च २५० रुपये अधिक १०% सेवाकर एवढा निश्चित करणे आणि बाकीच्या रकमेची सूट देण्याबाबत एन आय आर डीला एक पत्र लिहितात.

११ मे १९९९ : एन आय आर डीचे आस्थापना विभागाचे उपनिबंधक या पत्राच्या उत्तरामध्ये एन आय आर डीच्या महासंचालकांनी ही नवी आकारणी मान्य केल्याचे व त्यानुसार पी ई ओला दर प्रशिक्षणार्थीमागे दर दिवसाचे फक्त २५० रुपये अधिक १०% सेवाकर एवढीच रक्कम द्यावी लागेल असं कळवतात.

९ ऑगस्ट १९९९ : प्रशासन विभागाचे संचालक एन आय आर डीला कळवतात, पी ई ओ आपल्या २० अधिकाऱ्यांना या प्रशिक्षणासाठी पाठवत आहे आणि पत्रामध्ये लिहिलेल्या अटी मंजूर केल्या गेल्या आहेत. पी ई ओच्या २० अधिकाऱ्यांची यादी या पत्रासोबत जोडून हा प्रशिक्षण वर्ग सप्टेंबर १९९९च्या दुसऱ्या किंवा तिसऱ्या आठवड्यामध्ये घेण्यात यावा अशी ते विनंती करतात. एन आय आर डीने या तारखा निश्चित केल्याचे कळवावे अशीही विनंती ते करतात.

१८ ऑगस्ट १९९९ : या पत्राच्या उत्तरादाखल एन आय आर डी लिहितात, आधीच निश्चित केले गेलेले प्रशिक्षण कार्यक्रम पाहता पीईओच्या अधिकाऱ्यांसाठी घेण्याचा प्रशिक्षण वर्ग २० डिसेंबर १९९९ ते ३१ डिसेंबर १९९९ या कालावधीमध्ये घेता येईल.

२० ऑगस्ट १९९९ : आवश्यक त्या कारवाईसाठी ही बाब आधीच कर्तृत्व व्यवस्थापन विभागाकडे पाठवण्यात आलेली आहे. अशी नोंद पीईओचे सल्लागार / संयुक्त सल्लागार करतात.

२३ ऑगस्ट १९९९ : सर्वसाधारण प्रशासन विभागाचे उपसचिव एन आय आर डीला कळवतात, २० ते ३१ डिसेंबर १९९९ हा कालावधी पाईओच्या अधिकाऱ्यांसाठी सोईचा आहे. त्यामुळे प्रशिक्षण वर्गाच्या इतर तयारीला सुरुवात करण्यास हरकत नाही.

जो प्रशिक्षण वर्ग मुळात हैद्राबादमधील एन आय आर डीमध्ये १९९७च्या फेब्रुवारीमध्ये घेतला जाणार होता तो अखेरीस २० ते ३१ डिसेंबर १९९९ मध्ये पार पडतो.

आता एन आय आर डीला देण्याच्या १.४० हजार रुपयांबद्दलचा पत्रव्यवहार सुरू होतो. ही रक्कम लवकरात लवकर देण्यात यावी असं पत्र एन आय आर डीकडून येतं. मूल्यमापन विभागाचे सल्लागार आणि नंतर पीईओचे संयुक्त सल्लागार "योग्य त्या कारवाईसाठी" असा शेरा मारून– हे मी आता लिहितो आहे २००० सालच्या फेब्रुवारी महिन्याच्या सुरुवातीला– ती रक्कम अजूनही दिली गेलेली नाही.

काळ हाही उत्पादनातील एक महत्त्वाचा घटकच आहे.

एखाद्या प्रकल्पाचं मूल्यमापन करणं

एका पशु-प्रजनन प्रकल्पासमोरची अडथळ्यांची शर्यत अजूनही कशी चालू

आहे ते आता पाहू.

जे नियोजन मंडळ म्हणजे नवनव्या कल्पनांचं आणि धोरणांचं खळखळतं उगमस्थान असावं अशी कल्पना होती त्या नियोजन मंडळाचं आता काय झालं आहे त्याची कल्पना तुम्हाला या सर्व पायऱ्या नुसत्या पाहिल्या तरी येऊ शकेल.

मागचं संपूर्ण वर्ष आणि १० महिने असे खर्च झाले–

२० एप्रिल १९९८ : पशुसंवर्धन आणि दुग्धव्यवसाय विभागाच्या (ए एच अँड डी) वतीनं ए एच अँड डीचे संयुक्त आयुक्त खर्च वित्तसमितीकडे एका पशु प्रजनन संबंधीच्या राष्ट्रीय प्रकल्पासंबंधी ज्ञापन सादर करतात. या प्रकल्पासाठीचा अंदाजित खर्च सुमारे ४०२ कोटी रुपये इतका असतो. प्रत्यक्षात, असे ३ प्रकल्प या आधीच सुरू झालेले असतात- रेत गोठण तंत्रज्ञानाचा विस्तारित कार्यक्रम, राष्ट्रीय लोकर उत्पादन कार्यक्रम आणि सैनिकी शेती हे तीनही प्रकल्प मिळून या नव्या प्रस्तावामध्ये मांडण्यात आलेली महत्त्वाची उद्दिष्टे पूर्ण होतात. हे तीनही प्रकल्प एकत्रित करून 'केंद्रीय विभाग योजना' या नावाखाली एका नव्या चौकटीमध्ये बसवण्याचा हा नवा प्रस्ताव आहे. या नव्या प्रस्तावाचे उद्दिष्ट असे आहे - "सर्व जननक्षम पशू आणि म्हशी एकत्रितपणे कृत्रिम गर्भधारणा किंवा नैसर्गिक गर्भधारणा करण्यासाठी एकत्र आणावे आणि कृत्रिम गर्भधारणेची व्यवस्था शेतकऱ्यांच्या दाराशी नेऊन पोहोचवावी. ज्यायोगे उत्कृष्ट गुणांची परीक्षा केलेल्या बीजापासून उत्कृष्ट पशू जन्माला घालणे सहज शक्य होईल"

२० मे १९९८ : प्रकल्प मूल्यमापन आणि व्यवस्थापन विभागाच्या (पीएएमडी) उपसल्लागारांनी आपल्या विभागाच्या काही सूचना कळवून अशी विनंती केली की या सूचना अंतर्भूत करून पशु संवर्धन आणि दुग्ध व्यवसाय विभागाने एक नवीन प्रस्ताव तयार करून पाठवावा म्हणजे या योजनेचे अंतिम मूल्यमापन करणे सोपे होईल.

२६ मे १९९८ : संबंधित उपायुक्त या योजनेचा नवा सुधारित प्रस्ताव सादर करतात.

८ जून १९९८ : कृषि नियोजन अभ्यास मंडळाचे (ॲग्रिकल्चर प्लॅनिंग स्टडीजचे) संयुक्त सल्लागार नोंद करतात, कृषि विभागाने या योजनेचा अभ्यास केलेला असून त्यांच्या यावरील भाष्यासहित ही योजना प्रकल्प मूल्यमापन आणि व्यवस्थापन विभागाकडे मूल्यमापनासाठी पाठवण्यात आलेली आहे.

१२ जून १९९८ : प्रकल्प मूल्यमापन आणि व्यवस्थापन विभागाचे उप सल्लागार पी ए एम डीने तयार केलेली एक मूल्यमापन टीप पशुसंवर्धन आणि दुग्धव्यवसाय खाते, अर्थविभाग, कृषि आणि सहकार खाते या विभागांकडे पाठवतात.

पी ए एम डीने तयार केलेल्या या टीपेमध्ये अशी नोंद केलेली आहे की, नियोजन मंडळ या योजनेला केंद्रीय विभाग योजना या नात्याने मदत करू शकणार

नाही. त्या नोंदीमध्ये पुढे असं म्हटलेलं आहे की, ही योजना ''केंद्र पुरस्कृत योजना'' या नावाने स्वीकारण्यात यावी. या योजनेचे नियंत्रण करण्यासाठी राष्ट्रीय आणि राज्य स्तरावर स्वायत्त संस्था उभारण्यास पी ए एम डीची संमती नाही. या नोंदीमध्ये पुढे असंही म्हटलेलं आहे की, खर्च वित्त समितीला लिहिलेल्या ज्ञापनावरून असे दिसते आहे की, या योजनेचा खर्च एकत्रित ग्रामीण विकास कार्यक्रम यांसारख्या संस्था आणि इतर बाह्य संस्थांकडून मिळवण्याचा प्रयत्न करण्यात येईल. परंतु त्यासंबंधी काहीही तपशील देण्यात आलेला नाही. आज कार्यरत असलेल्या योजनांसाठीच्या ज्या सुविधा उपलब्ध केल्या गेलेल्या आहेत त्यांचाही उल्लेख यामध्ये करण्यात आलेला नाही. नियोजन मंडळाच्या एका सदस्याला या प्रकल्पाच्या व्यवस्थापन समितीवर घ्यावे असे यामध्ये सुचवण्यात आलेले आहे. ही नोंद पुढे अशी शिफारस करते की या प्रकल्पासाठी ज्या बिगरसरकारी किंवा खाजगी संस्थांना मदत देण्यात येईल त्यांवर नियंत्रण ठेवण्यासाठी एक यंत्रणा उभारण्याची गरज आहे.

१७ जुलै १९९८ : दुग्ध व्यवसाय विकास खात्याचे संयुक्त सचिव या मूल्यमापन नोंदीला एक उत्तर पाठवतात— 'संपूर्ण नियोजन मंडळाच्या मान्यतेची काही आवश्यकता नसल्याने ही योजना खर्च वित्त विभागासमोर मांडण्यात येईल' अशी माहिती पशु संवर्धन आणि दुग्ध व्यवसाय विकास विभागाच्या या पत्रामध्ये दिलेली असते.

२७ जुलै १९९८ : प्रकल्प मूल्यमापन आणि व्यवस्थापन विभागाचे उप-सल्लागार पशुसंवर्धन आणि दुग्ध व्यवसाय विकास विभागाला कळवतात की, ही योजना केंद्र पुरस्कृत योजना म्हणून नवव्या योजनेमध्ये समाविष्ट करण्यात येईल. आणि त्यामुळे 'संपूर्ण' नियोजन मंडळाची मान्यता घेणे अनिवार्य आहे. ते पुढे अशी विनंती करतात की नवीन सुधारित योजना नियोजन मंडळाच्या विचारविनिमयासाठी पाठवण्यात यावी.

१२ ऑगस्ट १९९८ : पशूंच्या कळपांची नोंदणी करण्याच्या यंत्रणेचे उपआयुक्त प्रकल्प मूल्यमापन आणि व्यवस्थापन विभागाला कळवतात, 'कोणत्याही सुधारित प्रस्तावाची आवश्यकता नाही.' ते पुढे लिहितात, 'खर्च वित्त विभागासह एक बैठक घेण्याची तयारी विभागाने याआधीच सुरू केलेली आहे.'

२८ सप्टेंबर १९९८ : खर्च वित्त विभागाची बैठक पार पडते. नवव्या योजनेमध्ये केंद्र पुरस्कृत योजना म्हणून या प्रकल्पाचा अंतर्भाव करण्यास ई एफ सी मान्यता देतात. ते असाही निर्णय घेतात की संपूर्ण नियोजन मंडळ आणि आर्थिक बाबीसंबंधित मंत्रिसमितीची संमतीही त्यांचा विभाग मिळवील.

१५ ऑक्टोबर १९९८ : कृषि नियोजन अभ्यास संस्थेच्या (एपीएस) कृषि

विभागाचे संयुक्त सल्लागार पशु संवर्धन आणि दुग्ध व्यवसाय विकास विभागाला विनंती करतात की २८ सप्टेंबर १९९८ला ई एफ सी सह झालेल्या बैठकीमध्ये झालेल्या चर्चेनुसार खर्च वित्त समितीचा एक सुधारित प्रस्ताव एका स्वयंपूर्ण टिपणीसह पाठवण्यात यावा.

७ जानेवारी १९९९ : पशु संवर्धन आणि दुग्ध व्यवसाय विकास विभागाच्या पशुधन उत्पादन खात्याच्या संयुक्त आयुक्तांनी माहिती दिली आहे की 'ई एफ सीसह झालेल्या चर्चेनुसार' संपूर्ण नियोजन मंडळाची संमती मिळवण्यासाठी आवश्यक असलेले पत्र तयार झालेले आहे. ते नियोजन मंडळाकडे पाठवण्याआधी कृषि मंत्रालयाच्या मंजुरीसाठी त्यांच्याकडे पाठवण्यात आलेले आहे.

२७ जुलै १९९९ : नियोजन मंडळातील कृषि विभागाचे प्रमुख सल्लागार पुन्हा ए एच अँड डी विभागाला 'एक स्वयंपूर्ण टिप्पणी' नियोजन मंडळाच्या स्वीकृतीसाठी पाठवण्याची विनंती करतात.

१६ ऑगस्ट १९९९ : ए एच अँड डी विभागाचे संयुक्त सचिव या प्रकल्पा-संबंधीची ती 'स्वयंपूर्ण टिपणी' सादर करतातच, आणि त्याबरोबरच खर्च वित्त विभागाने तयार केलेलं खर्चाचं कच्चं अंदाजपत्रक, २८ सप्टेंबर १९९८ या दिवशी झालेल्या ई एफ सी सह झालेल्या बैठकीचा अहवाल, विभागाने यावर उचललेली पावलं, आणि ई एफ सीने शिफारस केल्यानुसार केलेल्या बदलांसह तयार केलेली एक टिप्पणी इत्यादी कागदपत्रंही पाठवतात.

१५ सप्टेंबर १९९९ : नियोजन मंडळाचे उपाध्यक्ष संपूर्ण नियोजन मंडळासमोर स्वीकृतीसाठी ठेवण्याच्या योजनेचा कच्चा खर्डा मंजूर करतात.

१७ सप्टेंबर १९९९: कृषि विभागाचे वरिष्ठ संशोधक अधिकारी योजना समन्वयक विभागाकडे संपूर्ण नियोजन मंडळाच्या स्वीकृतीसाठी एक टिप्पणी पाठवतात.

२३ सप्टेंबर १९९९ : योजना समन्वयन आणि प्रशासन विभागाचे प्रमुख सल्लागार नोंद करतात, 'नियोजन मंडळाच्या उपाध्यक्षांनी असे सुचवले आहे की संपूर्ण नियोजन मंडळाची स्वीकृती ही टिप्पणी सर्व सदस्यांकडे पाठवून मिळवली तरी चालण्यासारखे आहे. या सूचनेनुसार त्या टिप्पणीच्या प्रती नियोजन मंडळाच्या सर्व सदस्यांकडे त्यांच्या स्वीकृतीसाठी किंवा/आणि त्यावरील भाष्यासाठी पाठवण्यात आली आहे, ती कृपया लवकरात लवकर परत पाठवावी.''

मी हे लिहीत असताना– २००० सालच्या फेब्रुवारी महिन्याच्या सुरुवातीला– राज्य पातळीवरील योजना विभागाशी संबंधित सदस्यांची स्वीकृती अजून मिळालेली नाही. ''इज अवेटेड.''

ती प्रशिक्षणाची बाब असो की ही पशुसंवर्धनाची बाब असो, या दोन्हींमध्ये चांगलं वाईट काही होतं की नाही याबद्दल मी काहीच म्हणत नाही आहे. एन आय

आर डीशी एवढी दीर्घ चर्चा करून वाचवण्यात आलेली रक्कम किती होती किंवा पशुसंवर्धन कार्यक्रमामध्ये घडवून आणलेला बदल किती फायद्याचा होता हे नीट तपासून पाहिलं तर कोणताही भरीव फायदा या तासन्‌तास चालत राहिलेल्या चर्चांमुळे झाला नाही, असंच दिसून येत असलं तरीही मी त्याबद्दल बोलत नाही.

आता या वेळेला आपल्यासमोर प्रश्न आहे तो अशा घटनांमधून सामोऱ्या येणाऱ्या कार्य संस्कृतीचा. फायली इकडून तिकडे पाठवल्या जात राहतात या गोष्टीचा, क्षुल्लक बाबींवर खर्च होत राहणाऱ्या वेळाचा, विभागातील आणि खात्यातील 'अहं'मुळे निर्णय कसे फिरवले जातात याचा. नियोजन मंडळ हे सरकारचं विचार-संकुल व्हावं अशी कल्पना होती. या आता मी सांगितलेल्या घटना– आणि कमीत कमी लज्जास्पद अशाच घटना मी निवडल्या आहेत तरीही– 'विचार' करण्याशी काही संबंध दाखवू शकतील?

नियोजन मंडळाच्या कार्यपद्धतीमध्ये अगदी मुरून गेलेल्या एका अधिकाऱ्यानं मला सांगितलं, ''पण महत्त्वाची गोष्ट तुमच्या लक्षातच आलेली नाहीये. कदाचित तो प्रशिक्षण कार्यक्रम अधिकाऱ्यांना पाठवण्याच्या दर्जाचा नसेल. कदाचित पशुसंवर्धनाचा तो कार्यक्रम मुळातच पुरेसा उपयोगी नसेल. म्हणूनच त्या फायली इकडून तिकडे पाठवण्यात आल्या.''

सरकारी खात्यांच्या कामकाजाची चांगली माहिती असणाऱ्या लोकांना ही कारणं अगदी पुरेशी आणि योग्य वाटतीलही. परंतु ती कारणं इतर सर्वांनाच अगदी तुच्छ करून टाकणारीच ठरतात. या अधिकाऱ्याचं म्हणणं अगदी आहे तसं आपण मान्य केलं तरी मग एक महत्त्वाचा मुद्दा राहतोच - अधिकाऱ्यांना आपलं मत मांडण्यासाठी इतक्या दूरचा मार्ग अवलंबावा लागतो म्हणजेच त्या संस्थेमध्ये परस्पर-संवाद आणि मैत्रीची भावना संपूर्णपणे नष्ट झाली आहे हेच सिद्ध होतं ना? तसं पाहिलं तर हे एकमेकांना टीपा पाठवणारे बरेच अधिकारी शेजार-शेजारच्या खोल्यांमध्ये बसत होते. त्यांना एकमेकांकडे उठून जाणं, त्या बाबींची चर्चा करणं आणि जे प्रस्ताव निरर्थक वाटत होते त्यांच्यासाठी एवढा वेळ फुकट न घालवता ते प्रस्ताव सुरुवातीलाच रद्द करून टाकणं फारसं सोईचं वाटलं नाही. या गोष्टीनंच हे सिद्ध होतं की, या संस्थेमधील कार्यसंस्कृती पार बिघडून गेलेली आहे आणि त्यामधील परस्पर संबंध अतिकठीण बनून गेले आहेत.

एकामागून एक बैठकींमध्येच गुंतलेले

''राज्यकारभार हा फायलींवर नोंदी करण्यापुरताच मर्यादित झाला आहे, असं मी म्हटलं होतं. त्याला थोडी जोड द्यायला हवी असं वाटतं. राज्यकारभार आता एका बैठकीहून दुसऱ्या बैठकीला जाण्याएवढा वाढला आहे. याचं एक उत्तम

उदाहरण द्यायचं तर ते उद्योग व खनिज संपत्ती मंत्रालयाचं देता येईल.

या खात्यानं औद्योगिक धोरणाला काय योगदान दिलं हा संशोधनाचा विषय ठरेल. जेव्हा धोरणासंबंधीची प्राथमिक माहिती हवी असते- जी त्यांना मुखोद्गत असायला हवी- ती माहिती त्यांच्याकडे नसतेच. ती मिळवून तयार करण्याइतका वेळही त्यांच्याकडे नसतो. पण त्यांचा सर्व कर्मचारी वर्ग भयंकर कामात मात्र सदैव गढलेला असतो. बैठकींना जाण्याचं काम- स्वत: सल्लागार २२ महामंडळांच्या आणि काही तशाच प्रकारच्या संस्थांच्या कार्यकारिणीवर काम करतात. या महामंडळांच्या आणि संस्थांच्या बैठकांव्यतिरिक्त त्यांना मंत्रिमंडळाच्या, मंत्रिमंडळ समित्यांच्या, त्या समित्यांच्या सचिवांच्या बैठकींना हजर राहावं लागतं. खेरीज सार्वजनिक गुंतवणूक मंडळ, खर्च वित्त समिती, स्थायी वित्त समिती या समित्या आहेतच. याशिवाय सार्वजनिक क्षेत्रातील प्रत्येक उद्योगासाठी एक कार्य मूल्यमापन बैठक घ्यावीच लागते. जेव्हा या बैठकीच्या अध्यक्षस्थानी एखादे मंत्रीमहोदय असतात तेव्हा सल्लागार या बैठकीला हजर राहतात. या सर्व बैठकींच्या कामकाजामध्ये आणि निर्णयांमध्ये या खात्याच्या कर्मचाऱ्यांचं काय आणि किती योगदान असतं हे शोधून काढण्यासाठी बरंच संशोधनच करावं लागेल. परंतु एक बाब मात्र अगदी स्पष्ट आहे- ज्या ज्या उद्योगांच्या आणि समित्यांच्या बैठकींना या हजेऱ्या लागत आलेल्या आहेत त्यांचं कामकाज मात्र आपल्याला पक्कं ठाऊक झालेल्या पद्धतीनंच चाललेलं आहे.

उद्योग आणि खनिज संपत्ती खातं इतक्या संस्था आणि मंडळांवर प्रतिनिधी म्हणून हजर असतं की कोणकोणत्या बैठकींना हजर राहावं लागतं त्याची ही यादी तयार करण्यासाठीसुद्धा खात्याला काही दिवसांची मुदत घ्यावी लागली. सरतेशेवटी त्यांनी तयार केलेली यादी ही अशी आहे-

उद्योग आणि खनिज संपती खाते कोणकोणत्या समित्या आणि मंडळांवर प्रतिनिधित्व करते त्याची यादी.

अ १. राष्ट्रीय उद्योग विकास महामंडळाचे संचालक मंडळ

इ २. मंत्रिमंडळ / मंत्रिमंडळाच्या अनेक समित्यांच्या बैठका.

इ ३. सचिव समिती.

इ ४. निर्गुंतवणूक खात्याचा केंद्र गट.

इ ५. पोलाद विकास निधी व्यवस्थापन समिती.

इ ६. साखर विकास निधी.

आ ७. पी आय बी / ई एफ सी / एस एफ सी बैठका.

ई ८. लघु उद्योग संस्थांविषयीचा अभ्यास गट.

ई ९. अवजड उद्योगांमधील सार्वजनिक क्षेत्रातील आजारी उद्योगांविषयीचा

तज्ज्ञ गट.

ई १०. वस्त्रोद्योग समिती.

आ ११. पोलाद मंत्रालयाची विज्ञान सल्लागार समिती.

आ १२. राष्ट्रीय खाण विभागाचे सल्लागार मंडळ.

आ १३. खनिज सल्लागार समितीचे सभासदत्व.

आ १४. वस्त्रोद्योग विकास निधी योजना समिती.

आ १५. पी एम आर वाय ची मूल्यमापन समिती.

आ १६. ए पी ई डी एच्या उत्पादक गटांच्या चौथ्या पंचवार्षिक पाहणी गटाचे सदस्यत्व.

आ १७. ए पी ई डी ए ची नियामक मंडळांचे सदस्यत्व.

अ १८. राष्ट्रीय उत्पादकता परिषदेचे सदस्यत्व.

आ १९. केंद्रीय उत्पादकता तंत्रज्ञान संस्थेच्या नियामक मंडळाचे सदस्यत्व.

२०. विविध वस्त्रोद्योग संशोधन संघटनांच्या संशोधन सल्लागार समित्यांच्या नियामक मंडळांचे सदस्यत्व—ए टी आय आर ए, बी टी आर ए,एस आय टी आर ए,एन आय टी आर ए, एस ए एस एम आय आर ए, आय जे आर ए, डब्ल्यू आर ए इत्यादी.,

२१. विविध विकास परिषदा. उदाहरणार्थ : मोटारी,कागद,कागद लगदा, सिमेंट, साखर, टायर्स आणि ट्यूब्स, साबण आणि डिटर्जन्ट्स इत्यादी.

आ २२. राष्ट्रीय हातमाग संस्था

अ २३. राष्ट्रीय लघु उद्योग संस्था..

२४. विविध मंत्रालये आणि विभागांमधील तिमाही कार्य मूल्यमापन बैठका.

२५. तदर्थ टास्क फोर्स सह एम ओ यू समितीच्या बैठका.

२६. केंद्रीय आणि राज्य स्तरीय भूगर्भशास्त्रीय कार्यक्रम परिषदा.

आ २७. वस्त्रोद्योग आधुनिकीकरण प्रशिक्षणासाठीचे राष्ट्रीय केंद्र.

आ २८. यू एन डी पी च्या सहयोगाने चालणाऱ्या ताग विकास कार्यक्रमाची सुकाणू समिती.

आ २९. यू एन डी पीच्या सहयोगाने चालणाऱ्या खादी आणि ग्रामोद्योग प्रकल्पाचे व्यवस्थापन मंडळ.

आ ३०. यू एन डी पीच्या सहयोगाने चालणारा राष्ट्रीय चर्मोद्योग विकास

प्रकल्प.

३१. भारतीय मानक संस्थेच्या काही समित्या.

३२. विविध मूल्यमापन समित्या, उदाहरणार्थ : विकास केंद्रे, अत्यावश्यक इन्फ्रास्ट्रक्चर समतोल योजना, ई पी आय पी, आय आय डी सी इत्यादी.

आ ३३. राष्ट्रीय वीज माग संस्था.

ई ३४. हनुमंत राव समितीने खतांसंबंधी केलेल्या शिफारशी अमलात आणण्यासाठी त्यांचा अर्थ करणारी समिती.

उ ३५. हिंदुस्तान झिंक लिमिटेडच्या पॉलिमेटॅलिक नोड्युल्स मार्गदर्शक कारखान्याच्या उभारणीचे काम आणि प्रत्यक्ष कामाच्या प्रगतीचे मूल्यमापन करणारी समिती.

उ ३६. खनिज विभागासाठी असलेल्या करप्रणालीची विविध शाखा समिती.

उ ३७. हैद्राबाद येथील सी एम सीमध्ये ई-कॉमर्स साठी असलेल्या तंत्रज्ञानासंबंधीचा प्रकल्प मूल्यमापन आणि सुकाणू गट.

उ ३८. राष्ट्रीय खत महामंडळ आणि हिंदुस्तान खत महामंडळ लिमिटेड यांचे सिंद्री आणि नामरूप येथील कारखाने ताब्यात घेण्यासाठी तपशिलांचे विश्लेषण आणि निश्चिती करण्यासाठी स्थापन करण्यात आलेला आंतर-मंत्रालयीन गट.

अ. आय अँड एमचे सल्लागारच फक्त या बैठकीला हजर राहू शकतात. कारण हे सदस्यत्व नावनिशीवार असते.

आ. या बैठकींना बहुतेक आय अँड एमचे सल्लागारच उपस्थित राहतात. ते उपलब्ध होऊ शकलेच नाहीत तर सर्वात वरिष्ठ संबंधित अधिकारी या बैठकीला हजर राहतो.

इ. नियोजन मंडळाचे सचिव या गटाचे सदस्य असतात, परंतु बहुतेक वेळा आय अँड एमचे सल्लागारच या बैठकींना हजर राहतात.

ई. ही स्थायी समिती नाही.

उ. या बैठकींना बहुतेक वेळा आय अँड एमचे अतिरिक्त सल्लागार उपस्थित राहतात. परंतु ते शक्य नसल्यास सर्वात वरिष्ठ संबंधित अधिकारी या बैठकींना हजर राहतो.

'आ' प्रकारच्या बैठकांना सर्वसाधारणपणे संबंधित संयुक्त/उप सल्लागार हजर राहतात.

एम ओ यू प्रकारच्या बैठका बहुतेक सर्वच सार्वजनिक उद्योगांसाठी घेतल्या जातात. उद्योग आणि खनिज विभागामध्ये सुमारे २०० असे उद्योग येतात.

कार्य मूल्यमापन बैठकाही प्रत्येक सार्वजनिक उद्योगासाठी घेणे अपेक्षित असते. पोलाद, खाण, खत, दळणवळण, पेट्रोलियम आणि नैसर्गिक वायू, अणु ऊर्जा यांसारखीमंत्रालये या बैठका अगदी नियमितपणे घेतात. परंतु अवजड उद्योग, रसायने आणि पेट्रोकेमिकल्स सारखी मंत्रालये सहसा या बैठका घेत नाहीत. मंत्रीमहाशय स्वत: अध्यक्षपदी हजर राहणार असतील तरच सल्लागार बहुधा या बैठकांना हजेरी लावतात. ही गोष्ट पोलाद मंत्रालयाच्या सार्वजनिक क्षेत्रातील उद्योगांबाबत फारच खरी आहे.

आधी उल्लेख केलेल्या समित्यांपैकी अनेक समित्यांच्या बाबतीमध्ये सांगायचं तर मी एकदाच त्या समितीचा उल्लेख केलेला असला तरी ती समिती अनेक प्रश्न हाताळत असते आणि त्यामुळे दर महिन्याला तिच्या अनेक बैठका होतात. सचिव समिती निर्गुंतवणुकीसंबंधीचा अंतर्गट.

या सर्व बैठकांना हजेरी लावायची असल्यामुळे माणसाला त्या बैठकीची तयारी करावी लागते, पाठपुरावा करावा लागतो, काही गोष्टी समजून घ्याव्या लागतात, मग औद्योगिक धोरणावर संशोधन आणि विचार करायला त्याला बिचाऱ्याला वेळ तरी कसा मिळणार? उद्योग आणि खनिज पदार्थ विभाग ही फक्त एक पदसिद्ध पदवी होऊन बसते- जिच्यामुळे उद्योग किंवा खनिजांशी संबंधित समित्या आणि परिषदांचे सदस्य होण्याची संधी मिळते.

आपल्याला गरज आहे या बदलांची

१. आपली भूमिका ही प्रामुख्याने गुंतवणूक योजकाची आहे असं समजणाऱ्या या मंडळाचे रूपांतर आता अशा एका संस्थेमध्ये होणे आवश्यक आहे, जिची प्रमुख कर्तव्ये पुढीलप्रमाणे असतील.

* ज्या विशिष्ट मुद्यांना तोंड देणे सरकारला अनिवार्य असते त्या मुद्यांसंबंधी सरकारला धोरणात्मक पर्याय उपलब्ध करून देणे :
काही बैठकांमध्ये समोर आलेली काही उदाहरणे अशी आहेत : आर्थिक विभागातील सुधारणा, निर्गुंतवणूक डावपेचांची रचना, साखर विभागासाठी पी ओ एल मूल्यनिर्धारणाची धोरणे ठरवणे, सार्वजनिक वितरण व्यवस्था, रेल विभागाची आर्थिक स्थिती, गरिबी हटाव योजनांमधील योग्य त्या योजना निवडून काढून त्या एकत्रित करणे, बी आय एफ आर चे परीक्षण, आर्थिक पूर्ण योजना, या योजनांची पुनर्रचना, यांचे परीक्षण करणे,

ज्यांच्या कामामध्ये मदत होण्यासाठी सरकार स्वत:चं वजन वापरू शकेल अशा काही योजना... एका खाजगी औद्योगिक घराण्याला एक विज्ञान व तंत्रज्ञान शिकवणारे जागतिक दर्जाचे विद्यापीठ सुरू करण्याची इच्छा आहे, या कामामध्ये सरकार काय मदत करू शकेल? वेगाने वाढणाऱ्या सरकारी निवृत्तीवेतन निधीचे व्यवस्थापन; येत्या काही वर्षांमध्ये टी बी, पाण्यातून पसरणारे रोग, एड्स प्रचंड प्रमाणात वाढणार आहेत, यांना आळा घालण्यासाठी कोणते तंत्रज्ञान वापरता येईल किंवा विकसित करावे लागेल? भारतीय स्पर्धक आणि सहकारी यांच्या संबंधी परदेशी उद्योग कोणता पवित्रा घेण्याची शक्यता आहे; सोप्या तंत्रज्ञानाच्या वापराने निर्माण होऊ शकणाऱ्या मालाच्या निर्यातीला उत्तेजन देण्यासाठी कोणती पावले उचलावी लागतील- उदाहरणार्थ- खेळणी, खेळाचे सामान इत्यादी. पुनर्वापर करता न येणाऱ्या वस्तूंच्या वापराचे प्रमाण निश्चित करणे आणि त्यांच्या बदली वापरता येतील अशा वस्तू निर्माण करण्यासाठी आवश्यक अशा तंत्रज्ञानाचा शोध घेणे;

* फक्त सरकारसाठीच नव्हे तर साऱ्या देशासाठी आणि सर्वसामान्य समाजासाठी या मंडळाने कल्पना, विचार पुरवण्याचे काम केले पाहिजे :

उदाहरणार्थ, ज्यांचे हितसंबंध गुंतलेले आहेत अशा व्यक्ती आग्रह धरून बसलेल्या आहेत की सरकारने रासायनिक खतांना सवलत देणे चालूच ठेवले पाहिजे. जेव्हा ही चर्चा आपल्या शेतजमिनीच्या घसरत्या प्रतीकडे वळते, तेव्हा आपण याच रासायनिक खतांवर सारा ठपका ठेवतो. आणि जमिनीचा कस सुधारावा म्हणून जमिनीच्या सुधारणेसाठी निधी उपलब्ध करून देण्याची मागणी करतो. आणि चर्चा जेव्हा आरोग्याकडे झुकते तेव्हा आपण कर्करोगाच्या वाढत्या प्रमाणाबद्दल चिंता व्यक्त करतो, पुन्हा याच रासायनिक खतांच्या आणि कीटकनाशकांच्या अतिवापराला दोषी धरतो, आणि कर्करोगाच्या रुग्णालयांमध्ये वाढ करण्यासाठी अधिक निधीचीही मागणी करतो. या दुष्टचक्रातून बाहेर पडण्याचा मार्ग तरी कोणता?

* तंत्रज्ञान, आंतर-राष्ट्रीय आर्थिक संबंध यांसारख्या बाबींमधील बदलते सूर आधीच जाणून घेऊन त्यांचा योग्य तो उपयोग करून घेण्याच्या मार्गासंबंधी सरकारला सल्ला देणे :

उदाहरणार्थ, २००५ पर्यंत सरकारी उपलब्धी आणि सेवा क्षेत्रांमधील डब्ल्यू टी ओचे करार अमलात येण्याची शक्यता आहे. या करारांचे दूरगामी परिणाम बांधकाम उद्योगासारख्या एखाद्या उद्योगावर निश्चितपणे

होणार आहेत. बांधकाम उद्योगामध्ये आज ३ कोटी १० लाख भारतीय व्यक्ती काम करत आहेत. येणाऱ्या नव्या परिस्थितीला तोंड देण्यासाठी या उद्योगाची कशी तयारी करून घेणे आवश्यक आहे? किंवा जे देश बाल मजूर किंवा प्रदूषणासारख्या बाबींवर जोर देत आहेत त्यांचा या करारांवर काय परिणाम होईल? त्याचप्रमाणे, चीन डब्ल्यू टी ओमध्ये सामील झाला की त्याला भारतीय बाजारपेठेमध्ये अधिकाधिक प्रवेश मिळू लागणार आहे, आज अमेरिकेची बाजारपेठही चिनी वस्तूंनी भरून गेलेली आहे, त्यावेळी आपण काही विशिष्ट वस्तू उत्पादन करणाऱ्या आपल्या लघु उद्योगांना जे संरक्षण दिलेले आहे त्यासंबंधीचे आपले धोरण काय राहील? आपल्या कोणत्या उद्योगांवर याचा परिणाम होईल? त्याचप्रमाणे, आजपासून १०-२० वर्षांनी कोणते तंत्रज्ञान जगाच्या अर्थकारणावर वर्चस्व मिळवून बसलेले असेल- बायो - टेक्नॉलॉजी? नॅनोटेक्नॉलॉजी? रोबोटिक्स? खास डिझाईन केलेल्या वस्तू? अंतराळामध्ये सामग्री पाठवणे? अ-पारंपरिक ऊर्जा? यांपैकी प्रत्येकाचा भारतावर काय परिणाम होणार आहे? यापैकी कोणत्या क्षेत्रामध्ये भारत पुढाकार घेण्याचा विचार करू शकतो?

* जी पावले उचलणे अपरिहार्यच आहे त्यासंबंधी आपल्या लोकांमध्ये जागृती निर्माण करणे. आणि त्या कठीण निर्णयांसाठी त्यांची मानसिक तयारी करून घेणे, म्हणजेच देशाला आवश्यक असलेल्या निर्णयासाठी जनजागृती :
  उदाहरणार्थ, राज्यांची कठीण आर्थिक परिस्थिती आणि ग्राहक कराची कमालीची निकड, त्याचप्रमाणे, दिल्या जाणाऱ्या सवलतींचा गरिबांना खरोखरच किती उपयोग होतो आहे.
* मंत्रालये आणि राज्यांनी मांडलेल्या प्रस्तावांचे आणि धोरणांचे स्वतंत्रपणे केलेले मूल्यमापन पंतप्रधान आणि सरकारसमोर मांडणे :
  उदाहरणार्थ, पिण्याच्या पाण्याविषयी नुकतेच मांडण्यात आलेले भाष्य, किंवा आराखड्यामध्ये नसलेल्या बाबींसाठी आराखड्यातील निधी वळवण्यासाठी राज्य सरकारे कोणत्या क्लृप्त्या वापरतात किंवा कर्जमर्यादेपलीकडे जाण्यासाठी काय काय केले जाते इत्यादी.
* उत्पादन मूल्य आणि उत्पादनासाठी लागणारा वेळ या दोन्ही बाबी मर्यादेपलीकडे जाऊ नयेत आणि उत्पादन वाढावे म्हणून सर्व प्रकल्प आणि योजनांवर नियंत्रण ठेवणे :
  उदाहरणार्थ, थोडासा निधी पुरवला गेला तर झपाट्याने पूर्ण होऊ शकणाऱ्या कालवे योजनांचा, जो एक प्रकार नुकताच घडून आला तो तुम्हाला

आठवत असेलच, त्याचप्रमाणे नव्या शाळा बांधण्यासाठी ठेवण्यात आलेल्या निधीचा उपयोग जुन्या शाळांच्या इमारती दुरुस्त करण्यासाठी करण्यामागचं तर्कशास्त्र..

* प्रकल्प आणि योजना यांचा काय परिणाम होतो आहे याचे मूल्यमापन करणे आणि त्यायोगे त्या प्रकल्प आणि योजनांमध्ये आवश्यक असलेले बदल निश्चित करणे :

उदाहरणार्थ, गरिबी हटाव योजना, तसेच तामिळनाडू, गुजरात आणि काही उत्तर भारतीय राज्ये इत्यादी राज्यांमधील शाळांमध्ये दुपारचे जेवण देण्याची योजना, वायूदूत, दमानिया, मोदीलुफ्त, एन ई पी सी, ईस्ट-वेस्ट यांसारख्या छोटे प्रवास करणाऱ्या हवाई कंपन्यांचे अनुभव काय आहेत, आणि त्यापासून भविष्यकाळासाठी आपण कोणते धडे घ्यायला हवे?

२. काही बाबतींमध्ये पंतप्रधान आणि सरकार यांना मंडळाकडून गुप्त सल्ले हवे असण्याची शक्यता आहे. याखेरीज बाकी सर्व बाबींविषयीचे आपले निर्णय मंडळाने जाहीर करावे.

या कृतीचे इतर अनेक फायदे आहेतच, परंतु त्याबरोबरच मंडळाला स्वतःचे संशोधनकार्य अधिक उत्तम रीतीने करावे लागेल. विशेषतः, मंडळाने दर वर्षी पुढील बाबी जाहीर कराव्या–

* अर्थव्यवस्थेचा सहामाही अहवाल. यामध्ये पुढील बाबींकडे विशेष लक्ष पुरवण्यात यावे- अंदाजपत्रकामध्ये मांडण्यात आलेले आडाखे आणि धोरणे यांची प्रत्यक्षामध्ये काय स्थिती आहे, हा अहवाल ऑक्टोबरच्या सुमारास तयार करण्यात यावा, म्हणजे दुरुस्ती करण्यासाठी पावले उचलण्यास पुरेसा वेळ मिळेल.

* राज्यांचे मंडळाने केलेले मूल्यमापन.

३. ठराविक काळाने– माझ्या मताने दर महिन्याला—मंडळाने धोरणविषयक मतप्रदर्शन करावे यासाठीची यंत्रणा तयार करणे आवश्यक आहे. हे मतप्रदर्शन

* पंतप्रधानांसाठी -वैयक्तिक आणि

* मंत्रिमंडळाच्या आर्थिक समितीसाठी तयार केले जावे.

एखाद्या विशिष्ट धोरणाचा किंवा समस्येचा एखाद्या राज्यावर अधिक परिणाम होत असेल तर मंडळाच्या एक किंवा दोन सदस्यांनी- सचिव आणि संबंधित सल्लागार यांनी त्या राज्याला प्रत्यक्ष भेट देण्याची पद्धतही मंडळाने सुरू केली पाहिजे. या भेटीमध्ये त्या राज्याच्या मुख्यमंत्र्यांचीही भेट घेऊन त्यांच्याशी या विशिष्ट मुद्द्याबाबत चर्चा होणे आवश्यक आहे.

जे मुद्दे राज्यांच्या सीमापार होऊन महत्त्वाचे असतात त्या मुद्यांसंबंधीचे आपले विचार राष्ट्रीय विकास महामंडळाच्या बैठकीमध्ये मांडण्याची संधी मंडळाने घेतली पाहिजे. उदाहरणार्थ, राज्यांची आर्थिक स्थिती, राज्यांमधील निधी-वितरणासंबंधीची सूत्रे इत्यादी.

४. नियोजन मंडळाची बांधणी आणि नोकरभरतीची पद्धत यामध्ये मुळासकट बदल घडवून आणणे अनिवार्य आहे. विशेषत:

* मंडळाचा उपयोग वाहन-तळ म्हणून होता कामा नये.
* मंडळाच्या सचिवांच्या अध्यक्षतेखाली ३ किंवा ४ अधिकाऱ्यांची एक समिती नेमण्यात यावी. या समितीने अधिकाऱ्यांची निवड करावी— प्रत्येक अधिकाऱ्यासाठी खास निकष लावले जावे. मग त्या अधिकाऱ्यांची वरिष्ठता कितीही असली तरी – मंडळाचं काम पार पाडण्यासाठी आवश्यक असलेलं कौशल्य ज्या अधिकाऱ्यांकडे नाही त्यांना मंडळाबाहेर एखाद्या क्षेत्रामध्ये नेमले गेले पाहिजे.
* नोकरशाहीच्या ज्या कार्य संस्कृतीमध्ये आता मंडळ बुडून गेलेलं आहे, त्यामधून बाहेर पडण्यासाठी आणि मंडळाचं कार्य सुधारण्यासाठी मंडळाच्या अधिकाऱ्यांच्या जोडीने किंवा तीन जणांच्या गटाने एखादं खास काम हाती घेण्याची रचना करावी. हा गट त्या कामाचा गाभा हाती घेऊन त्या विशिष्ट बाबीमधील तज्ज्ञांना त्याबाबतचा धोरणात्मक अहवाल तयार करण्यासाठी पाचारण करेल. हे काम पूर्ण होताक्षणीच हा गट विसर्जित केला जाईल. या गटातील अधिकारी निराळ्या मुद्यांवरील कामासाठी वेगळ्या गटांमध्ये पाठवण्यात येतील.

५. राज्यांसह वार्षिक आराखड्यांसंबंधी चर्चा करताना नियोजन मंडळाने निदान पुढील गोष्टी तरी कराव्या : राज्यांमधील विकासकार्यासंबंधी माहिती मिळवण्याचे स्वतंत्र स्रोत तयार करावे आणि ते वापरावे.

* मूल्यमापन करण्यासाठी विविध संशोधन संस्थांचं साहाय्य घ्यावं.
* मूल्यमापन जाहीर करावं.
* वार्षिक चर्चा फक्त अधिकाऱ्यांपुरत्या मर्यादित ठेवून त्या घटना फार प्रकाशात राहणार नाहीत याची खबरदारी घ्यावी.
* आराखड्यामधील निधी पुरवठ्याच्या रकमा वास्तवाला धरून असतील, त्या तज्ज्ञांच्या मदतीने तयार केल्या असतील यावर लक्ष पुरवलं जावं.
* काम जेवढं चांगलं होईल तेवढी अधिक रक्कम दिली जाईल, अशी समज दिली जावी. प्रकल्प आणि योजना कोणत्या वेगाने पार पाडल्या जात आहेत, साधन संपतीचा वापर अधिकाधिक मोठ्या लक्ष्यांच्या

बाबतीमध्ये करणं आणि राज्यांचे उपक्रम फायद्याकडे वळवण्यामध्ये किती यश मिळालं आहे इत्यादी बाबींवर कामातील यशस्विता ठरवण्यात यावी.

६. दर वर्षी नियोजन मंडळ आणि अर्थ महामंडळ यांच्यातर्फे ८५,००० कोटी रुपये इतकी प्रचंड रक्कम राज्यांकडे वळवली जाते आणि तरीही कामांची प्रत मात्र आहे तशीच राहिलेली दिसते. अर्थ मंत्रालय आणि नियोजन मंडळाकडून जी रक्कम केंद्रीय मंत्रिमंडळाकडे देण्यात येते त्या रकमेचाही फारसा मोठा परिणाम प्रकल्प आणि योजनांच्या प्रत आणि वेगावर झाला आहे असं दिसून येत नाहीच. बऱ्याच वेळा तर, एका विभागाने दुसऱ्या विभागावर सोपवलेली कामं त्या दुसऱ्या विभागाला अनपेक्षितपणाचा झटकाच देऊन जातात. जानेवारीमध्ये अर्थ महामंडळाने अचानक १५,००० कोटी रुपये राज्यांना देण्याचा निर्णय घेतला, हे तुम्हाला आठवत असेलच. आणि या निर्णयामुळे आराखड्यामध्ये या वर्षीसाठी उपलब्ध असलेल्या एकूण अंदाजपत्रकीय आधारावर केवढा परिणाम झाला, हेही तुम्हाला आठवत असेलच.

ज्या सूत्रांच्या आधारावर राज्यांना निधी वाटून दिला जातो, यासाठी कोणत्या अटी घातल्या जातात किंवा घातल्या जाव्या, अर्थ महामंडळ, नियोजन मंडळ आणि अर्थ मंत्रालय यांच्यामध्ये कोणत्या प्रकारचे संबंध असावे या सर्व गोष्टींची पुन्हा एकवार कसून तपासणी होणे अतिशय आवश्यक आहे.

* समजा, हा निधी एखाद्या 'एस्क्रो खात्यामध्ये नियोजन मंडळाकडेच ठेवता आला आणि त्या विशिष्ट प्रकल्पाची जसजशी प्रगती होईल तसतशी ही रक्कम दिली गेली तर?
* मोठमोठी आर्थिक लक्ष्यं साध्य करण्यासाठी आणि प्रकल्प आणि योजना अधिकाधिक चांगल्या रीतीने पूर्ण करण्यासाठी निधीचे वाटप त्यांच्या यशाशी कशा रीतीनं जुळवून घेता येईल? नियोजन मंडळाच्या हाती असलेल्या निधीचा एक मोठा हिस्सा 'प्रोत्साहन निधी' म्हणून कसा बाजूला काढता येईल? एखाद्या राज्याने किंवा मंत्रालयाने काही निश्चित ध्येयं आखून ती साध्य करण्याच्या दृष्टीने पावलं उचलली तर त्यांना या निधीतून काही रक्कम देता आली तर? विशेषत: आत्ता- जेव्हा केंद्रातील आर्थिक परिस्थिती इतकी बिकट झालेली असताना? विशेषत: कारण निधीचं वाटप 'गरीब' राज्यांच्या बाजूला झुकताना दिसू लागलेलं आहे आणि म्हणूनच दिला गेलेला निधी शहाणपणाने खर्च होतो आहे यावर

अधिक लक्ष ठेवणं अधिक जरुरीचं झालं आहे. कारण ही 'गरीब राज्यं' दरडोई उत्पनाने गरीब असण्यापेक्षा राज्यकारभार करण्यामध्ये अधिक गरीब आहेत म्हणून.

* आराखड्यातील सर्वच निधी हा एका दृष्टीने कर्जाऊ घेतलेला पैसा असतो. परंतु आजच्या घटकेला हा निधी खर्च करणारी 'एन्टिटी'– उदाहरणार्थ, एखादं राज्य-त्याला या कर्जाची अजिबात कल्पना नसते ते राज्य– या कर्जापासून इतकं लांब असतं की हा निधी त्याच्या दृष्टीने एक फुकट मिळालेलं साधन असतं. परिणाम असा होतो की केंद्र सरकार हे सर्वांत मोठा आर्थिक मध्यस्थ होऊन बसतं. फरक इतकाच की त्यानं मिळवून दिलेला हा निधी कशा रीतीने वापरला जात आहे यावर मात्र त्याचं कोणत्याही प्रकारचं नियंत्रण राहत नाही. ही 'मध्यस्थी' करणं सोडून देता आलं तर? राज्यांची प्रतवारी त्यांच्या त्यांच्या पतवारीवर सरळ सरळ आणि स्वतंत्रपणेच का ठरवली जाऊ नये?

७. धोरण निश्चिती करणारे अधिकारी या स्थानापासून बदल करायचा असेल तर आत्ता ज्या काही कामांमध्ये नियोजन मंडळाचा जास्तीत जास्त वेळ जातो आहे ती कामं कमी करून टाकली पाहिजेत. याबाबतच्या चर्चेमध्ये अशा तीन कामांबद्दल आग्रह धरला गेला.

* मंडळाने राज्य आराखड्यासंबंधीच्या चर्चा काही ठराविक राज्यांपुरत्या मर्यादित ठेवाव्या आणि या राज्यांचं विश्लेषण आणि चर्चा अगदी संपूर्णपणे पार केल्या जाव्या.

* केंद्रीय मंत्रालयांच्या संदर्भामध्ये, मंडळाने फक्त धोरणात्मक बाबी तपासाव्या, एकेका योजनेसंबंधी अगर प्रकल्पासंबंधी मंडळाकडे मत मागितलं जाऊ नये आणि दिलंही जाऊ नये. ज्या मंत्रालयांबद्दल मंडळाला फारसं ज्ञान नाही त्या मंत्रालयांना मंडळाने सल्ला देण्याचा प्रयत्न करू नये.

* मंडळाचे सदस्य असल्याच्या नात्यानेच फक्त जे सदस्य काही संचालक मंडळांचे वगैरे सदस्य होतात त्यांना त्या संचालक मंडळांवरून कमी करावं.

पुढची पावलं

१. पंतप्रधानांनी मंडळासाठी एक नवीन भूमिका तयार करावी.

२. मंडळाच्या वैशिष्ट्यपूर्ण कामांमधील तज्ज्ञ अधिकाऱ्यांचीच फक्त निवड करून बाकीचे अधिकारी कमी करण्यासाठी आताच्या मंडळाच्या सचिवांच्या अध्यक्षतेखाली ३ किंवा ४ अधिकाऱ्यांची एक समिती स्थापन करण्यात यावी. या समितीला ही निवड अतिशय काटेकोरपणे करण्याचे स्पष्ट

आदेश देण्यात यावे.

३. मंडळाच्या कामावरील पकड अधिक मजबूत होणं आवश्यक आहे. आधी आपण बघितलेल्या ३ क्रमांकाच्या तक्त्यावर नुसती नजर टाकली तरी मंडळाचं काम किती सुस्तपणे चालू लागलेलं आहे याची कल्पना येते. दोन वर्षांमध्ये राज्य आराखडा सल्लागारांनी ११ राज्यांना 'एकदाही' भेट दिलेली नाही. ११ राज्यांना फक्त 'एकदा' भेट दिली आणि भेट देणारा अधिकारी सरासरीने त्या राज्यामध्ये फक्त '३' दिवस राहिला होता, असं दिसून येतं.

४. मंडळाने आपण तपासणी करणार असलेल्या धोरणविषयक प्रश्नांची एक यादी तयार करावी आणि त्यापैकी प्रत्येक बाबीसाठी त्या त्या विषयातील एक- मंडळाबाहेरील तज्ज्ञ नेमून अधिकाऱ्यांचे उद्दिष्ट गट नेमावे.

५. अर्थ मंत्रालय, नियोजन मंडळ आणि अर्थ महामंडळ या तिघांमध्ये एकत्रितपणे प्रचंड प्रमाणात साधन संपत्ती उपलब्ध असते. त्या मानाने या तीन मंडळांचा धोरणांवर आणि कार्यकुशलतेवर जेवढा प्रभाव असायला हवा तेवढा असत नाही. धोरणे व कार्यकुशलता आणि निधीचे वाटप यांच्यातील परस्पर संबंध नीटपणे सांधून घेण्यासाठी केंद्र सरकार आणि राज्य सरकार या दोघांनीही एक अधिकाऱ्यांचा गट नेमावा.

६. आजच्या निधी निश्चिती आणि निधी वाटप पद्धतीसंबंधी राष्ट्रीय विकास महामंडळाला माहिती देण्यासाठी लेख तयार करण्यात यावा. आणि त्या लेखामध्येच निधी निश्चिती आणि निधीवाटप कार्यकुशलतेशी कसं थेट जोडून घेता येईल यासंबंधीचे पर्यायही देण्यात यावे. या पर्यायांचा विचार करण्यासाठी राष्ट्रीय विकास महामंडळाची खास बैठक बोलावण्यात यावी. या लेखाची चर्चा होण्याआधी राज्यांच्या कठीण आर्थिक परिस्थितीची चर्चा व्हावी. त्याचबरोबर आजच्या व्यवस्थेमुळे केवढ्या मोठ्या प्रमाणावर अक्षम्य अशा प्रकारची हानी होते आहे याचाही विचार केला जावा.

शेवटचे तीन शब्द

नियोजन मंडळाला जर आपला अधिकार सिद्ध करायचा असेल तर तो मंडळाने कल्पनांच्या जोरावर, मंडळाने सुचवलेले उपाय सरकारच्या आणि समाजाच्या दृष्टीने उपयोगी ठरणारे आहेत या बाबीने, मंडळ सत्यच सांगत आहे- कितीही कटू असलं तरी- या बाबीच्या जोरावर मंडळाने आपला अधिकार सिद्ध केला पाहिजे. आपण एक नि:पक्षपाती संस्था आहोत हे मंडळाने दाखवून दिलं पाहिजे तरच त्यावर लोकांचा विश्वास बसेल आणि मंडळाच्या इशाऱ्यांकडे दुर्लक्ष केल्यास त्याची फार

मोठी किंमत चुकवावी लागेल हेही संबंधित संस्थांना कळून चुकलं पाहिजे.

दुसरी गोष्ट : हा लेख नियोजन मंडळासंबंधी आहे. त्यामुळे जे दोष मंडळाच्या रोजच्या कामामध्ये अडथळा बनून राहिले आहेत तेवढ्याच बाबी आणि त्यांच्यामध्ये बदल इथे सुचवलेले आहेत. या लेखामध्ये वर्णन केलेल्या परिस्थितीला मंडळाखेरीज इतरही अनेक विभाग कारणीभूत झालेले आहेत. काही म्हटलं तरी ज्या दोषांमुळे ग्रामीण विकास विभागाच्या कार्यक्रमांमध्ये अडथळे आले ते दोष ग्रामीण विकास विभागानेच दुरुस्त करायला हवे होते. ते दोष तसेच राहिले आणि वाढलेही याचा दोष त्या विभागाकडेच जातो. त्याचप्रमाणे, नियोजन मंडळाने योजनांमध्ये दुरुस्त्या सुचवल्यानंतरही विभाग आपल्या रीतीनेच काम करत राहिलेले दिसतात. कधी कधी तर मंडळाच्याही वरिष्ठ स्तरावरील अधिकाऱ्यांकडून योग्य असलेले निर्णयही फिरवून घेतलेले दिसतात.

थोडक्यात सांगायचं तर—

नियोजन मंडळातील सुधारणा परिणामकारक ठरायला हव्या असतील तर इतर मंत्रालयांमध्येही सुधारणा होणं अतिशय आवश्यक आहे.

■

एक क्षेत्र

पर्यावरण : एक महत्त्वाचा धडा

''नवी दिल्ली येथील एका न्यायालयाने विषारी पदार्थ भारतामध्ये आणण्यावर घातलेल्या बंदीला न जुमानता हजारो टन विषारी टाकाऊ पदार्थ बेकायदेशीरपणे पुन्हा उपयोगात आणण्यासाठी किंवा फेकून देण्यासाठी भारतामध्ये पाठवण्यात येत आहेत. अशा धोकादायक टाकाऊ पदार्थांच्या पुरासाठी प्रत्येक भारतीय बंदराचे दरवाजे सताड उघडलेले आहेत.'' हे वाक्य आहे ''स्टेट ऑफ एन्व्हायर्नमेंट, इंडिया २००१ या अहवालामधलं. हा अहवाल पर्यावरण मंत्रालय, टी ई आर आय आणि संयुक्त राष्ट्रसंघाचा पर्यावरण विषयक कार्यक्रम या सर्वांनी मिळून एकत्रितपणे तयार केलेला आहे. यातील विरोधाभास न जाणवल्यासारखे ते पुढे म्हणतात, ''अर्थात, भारत सरकारने अशा धोकादायक टाकाऊ पदार्थांच्या आयातीवर मजबूत लगाम घातलेला आहे. त्यांनी फक्त ५ कंपन्यांना असे धातुमय टाकाऊ पदार्थ स्वीकारण्याची परवानगी दिलेली आहे आणि फक्त ३ कंपन्यांना त्या प्रकारचे टाकाऊ पदार्थ पुन्हा उपयोग करण्यासाठी भारताला निर्यात करण्याची परवानगी दिलेली आहे.'' आणि पुढच्याच वाक्यात ते असंही म्हणतात, ''वास्तवात, १५१ वेगवेगळ्या आयात कंपन्यांनी सुमारे ७३,००० टन झिंक आणि शिशाची अवशिष्टे ४३ देशांमधून आयात केली आहेत.''

''१९९५ मध्ये ऑस्ट्रेलियाने मोडीत काढलेल्या शिशाच्या बॅटरीज, झिंक आणि तांब्याची राख यांसारखे १४५० टन विषारी पदार्थ भारताला निर्यात केले. आंतरराष्ट्रीय कराराला न जुमानता पी वी सी टाकाऊ पदार्थ प्रचंड प्रमाणामध्ये अजूनही आशियामध्ये निर्यात केले जात आहेत. हरित शांतीने केलेल्या भारतीय विदेशी व्यापाराच्या विश्लेषणानुसार मे १९९६पासून कमीत कमी ११२७ टन एवढी झिंक राख प्रामुख्याने अमेरिकेमधून भारतामध्ये आयात केली गेलेली आहे.

ऑक्टोबर १९९६ ते जानेवारी १९९७ या काळामध्ये सुमारे ५६९ टन शिशाच्या टाकाऊ बॅटरीज मुंबई या प्रमुख बंदरामध्ये उतरवण्यात आल्या. १९९६ या वर्षामध्ये सुमारे ४०,००० टन शिशाच्या मोडक्या बॅटरीज आयात केल्या गेल्या. बेसल बंदी यादीमध्ये शिसे आम्ल वापरणाऱ्या बॅटरीजचे नाव असूनही भारताच्या विदेश व्यापार विभागाच्या प्रमुख संचालकांनी गेल्या वर्षी बॅटरी प्लेट्स आणि टर्मिनल्स यांची मुक्त आयात करण्याची परवानगी दिली. फक्त ७ कंपन्यांना विषारी टाकाऊ पदार्थ आयात करण्याचा परवाना असला तरी सुमारे १५० कंपन्या अशी आयात करत आहेत.''

हा भारत सरकारचा मजबूत लगाम?

पाण्यापासून होणाऱ्या प्रदूषणाची माहिती देताना हा अहवाल पुढे अशी नोंद करतो,

> ''पाण्याच्या प्रतीवर संनियंत्रण ठेवणाऱ्या विभागाचे १९९८मधील अहवाल स्पष्टपणे असे दर्शवतात की महत्त्वाच्या भारतीय पाणीसाठ्यांमध्ये सेंद्रिय आणि सूक्ष्म जंतूंमुळे होणाऱ्या प्रदूषणाचे प्रमाण अजूनही बरेच मोठे आहे. संपूर्ण देशामध्ये यमुना नदी ही सर्वांत अधिक प्रदूषित आहे. दिल्ली ते इटावा या भागातील तिच्या प्रवाहामध्ये बी ओ डी (बायो-केमिकल ऑक्सिजन डिमांड) आणि कॉलिफॉर्मचे प्रमाण अतिशय मोठे आहे. इतर प्रदूषित नद्यांमध्ये अहमदाबाद येथील साबरमती, लखनौ येथे गोमती, काली, अड्यार, कूअम येथील संपूर्ण भाग, मदुराई जवळ वेघाई आणि हैद्राबाद येथील मुसी बंधारे यांची नावे घ्यावी लागतील.
>
> ''सी पी सी बी (सेंट्रल पोल्युशन कंट्रोल बोर्ड) राष्ट्रीय प्रदूषण नियंत्रण मंडळाने निरनिराळ्या राज्यांमधील विहिरींचेही एक मर्यादित प्रमाणामध्ये पाणी प्रत संनियंत्रक सर्वेक्षण केलेले आहे आणि पी एच प्रमाण, प्राणवायू विरघळण्याचे प्रमाण, बी ओ डी आणि एकूण कॉलिफॉर्म यांचे प्रदूषित पाण्यातील दर शेकडा प्रमाण काढले आहे.
>
> ''या राज्यांमधील काही ठिकाणी विरघळलेल्या प्राणवायूची पातळी, आणि एकूण कॉलिफोर्म यांच्या मान्यताप्राप्त पातळीचे १००% उल्लंघन झाले असल्याचे नोंदले आहे. फ्रेॲटिक विभागांमध्ये भूजलसंपत्तीमधील रासायनिक द्रव्यांचे पृथक्करणासंबंधीच्या सी डब्ल्यू सीच्या अभ्यासामध्ये असे आढळून आले आहे की, अनेक बाबींमध्ये नत्र, पलाश, आणि स्फुरदही फार मोठ्या प्रमाणामध्ये त्या पाण्यामध्ये होती, तर याउलट अर्धबंदिस्त किंवा बंदिस्त पाणी साठ्यामध्ये मात्र त्यांचे प्रमाण नगण्य किंवा जवळ जवळ नाही असेच होते.

(नत्र आणि पलाश १०एमजी/१) कृत्रिम खतांचा अनिर्बंध वापर आणि त्यांच्या जोडीने पाण्याचे चुकीचे व्यवस्थापन या दोहोंमुळे देशातील भूजल संपत्तीच्या प्रतीवर अनेक ठिकाणी वाईट परिणाम झाला आहे. भूजल संपत्तीच्या प्रदूषणासंबंधीच्या राज्यनिहाय अहवालामध्ये हेही नोंदवलेले आहे की देशाच्या विविध भागांमध्ये निरनिराळ्या ठिकाणी केलेल्या पाहणीमध्ये मोठ्या प्रमाणावर जड/दूषित धातू, फ्लुओराईड आणि नत्रे सापडली आहेत. दिल्लीमधील उथळ पाण्याच्या साठ्यांमध्ये झिंक सापडले आहे आणि हे साठे शेतजमिनीचा आणि रासायनिक खतांचा भरपूर वापर होत असलेल्या भागांजवळ आहेत. जल प्रदूषण-नियंत्रण आणि प्रतिबंध कायदा, पर्यावरण संरक्षण कायदा यांसारखे कडक कायदे १९७४ आणि १९८६पासून अस्तित्वात असूनही १९९७ मध्ये विविध नद्यांच्या तीरांवर आणि तळ्यांच्या काठी ८५१ असे उद्योग आढळून आले जे हे कायदे खुशाल मोडत होते. १९७७ च्या पाणी कर कायदाही पाण्यामध्ये मिसळल्या जाणाऱ्या दूषित वस्तूंच्या प्रमाणाविरुद्ध व्यापार-आधारित उपाय या दृष्टीने काहीही करू शकलेला नाही.''

टी ई आर आय कडे मी नद्यांची माहिती देण्याची विनंती करतो. अधिकृत अभ्यासांचा हवाला देत, बायोकेमिकल ऑक्सिजनचे (बीओडी) आदर्श प्रमाण ३ एमजी/१ एवढे असतानाही त्यांचे तज्ज्ञ सांगतात,

''भारतामध्ये एकूण नद्यांची लांबी सुमारे ४५,००० कि मी.एवढी आहे. त्यापैकी १४% प्रवाहांमध्ये बी ओ डीचे प्रमाण ६ एम जी / १ याहून अधिक आहे, १९% प्रवाहामध्ये मध्यम प्रदूषण आहे– बी ओ डी प्रदूषणाचे प्रमाण ३ ते ६ एम जी /१ यामध्ये आहे. प्रथम दर्जाच्या आणि दुसऱ्या दर्जाच्या शहरांपैकी ८०% शहरांचे सांडपाणी कोणतीही प्रक्रिया न करता प्रवाहांमध्ये सोडण्यात येते आणि त्यामुळे जमिनीवरील पाण्याचे प्रदूषण प्रचंड प्रमाणात वाढते. महाराष्ट्र आणि त्यानंतर उत्तर प्रदेश या दोन राज्यांमध्ये नदीकाठांचे प्रदूषण सर्वाधिक म्हणजे बी ओ डी ६ एम जी/१ याहून अधिक असलेले आढळून आले आहे. गंगा नदीचे खोरे (यामध्ये यमुनेचे खोरेही येते) आणि त्यानंतर गोदावरी आणि कृष्णा नद्यांची खोरी यामध्ये २५% हून अधिक प्रवाहांमध्ये बी ओ डीच्या आदर्श प्रमाणापेक्षा ३ एम जी/१ यापेक्षा अधिक बी ओ डी असल्याचे आढळून आले आहे.''

आणि तळ्यांचं काय ?

''तळ्यांमध्येही अशाच प्रकारच्या बी ओ डी पातळ्या असल्याचे दिसून

आले आहे. उदाहरणार्थ, हैद्राबाद -सिकंदराबाद येथील हुसेनसागर तलावामध्ये ८ ते १९ एम जी / १ अशी पातळी दिसून आली आहे - आदर्श पातळी ३ एमजी/१ ही आहे. हीच गोष्ट हिमाचल प्रदेशातील रेणुका तलाव (बी ओ डी ८ एम जी/१), कर्नाटक मधील उल्सूर तलाव (बी ओ डी ६ ते १८ एम जी/१), भोपाळमधील खालचा आणि वरचा तलाव (बी ओ डी ९ ते १२ एम जी/१), शिलाँगमधील वॉर्ड तलाव (बी ओ डी ६ ते ८ एम जी/१), मेघालय येथील उमियाम तलाव (७ ते १३ एम जी/१) इत्यादींच्या बाबतीतही खरी आहे.''

आणि भरपूर कायदेकानून, त्यांच्या अंतर्गत असलेले अनेक नियम आणि हे कायदे कानून आणि नियम अमलात आणण्यासाठी खास नेमण्यात आलेली असंख्य मंडळं आणि तक्रारींचं निवारण करणारी न्यायालयं आहेत, हे आपण आता थोड्या वेळात बघणारच आहोत.

हे एवढंच नाही, ''या समस्येला युद्धपातळीवर तोंड दिले पाहिजे.'' असा निश्चय एकामागोमाग आलेली सरकारं - राज्य आणि केंद्र – पुन्हा पुन्हा करतात. पेयजल आणि स्वच्छता दशकाचे सर्वांत महत्त्वाचे उद्दिष्ट— ''सर्वांना स्वच्छ पिण्याचं पाणी आणि सर्वांना उत्तम स्वच्छतेच्या सुविधा पुरवणे'' हे होतं. या दशकाची सुरुवात १९८० मध्ये झाली.

२० एप्रिल २००४ च्या 'हिंदू' मध्ये म्हटलं आहे, ''देशभरामध्ये वातावरणाची प्रत सांभाळणारी केंद्रे आणि त्यांचे जाल यांची यादी स्वीकृत झाल्याला एका दशकाहूनही अधिक काळ उलटून गेल्यानंतर केंद्रीय प्रदूषण नियंत्रण मंडळाला अचानक हे कळून आले आहे की, देशभरातील या स्वीकृत केंद्रांच्या यादीमध्ये कागदावर एकूण २९५ केंद्रे असली तरी सुमारे २०० केंद्रेच सध्या काम करत आहेत. १९९२मध्ये २९५ केंद्रांची ही यादी स्वीकृत झाल्यानंतर अनेक राज्यांनी आपल्या विभागातील काही केंद्रे सुरूही केलेली नाहीत.'' याचं कारण? ''तोटके मनुष्यबळ.'' या परिस्थितीमध्ये एक दशक उलटून गेल्यानंतर अधिकारी वर्गानं त्यावर उपाय काय शोधून काढला आहे? राज्याच्या संबंधित अधिकाऱ्यांनी संनियंत्रक सर्वेक्षण करण्यासाठी ठेकेदारी पद्धतीने माणसे कामावर ठेवावी. ही कल्पना काही इतकी क्रांतिकारी नाही की जी सुचण्यासाठी एक पूर्ण दशक जावं लागावं.

घन कचरा?

याच प्रकारचे अनेक कायदे घन कचऱ्याची विल्हेवाट लावण्यासंबंधीही केले गेलेले आहेत. विशेषत: धोकादायक घन कचऱ्याच्या विल्हेवाटीसंबंधी, नेहमीच्याच प्रथेप्रमाणे –सुरुवातीला नागरी कचऱ्यासंबंधी एक ''उच्चाधिकार समिती'' स्थापन

करण्यात आली. ही गोष्ट १९७५ मधली.

१९८६पर्यंत 'अंब्रेला कायदा' अस्तित्वात आलेला होता. १९८६चा पर्यावरण (संरक्षण) कायदा.

१९८९मध्ये या कायद्याच्या अन्वये सरकारने 'धोकादायक कचऱ्याची हाताळणी आणि व्यवस्थापन' या संबंधीचे नियम जारी केले.

सरकारने धोकादायक रसायनांचे उत्पादन, साठवण आणि आयात यासंबंधीचे नियमही यावेळी जारी केले.

आणि यानंतर धोकादायक सूक्ष्मजीव, जेनेटिकली बदल घडवून तयार केलेले सूक्ष्मजीव किंवा सेल्स यांच्या उत्पादन, वापर, आयात आणि साठवण यासंबंधीचे नियम.

हे सर्व घडलं १९८९ मध्ये.

पुढच्याच वर्षी, म्हणजे १९९० मध्ये राष्ट्रीय टाकाऊ वस्तू व्यवस्थापन परिषदेची निर्मिती झाली.

१९९१ मध्ये पर्यावरण आणि अरण्ये मंत्रालयाने धोकादायक टाकाऊ वस्तूंचे व्यवस्थापन आणि हाताळणी या संबंधीची मार्गदर्शक तत्त्वे जारी केली.

१९९३ मध्ये, राष्ट्रीय टाकाऊ वस्तू व्यवस्थापन परिषदेने राष्ट्रीय प्लॅस्टिक टाकाऊ मालाच्या व्यवस्थापनासाठी टास्क फोर्सची जुळणी केली.

धोकादायक रसायनांची हाताळणी आणि व्यवस्थापन यासंबंधीचे सुसंबध्द नियम– हे नियम 'धोकादायक टाकाऊ वस्तूंची हाताळणी आणि व्यवस्थापनाच्या' नियमांहून वेगळे आहेत– १९८९ मध्ये लागू केले गेले आहेत. 'धोकादायक टाकाऊ वस्तूंची हाताळणी आणि व्यवस्थापन' यासाठीची मार्गदर्शक तत्त्वे १९९१मध्ये जारी करण्यात आली आहेत आणि असं असूनही सरकारने १९९६ मध्ये 'धोकादायक रसायनांची रस्त्यांवरून सुरक्षित ने-आण करण्यासाठीची मार्गदर्शक तत्त्वे' जाहीर केली. या मार्गदर्शक तत्त्वांमध्ये काही मूलभूत नियमांबरोबरच एक 'वाहतूक संकटकालीन योजना' तयार करण्याचीही तरतूद करण्यात आली. आणि 'धोका परीक्षण आणि निर्धारण' करण्याचीही तरतूद केली.

त्याच वर्षी १९९५ मध्ये, नागरी कचऱ्यासंबंधीही एक उच्चाधिकार समिती स्थापन करण्यात आली. १९७५ साली स्थापन करण्यात आलेल्या उच्चाधिकार समितीने ज्या शिफारशी केलेल्या होत्या त्यावर विचार विनिमय करून या समितीने त्यामध्ये काही सुधारणा सुचवल्या.

१९९८ मध्ये, 'बायो-मेडिकल टाकाऊ वस्तूंची हाताळणी आणि व्यवस्थापन' यासंबंधीचे नियम जारी करण्यात आले.

आणि– 'धोकादायक टाकाऊ वस्तूंची हाताळणी आणि व्यवस्थापना' संबंधीचे

नियम अधिक कडक करण्यात आले.

आणि– महानगरपालिकांसाठीच्या घन कचऱ्याच्या हाताळणी आणि व्यवस्थापनासंबंधीच्या नियमांचा कच्चा खर्डा जारी करण्यात आला.

१९९८ मध्येच, राष्ट्रीय टाकाऊ वस्तू व्यवस्थापन परिषदेने स्थापन केलेल्या राष्ट्रीय प्लॅस्टिक टाकाऊ वस्तू व्यवस्थापन टास्क फोर्सने शिफारस केल्यानुसार पुनर्वापर केलेल्या प्लॅस्टिकच्या वापरासंबंधीच्या नियमांचा कच्चा खर्डा तयार झाला– यामध्ये त्यांनी पुनर्वापर केलेल्या प्लॅस्टिकच्या पिशव्या खाद्यपदार्थ ठेवण्यास, खाद्यपदार्थांची ने-आण करण्यास आणि साठवण करण्यासाठी वापरण्यास बंदी घातली होती.

पुढच्याच वर्षी १९९९मध्ये, यातूनच पुनर्वापर केलेल्या प्लॅस्टिकचे उत्पादन आणि वापर यासंबंधीच्या नियमांचा अंतिम मसुदा तयार झाला.

२००० साली धोकादायक टाकाऊ वस्तूंची हाताळणी आणि व्यवस्थापन यासंबंधीचे नियम अधिक कडक करण्यात आले.

त्याच वर्षी नागरी घन कचऱ्याची हाताळणी आणि व्यवस्थापन यासंबंधीच्या नियमांचा जो कच्चा खर्डा १९९८मध्ये तयार करण्यात आलेला होता, त्याला अंतिम स्वरूप देऊन नागरी घन कचऱ्याची हाताळणी आणि व्यवस्थापन यासंबंधीचे अंतिम नियम तयार करण्यात आले.

या सर्व काळामध्ये नागरी बाबी आणि रोजगार मंत्रालयाने राष्ट्रीय पर्यावरण अभियांत्रिकी संस्थेला नागरी कचऱ्याच्या व्यवस्थापनासंबंधी एक धोरणात्मक टिपण तयार करण्यास आणि घन कचऱ्याचं व्यवस्थापन करण्यासंबंधी एक नियमपुस्तिका तयार करण्यास सांगितलं होतं.

याच मंत्रालयाच्या 'केंद्रीय सार्वजनिक आरोग्य आणि पर्यावरण अभियांत्रिकी संस्था' या विभागाने एक 'धोरणात्मक टिपण' तयार केलेले होते, त्यामध्ये पाणी, सफाई व्यवस्था, घन कचऱ्याच्या व्यवस्थापनाच्या सुविधा आणि जलनि:सारण पद्धतीच्या उपयुक्तता या मुद्यांचा विचार केलेला होता.

पर्यावरण आणि अरण्ये मंत्रालयाने नागरी घन कचऱ्याच्या विल्हेवाटीसाठी एक 'बृहत-योजना' तयार केलेली होती.

केंद्रीय प्रदूषण नियंत्रण मंडळाने रुग्णालयातील कचऱ्याची सुरक्षित विल्हेवाट लावण्यासाठी मार्गदर्शक तत्त्वे तयार केलेली होती.

आणि प्रत्यक्षात काय घडलं? एकच उदाहरण घ्यायचं तर – २१ एप्रिल २००४ च्या 'हिंदू' मधील एक अहवाल पाहू - त्यात म्हटलं आहे, ''रुग्णालयातील कचरा जाळणाऱ्या भट्ट्यांमुळे सर्वाधिक प्रदूषण होते. 'टॉक्सिक लिंक्स'ने केलेल्या एका सर्वेक्षणावर हा अहवाल आधारलेला आहे. ही गोष्ट अगदी खरी आहे की,

रुग्णालयाच्या आवारामध्ये या भट्ट्या बसवू नयेत असे सरकारचे मत आहे, आणि काही अनिवार्य अशा बाबींपुरतीच अशी भट्टी रुग्णालयामध्ये नव्याने बसवण्यास परवानगी दिली जाईल अशी त्यासंबंधी मार्गदर्शक तत्त्वेही जाहीर करण्यात आलेली आहेत, परंतु हे सर्व कागदोपत्रीच घडून येत आहे, असे दिसते.'' हे वृत्तपत्र टॉक्सिक लिंक्सच्या तज्ज्ञाचे उदगार उद्धृत करत सांगतं, ''याचे कारण अगदी साधेसेच आहे! प्रत्यक्षात, कोणत्या मर्यादेपर्यंत रुग्णालये आपला कचरा रुग्णालयाच्या आवारामध्ये जाळू शकतात यासंबंधीच्या नियमांमध्ये करण्यात आलेल्या सुधारणे विषयी रुग्णालयांना कळवले गेलेलेच नाही. आणि म्हणून नियमांमध्ये उल्लेख केलेल्या सर्वच प्रकारच्या कचऱ्याला रुग्णालयाच्या आवारातच जाळण्यात येते. राज्य प्रदूषण नियंत्रण मंडळे रुग्णालयांना स्वत:च्या आवारामध्येच भट्ट्या तयार करण्याचे उत्तेजन देणारी विधाने करत राहतात अणि काही राज्य सरकारे तर 'प्लाझ्मा पायरोलिसिस' सारखे अजून मान्य न झालेले तंत्रज्ञान वापरण्याच्याही विचारात आहेत.''

यापुढील सत्यही एवढंच बोलकं आहे.

> ''२००० साली दिल्लीमध्ये सुमारे ५९ वैद्यकीय कचरा जाळणाऱ्या भट्ट्या होत्या. परंतु त्यामधून बाहेर टाकल्या जाणाऱ्या धुरासंबंधीच्या किचकट नियमांमुळे बहुतेक खाजगी रुग्णालयांनी या भट्ट्या बंद करून टाकण्याचा निर्णय घेतला. या यंत्रांमुळे निर्माण होणाऱ्या आर्थिक आणि पर्यावरण विषयक समस्या खाजगी रुग्णालयांनी मान्य केलेल्या आहेत, परंतु सरकारी रुग्णालयांनी मात्र या संकटाकडे काणाडोळा केलेला आहे. आजही दिल्लीमधील बहुतेक भट्ट्यांकडे पर्यावरण नियंत्रक यंत्रणा नाही....''

एका गोष्टीची मात्र आपण खात्री देऊ शकतो : आणखी नियम, आणखी दुरुस्त्या आणि मग त्या नियमांवर आणि दुरुस्त्यांवर आणखी विचारविनिमय होतच राहणार. कारण— २००१ साली पर्यावरण मंत्रालयाने टी ई आर आय इत्यादी संस्थांच्या सहकार्याने जारी केलेला 'पर्यावरणाची परिस्थिती' हा अहवाल अंतिम नियमांच्या अंतिम आराखड्याबद्दल बोलताना नोंद करतो, ''बायो-मेडिकल टाकाऊ वस्तूंच्या व्यवस्थापनाच्या नियमांबरोबरच हे नियमही सी पी सी बीने (केंद्रीय प्रदूषण नियंत्रण मंडळ) आणि एस पी सी बी ने (राज्य प्रदूषण नियंत्रण मंडळ) यामध्ये कोणती भूमिका घ्यावयाची आहे आणि कोणती निश्चित जबाबदारी पार पाडावयाची आहे हे स्पष्ट करत नाहीत.'' नियमांच्या इतक्या आवृत्त्या, इतक्या समित्या आणि टास्क फोर्स आणि अजून इतकी मूलभूत बाबही स्पष्ट नाही?

आणि काही झालं तरी 'हिंदू'ने आपल्या लेखामध्ये भट्ट्यांची बाब मांडल्याप्रमाणे या गोष्टीचा दोष अधिकाऱ्यांची कर्तव्यं स्पष्ट झालेली नाहीत या बाबीकडे देता

येईल काय?

पुन्हा एकवार– "२००० साली एम ओ ई एफने (पर्यावरण आणि अरण्ये मंत्रालय) मांडलेल्या, धोकादायक टाकाऊ वस्तूच्या व्यवस्थापनासंबंधीच्या नियमांमध्ये या टाकाऊ वस्तूंची निर्मिती कमीतकमी प्रमाणात व्हावी यासाठी प्रोत्साहन देणारी कोणतीच तत्त्वे नसल्यामुळे उद्योग याबद्दल ठोस पावले उचलण्यास फारसे उत्सुक नाहीत."

पुन्हा एकदा "प्रदूषित जागांची सफाई करण्यासाठीचे दंडक आणि जमिनीवर या टाकाऊ वस्तूंची विल्हेवाट लावण्यामध्ये असलेली बंधने यामुळे ज्या उद्योगांच्या अयोग्य विल्हेवाटीमुळे जमीन आणि पाण्याची स्थले प्रदूषित होत आहेत त्या उद्योगांवर ही विल्हेवाट कशी लावायची याबद्दलचे कोणतेच कायदेशीर बंधन नाही. त्या उद्योगांना ही सफाई करणे भाग पाडण्यासाठी न्यायालयीन आदेशांची आवश्यकता भासते." नियमांच्या किती फेऱ्या आणि तरीही - वर्तनाचे मूल्यमापन कोणत्या आधारावर करावयाचे हेच निश्चित नसणे—इतकी मूलभूत बाब - तयारच केलेली नसावी? किती कायदे आणि त्यांची अंमलबजावणी करणाऱ्या किती अधिकारी समित्या आणि तरीही प्रदूषण करणारे उद्योग त्यांच्या मनाला येईल तसं प्रदूषण करायला मोकळे? कारण काय – तर "न्यायालयाने तसा हुकूम दिल्याखेरीज त्यांनी प्रदूषित केलेली जागा स्वच्छ करण्याची कायदेशीर जबाबदारी त्यांच्यावर नाही." म्हणून?

एक काहीतरी न जुळणारी बाब

या क्षेत्रामध्ये एक फार मोठा घोटाळा आहे. मी जेव्हा आपल्या देशातील पर्यावरणाच्या परिस्थितीविषयी काही वाचतो – त्यामध्ये मी आधी उद्धृत केलेले सरकारी संस्थांचे अहवालही आहेत; जेव्हा मी आपल्या शहरांमधून प्रवास करतो किंवा आपल्या नद्यांवरील पुलांवरून जातो तेव्हा मला जे चित्र दिसतं ते फार भयंकर असतं. परंतु याउलट मी जेव्हा सरकारी संस्थांकडून अधिकृत आकडेवारी मागवतो, तेव्हा माझ्यासमोर एक भरपूर काम चालू असल्याचं आणि खूप काही काम पूर्ण झालं असल्याचं चित्र उभं करण्यात येतं.

* केंद्रीय आणि राज्य सरकारच्या प्रदूषण नियंत्रण मंडळांनी दिलेल्या सूचनांचा परिणाम म्हणून पुढील गोष्टी घडतात, असं मला सांगण्यात आलेलं आहे– १९९१ मध्ये जे १५५१ उद्योग सर्वाधिक प्रदूषण करणारे म्हणून निश्चित करण्यात आले, त्यांच्यापैकी १३५१ उद्योगांनी प्रदूषण नियंत्रण यंत्रसामग्री बसवलेली आहे. १७८ उद्योग बंद झालेले आहेत आणि उर्वरित २२ चुकार उद्योगांविरुद्ध कारवाई सुरू करण्यात आलेली आहे.

* ११ जानेवारी १९९२ नंतर जे १७ वर्ग निश्चित करण्यात आले, त्यातील ६०४ उद्योगांपैकी ५२७ उद्योगांनी आवश्यक ती प्रदूषण नियंत्रण यंत्रसामग्री बसवलेली आहे, ४६ उद्योग बंद झालेले आहेत, आणि उर्वरित ३१ चुकार उद्योगांविरुद्ध कारवाई सुरू करण्यात आलेली आहे.
* नद्या आणि तलावांमध्ये दूषित रसायने सोडणारे उद्योग म्हणून ८५१ उद्योग ओळखून काढण्यात आले होते. त्यांपैकी ६०८ उद्योगांनी दूषित रसायनांवर प्रक्रिया करणारी यंत्रणा बसवलेली आहे, २३८ उद्योग बंद झालेले आहेत आणि ५ उद्योगांविरुद्ध कारवाइ सुरू करण्यात आलेली आहे.
* २००३ च्या मार्चपर्यंतचे आकडे शोधून काढणं शक्य झालं आहे, त्यामध्ये जल आणि वायू कायद्यांखाली ७३५७ खटले भरण्यात आले होते. यांपैकी ४१७० खटल्यांचा निकाल लागलेला आहे. यांपैकी २३१९ खटल्यांचे निकाल प्रदूषण नियंत्रण मंडळाच्या बाजूने लागले आहेत– म्हणजे प्रदूषण करणाऱ्या उद्योगांच्या विरुद्ध – तर १८५१ खटल्यांचे निकाल मंडळाविरुद्ध लागले आहेत. सूचना दिल्या गेल्या आहेत, ३००० पाहण्या कोणतीही पूर्वसूचना न देता करण्यात आल्या आहेत, कोणत्याही उद्योगाची पूर्व पाहणी पर्यावरणाच्या दृष्टीने करण्यासाठी त्यासंबंधीची चर्चा जाहीरपणे करण्यात आली पाहिजे अशी एक नवी प्रथा एप्रिल १९९४ पासून अमलात आणली जाऊ लागली आहे. अधिकाऱ्यांचं म्हणणं आहे की,
* या अशा प्रथांचा परिणाम असा होतो की उद्योगांचा पसारा आणि पातळी लक्षात घेता योग्य ती प्रक्रिया करणारी यंत्रणा बसवलेली नसेल तर औद्योगिक पाणी प्रदूषण (बी ओ डी च्या संदर्भात) आज दररोज ९५०० टन होते आणि अशी यंत्रणा बसवली तर हे प्रदूषण दररोज १७०० टन होईल.
* त्याचप्रमाणे, न्यायालयांनी आणि सरकारने अनिवार्य केल्यामुळे इलेक्ट्रोस्टॅटिक प्रेसिपिटेटर्स आणि बॅक फिल्टर्स बसवले गेले आहेत आणि म्हणून औद्योगिक वायू प्रदूषणातील पार्टिक्युलेट पदार्थांचा भाग- जो ३ लाख टन दर दिवशी झाला असता, तो आता दर दिवशी ५४०० टन इतका आहे.

मी या दाव्यांचं मूल्यमापन करण्यासाठी विज्ञान आणि पर्यावरण केंद्राकडे विचारणा करतो.

ते उत्तर लिहितात : या नोंदींमध्ये निश्चितपणेच काही कमतरता आहेत आणि आपली इच्छा असेल तर आम्ही या नोंदींचे अधिक विश्लेषण करू शकू. परंतु पुढे

नोंदवलेल्या काही मुद्यांवरून आपल्याला कळून येईल की काही महत्त्वाच्या मुद्यांचा विपर्यास करून या नोंदीमध्ये ते मुद्दे मांडले गेले आहेत.

१. प्रदूषण करणाऱ्या उद्योगांची यादी सदोष आहे हे उघड आहे. दिलेली माहिती फक्त २१५५ मध्यम आणि मोठ्या उद्योगांसंबंधीची आहे. परंतु आपण वार्षिक औद्योगिक सर्वेक्षणावर (२००२) नुसती नजर टाकली तरी कळून येते की देशातील मध्यम आणि मोठ्या उद्योगांची संख्या १,२८,५४९ इतकी आहे, म्हणजे या मंडळांनी देशातील एकूण उद्योगांपैकी सुमारे २% उद्योगांचीच तपासणी केलेली आहे. (प्रत्यक्षात ही टक्केवारी १.६७% इतकीच आहे.) शिवाय सुमारे ३०,३७००० इतके लघु उद्योग या तपासणीमध्ये आलेलेच नाहीत ते वेगळेच.

याहून वाईट गोष्ट म्हणजे, ज्या २% उद्योगांची तपासणी मंडळाने केली आहे त्यामध्ये बॅटरी, मोटारी, रंग, खाण, अन्नधान्यप्रक्रिया, इलेक्ट्रोप्लेटिंग यांसारखे अधिक प्रदूषण करणारे उद्योग घेतलेलेच नाहीत.

२. सर्वाधिक सेंद्रिय प्रदूषण (बी ओ डी) हे अन्नप्रक्रिया उद्योगामुळे होते ही गोष्ट जगजाहीर आहे. म्हणजे मग जेव्हा मंडळ बी ओ डीचा वापर एक महत्त्वाचे मूल्यमापन परिमाण म्हणून करत असते तेव्हा त्याच्या प्रदूषण करणाऱ्या उद्योगांच्या यादीमध्ये हा सर्वाधिक प्रदूषण करणारा उद्योग अंतर्भूतच केला गेला नसेल, तर त्याचा अहवाल खरी माहिती देणारा असणार नाही हे उघडच आहे. खरे म्हणजे, या विशिष्ट उद्योगांच्या प्रदूषणाचा जोर किती आहे हे मोजण्याचा एकच मार्ग आहे आणि तो म्हणजे रासायनिक प्राणवायूचे प्रमाण (सी ओ डी -केमिकल ऑक्सिजन डिमांड) सूचित करणारा दर्शक वापरणे, ज्याचा उल्लेखच या अहवालामध्ये केलेला नाही.

३. बी ओ डी संबंधी (दर दिवशी ९५०० टनांवरून दर दिवशी १७०० टनांवर आलेला बी ओ डी) यांनी पुरवलेली माहिती बघा. मद्य बनवणारे कारखाने, साखर आणि कागद कारखाने हे महत्त्वाचे उद्योग आहेत ज्यांच्यामुळे जास्त प्रमाणामध्ये बी ओ डी ची निर्मिती होते. मंडळाच्या प्रदूषण करणाऱ्या उद्योगांच्या यादीमध्ये या उद्योगांचा अंतर्भाव आहे. मंडळाचे यांच्यावर नियंत्रण असणे अपेक्षित आहे. मद्यनिर्मिती उद्योगांनी पाण्याच्या प्रवाहांमध्ये किती प्रमाणात टाकाऊ पदार्थ सोडले तर चालू शकेल याबद्दल मंडळाने काही आदर्श घालून दिलेले आहेत. ३० एम जी/१ – परंतु उपलब्ध असलेल्या माहितीवरून असे दिसून येते की हा विभाग हे आदर्श नक्कीच पाळत नाही आहे. उलट, हा आदर्श पाळणे

अतिशय कठीण आहे, हे तांत्रिकदृष्ट्या सिद्ध करणारा पुरेसा पुरावाही उपलब्ध आहे. सी पी सी बीच्या यादीमध्ये एकूण १७७ मद्यनिर्मितीचे कारखाने आहेत, हे आपल्याला माहीत आहे. म्हणजे, आपण जर त्यांची 'चुकार' उद्योगांची यादी पाहिली तर त्यांपैकी फक्त २२ 'चुकार' आहेत असा अर्थ होईल. (जर सर्व चुकार कारखाने हे मद्यनिर्मितीचेच कारखाने आहेत असे मानले तर.) आज मद्यनिर्मिती उद्योगाची काय अवस्था आहे हे पाहिले तर हे स्पष्टच दिसून येते की, त्यांच्यासाठी निश्चित केलेले आदर्श त्यांना निश्चितच पूर्ण करता येत नाहीत. म्हणजेच, ते चुकार उद्योग आहेत. प्रदूषण नियंत्रण मंडळ हे उद्योगांच्या प्रदूषण नियंत्रण यंत्रसामग्रीवर आणि त्यांच्या टाकाऊ पदार्थांच्या विल्हेवाटीवर लक्ष ठेवत असते की नाही, हा नेहमीच समोर उभा राहणारा प्रश्न असतो. हा फार महत्त्वाचा प्रश्न आहे, कारण प्रदूषण नियंत्रण मंडळाची क्षमता आणि उपलब्ध निधी अगदी केविलवाणे असतात आणि ही गोष्ट प्रत्यक्ष कृतीमध्ये आणणे त्यांना अशक्यच असते.

बी ओ डीचे प्रमाण आणखी किती कमी होणे शक्य आहे ते अजमावण्यासाठी आम्ही बी ओ डी चे आणखी विश्लेषण केले. मूळच्या १५५१ उद्योगांमधील वार्षिक टाकाऊ पाणी निचरा किती आहे हे आम्हाला माहीत आहे. (२००३ ची माहिती) मंडळाने वेगवेगळ्या विभागांसाठी वेगवेगळे निकष ठरवलेले आहेत हेही आम्हाला माहीत आहे. आम्ही गणित मांडल्यावर आम्हाला आढळून येते की, मंत्रालयाने पुरवलेल्या माहितीनुसार बी ओ डीची तीव्रता ११८एमजी/१ वरून २१एमजी/१ इतकी कमी झालेली आहे. सी पी सी बीच्या यादीनुसार एकूण कारखान्यांपैकी (५६९ कारखाने) १/३ कारखाने साखर आणि मद्य निर्मिती करणारे आहेत. जर आपण हे मान्य केले की मद्यनिर्मिती कारखाने १००एमजी/१ हा निकष पूर्ण करत आहेत आणि साखर कारखाने ३० एमजी/१ हा निकष पूर्ण करत आहेत (अतिशय आशावादी भूमिका) तर मग उरलेल्या ९८२ कारखान्यांना सरासरी ३.५एमजी/१ एवढाच बी ओ डीचा भार उचलावा लागेल. आणि सत्य परिस्थिती जर खरोखरच अशी असेल तर मग मंत्रालयाने आपले बी ओ डीचे निकष साखर व मद्य निर्मितीचे कारखाने सोडून इतर उद्योगांसाठी ताबडतोबच ३०एमजी/१ वरून ५ एमजी/१वर आणले पाहिजेत.

५. प्रदूषण पसरवणाऱ्या उद्योगांच्या यादीमध्ये कॉस्टिक-क्लोरिन उद्योगांचाही अंतर्भाव करण्यात आलेला आहे. या उद्योगापासून होणारे प्रदूषण हे

जैविक प्रदूषण नाही. जेव्हा आम्ही या उद्योगाचे मूल्यमापन केले तेव्हा तेव्हा आम्हाला भयंकर आश्चर्याचा एक फार मोठा धक्काच बसला – या उद्योगांमध्ये वापरण्यात येणाऱ्या पाऱ्यापैकी ९०% पाऱ्याचा काही हिशेबच लागत नाही आणि प्रदूषण नियंत्रण मंडळ या उद्योगाला लागणाऱ्या एकूण पाऱ्याच्या फक्त २% भागावर नियंत्रण ठेवू शकले आहे. म्हणून, हा उद्योग आपले प्रदूषण निकष पार पाडत आहे असे म्हणणे हास्यास्पद आहे. हे निकष अयोग्य आहेत आणि ते या उद्योगाच्या समस्याही पुरतेपणी मांडू शकत नाहीत. पारा हे एक न्युरोटॉक्सिन आहे आणि त्यापासून मोठे मानसिक आजार होऊ शकतात आणि ते आजार वारेतून शिरून गर्भावरही दुष्परिणाम घडवून आणू शकतात, हे आपल्याला माहीतच आहे.

६. तुम्हाला ती तथाकथित २२ चुकार उद्योगांची यादी मागवून घ्यावी लागेल. उदाहरणार्थ, सी पी सी बीच्या २००२च्या वार्षिक अहवालाच्या ५३व्या पृष्ठावर असे म्हटलेले आहे, की प्रदूषण करणाऱ्या उद्योगांमधील ८३ कोळशावर चालणाऱ्या कारखान्यांपैकी फक्त ४८ कारखाने टाकाऊ पदार्थांसंबंधी असलेल्या निकषांचे पालन करतात. (म्हणजेच ३५ कारखाने या निकषांचे पालन करत नाहीत आणि म्हणून ते चुकार ठरतात.) खेरीज, ८३ पैकी ५२ कारखाने टाकाऊ प्रवाही पदार्थांविषयीचे निकष पूर्ण करतात (पुन्हा एकदा ३१ चुकार). या नोंदीमध्ये दावा केलेल्या २२ कारखान्यांपेक्षा कितीतरी अधिक.

न्यायालयांकडून मिळालेला परिस्थितीजन्य पुरावा.

याखेरीज – एकूण परिस्थितीसंबंधी न्यायालयाला काय नोंद करणं भाग पडलं आहे आणि कोणती कारवाई करणं आवश्यक वाटले आहे त्यासंबंधीचा परिस्थितीजन्य पुरावा आहेच.

पर्यावरणाच्या संबंधातील अनेक कज्जांच्या माहितीवरून हे स्पष्ट होतं की जबाबदार अधिकारी अधिक जागरूक असणं आवश्यक आहे.

* न्यायालयाने हस्तक्षेप करून कायदा पाळणे अनिवार्य करावे अशी विनंती जागरूक नागरिकांना अनेकवार करावी लागली आहे.
* नियम आणि कायद्यांबरोबरच न्यायालयाच्या आदेशांचाही सरळ सरळ व उघड अवमान करणे थांबवण्यासाठी त्यांना न्यायालयाकडे धाव घ्यावी लागली आहे.
* सततच्या प्रयत्नांनंतरही कोणताही परिणाम न झाल्यामुळे अनेक जागरूक

नागरिकांना तेवढ्याच सातत्याने न्यायालयाकडे धाव घ्यावी लागली आहे आणि तीही अतिशय क्षुल्लक कारणांसाठी – त्यांच्या वसाहतीतील कचऱ्याची पेटी साफ केली न जाणे —इत्यादी.

* केंद्रीय मंत्रालये, राज्य सरकारे, महानगरपालिका यांसारख्या सरकारी संस्थांनाही पर्यावरण विषयक कायद्यांचे पालन करण्याविषयी न्यायालयाला पुन्हा पुन्हा बजावावे लागले आहे.
* अनेकदा प्रदूषण नियंत्रण मंडळासारख्या निम-सरकारी संस्थांना न्यायालयाकडे लेखी विनंती करावी लागली आहे की मंडळाने जारी केलेल्या आदेशांचे पालन करण्याची कडक सूचना अधिकृत संस्थांना न्यायालयाकडून दिली जावी.
* गंगा नदी स्वच्छ करण्याच्या बाबतीतील कायदेकानूंचा दुस्तर मार्ग हे याचे एक उत्तम उदाहरण आहे. आपण आता पाहणारच आहोत की सर्वोच्च न्यायालयाने केंद्रीय प्रदूषण नियंत्रण मंडळाला वेळोवेळी अहवाल सादर करण्याचे आदेश दिलेले आहेत. यावर मंडळाने न्यायालयाला अशी विनंती केलेली आहे की, उत्तर प्रदेश, बिहार, आणि पश्चिम बंगाल या राज्यांमधील महानगरपालिका, नगरपालिका आणि इतर स्थानिक संस्थांना यासंबंधीचे आदेश न्यायालयाने द्यावेत. हे आदेश सांडपाणी प्रक्रिया केंद्रे, सांडपाणी निचरा प्रणाली केंद्रे, स्मशान भूमी, सार्वजनिक स्वच्छतालये आणि गंगा कार्यक्रमाअंतर्गत हाती घेतलेले इतर उपक्रम नीट चालवले जात आहेत की नाही याची देखरेख करण्यासंबंधीचे होते. यानंतर गंगेच्या तीरावरील १२२ महानगरपालिका आणि ७ राज्य सरकारे यांना सूचना जारी करणे न्यायालयाला अनिवार्यच झाले ...(उदाहरणादाखल एम सी मेहता विरुद्ध भारत सरकार आणि इतर (सिव्हिल क्र.३७२७/१९८५) लेखी अर्जासंबंधीचे कामकाजाचे कागदपत्र पाहावे.)
* निर्माण झालेले प्रदूषण स्वच्छ करण्यासाठी आवश्यक असलेले तंत्रज्ञान सहज उपलब्ध होणारे आहे आणि त्याला लागणारा निधीही फार मोठा नाही ही गोष्टही न्यायालयाला पुन्हा पुन्हा सांगावी लागलेली आहे.
* अनेकवेळा न्यायालयाने यासंबंधीचे खटले चालू ठेवणेच योग्य मानले आहे, कारण हे खटले वारंवार सामोरे येत राहतील याची धास्ती अधिकाऱ्यांना वाटली नाही तर ते या आदेशांकडे सरळ दुर्लक्ष करतील. अशा नोंदी उपलब्ध आहेतच. बिनसरकारी तज्ज्ञांनी आपले अहवाल दर चार महिन्यांनी, दर दोन महिन्यांनी, दर महिन्याला सादर करावे अशी मागणी करणे न्यायालयाला भाग पडले आहे.

ठरवून दिलेले निकष किती सावकाशीने पाळले जातात हे अनेकवेळा न्यायालयाने मागणी केलेल्या अहवालामध्येच नोंदले गेलेलं आढळतं. मार्च १९९६ मध्ये आणि पुन्हा एप्रिल १९९९ मध्ये, सर्वोच्च न्यायालयाला केंद्रीय प्रदूषण नियंत्रण मंडळाला असा आदेश देणं भाग पडलं की, मंडळाने दिल्लीमधील घन कचऱ्याची विल्हेवाट कशी लावली जाते याची तपासणी करून दर दोन महिन्यांनी न्यायालयाला अहवाल सादर करावा - नंतर हा अहवाल सादर करण्याची मुदत दर चार महिन्यांची करण्यात आली. मंडळाने सादर केलेल्या २००२/०३ या वर्षासाठीच्या अहवालामध्ये इतर बाबींसह पुढील बाबींचा उल्लेख होता.

* दिल्ली महानगरपालिकेच्या कक्षेत येत असलेल्या विभागांमधील फक्त सरासरी ३०% कचरा कुंड्या आणि इतर कचरा साठवणाऱ्या पेट्या व्यवस्थितरीत्या ठेवण्यात आलेल्या दिसल्या. नवी दिल्ली महानगरपालिका आणि लष्करविभागामधील कचरापेट्यांच्या स्वच्छतेची सरासरी यापेक्षा खूपच चांगली आहे- ९०% आणि ४०%.
* दिल्ली महानगरपालिकेच्या ५ विभागांच्या 'कचराकुंडी व्यवस्थापनां'मध्ये लक्षणीय घसरण झाली आहे.
* दिल्ली महानगरपालिका विभागांमधील कचरा उचलणे आणि तो घेऊन जाणे या कामासाठी 'वाहनांची कमतरता भासत असल्यामुळे एम एस डब्ल्यू कामाचे व्यवस्थापन सुधारण्यामध्ये फार मोठ्या अडचणी उभ्या राहत आहेत.'
* 'एन सी टीच्या (नॅशनल कॅपिटल टेरिटरी) पुनर्भरण केलेल्या तीनही जागांची (भाल्स्वा, गाझीपूर, आणि ओखला) क्षमता संपुष्टात आलेली आहे. पुनर्भरणासाठी नव्या जागा शोधणे आणि विकसित करणे या कामाला संबंधित अधिकाऱ्यांकडून अजून पुरेशी प्राथमिकता आणि गती मिळालेली नाही. हा विकास होईपर्यंत, एम एस डब्ल्यूचा १०.५ लाख एम टी (मेट्रिक टन) कचरा हा या क्षमता संपलेल्या जागांवरच ओतला जात आहे. सार्वजनिक आरोग्य आणि पर्यावरण यावर याचे परिणाम काय होतील याचा कसलाही विचार न करता किंवा याबद्दल कसलीही काळजी न घेता हे केले जात आहे.''
* ''दिल्ली महानगरपालिका आणि नवी दिल्ली महानगरपालिका चालवीत असलेले एम एस डब्ल्यू कंपोस्ट खताचे कारखाने पडिक अवस्थेमध्ये असून त्यांच्या क्षमतेच्या १५% क्षमतेचाही उपयोग केला जात नाही. भाल्स्वा येथे नव्याने उभारण्यात आलेल्या खाजगी कंपोस्ट खताचा प्रकल्पही अनेक व्यवस्थापकीय आणि कार्यालयीन अडचणींमुळे अशाच

अवस्थेमध्ये पोचलेला आहे.''

ही जर खुद्द दिल्लीमधील परिस्थिती असेल, नागरी घन कचऱ्यासारख्या (एम एस डब्ल्यू-म्युनिसिपल सॉलिड वेस्ट) एखाद्या साध्या बाबीची ही गत असेल, अधिकृत सूत्रांच्या मते नीट उभारलेल्या आणि व्यवस्थितपणे चालत असलेल्या कारखान्यांची ही गत असेल, नागरी घन कचऱ्यासारख्या बाबीवर सर्वोच्च न्यायालय आणि दिल्ली उच्च न्यायालयाला १९९६पासून स्वत: लक्ष ठेवावे लागावे अशी परिस्थिती निर्माण झाली असेल, तर या सरसकट केलेल्या दाव्यांविषयी आपण काय समजायचं?

पाण्याच्या प्रदूषणासंबंधीच्या कामकाजामध्येही आनंद वाटावा असं फार काही सापडत नाही. इतर सर्व मार्ग एखादी कृती घडवून आणण्यास असमर्थ ठरल्यामुळे १९९४ मध्ये ही बाब सर्वोच्च न्यायालयाकडे नेण्यात आली. अनेक सुनावण्या आणि आदेशांनंतर आणि अनेक आश्वासनांनंतर न्यायालयाने अशी आशा व्यक्त केली की, ३१ मार्च २००३ पर्यंत यमुनेचे पाणी कमीत कमी म्हणजे सी वर्गाच्या स्वच्छतेच्या पातळीपर्यंत तरी पोहोचण्यासाठी आवश्यक ती पावले उचलण्यात येतील. नोव्हेंबर २००२मध्ये दिल्ली जल मंडळाने स्वत:च केंद्रीय प्रदूषण मंडळाकडे सादर केलेल्या अहवालामध्ये असं म्हटलं आहे, ''आज सुमारे ३,३०० एम एल डी इतके सांडपाणी दिल्लीमध्ये निर्माण होत आहे. आणि त्यापैकी सुमारे ५५% सांडपाणी कोणतीही प्रक्रिया न करताच सोडण्यात येत आहे. सांडपाण्याची निर्मिती आणि त्याची विल्हेवाट लावण्याची प्रत्यक्ष कार्यान्वित योजना यामध्ये फार मोठे अंतर पडत आहे.'' (रिट पिटिशन सिव्हिल क्र.७२५/१९९४ पाहावी.)

गोमती नदीच्या प्रदूषणासंबंधीचे कज्जे आपण पाहू लागतो तेव्हाही फार काही वेगळं घडताना दिसत नाही. इतर उपायांचा काही उपयोग होत नाही हे पाहिल्यानंतर जागरूक नागरिक १९९०मध्ये सर्वोच्च न्यायालयाकडे धाव घेतात. लखनौ, सीतापूर आणि लखिमपूर खेरी येथे असलेल्या उद्योगांवर नियंत्रण आणून गोमतीचं पाणी स्वच्छ करण्यासाठी एक याचिका दाखल करण्यात येते. केंद्रीय प्रदूषण नियंत्रण मंडळाला या कारखान्यांची तपासणी करण्याचे आदेश देण्यात येतात. मंडळ अनेक अहवाल सादर करतं—प्रत्येक अहवालामध्ये तेच रडगाणं गायलेलं असतं. ''नगरपालिका आणि महानगरपालिकाच कोणतीही प्रक्रिया न करताच नागरी सांडपाणी थेट गोमतीमध्ये सोडत आहेत असे दिसते'' न्यायालयाने नोंद केली आहे. अधिक तपासण्या, अधिक अहवाल. मग न्यायालय केंद्रीय प्रदूषण नियंत्रण मंडळाला आदेश देतं की, नगरपालिका इत्यादी संस्थांना सहजपणे वापरता येतील अशा तंत्रज्ञानाचे तपशील मंडळाने न्यायालयाला पुरवावे. जणू काही योग्य ते काम करण्यामध्ये ही-तंत्रज्ञान मिळवण्याची तेवढी एकच अडचण येत होती. अखेरीस

एकदाचे हे तपशील पुरवण्यात येतात. या वेळेपर्यंत २००२ साल उजाडलेलं आहे – हा खटला १९९०मध्ये दाखल करण्यात आलेला आहे, हे लक्षात आहे ना? तपशिलांचा पुरेसा विचार करून झाल्यानंतर न्यायालय उत्तर प्रदेश सरकारला सूचना देतं, संबंधित सर्व शहरांमध्ये ऑक्सिडेशन तलावांसाठी आवश्यक ती जागा ३ महिन्यांच्या आत संपादन करण्यात यावी. राज्य सरकार न्यायालयाला उत्तर देतं, राष्ट्रीय नदी संरक्षण प्राधिकरणाची एक उच्च स्तरीय बैठक नुकतीच पार पडली आहे. हे प्राधिकरण नद्यांचे सर्वच दृष्टींनी संरक्षण करण्याचा विचार करत आहे. या प्राधिकरणाने या शहरांचा अंतर्भाव त्यांच्या ऑक्सिडेशन तलावांद्वारे सांडपाणी स्वच्छता योजनेमध्ये केला तर अशी जागा संपादन करण्याची वेळच येणार नाही. यास्तव कृपया, न्यायालय आपला आदेश थोड्या वेगळ्या शब्दांमध्ये देऊ शकेल काय? ''राज्य सरकारची ही भूमिका संपूर्णपणे अयोग्य आहे.'' न्यायालयाला म्हणणं भागच पडतं, ''या प्राधिकरणाच्या यादीमध्ये ही शहरे असोत वा नसोत, ज्याअर्थी या शहरांच्या सांडपाण्यामुळे गोमती नदी प्रदूषित होत आहे हे निश्चित करण्यात आले आहे, त्याअर्थी आवश्यक त्या ऑक्सिडेशन तलावांसाठी आवश्यक ती जागा मिळवणे हे सरकारचे कर्तव्यच आहे.'' पुढे न्यायालय असंही बोलून दाखवतं, ''या राष्ट्रीय नदी संरक्षण प्राधिकरणाने कोणताही निर्णय घेतला नाही या सबबीखाली राज्यसरकारला त्यांच्या कर्तव्यामध्ये टाळाटाळ करता येणार नाही. म्हणून, आम्ही उत्तर प्रदेश सरकारला सूचना देत आहोत की, त्यांनी ऑक्सिडेशन तलावांसाठी आवश्यक असलेली जमीन ताबडतोब संपादन करावी आणि आजपासून तीन महिन्यांच्या आत ही प्रक्रिया पूर्ण करावी.'' न्यायालय याचिका रद्द करतं आणि ही सूचना पाळली जाईल याची खात्री देण्यासाठी राज्यसरकारला एक शपथपत्र दाखल करण्यास बजावतं.

आता याहून अधिक ठोस आणि बंधनकारक असं काही नाही, असं तुम्हाला वाटलं असेल. परंतु राज्यसरकार पुन्हा एकदा अगदी क्षुल्लक बाब पुढे करत आपला आदेश बदलण्याची न्यायालयाला विनंती करतं. न्यायालय नोंद करतं, ''सत्तेवरील सरकारने आपली कर्तव्ये पूर्ण न केल्यामुळे न्यायालयाला असे आदेश काढावे लागणे हे अतिशय दुर्दैवी आहे आणि राज्यसरकार आणि इतर अधिकारी संस्था या दोघांच्याही बाजू ऐकून घेतल्यानंतर न्यायालयाने काढलेल्या या आदेशांचे पालन न करण्यासाठी कोणत्या ना कोणत्या क्षुल्लक बाबी पुढे करून अर्ज करण्यात यावे हे अधिक दुर्दैवी आहे. आम्ही जारी केलेल्या आदेशाचे पालन शक्य तेवढ्या तातडीने केले जावे असा आदेश आम्ही राज्यसरकारला देत आहोत. मुद्यावरील सरकारची भूमिका पाहता जरा कडकच शब्दप्रयोग– ''आजपासून तीन महिन्यांच्या आत'' या जागी ''शक्य तेवढ्या तातडीने'' या शब्दांचा वापर (विनीत कुमार माथुर

वि. भारत सरकार आणि इतर या खटल्याचा अहवाल पाहावा. रिट पिटिशन सिव्हिल क्र ३२७/१९९०.)

मग सत्ताधीश सरकारमध्येच कायद्याची अंमलबजावणी करणारे आणि कायदा मोडणारे असे दोन गट परस्परविरोधात आलेले आहेत, याची चुणूक न्यायालयाच्या काही आदेशांमध्येच जाणवून येते. गोमती नदीचं उदाहरणच या दुर्दैवी परिस्थितीचं एक उत्तम उदाहरण आहे. आपआपल्या प्रक्रिया स्वच्छ करण्याचे कारखान्यांचे प्रयत्न अनेकवेळा फसल्यानंतर अखेरीस सर्वोच्च न्यायालय एक आदेश जारी करतं –ज्या कारखान्यांनी टाकाऊ पदार्थांवर प्रक्रिया करणारी संयंत्रे २१ मार्च १९९३ पर्यंत बसवली नसतील ते कारखाने ३१ मार्च १९९३ या दिवशी बंद करण्यात येतील.

मोहन मीकिन्स या आदेशाचं पालन करत नाही. तरीही राज्य प्रदूषण नियंत्रण मंडळ या कारखान्याला त्याचं काम चालू ठेवण्याची परवानगी देतं. न्यायालयाचा अवमान केल्याच्या आरोपावर तुमच्यावर कारवाई का केली जाऊ नये याची कारणे दाखवा सूचना सर्वोच्च न्यायालय मंडळाचे सचिव आणि अध्यक्ष यांच्या नावाने जारी करतं.

हे अधिकारी अत्यंत असमर्थनीय - खरंतर हास्यास्पद अशी शपथपत्रं दाखल करतात. राज्य प्रदूषण नियंत्रण मंडळाचे सचिव शपथेवर सांगतात, ''मंडळाच्या अध्यक्षांनी मोहन मीकिन्सना परवानगी देण्यामध्ये कोणतीही अडचण आणू नये असे सांगितल्यामुळे मला त्यांच्या सांगण्याप्रमाणे वागणे (परवानगी देणे)भाग पडले.''

मंडळाचे अध्यक्ष आपल्या या निर्णयाचं समर्थन करणारं तपशीलवार निवेदन सादर करतात. ते शपथेवर सांगतात, ''हा कारखाना बंद करण्याच्या आदेशाचा पुनर्विचार करावा अशी सूचना मंडळाच्या सचिवांनीच मांडलेली होती. त्यांची ती सूचना तेवढी मी मान्य केली.'' असं सांगून ते पुढे म्हणतात, ''परंतु या जबानी देणाऱ्या व्यक्तीने (म्हणजे अध्यक्षांनी) दिलेली पुनर्विचाराची परवानगी याचा अर्थ मोहन मीकिन्स या कारखान्याला या माननीय न्यायालयाच्या आदेशाचा अवमान करून ३१.३.९३ नंतरही काम चालू ठेवण्यास परवानगी दिली असा होत नाही.'' मग काय अर्थ होतो?

उत्तर प्रदेश सरकारचे विशेष सचिवही एक शपथपत्र दाखल करतात, ''होय. सरकारने राज्य प्रदूषण नियंत्रण मंडळाला ही सूचना दिली हे खरे आहे.'' परंतु ते पुढे पुस्ती जोडतात, ''परंतु त्याच वेळी हेही स्पष्ट करण्यात आले की, सर्वोच्च न्यायालयाने आपल्या आदेशामध्ये म्हटल्याप्रमाणे, या सूचना सर्वसामान्यपणे दिलेल्या आहेत, कोणत्याही एखाद्या विशिष्ट उद्योगासाठी दिल्या गेलेल्या नाहीत.'' या शपथपत्रामध्ये पुढे असे नोंदवण्यात येते की अशा प्रकारच्या सर्वसामान्य सूचनांवर आधारून प्रदूषण नियंत्रण मंडळाने कोणतीही कृती करणे अयोग्य ठरले असते

आणि त्यामुळे न्यायालयाचा अवमान झाला असता.''

या कारखान्यामधून निर्माण होणारं प्रदूषण निश्चित केलेल्या पातळीच्या अगदी थोडंसंच वर होतं, आणि या कारखान्याने आवश्यक ती यंत्रणाही बसवलेली होती असं हे अधिकारी सूचित करतात. न्यायालय त्यांना दाखवून देतं की कारखान्याने काम थांबवावं यासंबंधीच्या त्यांनी स्वत:च जारी केलेल्या आदेशांवरून हे खरं नाही हे सिद्ध होतं आहे.

थोड्याच दिवसांत, अध्यक्ष आणि सचिव दोघेही ''बिनशर्त माफी'' मागताना दिसतात.

सर्वोच्च न्यायालयाला आढळून येतं की कारखाना चालू ठेवण्याची दिलेली परवानगी ही न्यायालयाच्या स्पष्ट आदेशाचा अवमान करणारी आहे. दाखल करण्यात आलेली शपथपत्रं टाळाटाळ, परस्परविरोधी विधानं आणि याहूनही हलक्या प्रतीच्या विधानांनी भरलेली आहेत, असंही न्यायालयाला आढळून येतं. न्यायालय संतापाने नमूद करतं, ''असे दिसून येते आहे की, या दोघांच्याही दृष्टीने उत्तरप्रदेश सरकारने २० एप्रिल १९९३ या दिवशी जारी केलेले आदेश या न्यायालयाच्या आदेशांपेक्षा अधिक महत्त्वाचे ठरले आहेत. जबाबदार वरिष्ठ सरकारी अधिकारीही या रीतीचे वर्तन करतात ही अतिशय दु:खाची बाब आहे. कसेही करून, या न्यायालयाच्या आदेशांना बाजूला सारून मोहन मीकिन्स या कारखान्याचे काम चालू राहण्यास मदत करण्यास हे अधिकारी उत्सुक होते हे स्पष्ट दिसत आहे..'' (विनीत कुमार माथुर वि.भारत सरकार आणि इतर. निकालपत्र. दि.८.११.१९९५.)

अशा निष्कर्षांप्रत येऊन पोचल्यावर न्यायालय अधिकाऱ्यांची माफीपत्रं स्वीकारण्याचं ठरवतं आणि सगळे आपआपल्या कामाला लागतात.

अशी सत्यं आणि अशा घटना - या शेकडोंनी सांगता येतील—यावरून कमीत कमी एक गोष्ट सिद्ध होते की स्वत:च तयार केलेले कायदे अमलात येत आहेत की नाही हे पाहण्याचा प्रयत्न कायदेमंडळं करताना दिसत नाहीत आणि सरकारला त्याचं कर्तव्य पार पाडण्यासाठी भाग पाडावं लागतं आहे हेही या घटना सुचवत आहेत.

परंतु न्यायालयं तरी त्यांच्या अखत्यारीतील सर्व गोष्टी करत आहेत का?

■

मागणी आणि दप्तरदाखल

१९९०च्या मध्यापर्यंत दिल्लीच्या रहिवाशांच्या दृष्टीनं घन कचरा हा एक फार मोठा आरोग्याला धोका ठरणारा विषय झाला होता. बी एल वढेरा या ज्येष्ठ वकील आणि कार्यकर्ते यांनी न्यायालयाला विनंती केली की न्यायालयाने महानगरपालिकेला कचरा गोळा करणे, उचलून नेणे आणि त्याची विल्हेवाट लावणे ही कामे अधिक पद्धतशीरपणे पार पाडण्याचा आदेश द्यावा. १ मार्च १९९६ आणि २३ जानेवारी १९९८ या दोन दिवशी सर्वोच्च न्यायालयाने दोन फार दूरगामी परिणाम होणारे निर्णय दिले. प्रत्यक्ष सुधारणा व्हाव्या यासाठी न्यायालयाने केंद्रीय प्रदूषण नियंत्रण मंडळाला आदेश दिला की, या बाबीचा पाठपुरावा करण्यासाठी दर दोन महिन्यांनी एका संपूर्ण तपासणीची सोय मंडळाने करावी आणि या तपासणीचा अहवाल त्यांनी सर्वोच्च न्यायालयाकडे द्यावा.

मंडळाच्या पहिल्याच अहवालामध्ये त्यांनी दिल्ली विभागातील कचरा गोळा करणे, तो उचलून नेणे आणि त्यांची विल्हेवाट लावणे या सर्व बाबतींमधील अत्यंत वाईट परिस्थिती नमूद केली होती. त्यांनी एक कृती कार्यक्रमही सुचवला होता – महानगरपालिकेने काय करायला हवं याचा एक अगदी तपशीलवार, पायरीपायरीनुसार तयार केलेला तो एक नकाशाच होता.

सुनावणी आली आणि गेली. आता दुसरा अहवाल सादर करण्याची वेळ आली होती. मंडळाने नोंद केली, "दिल्ली महानगरपालिका (एमसीडी) आणि नवी दिल्ली महानगरपालिका (एनडीएमसी) या दोन्ही संस्था नागरी घन कचऱ्याच्या व्यवस्थापनाच्या आपल्या जुन्याच पद्धती वापरताना दिसत आहेत. त्यांच्या व्यवस्थापनामध्ये कचरा गोळा करणे आणि वाहून नेणे यामध्ये कोणतेही नवीन सुधारित उपाय योजलेले दिसून येत नाहीत."

त्यांनी पुढे अशीही नोंद केली, "नवी दिल्ली महानगरपालिका कचरा गोळा करणे आणि साठवणे यासाठी कचरापेट्या आणि ट्रॉली यांचा संयुक्त उपयोग करत आहे." आणि पुढे असंही म्हटलं आहे, "पहिल्या अहवालामध्ये या पद्धतीमुळे निर्माण होणाऱ्या समस्यांची नोंद केलेली होती, त्या समस्या अजून तशाच आहेत." मंडळाने न्यायालयाला माहिती दिली की, "दिल्ली महानगरपालिकेने (एमसीडी) कचरा गोळा करणे, साठवणे आणि उचलून नेणे यामध्ये सुधारणा करण्यासाठी कोणताही पुढाकार घेतलेला नाही, परंतु निदान त्यांनी थोड्या थोड्या अंतरावर बऱ्याच कचरापेट्या मात्र अनेक विभागांमध्ये बसवलेल्या आहेत." या वेळेलाही मंडळाने सुचवलं, "दिल्ली महानगरपालिकेने या कचरा पेट्या वापरण्यासंबंधी नागरिकांचे प्रबोधन केले पाहिजे."

केंद्रीय प्रदूषण मंडळाने पुन्हा एकवार सांगितलं की, त्यांनी त्यांच्या पहिल्या अहवालामध्ये एक तपशीलवार कृती कार्यक्रम सादर केलेला होता आणि आता ते माननीय न्यायालयाला असं सांगणार आहेत की असा कृतीकार्यक्रम अमलात आणल्याखेरीज नागरी घन कचऱ्याच्या व्यवस्थापनामध्ये लक्षणीय सुधारणा होणे शक्य नाही. म्हणून केंद्रीय प्रदूषण नियंत्रण मंडळाने सुचवलेला कृती कार्यक्रम दिल्ली महानगरपालिका आणि नवी दिल्ली महानगरपालिका यांनी हाती घेण्याची सूचना करण्याचा माननीय न्यायालयाने विचार करावा."

या शपथपत्राचा शेवटचा भागही नोंद करण्यासारखा आहे. हा खटला सुनावणीच्या पायरीपर्यंत येऊनही आता बरीच वर्षं झाली आहेत. न्यायालयाच्या आदेशानुसार मंडळ आपली दुमाही तपासणी करतच आहे. प्रत्यक्षात काय घडतं आहे ते पाहिल्यानंतर मंडळाला असं म्हणणं भागच पडलं आहे, "केंद्रीय प्रदूषण नियंत्रण मंडळ करत असलेल्या दुमाही तपासणीने फारसा फरक पडेल असे वाटत नाही. त्यापेक्षा, हा कृती कार्यक्रम अमलात आला आहे की नाही ते पाहणे आणि त्याचे मूल्यमापन दर तीन महिन्यांनी करणे आणि त्याचा अहवाल माननीय न्यायालयाला सादर करणे हे काम केंद्रीय प्रदूषण नियंत्रण मंडळाकडे सोपवण्यात यावे."

सुनावणी आली आणि गेली. मंडळाचा अहवाल स्वीकारण्यात आला आणि बहुतेक फाईल करण्यात आला. मंडळाने दर दोन महिन्यांनी तपासणी करावी हा आदेश जारी राहिला.

या वेळेपर्यंत दिल्ली उच्च न्यायालयाकडे १३ अहवाल सादर करण्यात आलेले होते. सर्वोच्च न्यायालयाला तिसरा अहवाल सादर करण्याची वेळ आलेली होती. दुसऱ्या अहवालातील वाक्यंच पुन्हा एकदा लिहिली गेली, "दिल्ली महानगरपालिका (एमसीडी) आणि नवी दिल्ली महानगरपालिका (एनडीएमसी) या दोन्ही संस्था नागरी घन कचऱ्याच्या व्यवस्थापनाच्या आपल्या जुन्याच पद्धती वापरताना दिसत

आहेत. त्यांच्या व्यवस्थापनामध्ये कचरा गोळा करणे आणि वाहून नेणे यामध्ये कोणतेही नवीन सुधारित उपाय योजलेले दिसून येत नाहीत.'' त्यांनी पुढे अशीही नोंद केली, नवी दिल्ली महानगरपालिका कचरा गोळा करणे आणि साठवणे यासाठी कचरापेट्या आणि ट्रॉली यांचा संयुक्त उपयोग करत आहे. ''पहिल्या अहवालामध्ये या पद्धतीमुळे निर्माण होणाऱ्या समस्यांची नोंद केलेली होती, त्या समस्या अजून तशाच आहेत.''

मंडळाने पुन्हा एकदा आठवण करून दिली की त्यांच्या पहिल्या अहवालामध्ये त्यांनी एक तपशीलवार कालबद्ध कृतीकार्यक्रम सुचवलेला होता. त्यांनी पुढे असं सुचवलेलं होतं, ''अशा प्रकारचा कृतीकार्यक्रम अमलात आणला गेला नाही तर नागरी घन कचऱ्याच्या व्यवस्थापनामध्ये लक्षणीय सुधारणा होण्याची काहीच अपेक्षा ठेवता येणार नाही. हाच कार्यक्रम दुसऱ्या अहवालासोबतही सादर केला गेला होता आणि माननीय न्यायालयाने त्यावर विचार करावा अशी विनंती करण्यात आली होती. म्हणून सी पी सी बीने एम सी डी आणि एन डी एम सी अमलात आणावा म्हणून सुचवलेला कृतीकार्यक्रम या माननीय न्यायालयाने विचारात घ्यावा.''

आपल्या दुमाही अहवालांचा काहीही परिणाम होत नाही आहे, आजपर्यंत आम्ही सादर केलेल्या '१३' अहवालांचा काहीही परिणाम झालेला नाही, आणि म्हणून या तपासण्या तिमाही कराव्या अशी आम्ही माननीय न्यायालयाला विनंती करत आहोत, असंही त्यांनी पुढे म्हटलं आहे.

पुढची फेरी! सर्वोच्च न्यायालयाच्या आदेशानंतरचा '१४' वा अहवाल. केंद्रीय प्रदूषण नियंत्रण मंडळाने दिल्ली महानगरपालिका विभागातील ७०० कचरापेट्या आणि नवी दिल्ली महानगरपालिका विभागातील सुमारे ३७५ कचरा पेट्या तपासल्या आहेत, असा अहवाल मंडळानं सादर केला आहे. परिणाम? ''दिल्ली महानगरपालिका (एमसीडी) आणि नवी दिल्ली महानगरपालिका (एनडीएमसी) या दोन्ही संस्था नागरी घन कचऱ्याच्या व्यवस्थापनाच्या आपल्या जुन्याच पद्धती वापरताना दिसत आहेत, त्यांच्या व्यवस्थापनामध्ये कचरा गोळा करणे आणि वाहून नेणे यामध्ये कोणतेही नवीन सुधारित उपाय योजलेले दिसून येत नाहीत.'' त्यांनी पुढे अशीही नोंद केली, ''आधीच्या अहवालांमध्ये नोंद केल्याप्रमाणे (ट्रॉली आणि कचरापेट्या या दोन्ही गोष्टी एकत्रितपणे वापरण्याच्या पद्धतीमधील समस्या अजूनही कायमच आहेत.) पुढे ''आजच्या तपासणीच्या वेळी असे दिसून आले आहे की कचरापेट्या, कचरा गोळा करणे, उचलणे आणि त्याची विल्हेवाट लावणे आणि मागील अहवालामध्ये सुचवण्यात आलेल्या कृतीकार्यक्रमाची अंमलबजावणी करणे यासंबंधात कोणतीही प्रगती एमसीडी ने केलेली दिसून आलेली नाही.''

न्यायालयाने कोणत्या बाबीवर जोर द्यावा हे पुन्हा एकदा मंडळाने आग्रहाने

मांडलं आहे, "दिल्लीमधील नागरी घन कचऱ्याचे व्यवस्थापन नीटपणे व्हावे यासाठी माननीय न्यायालयाकडे सादर केलेला कृतीकार्यक्रम अमलात आणावा यासाठी मंडळ आग्रह धरत आहे." पुन्हा एकदा "असा कृतीकार्यक्रम अमलात आणण्याचा विचार झाला नाही तर नागरी घन कचऱ्याच्या व्यवस्थापनामध्ये लक्षणीय सुधारणा होण्याची कसलीही आशा करता येणार नाही असे आम्ही माननीय न्यायालयासमोर सांगू इच्छितो. हा कृतीकार्यक्रम मागील दोन अहवालांसोबत सादर करण्यात आलेला आहे आणि दिल्ली महानगरपालिकेने आणि नवी दिल्ली महानगरपालिकेने तो अमलात आणावा असे आदेश द्यावे अशी विनंती माननीय न्यायालयाला यापूर्वी करण्यात आलेली आहे..."

मंडळाने पुन्हा एकदा आपल्या शिफारशी आणि निष्कर्ष नोंदवताना म्हटलं आहे, "दि.१-३-१९९६ आणि दि. २३-१-१९९८ या दिवशी माननीय सर्वोच्च न्यायालयाने दिलेल्या आदेशानुसार सीपीसीबी दुमाही तपासण्या करत आहे. या तपासण्यांचे एकूण १४ अहवाल सादर करण्यात आलेले आहेत आणि कोणताही कालबद्ध कृती कार्यक्रम न स्वीकारल्यामुळे कचरा पेट्यांची निगा राखणे आणि नागरी घन कचऱ्याचे व्यवस्थापन यामध्ये कोणतीही सुधारणा दिसून येत नाही." पुन्हा एकदा त्यांनी आपली दुमाही व्यर्थ तपासणी रद्द करण्याची आणि आणखी भरीव काही काम करण्याची तक्रारवजा सूचना पुढे दामटण्याचा प्रयत्न केला. "वर सुचवलेला कृतीकार्यक्रम माननीय न्यायालयाने स्वीकारून त्याची अंमलबजावणी करण्याचे आदेश दिले तर सीपीसीबी दर तीन महिन्यांनी या अंमलबजावणीची पाहणी करून माननीय न्यायालयाला आपला अहवाल सादर करण्यास तयार आहे."

न्यायालयावर याचा काही परिणाम झाला? कोणताही उपाय करण्यात आला? नगरपालिकांना खडसावणं- कृतीकार्यक्रम अमलात आणायला भाग पाडणं- किंवा तपासण्यांची मुदत बदलणं—यांपैकी काहीही झालं नाही.

१५वा अहवाल- सर्वोच्च न्यायालयाच्या आदेशानंतरचा ५वा अहवाल. दिल्ली महानगरपालिका विभागातील ६६% कचरापेट्या "बिन दरवाज्यांच्या किंवा मोडक्या दरवाज्यांच्या, किंवा मोडक्या झाकणांच्या, किंवा अगदी मोडकळीला आलेल्या अशा आहेत. आणि ५६% अस्वच्छ अवस्थेमध्ये आहेत..." नवी दिल्ली महानगर-पालिका विभागामध्ये २८%,आणि ४१% – परिच्छेदामागून परिच्छेद आणि अगदी शब्द सुद्धा तेच तेच आहेत....यासाठी संबंधित विभागांनी एकत्रितपणे कृती करणे ही जशी काळाची गरज आहे, तशीच कालबद्ध कृतीकार्यक्रम ही सुद्धा काळाची गरज आहे – दुमाही तपासण्या आणि अहवाल यांचा काहीही उपयोग होत नसल्याचे आढळून आले आहे...

१६वा अहवाल- सर्वोच्च न्यायालयाच्या आदेशानंतरचा ६वा. सीपीसीबीने

न्यायालयाला कळवलं, "दि.२ ते ८ डिसेंबर १९९८ या दरम्यान करण्यात आलेल्या संयुक्त तपासणीमध्ये दिल्ली महानगरपालिका विभागातील ५६० कचरापेट्या आणि नवी दिल्ली महानगरपालिका विभागातील ५८ कचरापेट्या तपासण्यात आल्या. त्या तपासणीमध्ये असे आढळून आले आहे की दिल्ली महानगरपालिका विभागातील ५६० पैकी ३०५ कचरापेट्या (५५%) या बिनदरवाज्यांच्या, किंवा मोडक्या दरवाज्यांच्या किंवा बिनझाकणांच्या किंवा मोडक्या झाकणांच्या अशा अवस्थेमध्ये आहेत, आणि १२५ कचरापेट्या (२२%) अत्यंत अस्वच्छ अशा अवस्थेमध्ये आहेत. तर नवी दिल्ली महानगरपालिका विभागातील ५८ कचरापेट्यांपैकी ४० कचरापेट्या (६९%) या बिन दरवाज्यांच्या किंवा मोडक्या दरवाज्यांच्या किंवा बिनझाकणांच्या किंवा मोडक्या झाकणांच्या अशा अवस्थेमध्ये आहेत, तर १९ कचरापेट्या (३३%) अत्यंत अस्वच्छ अशा अवस्थेमध्ये आहेत. दिल्ली महानगरपालिका विभागातील फक्त २२३ कचरापेट्या (४०%) आणि नवी दिल्ली महानगरपालिका विभागातील १८ कचरापेट्या (३१%) या समाधानकारक स्थितीमध्ये ठेवलेल्या आहेत."

मंडळाने पुढे म्हटलं आहे, "बहुतेक सर्व कचरा गोळा करण्याच्या जागांवरून कचरा गोळा केला जात आहे, परंतु कचरापेट्यांच्या निगराणीकडे फारसे लक्ष दिले जात असल्याचे दिसून येत नाही." या ठिकाणी मंडळाने एक नवा मुद्दा मांडला आहे- त्या मुद्याबद्दल आपण एकामागोमाग येणाऱ्या अहवालांमध्ये अधिकाधिक ऐकणारच आहोत. या तपासणीमध्ये असं आढळून आलं आहे की गोळा केलेला कचरा मोकळ्या जागांवर, उद्यानांमध्ये, नाल्यांच्या काठांवर इत्यादी ठिकाणी टाकणं मात्र चालूच आहे आणि पुढे, "सीपीसीबीने वारंवार सांगितल्यानंतरही मोकळ्या जागांवर कचरा टाकणे चालूच राहिले आहे."

यानंतर तर परिच्छेदांचा क्रमही ठरून गेल्यासारखा झालेला दिसतो.

"जेजे कॉलनीज, झोपडवस्ती अशा ठिकाणी भटकी जनावरे कचरापेट्यांमध्ये घुसलेली दिसून येतात..."

"काचकागदकपडा गोळा करणाऱ्या व्यक्ती तर कचरापेट्यांमध्ये उघड्या हातांनी कचरा धुंडाळताना आढळतातच."

"दिल्ली महानगरपालिका विभाग आणि नवी दिल्ली महानगरपालिका विभागातील विशेषत: झोपडवस्त्या, जेजे वस्त्या आणि अनधिकृत वस्त्यांमध्ये खाद्यपदार्थ आणि फळे विक्रेत्यांच्या दुकानांजवळ आणि मोटारदुरुस्तीच्या कारखान्यांजवळ अतिशय अस्वच्छ परिस्थिती आढळून आलेली आहे."

आत्तापर्यंत आपल्याला तोंडपाठ झालेलं निरीक्षणही, "आधीच्या अहवालांमध्ये नोंद केल्याप्रमाणे नवी दिल्ली महानगरपालिकेच्या ट्रॉली आणि कचरापेट्या या

दोन्ही गोष्टी एकत्रितपणे वापरण्याच्या पद्धतीमधील समस्या अजूनही कायमच आहेत.''

दुर्दैवाने, पुन्हा पुन्हा सांगूनही, ''दिल्ली महानगरपालिका विभाग आणि नवी दिल्ली महानगरपालिका विभागांमधील– विशेषत: झोपडवस्त्यांमध्ये आणि अनधिकृत वस्त्यांमध्ये सामाजिक प्रबोधनाचे कार्यक्रम हाती घेतलेले दिसत नाहीत.''

आणि म्हणूनच न्यायालयाने स्पष्टपणे आपली अनुत्सुकता दर्शवली असूनही आपली शिफारस वारंवार करत राहण्यामधील धारिष्ट महत्त्वाचं ठरतं. ''सीपीसीबीचे अजूनही असे ठाम मत आहे की या माननीय न्यायालयाकडे सादर केल्यासारखा एक कालबद्ध कृतीकार्यक्रम एमसीडी आणि एनडीएमसीने हाती घ्यावा. दिल्लीतील नागरी घन कचऱ्याच्या सुयोग्य व्यवस्थापनासाठी हे करणे आवश्यक आहे...''

आणखी दोन महिने उलटतात. आणखी एका तपासणीची वेळ येऊन ठेपते. आणखी एक अहवाल सादर करण्याची वेळ येऊन ठेपते – उच्च न्यायालय आणि सर्वोच्च न्यायालयाला सादर केलेला १७वा अहवाल आणि सर्वोच्च न्यायालयाच्या आदेशानंतरचा ७वा... परिस्थिती जैसे थे. दिल्ली महानगरपालिका विभागातील ४८% कचरापेट्या आणि नवी दिल्ली महानगरपालिका विभागातील २२% कचरापेट्या यांची 'निगा राखण्यात आलेली नाही, यावरून हे स्पष्ट होते की नागरी घन कचऱ्याच्या व्यवस्थापनामध्ये कोणतीही सुधारणा झाल्याचे दिसत नाही.'

''गोळा केलेला कचरा मोकळ्या जागांवर, उद्यानांमध्ये, नाल्यांच्या काठांवर इत्यादी ठिकाणी टाकणे मात्र चालूच आहे. ....सीपीसीबीने वारंवार सांगितल्यानंतरही मोकळ्या जागांवर कचरा टाकणे चालूच राहिले आहे.''

''तपासणी करण्यात आलेल्या कचरापेट्यांपैकी ३१% कचरापेट्यांमध्ये भटकी जनावरे घुसलेली आढळली. तसेच तपासणी केलेल्या कचरापेट्यांपैकी १८% कचरापेट्यांमध्ये काचकागदकपडा गोळा करणाऱ्या व्यक्ती उघड्या हातांनी कचरा धुंडाळत असलेल्या आढळल्या.'' या तपासणीच्या वेळी ''कचरापेट्यांमध्ये आणि त्यांच्या जवळच कचरा जाळण्याचे काम सर्रास चालू असल्याचे दिसून आले.'' एक सुधारणा मात्र दिसून आली, ती अशी...दिल्ली नगरपालिकेने रस्त्यांच्या कडेला, बसच्या थांब्यांजवळ, बाजारांजवळ आणि वसाहतींजवळ बऱ्याच लहान कचरा कुंड्या बसवल्या आहेत परंतु ''निरीक्षकांना असे आढळून आले आहे की या कचराकुंड्यांमधून कचरा उचलण्याचे काम मात्र नियमितपणे केले जात नाही. म्हणून या बहुतेक कचराकुंड्या भरून वाहताना दिसतात किंवा कचरा या कचरा कुंड्यांच्या बाहेरच टाकलेला दिसून येतो.''

पुढच्या निष्कर्षामध्ये तर याहून मोठं संकट होतं, ''रुग्णालये आणि खाटिकखाने यांच्या जवळ असलेल्या कचरापेट्यांमध्ये त्यांचा कचरा हा घरगुती कचऱ्यामध्ये

एकत्रित झालेला आढळून आला. हीच बाब अनधिकृत खाटिकखान्यांच्या बाबतीतही खरी आहे.'' आणि याबाबतीत काहीही— अगदी काहीही करण्यात आलेलं नाही. ''दिल्ली महानगरपालिका आणि नवी दिल्ली महानगरपालिका या दोन्ही संस्थांनी सामाजिक प्रबोधनासाठी कोणताही कार्यक्रम अजूनपर्यंत तरी हाती घेतलेला नाही.''

काहीच सुधारणा घडून न आल्यामुळे ती जुनी शिफारस अजूनही योग्यच ठरत होती. ''सीपीसीबीचे अजूनही असे ठाम मत आहे की या माननीय न्यायालयाकडे सादर केल्यासारखा एक कालबद्ध कृतीकार्यक्रम एमसीडी आणि एनडीएमसीने हाती घ्यावा... दिल्लीतील नागरी घन कचऱ्याच्या सुयोग्य व्यवस्थापनासाठी हे करणे आवश्यक आहे...''

तेच वास्तव, तेच निष्कर्ष आणि तीच काम करण्याची तयारी... सर्वोच्च न्यायालयाला सादर करण्यात आलेले दुमाही तपासणीचे अहवाल ''कोणताही कालबद्ध कृती कार्यक्रम न स्वीकारल्यामुळे कचरा पेट्यांची निगा राखणे आणि नागरी घन कचऱ्याचे व्यवस्थापन यामध्ये कोणतीही सुधारणा दिसून येत नाही... असा कृतीकार्यक्रम अमलात आणण्याचा विचार झाला नाही तर नागरी घन कचऱ्याच्या व्यवस्थापनामध्ये लक्षणीय सुधारणा होण्याची कसलीही आशा करता येणार नाही'' ....''वर सुचवलेला कृतीकार्यक्रम माननीय न्यायालयाने स्वीकारून त्याची अंमलबजावणी करण्याचे आदेश दिले तर सीपीसीबी दर तीन महिन्यांनी या अंमलबजावणीची पाहणी करून माननीय न्यायालयाला आपला अहवाल सादर करण्यास तयार आहे.''

१९ वा अहवाल.... २०वा अहवाल... ''दिल्ली महानगरपालिका विभागामध्ये ६५१ कचरापेट्या तपासण्यात आल्या, नवी दिल्ली महानगरपालिका विभागामध्ये १५० कचरापेट्या तपासण्यात आल्या, ६५१पैकी ४८% आणि १५० पैकी १८% कचरापेट्या नीटपणे सांभाळण्यात आलेल्या नव्हत्या. यावरून हे स्पष्ट होत आहे की नागरी घन कचऱ्याचे सर्वसाधारण व्यवस्थापनामध्ये मुळापासूनच काहीही सुधारणा झाल्याचे चिन्ह दिसत नाही.'' ''मोकळ्या जागा, उद्याने आणि नाल्यांचे काठ या जागांवर कचऱ्याचे ढीग साठलेले तपासणीदरम्यान दिसून आले.'' ''सीपीसीबीने वारंवार सांगितल्यानंतरही मोकळ्या जागांवर कचरा टाकणे चालूच राहिले आहे.''

''तपासणी करण्यात आलेल्या कचरापेट्यांमध्ये भटकी जनावरे घुसलेली आढळली. तसेच कचरापेट्यांमध्ये काचकागदकपडा गोळा करणाऱ्या व्यक्ती उघड्या हातांनी कचरा धुंडाळत असलेल्या आढळल्या.''...या तपासणीच्या वेळी कचरापेट्यांमध्ये आणि त्यांच्या जवळच कचरा जाळण्याचे काम सर्रास चालू असल्याचे दिसून आले. त्याचप्रमाणे रस्ते झाडल्यानंतर गोळा होणारा पालापाचोळा आणि फांद्या इत्यादी कचरा सर्रास बिनदिक्कत जाळला जात असल्याने कचऱ्याची विल्हेवाट लावण्याच्या

कामामध्ये अधिकच अडचणी उभ्या राहत आहेत.''

जुनीच बाब आणि जुनीच व्याकरणाची चूक... दिल्ली नगरपालिकेने रस्त्यांच्या कडेला, बसच्या थांब्यांजवळ, बाजारांजवळ आणि वसाहतींजवळ बऱ्याच लहान कचरा कुंड्या बसवल्या आहेत, परंतु ''निरीक्षकांना असे आढळून आले आहे की या कचराकुंड्यांमधून कचरा उचलण्याचे काम मात्र नियमितपणे केले जात नाही. म्हणून या बहुतेक कचराकुंड्या भरून वाहताना दिसतात. किंवा कचरा या कचरा कुंड्यांच्या बाहेरच टाकलेला दिसून येतो.'' पुढचं अधिक मोठं संकट... ''रुग्णालये आणि खाटिकखाने यांच्या जवळ असलेल्या कचरापेट्यांमध्ये त्यांचा कचरा हा घरगुती कचऱ्यामध्ये एकत्रित झालेला आढळून आला. हीच बाब अनधिकृत खाटिकखान्यांच्या बाबतीतही खरी आहे.'' अगदी मूलभूत अशा गरजेकडे अजूनही दुर्लक्षच होतं आहे, ''जनतेसाठी एक सार्वजनिक जाणीव जागृतीचा कार्यक्रम आणि सफाई कामगारांसाठी एक प्रशिक्षण कार्यक्रम हाती घेणे आवश्यक आहे. परंतु दिल्ली महानगरपालिका आणि नवी दिल्ली महानगरपालिका यांनी त्याची सुरुवातही केलेली नाही.''

कृतीकार्यक्रमावर तोच गाढ विश्वास. पुन्हा एकदा सर्व एजन्सीजनी एकत्रितपणे काम करावं याचा धरलेला आग्रह... ''आपआपल्या भागांमध्ये अनेक एजन्सीज घन कचऱ्याच्या व्यवस्थापनाचे काम करत असल्यामुळे या सर्वांनी समविचाराने आणि समन्वयाने कामाची आखणी केली तर या समस्येला एका सर्वसमावेशक मार्गाने तोंड देता येईल.''

तीच दर्दभरी कहाणी, ''कोणताही कालबद्ध कार्यक्रम न 'स्वीकारल्यामुळे कचरा पेट्यांची निगा राखणे आणि नागरी घन कचऱ्याचे व्यवस्थापन यामध्ये कोणतीही सुधारणा दिसून येत नाही.'' आणि पुन्हा तोच उपाय, ''पूर्वी सादर केलेला कृती कार्यक्रम स्वीकारून त्याची अंमलबजावणी करण्यात आल्याखेरीज दिल्लीमधील घन कचऱ्याच्या आजच्या व्यवस्थापनाची वेळोवेळी तपासणी करून काहीही फायदा होणार नाही.'' पुन्हा तीच व्यर्थ विनवणी, ''वर सुचवलेला कृतीकार्यक्रम माननीय न्यायालयाने स्वीकारून त्याची अंमलबजावणी करण्याचे आदेश दिले तर सीपीसीबी दर तीन महिन्यांनी या अंमलबजावणीची पाहणी करून माननीय न्यायालयाला आपला अहवाल सादर करण्यास तयार आहे.''

मंडळाने सादर केलेल्या २१व्या अहवालावर आणि त्यातील निष्कर्षांवर न्यायालयाने काय निर्णय घेतला आहे याबद्दल मंडळाला काहीही कळवण्यात येत नाही.

२२वा अहवाल. सर्वोच्च न्यायालयाच्या आदेशानंतरचा १२ वा. दुसऱ्या एका खटल्यामध्ये (अलमित्रा एच पटेल वि. भारत सरकार) सर्वोच्च न्यायालयाने नेमलेल्या एका उच्चस्तरीय समितीने आपला अहवाल सादर केला आहे. या अहवालाचा विषय आहे ''प्रथम दर्जाच्या शहरांमधील घन कचऱ्याचे व्यवस्थापन.''

केंद्रीय प्रदूषण नियंत्रण मंडळाला आशा वाटू लागते की आता तरी आपल्यावर सोपवण्यात आलेलं एक व्यर्थ काम बंद केलं जाईल. या समितीने केलेल्या सर्व शिफारशी अमलात आणणं सर्व प्रथम दर्जाच्या शहरांना अनिवार्य केलं गेलं आहे. म्हणजे दिल्ली नगरपालिकांनाही त्या पाळाव्याच लागणार...३ वर्षं मंडळ दुमाही तपासण्या पार पाडत आहे, त्यानंही काही शिफारशी केलेल्या आहेत, शिवाय दिल्ली महानगरपालिकेनं राष्ट्रीय पर्यावरण अभियांत्रिकी संशोधन केंद्रालाही नागरी घन कचऱ्याच्या व्यवस्थापनाची काही कामं सोपवली आहेत हे सगळं मंडळाने नोंदवलं आहे.

या विशेष संस्थेकडून सल्ला मागवण्यात आला आहे परंतु अगदी प्राथमिक बाबी मात्र करायच्या राहूनच गेल्या आहेत.

असे आढळून आले आहे की ''दिल्लीमधील कचरा उचलणे, साठवणे आणि त्याची विल्हेवाट लावणे या कामामध्ये या दोन्ही संस्थांना काही अगदी जुजबी बदलांखेरीज इतर कोणतीही लक्षणीय सुधारणा करता आलेली नाही. सीपीसीबीच्या शिफारशीनुसार कचरा उचलणे, साठवणे आणि विल्हेवाट लावणे या कामांच्या पद्धतींमध्ये सुधारणा करण्यात आलेल्या नाहीत. यातील महत्त्वाचा निष्कर्ष असा आहे की कचरा मोकळ्या जागांवर टाकणे आणि उघड्या गाड्यांमधून तो वाहून नेणे या पद्धती अजूनही तशाच चालू आहेत.''

नीट निगा राखण्यात न आलेल्या कचरापेट्यांची टक्केवारी दिल्ली महानगरपालिका विभागामध्ये ६४ पर्यंत गेलेली आहे, तर नवी दिल्ली महानगरपालिका क्षेत्रात १५% इतकी सुधारली आहे, यावर नेहमीचाच शेरा– ''यावरून हे उघड होत आहे की कचरा उचलणे, साठवणे, आणि वाहून नेणे यामध्ये कोणतीही लक्षणीय सुधारणा झालेली नाही''.... ''तपासणीच्या दरम्यान असे दिसून आले की मोकळ्या जागा, उद्याने आणि नाल्यांचे किनारे यांचा उपयोग कचरा टाकण्यासाठी करणे चालूच आहे. तेथून तो कचरा उचलला जात नाही... सीपीसीबीने गेल्या तीन वर्षांहून अधिक काळ सतत विनंती करूनही मोकळ्या जागांचा वापर कचरा टाकण्यासाठी करणे चालूच आहे... उलट दिल्ली महानगरपालिका आणखी नव्यानव्या जागा कचरा डेपो म्हणून जाहीर करत आहे... भटकी जनावरे आणि काचकागदकपडा गोळा करणाऱ्या व्यक्ती कचरापेट्यांमध्ये घुसतच आहेत.''

जुन्या समस्या तशाच आहेत, ''नव्याने केलेल्या सुधारणांमुळे नव्या समस्या निर्माण झाल्या आहेत'' दिल्ली महानगरपालिकेने रस्त्यांच्या कडांना, बसच्या थांब्यांजवळ, बाजारांजवळ आणि गृहसंस्थांजवळ बऱ्याच लहान कचराकुंड्या बसवल्या आहेत. परंतु, असे दिसून आले आहे की त्यांच्यापैकी बहुतेक कचरा कुंड्यांमधून कचरा बाहेर वाहतो आहे आणि त्यांच्या बाहेरही कचरा टाकण्यात आलेला आहे. खेरीज यांच्यापैकी बऱ्याच कचरा कुंड्या मोडक्या, गंजलेल्या, नीटपणे न वापरलेल्या

किंवा त्यांच्या ठरलेल्या जागांवरून गायबच झालेल्या आहेत. यामुळे अनेक ठिकाणी नव्या मोकळ्या जागा ठरवण्याची समस्या अधिक गुंतागुंतीची झाली आहे. खेरीज नव्याने बांधलेले 'धलाव' हे सर्वसामान्य जनतेला खुले नसून कचेरी किंवा गोदाम म्हणून वापरले जात आहेत.''

या नवीन घटनांकडे - कचराकुंड्या नाहीशा होणं, धलावांचा उपयोग कचेरी किंवा गोदाम म्हणून करणं—कोणाचंच लक्ष गेलं नाही? असं लक्ष गेलं की नाही ते नंतरच्या अहवालांवरून दिसून येतंच.

पुन्हा पुन्हा सांगितली गेलेली बाब : रुग्णालये आणि खाटिकखाने यांच्या जवळ असलेल्या कचरापेट्यांमध्ये त्यांचा कचरा हा घरगुती कचऱ्यामध्ये एकत्रित झालेला आढळून आला. हीच बाब अनधिकृत खाटिकखान्यांच्या बाबतीतही खरी आहे. एक नवी बाब : ''कचरापेट्यांच्या आसपास लोक संडास करत असल्याचे दिसून आले आहे, विशेषत: जेजे समूहांजवळ आणि झोपडवस्त्यांजवळ ही बाब अधिक आढळून आली आहे.'' एक नवं निरीक्षण : ''या तपासणीच्या दरम्यान कचरा वाहतूक करणाऱ्या वाहनांकडे अधिक लक्ष पुरवण्यात आले. त्यामध्ये असे दिसून आले आहे की हे काम करणाऱ्या वाहनांपैकी १६% वाहने बंदिस्त नाहीत. उर्वरित वाहने ताडपत्री, प्लॅस्टिकचे कागद किंवा फाटकी पोती इत्यादी वस्तूंनी अर्धवट झाकलेली आहेत. हा कायमस्वरूपी उपाय होऊ शकत नाही.''

सार्वजनिक जाणीव जागृतीचा कार्यक्रम अजून सुरू झालेला नाही... आमच्या १ल्या अहवालामध्ये सुचवलेला कालबद्ध कृतीकार्यक्रम हाती घेणे आवश्यक आहे. आणि ''आपापल्या भागांमध्ये अनेक एजन्सीज घन कचऱ्याच्या व्यवस्थापनाचे काम करत असल्यामुळे या सर्वांनी समविचाराने आणि समन्वयाने कामाची आखणी केली तर या समस्येला एका सर्वसमावेशक मार्गाने तोंड देता येईल.''

एक आणखीच भयंकर निष्कर्ष : आत्तापर्यंत करण्यात आलेल्या २० तपासण्या आणि दिल्ली उच्च न्यायालय आणि सर्वोच्च न्यायालय यांच्याकडे सादर करण्यात आलेले त्या तपासण्यांचे अहवाल यांच्यामुळे कोणतीही सुधारणा घडून आलेली नाही. उलट, ''या तपासणीच्या दरम्यान असे आढळून आले आहे की मागील तपासणीच्या वेळेपेक्षा यावेळची परिस्थिती अधिकच वाईट झालेली आहे.''

मंडळाने तयार केलेल्या आणि सादर केलेल्या कृतीकार्यक्रमाकडे पुन्हा एकदा लक्ष वेधून घेताना आता मंडळाने अशी सूचना केली आहे की ज्या दोन संस्था या कामाशी संबंधित आहेत- दिल्ली महानगरपालिका आणि नवी दिल्ली महानगर-पालिका— त्यांनी स्वत:चे असे दोन कृतीकार्यक्रम तयार करावे, असे आदेश त्यांना देण्यात यावे.

२३ वा अहवाल, सर्वोच्च न्यायालयाच्या आदेशानंतरचा १३ वा. आता

टंकलेखक फक्त जुन्या पत्रांच्या प्रती काढू लागले आहेत. जागोजागी काही आकडे तेवढे बदलले की झालं. म्हणजे – दिल्ली महानगरपालिका विभागात ६८% कचरापेट्या, नवी दिल्ली महानगरपालिका विभागात १८% कचरापेट्या चांगल्या स्थितीत नाहीत.'' ''नागरी घन कचरा उचलणे, साठवणे आणि वाहून नेणे यांच्या सर्वसाधारण व्यवस्थापनामध्ये काहीही सुधारणा झाल्याचे चिन्ह नाही. दोन्ही संस्थांनी आता दगडी कचरा पेट्यांच्या जागी डंपर प्लेसर वापरण्याची वेळ येऊन ठेपली आहे.'' ''तपासणीच्या दरम्यान मोकळ्या जागांवर, उद्यानांमध्ये आणि नाल्यांच्या किनाऱ्यांवर कचरा टाकला जातो आणि तो तेथून हलवला जात नाही असे दिसून आले आहे.'' .... कारण शोधून काढण्यात आलेलं आहे... ''या बाबीचा संबंध शहरातील कचरा गोळा करणे आणि उचलून नेणे या कामाशी जोडता येऊ शकेल. उदाहरणार्थ, दर दिवसाला निर्माण होणाऱ्या कचऱ्यापैकी फक्त ८०-८५% कचरा उचलला जातो, याचाच अर्थ दर दिवशी सुमारे १५-२०% कचरा तसाच पडून राहतो.''

''मोकळ्या जागा, उद्याने आणि नाल्यांचे किनारे यांचा उपयोग कचरा टाकण्यासाठी करणे चालूच आहे. तेथून तो कचरा उचलला जात नाही. सीपीसीबीने गेल्या तीन वर्षांहून अधिक काळ सतत विनंती करूनही मोकळ्या जागांचा वापर कचरा टाकण्यासाठी करणे चालूच आहे. (या ठिकाणी फक्त वर्षांचे आकडे तेवढे बदलले गेले आहेत.) कायम वापरता येतील असे कचरा साठवणीचे उपाय करण्याऐवजी दिल्ली महानगरपालिका नव्यानव्या मोकळ्या जागा कचरा टाकण्यासाठी निश्चित करत आहे.'' ''भटकी जनावरं आणि काचकागदकपडा वेचणाऱ्या व्यक्ती... काही ठिकाणी तर हे आकडे आता ३५% आणि २९% टक्क्यांवर जाऊन पोचले आहेत. ...बिनदिक्कत कचरा जाळणे...'' (नव्याने बसवण्यात आलेल्या कचरापेट्यांपैकी) बहुतेक नाहीशा झाल्या आहेत आणि त्या पेट्या ज्या जागांवर बसवलेल्या होत्या त्या जागा आता कचरा टाकण्याच्या मोकळ्या जागा बनलेल्या असून सफाई कामगार त्या जागा साफ करत नाहीत.'' ''रुग्णालये आणि कत्तलखान्यांचा कचरा घरगुती कचऱ्यामध्ये मिसळला जात आहे''... ''उघड्यावर संडास करणे....आच्छादन नसलेल्या कचरागाड्यांची सरासरी आता ३३% वर गेली आहे....आणि ज्या गाड्या आच्छादित आहेत त्यांची अवस्थाही दुःखदच आहे....'' ''उर्वरित गाड्या ताडपत्री, प्लॅस्टिक किंवा गोणपाट अशासारख्या वस्तूंनी तात्पुरत्या झाकलेल्या आहेत आणि ही आच्छादनेही फाटलेली किंवा अर्धवट आहेत ज्यांमधून कचरा रस्त्यांवर सांडत असतो. हे दृश्य अगदी नेहमीचे झालेले आहे.''

काही विभागांमध्ये घराघरातून कचरा गोळा करणे सुरू झाले आहे हे खरे आहे, परंतु या ठराविक विभागांच्या तपासणीमध्ये असे आढळून आले आहे की ''घरोघरी

जाऊन कचरा गोळा केला जात असला तरी पुरेशी स्वच्छता पाळण्यात येत नाही, घरांमागील आणि बाजारांमागील लहान गल्ल्यांमध्ये कचऱ्याचे ढीगच्या ढीग साठलेले दिसून येतात.''

आता सीपीसीबी आणखी एका समस्येकडे लक्ष वेधून घेत आहे– जी हळूहळू वाढतच जाणार आहे-जी ताबडतोब कारवाईसाठी आक्रोश करते आहे. ''भाल्स्वा कचरा डेपोची क्षमता आता जवळजवळ संपलेली आहे. आणखी कचरा हा डेपो स्वीकारू शकणार नाही. अशा परिस्थितीमध्ये इतर दोन्ही कचरा डेपोंवर अधिक भार पडणार आहे आणि यामुळे त्यांची क्षमताही वेळेआधीच संपून जाणार आहे. आत्ता जेतपूर येथील २४.६ एकर एवढी जागाच नव्या कचरा डेपोसाठी वापरता येण्यासारखी आहे. भविष्यातील कचराडेपोंसाठी आणखी जमीन मिळवणे आवश्यक आहे.''

चार वर्षं या शिफारशी केल्या जाताहेत. तपासण्या केल्या जाताहेत. अहवाल सादर केले जाताहेत. एका उच्च-स्तरीय समितीचा अहवाल आता उपलब्ध आहे. त्या शिफारशी अमलात आणणे अनिवार्य करण्यात आलेलं आहे. एन ई ई आर आय आता या चक्रामध्ये सापडलं आहे. तरीही, ''माननीय न्यायालयासमोर नम्रपणे मांडण्यात येते की, दिल्लीमधील घन कचऱ्याच्या व्यवस्थापनाच्या पद्धतीमध्ये कोणतीही सुधारणा दिसून येत नाही.'' म्हणून ''ही परिस्थिती सुधारण्यासाठी पूर्वी सी पी सी बी ने केलेल्या सूचनांकडे लक्ष देण्यात यावे. त्याचप्रमाणे माननीय न्यायालयाकडे सादर करण्यात आलेल्या बर्मन समितीच्या अहवालाचीही नोंद घेण्यात यावी. संबंधित अधिकाऱ्यांनी एका कालबद्ध कार्यक्रमाची आखणी करावी...''

...१७ मे २००१ : २५वा अहवाल ... सर्वोच्च न्यायालयाच्या आदेशानंतरचा १५ वा.

सगळी जुनी निरीक्षणं आणि इतर अनेक भीतीदायक घटना. या वेळेपर्यंत दिल्ली महानगरपालिका विभागातील ''अत्यंत वाईट अवस्थेतील कचरापेट्यां''चं प्रमाण ७९% इतकं वाढलेलं आहे, तर नवी दिल्ली महानगरपालिका विभागामध्ये हेच प्रमाण १८% इतकं कमी झालं आहे. परंतु लष्करविभागामध्ये मात्र हेच प्रमाण ४०% इतकं वाढलेलं आहे. मोकळ्या जागा, उद्याने, नाल्यांचे किनारे या जागांवर अनधिकृतपणे कचरा टाकला जात आहे.''...याचं एक कारण असं की,''दररोज सुमारे १६ ते २५% कचरा उचलला जातच नाही.'' ''सी पी सी बीने पाच वर्षे (इथे फक्त वर्षांचा आकडा बदलावा लागतो) सातत्याने प्रयत्न करूनही मोकळ्या जागांचा वापर कचरा टाकण्यासाठी अजूनही तसाच चालू आहे.'' ''भटकी जनावरे आणि काचकागदकपडा गोळा करणाऱ्या व्यक्ती अजूनही कचरापेट्यांमध्ये घुसलेल्या दिसून येतात.'' रस्त्यांवर, कचरापेट्यांमध्ये आणि त्यांच्या आजूबाजूला बिनदिक्कतपणे पालापाचोळा, रबर, प्लॅस्टिक इत्यादी जाळण्यात येते आहे. ''अनेक ठिकाणी जास्तीच्या

कचरापेट्या बसवण्यात आलेल्या आहेत.'' मात्र त्यांच्यापैकी बहुतेक नाहीशा झालेल्या आहेत आणि त्यांच्या जागी कचरा मात्र तसाच टाकण्यात येत आहे. सफाई कामगार या जागा स्वच्छ करण्यास नकार देतात.'' ''रुग्णालये आणि खाटिकखान्यांच्याजवळ असलेल्या कचरापेट्यांमध्ये रुग्णालयाचा आणि खाटिकखान्याचा कचरा घरगुती कचऱ्यामध्ये एकत्र केला जात आहे. हीच बाब अनधिकृत खाटिकखान्यांच्या बाबतीतही खरी आहे.'' ''कचरापेट्यांच्या आसपास संडास केलेलाही आढळून आलेला आहे...या गाड्यांपैकी १/३ गाड्यांना आच्छादने नाहीत, उर्वरित गाड्या फाटक्या ताडपत्र्या, प्लॅस्टिक किंवा गोणपाटाने तात्पुरत्या झाकलेल्या आढळतात. यामुळे या गाड्यांमधून कचरा रस्त्यांवर सांडतो आहे हे दृश्य नेहमीचेच झाले आहे.''

''या कामाशी संबंधित असलेल्या सर्व एजन्सीजनी तातडीने एकत्रितपणे प्रयत्न करण्याची आवश्यकता आहे.''

पुन्हा एकवार त्या भयंकर घटनेकडे लक्ष वेधून घेतलेलं आहे : भाल्स्वा कचराडेपोची क्षमता आता जवळजवळ संपल्यासारखीच आहे. त्या जागेवर आता अधिक कचरा टाकता येणे अशक्य आहे. या परिस्थितीमध्ये, इतर दोन कचरा डेपोवरील भार वाढणार आहे. याचा परिणाम म्हणजे त्यांचीही क्षमता वेळेआधीच संपणार आहे.'' या वेळेपर्यंत आणखी एक चूक घडून आलेली आहे, ''डीडीएने नव्या कचराडेपोसाठी नियुक्त केलेली पर्यायी जागा अजूनपर्यंत दिल्ली महानगरपालिकेने विकसित केलेली नाही.'' पुढे ''कचऱ्यामधील असेंद्रिय कचऱ्याचे मोठे प्रमाण, अनियमित वीजपुरवठा आणि पाण्याची टंचाई यांसारख्या अनेक कारणांमुळे भाल्स्वा येथील कंपोस्ट खताचा कारखाना त्याच्या पूर्ण क्षमतेइतका वापरला जात नाही. म्हणून सरकारने हा कारखाना संपूर्ण शक्तिनिशी चालवण्यासाठी पुरेसा वीज आणि पाणीपुरवठा करावा.''

घरोघरी जाऊन कचरा गोळा करण्याच्या नव्या योजनेबाबत बोलायचं तर – त्यामध्ये इतका फरक पडलेला नाही की त्यासंबंधीच्या अहवालामध्ये शब्द बदलण्याचीही आवश्यकता नाही. ''काही विभागांमध्ये घराघरातून कचरा गोळा करणे सुरू झाले आहे हे खरे आहे, परंतु या ठराविक विभागांच्या तपासणीमध्ये असे आढळून आले आहे की घरोघरी जाऊन कचरा गोळा केला जात असला तरी पुरेशी स्वच्छता पाळण्यात येत नाही, घरांमागील आणि बाजारांमागील लहान गल्ल्यांमध्ये कचऱ्याचे ढीगच्या ढीग साठलेले दिसून येतात. शिवाय काही भागांमधील कचरापेट्या भरून वाहताना आढळून येतात.''

या वेळेपर्यंत सीपीसीबी 'पाच वर्षे' केलेल्या तपासण्या आणि तेवढीच वर्षं ते करत असलेल्या शिफारशींकडे बोट दाखवू शकते आहे. देशातील सर्वोच्च न्यायालयाच्या आदेशावरूनच हे काम करण्यात आलं आहे हे ध्यानात असू द्या.

न्यायालयाच्या आदेशावरूनच स्थापन करण्यात आलेल्या समितीच्या नोंदी आणि शिफारशींकडेही ते बोट दाखवतात आणि स्पष्ट करतात की दिल्ली महानगरपालिका आणि नवी दिल्ली महानगरपालिका यांना या शिफारशी अमलात आणणे बंधनकारक आहे. एवढेच नव्हे तर, आतापर्यंत सरकारनेही नागरी घन कचरा (व्यवस्थापन आणि विल्हेवाट) यासंबंधीचे नियम केलेले आहेत. आणि तेही पाळणे अनिवार्य आहे. आणि तरीही....'' दिल्लीमधील घन कचऱ्याची व्यवस्था सुधारलेली नाही. यामुळे दिल्लीमधील फार मोठ्या वस्तीच्या आरोग्याला धोका आहे. म्हणून ही परिस्थिती सुधारण्यासाठी सीपीसीबीने याआधी केलेल्या सूचनांकडे अधिक लक्ष पुरवणे गरजेचे आहे आणि माननीय सर्वोच्च न्यायालयाला बर्मन समितीने सादर केलेल्या अहवालातील शिफारशी आणि १९९९ सालच्या नागरी घन कचरा (व्यवस्थापन आणि विल्हेवाट) यासंबंधीच्या नियमांसंबंधीची टिप्पणी यांचाही विचार केला जावा. ...संबंधित अधिकाऱ्यांनी यासंबंधी एक कालबद्ध कार्यक्रम आखावा आणि त्याची ताबडतोब अंमलबजावणी करण्यास सुरुवात करावी....''

आणि अगदी नेहमीप्रमाणेच - वारंवार कराव्या लागणाऱ्या कामाचं हे व्यर्थ ओझं कमी करण्यात यावं म्हणून पुन्हा एकदा केलेली विनंती ... ''शहरातील घनकचऱ्याच्या व्यवस्थापनामध्ये काहीही सुधारणा होत नसल्याने त्याची वारंवार तपासणी करणे निरर्थक ठरत आहे.'' शिवाय आता जे अधिकारी सर्वोच्च न्यायालयाचे आदेश असतानाही ही कामं करत नाही आहेत त्यांच्यावर काही कारवाई करण्याचीही वेळ येऊन ठेपली आहे. या संबंधी माननीय सर्वोच्च न्यायालयाच्या आदेशांचे पालन केले जात नसल्याबद्दल कडक करवाई केली जाणेही अतिशय आवश्यक आहे.''

मे २००२ : २७वा अहवाल : या मालिकेतला १७ वा. सर्वसाधारण निष्कर्ष- ''दिल्लीमधील नागरी घन कचऱ्याच्या व्यवस्थापनामध्ये सुधारणा करण्याच्या कामाची व्याप्ती लक्षात घेता त्याच्या तुलनेने दिल्ली महानगरपालिका आणि नवी दिल्ली महानगरपालिका अधिकाऱ्यांचे सर्व प्रयत्न खूपच कमी पडत आहेत. याचा परिणाम म्हणजे त्यांच्या प्रयत्नांना दाद न देता दिल्लीमधील घन कचऱ्याच्या व्यवस्थापनामध्ये फारशी सुधारणा दिसून येत नाही.'' असेच अनेक अहवाल, एक उच्चाधिकार समिती, नियम, नगरपालिका अधिकाऱ्यांना अपरिहार्य करण्यात आलेली कर्तव्ये आणि तरीही, ''या तीन नागरी अधिकारी संस्थांपैकी एकही (एमसीडी, एनडीएमसी आणि डीसीबी) संस्था पर्यावरण संरक्षण नियम १९८६ च्या अन्वये त्यांना देण्यात आलेल्या ''नागरी घन कचरा (व्यवस्थापन आणि विल्हेवाट), नियम २००० मधील यासंबंधीच्या सूचना पाळत नाहीत.''

पुन्हा एकदा, संपूर्णपणे भरून गेलेला भाल्स्वा कचरा डेपो, नव्या जागा

ताब्यात घेऊन तयार करण्याची आवश्यकता, भाल्स्वा कंपोस्ट खत कारखान्याची दयनीय अवस्था, — "नागरी घन कचऱ्यापासून साधनसंपत्ती पुन्हा वापरात आणण्याचा एक मार्गदर्शक प्रयोग म्हणून सुरू करण्यात आलेला हा कारखाना आता बंद पडलेल्या अवस्थेमध्ये आहे."

दिल्ली महानगरपालिकेचा दुसरा, ओखला येथील कारखानाही "पूर्ण क्षमतेने काम करत नसून त्याच्या नियोजित आयुष्याच्या शेवटाकडे पोचलेला आहे."....हे सगळं माहीत आहे त्यालाही आता बराच काळ उलटलेला आहे आणि तरीही, नागरी घन कचरा (व्यवस्थापन आणि विल्हेवाट) नियम २००० च्या अनुसार ओखला येथील त्यांचा कंपोस्ट खत कारखाना चालविण्यासाठी आवश्यक असलेली परवानगी मिळवण्यासाठी आजपर्यंत फक्त नवी दिल्ली महानगरपालिकेने दिल्ली प्रदूषण नियंत्रण मंडळाकडे अर्ज दाखल केलेला आहे. दिल्ली महानगरपालिकेने त्यांचे ओखला आणि भाल्स्वा येथील कंपोस्ट खत करखाने उभारण्यासाठी आणि चालवण्यासाठी, आणि भाल्स्वा, गाझीपूर आणि ओखला येथे कचऱ्याची विल्हेवाट लावण्यासाठी सुविधा निर्माण करण्यासाठी आवश्यक त्या परवानग्या घेतलेल्या नाहीत. त्याचप्रमाणे दिल्ली लष्कर विभागही त्यांनी सोडून दिलेल्या कचरा डेपोची देखभाल नागरी घन कचरा (व्यवस्थापन आणि विल्हेवाट नियम २०००) नियमानुसार करत नाहीत."

तातडीची गरज - हे शब्द आता ठळकपणे लिहिण्यात येतात. "ती नागरी घन कचऱ्याच्या व्यवस्थापनासाठी एक सर्वंकष आराखड्याची." एक असा आराखडा "जो पायरीपायरीने अमलात आणता येईल, ज्याचे यश मोजण्यासाठी योग्य अशा मोजणीपट्ट्या तयार करता येतील, आणि एका विशिष्ट कालमर्यादेमध्ये हा आराखडा कार्यान्वित करून अपेक्षित परिणाम मिळवण्यासाठी संघटित प्रयत्न केले जातील."

या तपासण्यांचे परिणाम म्हणून कोणतीही अपेक्षित सुधारणा दिसून येत नाही... माननीय न्यायालय कृपया दिल्ली प्रदूषण नियंत्रण मंडळाला यावर लक्ष ठेवण्याच्या सूचना देईल काय?.... या तपासण्या सहा महिन्यांमध्ये एकदा करण्यात याव्यात असे ठरवता येणार नाही काय?

याचे तपशील पूर्वीप्रमाणेच... कचरापेट्यांच्या अवस्थेमध्ये थोडी सुधारणा आहे परंतु... मोकळ्या जागांवर बेकायदेशीरपणे टाकला जाणारा कचरा, नियमांकडे सातत्याने केले जाणारे दुर्लक्ष, त्याच सातत्याने ५ वर्षं करत असलेला "मन वळवण्याचा प्रयत्न"... "मोकळ्या जागांचा वापर कचरा टाकण्यासाठी करणे चालूच आहे"...धलावांवर तसंच आक्रमण होतं आहे .. दिल्ली महानगरपालिकेच्या काही विभागांमध्ये अनेक धलाव/कचरा कुंड्यांचा वापर कचेरीची जागा म्हणून केला जात आहे. "बिनदिक्कतपणे जाळला जाणारा कचरा...रुग्णालयांचा कचरा इतर कचऱ्यामध्ये

मिसळला जात आहे... ज्या ठिकाणी खाजगी सहभागाने कचरा कुंड्या वापरल्या जात आहेत तेथे खरोखरच कचरा वेगळा केला जात आहे... परंतु जेव्हा हा कचरा गोळा करणाऱ्या गाड्या कचरा नेण्यासाठी येतात तेव्हा तो पुन्हा एकत्रच होतो.''

सप्टेंबर २००२ : २७ वा अहवाल. काही ठिकाणच्या कचराकुंड्यांच्या स्थितीमध्ये सुधारणा तर काही ठिकाणच्या कचरा कुंड्यांच्या स्थितीमध्ये घसरण ...इतर बाबी तशाच दुःस्थितीमध्ये पुढे चालू... अनेक बाबींमध्ये धोकादायक घसरण..

''तीनही कंपोस्ट खताचे कारखाने (दिल्ली महानगरपालिकेचे दोन कारखाने आणि नवी दिल्ली महानगरपालिकेचा एक कारखाना) अतिशय कमी क्षमतेने काम करत आहेत. याचे कारण म्हणजे कचऱ्याची प्रत, देखभाल आणि दुरुस्तीची कमतरता आणि तयार झालेल्या कंपोस्ट खताच्या विक्रीमधील अडचणी. महानगरपालिकेच्या अधिकाऱ्यांनी या अडचणींवरील उपाय तातडीने शोधून काढण्याची गरज आहे... कचरा डेपोसाठी नव्या जागा शोधणे आणि त्या तयार करण्याची तातडीची गरज आहे कारण आता वापरात असलेल्या तीनही कचरा डेपोंची (भाल्स्वा, गाझीपूर, आणि ओखला) क्षमता ५ वर्षांपूर्वीच संपुष्टात आलेली आहे आणि आता हे डेपो कोणतीही काळजी न घेता टाकण्यात आलेल्या कचऱ्याने भरून वाहत आहेत ....'' आणि तरीही अजूनही ''नागरी घन कचरा (व्यवस्थापन आणि विल्हेवाट) नियम २००० च्या अनुसार ओखला येथील त्यांचा कंपोस्ट खत कारखाना चालविण्यासाठी आवश्यक असलेली परवानगी मिळवण्यासाठी आजपर्यंत फक्त नवी दिल्ली महानगरपालिकेने दिल्ली प्रदूषण नियंत्रण मंडळाकडे अर्ज दाखल केलेला आहे. दिल्ली महानगरपालिकेने त्यांचे ओखला आणि भाल्स्वा येथील कंपोस्ट खत करखाने उभारण्यासाठी आणि चालवण्यासाठी, आणि भाल्स्वा, गाझीपूर आणि ओखला येथे कचऱ्याची विल्हेवाट लावण्यासाठी सुविधा निर्माण करण्यासाठी आवश्यक त्या परवानग्या घेतलेल्या नाहीत. त्याचप्रमाणे दिल्ली लष्कर विभागही त्यांनी सोडून दिलेल्या कचरा डेपोची देखभाल नागरी घन कचरा (व्यवस्थापन आणि विल्हेवाट नियम २०००) नियमानुसार करत नाहीत.''

दाट लोकवस्ती असलेल्या विभागांमधील धलावांची प्रत्यक्ष आणि स्वच्छतेची परिस्थिती सातत्याने ढासळत आहे हे सर्व ठळक अक्षरांमध्ये लिहिलं जातं... ''दिल्ली लष्कर विभागातील कचरा कुंड्यांची अवस्था आणि स्वच्छता सातत्याने ढासळत आहे.'' ''दिल्ली महानगरपालिकेच्या अभियंता देखभाल विभाग आणि स्वच्छता विभाग या दोन्हीमध्ये योग्य त्या समन्वयाचा अभाव असल्यामुळे कचरा कुंड्यांचा पुरेसा पुरवठा आणि त्यांची देखभाल योग्य त्या रीतीने होत नाही.'' कचरा वाहून नेण्यासाठी पुरेशी वाहने नसल्याने... दाट लोकवस्तीच्या तीन विभागांमध्ये

चार दिवसांपेक्षा अधिक काळ कचरा नेला न गेल्यामुळे कचराकुंड्या भरून वाहत असून रस्त्यापर्यंत कचरा पडलेला आहे आणि त्यामुळे जनतेच्या आरोग्याला फार मोठा धोका पोचत आहे शिवाय वाहतुकीलाही अडथळा येत आहे.''

''तातडीच्या उपाययोजनेची गरज.'' युद्धपातळीवर या संकटाला सामना करण्याची गरज, ...धलावांचा वापर कचेरीची जागा म्हणून केला जातच आहे. ...कचरा बेकायदेशीरपणे कोणत्याही मोकळ्या जागेवर बिनदिक्कतपणे टाकण्यात येत आहे.

असंख्य अहवाल, समित्या, तयार करण्यात आलेले नियम, अनिवार्य कर्तव्ये, तपासण्या —कशाचाच उपयोग नाही ...कृपया दिल्ली प्रदूषण नियंत्रण मंडळाला यावर नियंत्रण ठेवण्याची सूचना देण्यात यावी. कृपया या तपासण्या दर सहा महिन्यांनी करण्याची परवानगी देण्यात यावी...

२८ वा अहवाल. या मालिकेतला १८ वा अहवाल. आत्तापर्यंत आपल्याला खूपच बाबी तोंडपाठ झालेल्या आहेत. ''धलावांची प्रत्यक्ष आणि स्वच्छतेची अवस्था सातत्याने ढासळत चालली आहे.....सुधारणा....युद्धपातळीवर काम करण्याची तातडीची गरज....'' ''समन्वयाचा अभाव...जवळ जवळ सर्वच कचराकुंड्यांची दुरुस्ती आणि निगा राखणे अत्यावश्यक आहे.'' ''खाजगीरीत्या देखभाल करण्यात येणाऱ्या कचराकुंड्या सर्वसामान्यपणे बऱ्या अवस्थेत आहेत आणि रोजच्या रोज कचरा उचललाही जात आहे.'' परंतु त्यांपैकी काहींना झाकणे नाहीत आणि पावसाळ्यामध्ये त्यांच्यामध्ये साठणाऱ्या पाण्याचा योग्य निचरा होण्याची काही व्यवस्था नाही.'' दिल्ली महानगरपालिकेच्या कचराकुंड्यांपैकी ४५% कचराकुंड्यांमध्ये भटकी जनावरे चरताना आढळली आहेत, तर ३०% कचराकुंड्यांमध्ये कागद-काच- कपडा गोळा करणारे लोक आढळले आहेत. सर्व महत्त्वाच्या खाजगी आणि सार्वजनिक रुग्णालयांजवळ जैविक वैद्यकीय कचरा साठवण्यासाठी काळ्या आणि पिवळ्या पिशव्या वापरात आणलेल्या आढळून आल्या आहेत. या रंगाधारित कचरा पिशव्या नीटपणे ठेवल्या गेल्या पाहिजेत किंवा जाळून टाकण्यात आल्या पाहिजेत. सर्व कचरा गोळा करणारी सर्व वाहने संपूर्णपणे किनतानाने झाकण्यात आलेली आहेत असे प्रथमच पाहायला मिळाले...

दिल्ली महानगरपालिका विभागामध्ये २/३ कचरापेट्यांची नीट देखभाल केली जात नाही असे आढळून आले आहे, तर नवी दिल्ली महानगरपालिका विभागामध्ये हे प्रमाण ९% वर उतरले आहे परंतु लष्कर विभागामध्ये मात्र हे प्रमाण अजूनही ५८% इतके आहे.'' मोकळ्या जागांवर कचरा टाकणे अजून सुरूच आहे ...'' दिल्ली महानगरपालिका विभागामध्ये अजूनही कचरा साठवण्यासाठी बांधण्यात आलेल्या जागांचा वापर कचेरीसारखा करण्यात येत आहे....

केंद्रीय प्रदूषण नियंत्रण मंडळाला (सीपीसीबी) आता त्यांची तक्रार तातडीनं पुढे

करणं आवश्यकच झालं आहे. दिल्ली प्रदूषण नियंत्रण समितीने या बाबींवर लक्ष द्यावं, या तपासण्या सहा महिन्यांतून एकदाच कराव्या, आता हे फक्त ठळक अक्षरांमध्ये लिहून चालणार नाही तर आता छपाईची अक्षरंही वेगळी आणि अधिक ठळक वापरायला हवीत.

कचरा डेपो आणि कंपोस्ट खताचे कारखाने यांची समस्या. प्रत्येकाच्या डोळ्यासमोर सतत उभी असलेली ही समस्या तशीच वाढत चालली आहे. ही बाब वर्षानुवर्षांपासून अगदी सर्वोच्च न्यायालयापासून सर्व संबंधितांच्या नजरेला आणली जाते आहे, तरीही फक्त नवी दिल्ली महानगरपालिकेनं त्यांचा ओखला येथील कारखाना सुरू करण्यासाठी नियमानुसार आवश्यक असलेल्या परवानगीसाठी अर्ज केलेला आहे. दिल्ली महानगरपालिकेने ''त्यांच्या ओखला आणि भाल्स्वा येथील कंपोस्ट खतांच्या कारखान्यांची उभारणी आणि प्रत्यक्ष कामाला सुरुवात करण्यासाठी आवश्यक त्या परवानग्या मागण्यासाठी अर्जही केलेला नाही. तसेच भाल्स्वा, गाझीपूर आणि ओखला येथे कचऱ्याची विल्हेवाट लावण्याच्या प्रक्रिया सुरू करण्यासाठीही परवानगीचे अर्ज केलेले नाहीत. त्याचप्रमाणे दिल्ली लष्कर विभाग आता वापरात नसलेल्या त्यांच्या कचराडेपोची नीट निगा राखत नाहीत.'' यापुढे जाऊन केंद्रीय प्रदूषण नियंत्रण मंडळ न्यायालयाला कळवतं, ''दिल्ली महानगरपालिका चालवीत असलेल्या दोन्ही कंपोस्ट खत कारखान्यांच्या (ओखला येथील कारखाना दिल्ली महानगरपालिका चालवते तर दुसरा एक खाजगी कंपनी चालवते) तपासणीमध्ये असे आढळून आले आहे की, हे दोन्ही कारखाने चालू नाहीत आणि गेल्या तीन महिन्यांमध्ये या दोन्ही कारखान्यांमध्ये नव्या कचऱ्यावर कोणतीही प्रक्रिया करण्यात आलेली नाही. वाईट प्रतीचा कचरा, देखरेखीकडे केले गेलेले दुर्लक्ष, आणि तयार झालेले खत विकण्यातील अडचणी ही या कारखान्यांच्या आजच्या दुरवस्थेची प्रमुख कारणे आहेत. या कंपोस्ट कारखान्यांसमोरील अडचणींचा विचार दिल्ली महानगरपालिकेने तातडीने करणे गरजेचे आहे.'' नवी दिल्ली महानगरपालिका चालवत असलेला ओखला येथील कंपोस्ट खतकारखाना त्याच्या क्षमतेपेक्षा खूपच कमी प्रमाणावर उत्पादन करत असला तरी त्याने तयार केलेले खत चांगल्या प्रतीचे आहे. परंतु या कारखान्याचीही अवस्था इतकी वाईट आहे की त्यांतही 'संपूर्ण सुधारणा करणे आवश्यक आहे' आणि अर्थातच कचरा डेपोच्या जागांची समस्या आहेच. पुन्हा एकदा सर्वोच्च न्यायालयाला कळवण्यात येतं, ''कचरा डेपोसाठी नव्या जागा शोधणे आणि त्या तयार करण्याची तातडीची गरज आहे, कारण आता वापरात असलेल्या तीनही कचरा डेपोंची (भाल्स्वा, गाझीपूर आणि ओखला) क्षमता ५ वर्षांपूर्वीच संपुष्टात आलेली आहे आणि आता हे डेपो कोणतीही काळजी न घेता टाकण्यात आलेल्या कचऱ्याने भरून वाहत आहेत...''

जून २००३. सर्वोच्च न्यायालयाच्या आदेशानंतरच्या अहवालांच्या मालिकेतील २० वा अहवाल सादर करण्याची वेळ येऊन ठेपली आहे. २००३च्या एप्रिल आणि मे महिन्यांमध्ये केलेल्या तपासणीवर हे अहवाल आधारलेले आहेत. ज्या काही एक-दोन बाबींमध्ये आपल्याला किंचितशी का होईना पण सुधारणा दिसून आली होती त्या बाबींमध्येही अवस्था बिघडलेली आहे असं या अहवालामध्ये नमूद करण्यात आलेलं आहे.

''नागरी घन कचऱ्याच्या व्यवस्थापनामध्ये दिल्ली महानगरपालिका विभागांमध्ये एक निश्चित असा उतरता कल स्पष्ट दिसून येत आहे.'' केंद्रीय प्रदूषण नियंत्रण मंडळ दर्शवत आहे. दिल्लीमधील नागरी घन कचऱ्याच्या व्यवस्थापनामध्ये सुधारणा घडवून आणण्याच्या कामाची प्रचंड व्याप्ती अजून दिल्ली महानगरपालिकेच्या लक्षात आलेली दिसत नाही आणि या परिस्थितीशी सामना करण्यासाठी जे प्रयत्न केले जात आहेत ते पुरेसे आणि पुरेशा वेगाने केले जात नाहीत.

खरं सांगायचं तर या जागा सरकारी मालकीच्या आहेत ही एकच गोष्ट त्या जागा कचराडेपो करण्यासाठी योग्य ठरतात. मंडळ सांगतं, ''संपूर्ण शहरामध्ये दिल्ली विकास निगमच्या मालकीच्या अनेक लहान लहान, अविकसित आणि असंरक्षित अशा जागा आहेत. जेथे जेथे अशा जागा आहेत तेथे तेथे उघड्यावर कचरा आणि इतर टाकाऊ वस्तू टाकल्या जात आहेत, असे लक्षात आले आहे. यामुळे आजूबाजूच्या वस्त्यांच्या आरोग्याला धोका पोहोचेल अशी परिस्थिती निर्माण झाली आहे. दिल्ली विकास निगमने स्वत:च्या अशा रिकाम्या जागा कचराडेपो बनणार नाहीत यासाठी तातडीने कारवाई करण्याची आवश्यकता आहे.''

एवढे सगळे नियम बनवून त्यांच्यापर्यंत पोहोचवल्यानंतरही तीनपैकी एकही नगरपालिका ते नियम पाळत नाही आहे ...प्रत्यक्ष आणि स्वच्छतेची परिस्थिती सातत्याने ढासळत आहे... युद्धपातळीवर सुधारणा करणे गरजेचे आहे ...सर्व जुन्या समस्या...कचराकुंड्या कचेरी म्हणून वापरणे...ही कल्पना अधिक स्पष्ट करून मांडलेली आहे ''कचरा नीटपणे ठेवण्यासाठी कचराकुंड्यांची कमतरता दिसून येत असली तरी अनेक धलाव-त्यांपैकी कित्येक नव्याने बांधले गेले आहेत— कचेरी किंवा गोदाम म्हणून वापरले जात आहेत. अशा काही स्थळांची एक प्रातिनिधिक यादी पुढे देत आहोत.''

एक कसंबसं का होईना पण पुरं होणारं एक काम बंदच पडलंय... आता आपल्यासमोर ठळक अक्षरात लिहून येतं, ''दिल्ली महानगरपालिकेची कचरा वाहतूक यंत्रणा संपूर्णपणे कोलमडली आहे. दिल्ली महानगरपालिकेची नागरी घन कचरा व्यवस्थापनाची जी दुरवस्था आहे तिचे प्रमुख कारण म्हणून कचरा भरणाऱ्या कामगारांची आणि पुरेशा वाहनांची कमतरता हे सांगता येईल. कचरा वाहून नेणाऱ्या

वाहनांच्या कमतरतेमुळे बहुसंख्य कचरापेट्या कुजलेल्या कचऱ्याने भरून वाहत आहेत. त्यामुळे डास, उंदीर-घुशी, माशा आणि अनेक प्रकारचे जंतू निर्माण होण्याचा फार मोठा धोका निर्माण झाला आहे, ज्यामुळे आजूबाजूच्या वस्तीमध्ये साथीचे रोग फैलावण्याची शक्यताही निर्माण झाली आहे. तपासणीच्या दरम्यान भेटलेल्या जवळजवळ सर्वच स्वच्छता निरीक्षकांनी कचरा गोळा करणाऱ्या वाहनांची आणि कचरा उचलणाऱ्या कामगारांची कमतरता समोर मांडली आहे. आज काम करू शकत नसलेली वाहने विचारात घेता, दिल्ली महानगरपालिकेने आजच्या संख्येच्या दुप्पट वाहने कामावर घेणे आवश्यक आहे तरच रोजच्या रोज कचरा उचलला जाईल. याचबरोबर कचरा उचलणाऱ्या कामगारांची संख्याही दुप्पट करणे आवश्यक आहे.''

वाहनांवरची किनतानांची आवरणं आठवताहेत? ती लहानशी सुधारणाही आता फाटून गेली आहे. आता आपल्याला कळून येतं, ''कचरा वाहून नेत असताना त्यावर तात्पुरते आवरण म्हणून सर्वच वाहने किनतान किंवा प्लॅस्टिकचे कापड वापरत असतात. परंतु चालू निरीक्षणाच्या काळात असे आढळून आले आहे की वाहनातील कचरा नीटपणे आणि संपूर्णपणे झाकण्याच्या दृष्टीने अशी आवरणे आकार आणि लांबीरुंदी दोन्ही दृष्टींनी अपुरी आहेत. याचा परिणाम म्हणजे कचरा वाहून नेणारी वाहने कचरा डेपोपर्यंत जाताना रस्त्यात जागोजागी कचरा सांडत व पसरत जातो. असे अनेक ठिकाणी घडताना दिसून आले आहे.''

कंपोस्ट खत कारखाने आणि कचरा डेपोंची समस्या तर आता अधिकच भीषण झाली आहे. केंद्रीय प्रदूषण नियंत्रण मंडळ सर्वोच्च न्यायालयाला कळवतं—

* दिल्ली महानगरपालिकेने नागरी घन कचऱ्याची विल्हेवाट लावण्याच्या क्षमतेमध्येसुधारणा करण्याच्या दृष्टीने नवे प्रकल्प सुरू करण्याच्या दिशेने कोणतीही ठोस पावले उचललेली नाहीत. ओखला येथील दिल्ली महानगरपालिका चालवीत असलेला खत कारखाना आता चालू नाही. त्याचप्रमाणे भाल्स्वा येथील खाजगी कंपनी चालवीत असलेला खतकारखाना क्षमतेच्या १/५ क्षमतेने काम करत होता. वाईट प्रतीचा कचरा, दुरुस्ती आणि देखरेखीचा अभाव आणि तयार मालाच्या विक्रीमध्ये येणाऱ्या अडचणी या बाबी या अवस्थेला प्रामुख्याने जबाबदार आहेत. दिल्ली महानगरपालिकेने या खतकारखान्यांच्या समस्यांकडे तातडीने लक्ष पुरवणे आवश्यक आहे.
* नवी दिल्ली महानगरपालिका चालवीत असलेला ओखला येथील खतकारखानाही आता बंद पडलेला आहे. आणि त्या कारखान्याची दुरुस्ती करणे किंवा नवा कारखाना उभारणे यासाठी नवी दिल्ली महानगर-

पालिका कोणताही प्रयत्न करताना दिसत नाही.

* कचरा डेपोसाठी नव्या जागा शोधणे आणि त्या तयार करण्याची तातडीची गरज आहे, कारण आता वापरात असलेल्या तीनही कचरा डेपोची (भाल्स्वा, गाझीपूर आणि ओखला) क्षमता ५ वर्षांपूर्वीच संपुष्टात आलेली आहे आणि आता हे डेपो कोणतीही काळजी न घेता टाकण्यात आलेल्या कचऱ्याने भरून वाहात आहेत....''

आपण आता जून २००३ मध्ये येऊन पोचलेलो आहोत. मंडळ गेली अडीच वर्षं -म्हणजे नियम लागू झाल्यापासूनच- जे सांगत आलं आहे ते पुन्हा एकदा अत्यंत सौजन्यानं परंतु ठामपणे मांडतं. ''नागरी घन कचरा (व्यवस्थापन आणि विल्हेवाट) यासंबंधीचे नियम २००० यानुसार ३१.१२.२००२ पर्यंत भविष्यातील सुविधांसाठी कचरा डेपोसाठी नव्या जागा शोधणे आणि तयार करणे हे काम पूर्ण होणे आवश्यक आहे.'' मंडळ पुन्हा एकदा सांगतं.

इतर सर्व शिफारशी आणि विनंत्याही आहेतच -अगदी ठळक अक्षरांमध्ये लिहिलेल्या.

सप्टेंबर २००३. सर्वोच्च न्यायालयाच्या आदेशानंतरचा २१वा अहवाल. शब्दही अगदी तेच. ''नागरी घन कचऱ्याच्या व्यवस्थापनामध्ये दिल्ली महानगरपालिका विभागांमध्ये एक निश्चित असा उतरता कल स्पष्ट दिसून येत आहे.'' ''दिल्लीमधील नागरी घन कचऱ्याच्या व्यवस्थापनामध्ये सुधारणा घडवून आणण्याच्या कामाची प्रचंड व्याप्ती अजून दिल्ली महानगरपालिकेच्या लक्षात आलेली दिसत नाही आणि या परिस्थितीशी सामना करण्यासाठी जे प्रयत्न केले जात आहेत ते पुरेसे आणि पुरेशा वेगाने केले जात नाही आहेत.'' संपूर्ण शहरामध्ये दिल्ली विकास निगमच्या मालकीच्या अनेक लहान लहान, अविकसित आणि असंरक्षित अशा जागा आहेत. जेथे जेथे अशा जागा आहेत तेथे तेथे उघड्यावर कचरा आणि इतर टाकाऊ वस्तू टाकल्या जात आहेत, असे लक्षात आले आहे. यामुळे आजूबाजूच्या वस्त्यांच्या आरोग्याला धोका पोचेल अशी परिस्थिती निर्माण झाली आहे. दिल्ली विकास निगमने स्वत:च्या अशा रिकाम्या जागा कचराडेपो बनणार नाहीत यासाठी तातडीने कारवाई करण्याची आवश्यकता आहे.''

''धलावांची प्रत्यक्ष आणि स्वच्छतेची परिस्थिती सातत्याने ढासळत आहे.'' दिल्ली महानगरपालिकेची कचरा वाहतूक यंत्रणा संपूर्णपणे कोलमडली आहे.'' ''कचरा वाहून नेत असताना त्यावर तात्पुरते आवरण म्हणून सर्वच वाहने किनतान किंवा प्लॅस्टिकचे कापड वापरत असतात, परंतु चालू निरीक्षणाच्या काळात असे आढळून आले आहे की वाहनातील कचरा नीटपणे आणि संपूर्णपणे झाकण्याच्या दृष्टीने अशी आवरणे आकार आणि लांबीरुंदी दोन्ही दृष्टींनी अपुरी

आहेत. याचा परिणाम म्हणजे कचरा वाहून नेणारी वाहने कचरा डेपोपर्यंत जाताना रस्त्यात जागोजागी कचरा सांडत व पसरत जातो. असे अनेक ठिकाणी घडताना दिसून आले आहे.''

अखेरीस दिल्ली महानगरपलिकेनेही त्यांचा कंपोस्ट खताचे कारखाने चालू करण्यासाठी आवश्यक त्या परवानग्या मिळवण्यासाठी अर्ज केले आहेत. आता हे अर्ज दिल्ली प्रदूषण नियंत्रण मंडळाकडे 'प्रलंबित' आहेत-पडून आहेत. परंतु बाकी सर्व बाबींमध्ये परिस्थिती 'जैसे थे' अशीच आहे.

* दिल्ली महानगरपालिकेने नागरी घन कचऱ्याची विल्हेवाट लावण्याच्या क्षमतेमध्ये सुधारणा करण्याच्या दृष्टीने नवे प्रकल्प सुरू करण्याच्या दिशेने कोणतीही ठोस पावले उचललेली नाहीत. नवी दिल्ली महानगरपालिका चालवीत असलेला ओखला येथील खतकारखानाही आता बंद पडलेला आहे आणि त्या कारखान्याची दुरुस्ती करणे किंवा नवा कारखाना उभारणे यासाठी नवी दिल्ली महानगरपालिका कोणताही प्रयत्न करताना दिसत नाही. ओखला येथील दिल्ली महानगरपालिका चालवीत असलेला खतकारखाना आता चालू नाही. त्याचप्रमाणे भाल्स्वा येथील खाजगी कंपनी चालवीत असलेला खतकारखाना क्षमतेच्या १/५ क्षमतेने काम करत होता. दिल्ली महानगरपालिकेने या खतकारखान्यांच्या समस्यांकडे तातडीने लक्ष पुरवणे आवश्यक आहे. नवी दिल्ली महानगरपालिका चालवीत असलेला ओखला येथील खतकारखानाही आता बंद पडलेला आहे. आणि त्या कारखान्याची दुरुस्ती करणे किंवा नवा कारखाना उभारणे यासाठी नवी दिल्ली महानगरपालिका कोणताही प्रयत्न करताना दिसत नाही.
* कचरा डेपोसाठी नव्या जागा शोधणे आणि त्या तयार करण्याची तातडीची गरज आहे. कारण आता वापरात असलेल्या तीनही कचरा डेपोंची (भाल्स्वा, गाझीपूर आणि ओखला) क्षमता ५ वर्षांपूर्वीच संपुष्टात आलेली आहे आणि आता हे डेपो कोणतीही काळजी न घेता टाकण्यात आलेल्या कचऱ्याने भरून वाहत आहेत ....'' नागरी घन कचरा (व्यवस्थापन आणि विल्हेवाट) यासंबंधीचे नियम २००० यानुसार ३१.१२.२००२ पर्यंत भविष्यातील सुविधांसाठी कचरा डेपोसाठी नव्या जागा शोधणे आणि तयार करणे हे काम पूर्ण होणे आवश्यक आहे.'' परंतु आता दिल्ली महानगरपालिकेने असे कळवले आहे की, ''जैतपूर येथील नव्या कचरा डेपोची जागा आता जवळजवळ नक्कीझालेली आहे .''

फेब्रुवारी २००४. सर्वोच्च न्यायालयाच्या आदेशानंतरचा २२ वा अहवाल.

कुठे एखादी सुधारणा तर कुठे एखादी कमतरता —आधीच्या अहवालांपासून हा अहवाल वेगळा करणं शक्य नाही. बांधलेल्या कचराकुंड्यांना भटकी जनावरं आत जाऊ नयेत म्हणून दारं बसवण्यात आली आहेत. याचा परिणाम अगदी अनपेक्षित असा होतो— ''या सुधारणेमुळे लोक धलावांच्या बाहेरच कचरा टाकण्यास प्रवृत्त होऊ लागले आहेत.'' आपल्याला सांगण्यात येतं. काही काळापूर्वी जास्तीच्या कचरा पेट्या बसवण्यात आल्या होत्या, परंतु आता ''दिल्ली महानगरपालिका विभागातील अनेक कचरापेट्या सफाई कामगारांच्या चुकीच्या हाताळणीमुळे मोडलेल्या अवस्थेत असून लोक त्यांच्या बाहेरच कचरा टाकू लागले आहेत'' महत्त्वाच्या समस्या – कचरा डेपोच्या जागा, कंपोस्ट खताचे कारखाने, कचरा वाहतूक व्यवस्था ''पूर्णपणे ढासळलेली असणे .'' जशाच्या तशाच आहेत. कचरा डेपोसाठी नव्या जागा शोधणे आणि त्या तयार करण्याची तातडीची गरज आहे, कारण आता वापरात असलेल्या तीनही कचरा डेपोची (भाल्स्वा, गाझीपूर आणि ओखला) क्षमता ५ वर्षांपूर्वीच (येथे आता फक्त ५ या आकड्याऐवजी ६ हा आकडा घातलेला आहे) संपुष्टात आलेली आहे आणि आता हे डेपो कोणतीही काळजी न घेता टाकण्यात आलेल्या कचऱ्याने भरून वाहत आहेत ....'' नागरी घन कचरा (व्यवस्थापन आणि विल्हेवाट) यासंबंधीचे नियम २००० यानुसार ३१ .१२.२००२ पर्यंत भविष्यातील सुविधांसाठी कचरा डेपोसाठी नव्या जागा शोधणे आणि तयार करणे हे काम पूर्ण होणे आवश्यक आहे.'' (आपण फेब्रुवारी २००४ मध्ये येऊन पोहोचलेलो आहोत म्हणून ही एक सौम्यशी आठवण करून दिलेली आहे.)

सर्व जुन्या शिफारशी – त्याही ठळक अक्षरात छापलेल्या—''माननीय न्यायालयाला अशी विनंती आहे की त्यांनी दिल्लीच्या एनसीटी अधिकाऱ्यांना एक कालबद्ध कार्यक्रम हाती घेऊन परिणाम केंद्रित काम करण्याचे आदेश द्यावेत. त्यांनी नागरी घन कचऱ्याच्या व्यवस्थापनाचा एक 'मास्टर प्लॅन' तयार करून तो पायरीपायरीने अमलात आणावा. या आराखड्याचे यश मोजण्याचे निकष स्पष्ट असावेत ...'' ''शहरातील नागरी घन कचऱ्याच्या व्यवस्थापनामधील सुधारणा अतिशय संथपणे होत असल्याचे दिसून आले आहे, त्यामुळे माननीय न्यायालयाने या कामाची तपासणी सहा महिन्यांतून एकदा करण्याची परवानगी द्यावी... म्हणून माननीय न्यायालयाला अशी विनंती करण्यात येत आहे की दिल्ली प्रदूषण नियंत्रण मंडळाला एनसीटी विभागातील नागरी घन कचऱ्याच्या व्यवस्थापनावर आणि नागरी घन कचरा नियम २००० यांचे पालन होत आहे यावरही लक्ष ठेवण्याचे आदेश देण्यात यावेत.''

असंख्य वेळा सांगून झालेल्या त्याच त्याच शिफारशी आणि विनंत्या—ठळक अक्षरांमधली छपाई आणि वेगळ्या वळणाच्या अक्षरांसहित. त्यांचा कसलाही परिणाम

नाही—गेली आठ वर्षं चालू असलेल्या तपासण्यांचा जेवढा परिणाम झाला तेवढाच-काय घडत असावं अशी तुमची कल्पना आहे? न्यायालय संबंधित अधिकाऱ्यांना त्यांच्या कामामध्ये सुधारणा करण्याची संधी देत होतं? की, तपासणीचे अहवाल मागवले जात होते, पाठवले जात होते आणि नंतर नुसते फाईल केले जात होते? दर दोन ते चार महिन्यांनी एकदा याप्रमाणे आठ वर्षं—!

■

एका मोठ्या समस्येची त्याहून मोठी संधी बनवणे

आपल्या प्रत्येक शहराचा एकच मोठा आक्रोश असतो : नागरी कचऱ्याची समस्या. विशेषतः धोकादायक कचऱ्याची समस्या तर आता अगदी निर्वाणीला पोचली आहे. खूप वेळा अगदी श्रीमंत वस्त्यांमध्येही कचऱ्याचे ढीग साठलेले दिसून येतात. आणि बहुतेक वेळा हे ढीग इथल्या रहिवाशांनी आणि नगरपालिका कर्मचाऱ्यांनी ज्या कचरापेटीमध्ये हा कचरा टाकावा अशी अपेक्षा असते त्या कचरापेटीला लागूनच साठलेले आहेत असंही दिसून येतं. रुग्णालयांच्या बाहेर आणि पुष्कळ वेळा रुग्णालयांच्या आवारातही वैद्यकीय आणि संसर्गयुक्त कचरा साठला असल्याची छायाचित्रं वृत्तपत्रं नित्यनियमानं छापत असतात.

लोकसंख्येपेक्षा कितीतरी अधिक वेगानं हे ढीग वाढत असतात याची कारणं उघडच आहेत. सर्वसामान्य लोकसंख्येपेक्षा नागरी लोकसंख्या अधिक वेगानं वाढत असते. वस्तूंच्या वापराच्या सवयी बदलल्यामुळे नागरी कचऱ्याची वाढ नागरी लोकसंख्येपेक्षा अधिक वेगाने होते. आणि नागरी कचऱ्याचे ढीग नागरी कचऱ्यापेक्षा अधिक वेगाने वाढतात - याचं कारण सरकारी कर्मचाऱ्यांशी बोटचेपेपणाने वागण्याची आपल्या सरकारची दिवसेंदिवस वाढतच चाललेली प्रवृत्ती.

ही काही फक्त कचऱ्याचे ढीग वाढत जाणं एवढीच बाब नाही आहे. हा कचरा -विशेषतः धोकादायक कचरा- जमिनीतील पाण्याच्या स्तरामध्ये झिरपतो. तेथून तलाव आणि नद्यांपर्यंत झिरपत जातो. पर्यावरण मंत्रालय, टीईआरआय, आणि संयुक्त राष्ट्रसंघाच्या पर्यावरण विषयक कार्यक्रम या सर्वांनी संयुक्तपणे दाखल केलेल्या एका अहवालामध्ये (पर्यावरणाची परिस्थिती २००१) यासंबंधीचं एक प्रातिनिधिक उदाहरण देताना असं म्हटलं आहे,

''महाराष्ट्रातील ठाणे-बेलापूर भागामध्ये सुमारे १२०० औद्योगिक संस्था आहेत.

या सर्व संस्था एका २० किलोमीटरच्या पट्ट्यामध्ये नव्या मुंबईजवळ वसलेल्या आहेत. या संस्था दर दिवशी १०० टनांहून अधिक घन कचरा निर्माण करतात. या कचऱ्यापैकी सुमारे ८५% कचरा हा आम्लधर्मी असतो किंवा अल्कली असतो. या संस्था दररोज ५टन असा कचराही निर्माण करतात ज्याच्यामधील हॅलोजनच्या अंशामुळे त्यावर प्रक्रिया करणे अवघड असते. या भागातील जलसंचयही प्रदूषित झालेले आहेत. उल्हास नदीच्या गाळामध्ये फार मोठ्या प्रमाणावर पारा आणि आर्सेनिक आढळून आले आहे. उल्हास नदी ठाणे खाडीच्या उत्तरेकडे तिच्यात मिसळते. याचा परिणाम म्हणजे ठाणे खाडी ही देशातील सर्वांत अधिक प्रदूषित असा सागरी पाणीसाठा ठरली आहे.''

पुन्हा एकदा ''अहमदाबाद, वडोदरा-सुरत या औद्योगिक पट्ट्यामध्ये २००० हून अधिक संघटित औद्योगिक संस्था आहेत तर ६३,००० हून अधिक लघु उद्योग आहेत. या लघु उद्योगांमध्ये सोडा ॲश, कृत्रिम रंग, सूत आणि खते बनवण्यात येतात. वलसाड जिल्ह्यातील वापी येथे सुमारे १८०० उद्योग आहेत, त्यांपैकी ४५० उद्योग प्रदूषण निर्माण करणाऱ्या उद्योगांच्या यादीमध्ये येतात. या सर्व विभागांमधील उद्योग आसपासच्या २ कि.मी.त्रिज्येच्या वर्तुळातील सखल जागेवर सर्वसामान्यपणे आपला कचरा टाकत असतात. याचा परिणाम म्हणून दमन गंगा नदीच्या तीरावर एक बेकायदेशीर असा फार मोठा कचरा डेपो तयार झालेला आहे. वडोदरा येथील इंडियन पेट्रोकेमिकल्स कॉर्पोरेशन लिमिटेड (आय पी सी एल) दर महिन्याला १८०० टन इतका धोकादायक कचरा नंदसेरी येथील एका मोकळ्या जागेवर टाकते. आय पी सी एल चा हा कचरा डेपो एका टेकडीवर आहे. पावसाळ्याच्या दिवसात या कचऱ्यामधील सर्व धोकादायक वस्तू पाण्याने वाहत खाली येऊन नदीमध्ये मिसळतात.''

आणखी एक ...''वझीरपूर औद्योगिक विभाग, शहादरा-मौजपूर औद्योगिक विभागांबरोबरच दिल्लीमधील ग्रँड ट्रंक रोडच्या कडेने लघु आणि अतिलघु उद्योग उभे राहिलेले आहेत. या उद्योगांमध्ये मुख्यत: तांबे, पितळ, ॲल्युमिनियम यांसारख्या नॉन-फेरस धातूंवर प्रक्रिया केली जाते. हे कारखाने, स्टील रोलिंग मिल्स, लोणची बनवणारे कारखाने हे सर्व उद्योग त्यांचा जड धातूंचे अवशेष आणि आम्ले असलेला कचरा घाणीच्या उघड्या डबक्यांमध्ये आणि गटारांमध्ये ओतून टाकत आहेत. यामुळे जमिनीतील पाण्यामध्ये हा सर्व कचरा मोठ्या प्रमाणात विरघळून जात आहे. त्यामुळे भूजल प्रदूषित झाले आहे. तेच पाणी येथील रहिवासी पिण्यासाठी वापरतात.''

हा अहवाल आणखीही एक प्रातिनिधिक उदाहरण देतो. राजस्थानमधील बिछरी या गावामध्ये आम्लाचा वापर करून रंग बनवणारे दोन कारखाने आहेत. ''यामुळे सुमारे ८२५० घन मीटर एवढे घाण पाणी आणि सुमारे २४००-२५०० टन

एवढा घट्ट व घाणेरडा चिखल तयार झाला आहे. हे विषारी पाणी कोणतीही प्रक्रिया न करताच बाहेर सोडून देण्यात आले होते आणि प्रक्रियेतून निर्माण झालेला घाण चिखल कारखान्याच्या आवारामध्येच टाकून देण्यात आला होता. ते विषारी पाणी उदयसागर कालव्यामधून संपूर्ण प्रांतातून वाहत गेले आणि पावसाच्या पाण्याने तो घाणेरडा चिखल शेतजमिनीवर पसरून भूजलामध्ये मिसळला. एका अधिकृत सर्वेक्षणामध्ये असे दिसून आले आहे, की ''७ कि मी. एवढ्या भागामध्ये भूस्तराच्या पातळीच्या खाली ७० फूट पर्यंतचे पाणी प्रदूषित झाले आहे. आणि याचा परिणाम ७ खेड्यांमधील सुमारे ८००० लोकांना भोगावा लागणार आहे.''

अशी उदाहरणं कितीही देता येतील. परंतु या एवढ्याच उदाहरणांवरूनही काही बाबी अगदी स्पष्ट होतील.

* अनेक लोक सार्वजनिक विभागातील उद्योगांची बाजू घेताना म्हणत असतात की, त्यांना 'सार्वजनिक जबाबदारीची अधिक जाण असते.' परंतु या कारखान्यांनी तर अधिकृत निकष आणि नियम यांच्याकडे खाजगी कारखान्यांइतकेच अक्षम्य दुर्लक्ष केलेले दिसते.
* आपण ज्या विभागांना अत्यंत हळवेपणाने सांभाळत आलो आहोत - लघु उद्योग आणि अतिलघु उद्योग— आपण ज्यांच्यावर टीका करण्यात मोठेपणा मानतो ते उद्योगही— मोठे उद्योग, बहुराष्ट्रीय उद्योग —यांच्या इतकंच नुकसान करू शकतात. एकच उदाहरण घ्यायचं तर २०००/२००१ मध्ये विज्ञान आणि पर्यावरण केंद्राने आपला 'ग्रीन रेटिंग प्रकल्पांचा रोख मोटार उद्योगावर ठेवला. देवू मोटर्स, ह्युंदाई, जनरल मोटर्स आणि मर्सिडीझ बेन्झ ऑफ इंडिया या उद्योगांनी इतर सर्व कारखान्यांपेक्षा अधिक गुण मिळवले. परंतु केंद्राने हीही नोंद केली की, हे आणि इतर कारखाने आपली जुनी इंजिने आणि मॉडेल्स भारतामध्ये आणत आहेत. आणि त्यांपैकी काही त्यांच्या स्वत:च्या देशांमधील सध्याच्या 'ग्रीन' परीक्षे मध्ये नक्कीच अनुत्तीर्ण होतील. (डाऊन टू अर्थ,३० नोव्हेंबर २००१, पृ.२७.)
* हे प्रदूषण करणारे उद्योग काही अगदी दूर कोठेतरी, देशाच्या अंतर्भागामध्ये, सहज दिसून येणार नाही अशा ठिकाणी ही बेकायदेशीर कृत्यं करत आहेत असे नाही. ते ही कामं शहरांमध्ये-नव्हे, प्रमुख शहरांमध्ये, सरकारने वसवलेल्या औद्योगिक विभागांमध्ये राजरोसपणे करत आहेत, थोडक्यात सांगायचं तर आपलं पर्यावरण आपल्या सरकारच्या डोळ्यांदेखत प्रदूषित केलं जात आहे.
* ज्या गोष्टींची आपण पूजा करत आलो आहोत – नद्या ,तळी इत्यादी. त्याच

गोष्टी आपण प्रदूषित केल्या आहेत. या आणि अशा उदाहरणांची तुलना युरोप आणि अमेरिकेमध्ये नियमितपणे सादर केल्या जाणाऱ्या अशाच अहवालांमधील उदाहरणांशी करून बघू. माहिती महाजालावर उपलब्ध असलेल्या अशा अनेक अहवालांमधून सहजगत्या निवडलेलं हे एक उदाहरण पाहा. यामध्ये दिसणारा विरोधाभास —धोकादायक कचऱ्याची विल्हेवाट लावण्याच्या प्रश्नापेक्षा कितीतरी अधिक महत्त्वाचे प्रश्न यापैकी प्रत्येक अहवालामध्ये मांडलेले आढळतात.

* १९८५मध्ये जर्मनीने रासायनिक साहाय्यकासह रूपांतर करणे (कॅटलयटिक कन्व्हर्टर्स) आणि शिसेविरहित पेट्रोल वापरणाऱ्या संस्थांना प्रोत्साहके देण्याचे जाहीर केले. १ सप्टेंबर १९९३ पर्यंत ९७% नव्याने नोंदणी झालेल्या मोटारींमध्ये नियमांनुसार तयार केलेले कॅटलयटिक कन्वर्टर्स बसवण्यात आलेले होते.
* फक्त ३ वर्षांमध्ये जर्मनीने विषारी कचऱ्याची निर्मिती १५%नी कमी करण्यात यश मिळवले.
* १९८२ ते १९९४ या कालावधीमध्ये, स्वीडनमधील नायट्रोजन ऑक्साइड कमी करणाऱ्या तंत्रज्ञानाचा वापर करणाऱ्या कम्बशन कारखान्यांच्या संख्येमध्ये दहापट वाढ झाली. त्या देशाने नायट्रोजन ऑक्साइडचे उत्सर्जन कमी करण्यासाठी १९९५पर्यंत ३५% कमी करण्याचे आपले उद्दिष्ट निश्चित केले होते. १९९३मध्येच हे उद्दिष्ट पारही झालेले होते.
* १९७० मध्ये स्वीडनमध्ये कार्बन डायऑक्साइडचे उत्सर्जन १०० दशलक्ष टन इतके होते ते १९९१ मध्ये ६० दशलक्ष टनांवर आले.
* स्वीडनमध्येच १९८० ते १९९१ या कालावधीमध्ये सल्फर डायऑक्साइडचे उत्सर्जन ८०% नी कमी झाले तर १९९५ ते १९९७ या कालावधीमध्ये डेन्मार्कमध्ये हे प्रमाण १/४ इतके कमी झाले. हे घडण्याचे एकच कारण होते आणि ते म्हणजे एसओ२ च्या उत्सर्जनावर चांगला मजबूत कर बसवण्यात आला.
* १९७५ आणि १९८३च्या दरम्यान फ्रान्समध्ये औद्योगिक उत्सर्जनातील प्रदूषके ४०%नी कमी झाली होती. १९७० ते १९८९ या कालावधीमध्ये एकूण भूजल उपसण्याचा प्रकार १५%नी कमी झाला होता. जे काही घडवून आणण्यात यश मिळालं होतं त्याची खरी कल्पना या आकडेवारीवरून येत नाही. खरं पाहता हे आकडे अजून खूपच मोठे होऊ शकतील परंतु अनेक कारणांमुळे महानगरपालिकांनी त्यांचा पाणी उपसा ४२% नी वाढवला तरी उद्योग क्षेत्राने मात्र ते वापरत असलेल्या पाण्याचं प्रमाण

५५%नी कमी केलं.

* १९७५ आणि १९९० या कालावधीमध्ये, नेदरलॅन्ड्समध्ये प्राणवायूची गरज असणारी उत्सर्जने १/३ एवढी कमी झाली. भूस्तरावरील पाण्यावरील भार आधी होता त्यापेक्षा १/३ इतका कमी झाला. १९७६ आणि २००० या कालावधीमध्ये कॅडमियम,तांबे, शिसे, पारा, झिंक यांसारख्या जड धातूंची तलावांमध्ये आणि नद्यांमध्ये होणारी उत्सर्जने ८६% ते ९७% इतकी कमी झाली.
* २००० साली ओईसीडी देशांमध्ये होणारा औद्योगिक पाणी वापर २५ वर्षांपूर्वी जेवढा होता त्याच्या निम्म्याने कमी झाला.
* १९८१मध्ये डेन्मार्कमध्ये ०% वायूऊर्जा निर्मिती होत होती. १९९२मध्ये संपूर्ण डेन्मार्कच्या ऊर्जेच्या गरजेच्या ३% ऊर्जा निर्मिती ही वायूनिर्मित ऊर्जा आहे.
* १९८३ ते १९९२ या कालावधीमध्ये कॅलिफोर्नियामधील पुन्हा उपयोगात आणता येणाऱ्या स्रोतांद्वारा निर्माण करण्यात येणाऱ्या ऊर्जेचं प्रमाण चौपट झालं.
* "कॅलिफोर्निया मध्ये विकसित करण्यात आलेल्या नव्या पवन-चक्क्या पारंपरिक जीवाश्म इंधनापेक्षा खूपच कमी खर्चाच्या आहेत. सौर ऊर्जेने व्यावसायिक स्तरावर वीजनिर्मिती करण्याच्या दृष्टीनेही महत्त्वाची प्रगती करण्यात आलेली आहे. फक्त सहा वर्षांमध्ये, एल यु झेड नावाच्या एका कंपनीने सौर औष्णिक वीज निर्मितीचा खर्च त्यांच्या पहिल्या कारखान्याचा जेवढा होता- दर के डब्ल्यु एच ला ०.२५ डॉलर्स इतका -तो त्यांच्या नवव्या कारखान्यापर्यंत दर के डब्ल्यु एचला ०.०८ यावर आणला आहे."
* ओझोनच्या थराला ज्या वायूचा सर्वात जास्त परिणाम होत होता अशा क्लोरोफ्लुरोकार्बन या वायूचा वापर औद्योगिक क्षेत्रामध्ये कमी कमी करत आणण्यासाठी विकसित देशांनी कराच्या रकमा आणि जनतेचा दबाव या गोष्टींचा वापर केला आहे.
* १९५४मध्ये अमेरिकेमध्ये निर्मिती उद्योगामध्ये प्रत्येक घन मीटर पाण्याचा जो १.८ इतकाच वापर केला जात होता तो आता ३.४ एवढा झाला आहे.
* डॅन्यूब नदी, थेम्स नदी, ऑस्ट्रियामधील तलाव ज्या पद्धतीने स्वच्छ करण्यात आले आहेत त्यामुळे ते देश पर्यटकांना आकर्षित करणारी पत्रके लावू शकले आहेत.

या अशा उदाहरणांवरून अनेक धडे घेता येण्यासारखे आहेत.

काही धडे :

आपले कायदे आणि पर्यावरण यांच्या संबंधात आपण जे काही पाहिलं ते टाळता येण्यासारखं नव्हतं, असं अजिबात नाही. प्रदूषण कमी करण्यासाठीचं तंत्रज्ञान, अधिक चांगल्या रीतीनं, अधिक फायदेशीर रीतीनं गोष्टी करण्यासाठी उपयोगी पडणारं तंत्रज्ञान अगदी सहजपणे उपलब्ध होऊ शकतं आहे. आपल्याच देशामध्ये ऐकू येणारी एखादीच का होईना पण यशोगाथा तर आपल्याला हेही दाखवून देते की उत्कृष्ट तंत्रज्ञान मिळालं नाही तरीही आपण खूप काही करू शकतो. पर्यावरणाची परिस्थिती २००१ या अहवालामधून ही आधी सांगितलेली सर्व धक्कादायक उदाहरणं घेतली आहेत. त्याच अहवालामध्ये १९९४मधील सुरत येथे आलेल्या प्लेगच्या दहशतीला त्या शहरानं किती उत्तम रीतीनं तोंड दिलं हेही नोंदलेलं आहे. प्लेगच्या भीतीनं ढवळून निघालेलं ते शहर फक्त १८ महिन्यांमध्ये कसं देशातील सर्वांत स्वच्छ शहर बनलं, अतिशय साधेसुधे प्रशासकीय उपाय, जनतेला प्रवृत्त करण्यासाठी योजलेले मार्ग, कचरा अयोग्य ठिकाणी टाकल्याबद्दल करण्यात येणाऱ्या दंडासारख्या साध्या उपायांचा केवढा परिणाम झाला, खाजगी स्वच्छता कामगार आणि कचरा वाहतूक करणारे कशा रीतीनं कामावर ठेवण्यात आले या सर्व गोष्टी या अहवालामध्ये नोंदलेल्या आहेत. चंद्राबाबू नायडूंनी हैद्राबाद स्वच्छ करण्यासाठी कसे आणि किती प्रयत्न केले हे नुसतं बघितलं तरी आपल्याला कळून येतं की प्रदूषण आणि गलिच्छपणा ही काही आधुनिकतेची किंमत म्हणून सहन कराव्याच लागणाऱ्या बाबी नाहीत.

एका दृष्टीनं पाहिलं तर या यशोगाथा एका अगदी महत्त्वाच्या आणि मूलभूत प्रश्नाला पुन्हा एकदा आपल्यासमोर उभं करतात : या देशांमध्ये आणि भारतातीलही अशा घटनांमध्ये कायदे आणि निकष यांमुळे वर्तनामध्ये बदल घडून आला असं दिसतं, परंतु सर्वसाधारणपणे भारतामध्ये हा असा बदल का घडलेला दिसत नाही? ज्याच्या कार्यकक्षेमध्ये इतर जबाबदाऱ्यांबरोबरच या कायद्यांची अंमलबजावणी करण्याचंही काम आहे असा एक कर्तव्यदक्ष मुलकी अधिकारी सांगतो, हे कायदे 'कडक' व्हावेत म्हणून जे कलम त्यांच्यामध्ये मुद्दाम घातलं गेलं त्या कलमामुळेच हे कायदे बजावणं कठीण होऊन बसलं आहे. आपले पर्यावरण विषयक कायदे हे गुन्हेगारी कायदे आहेत – म्हणजेच ते दिवाणी कायद्यांपेक्षा वेगळे आहेत. गुन्हेगारी कायद्याखाली एखादा आरोप सिद्ध करण्यासाठी दिवाणी खटल्यांपेक्षा खूपच वेगळे असे अतिशय ठोस पुरावे लागतात. परंतु बहुतेक पर्यावरण विषयक खटल्यांमध्ये कार्यकारण संबंध सिद्ध करणं अतिशय कठीण असतं, असं या अधिकाऱ्याचं म्हणणं आहे. ''क्ष घटनेमुळे हा परिणाम घडून आला इतकं ते सरळ नसतं तर हा पुरावा बऱ्यापैकी 'अशी शक्यता आहे' या धर्तीचा असतो.

तसंही असेल कदाचित. परंतु हेच एक महत्त्वाचं आणि एकुलतं एक कारण असू शकत नाही —जर पुरावा कसा असला पाहिजे या संबंधीच्या अटी अशा आहेत तर मुळात पर्यावरणविषयक कायदे गुन्हेगारी कायद्यांखाली घ्यावेतच कशासाठी? यामागची खरी कारणं काही वेगळीच आहेत.

* युरोप इत्यादी देशांमध्ये जे कायदे आणि निकष तयार केले गेलेले आहेत त्यामागे खूप विचार केला गेलेला आहे. तसं झालं नाही तर काय होऊ शकेल यासाठी एक लहानसं पण अतिशय धोकादायक उदाहरण देतो. - दर मिलिमीटरमध्ये किती प्रदूषक मिसळलेलं आहे असा जेव्हा उत्सर्जकाच्या प्रमाणाचा निकष असतो तेव्हा त्या संबंधित उद्योगाला हा निकष पार करण्यात फारशी अडचण येत नाही. प्रश्न येतो तो ही प्रदूषके जेव्हा मोठ्या प्रमाणातील भरपूर आणि स्वच्छ अशा पाण्यामध्ये किंवा दुसऱ्या एखाद्या पर्यावरणामध्ये मिसळून सोडून दिली जातात तेव्हा. ही गोष्ट अतिशय स्पष्टपणे आणि दुपटीने धोकादायक आहे : ही प्रदूषके नद्यांमध्ये मिसळतात आणि अधिक मोठ्या प्रमाणावर स्वच्छ पाण्याचा नाश होतो. त्यामुळे या निकषाने दोन्ही बाबी पकडण्याचा प्रयत्न करायला हवा – दर मिलिमीटरमधील प्रदूषकाचं प्रमाण आणि त्याचबरोबर त्या विशिष्ट उद्योगाच्या संपूर्ण उत्सर्जनाचे प्रमाणही नियंत्रित केलं गेलं पाहिजे.

सरळच आहे – परंतु तरीही आपल्या निकषांपैकी एक अतिशय महत्त्वाचा निकष हा केवळ पहिल्या बाबीपुरताच मर्यादित राहिलेला आहे. कॉस्टिक-क्लोरिन उद्योगामध्ये वापरण्यात येणाऱ्या पाऱ्याचे दुर्दैवी परिणाम ही बाब अगदी निर्दयपणे आपल्यासमोर घेऊन आलेले आहेत. विज्ञान आणि पर्यावरण केंद्रानं नोंद केली आहे की, ''कॉस्टिक-क्लोरिनच्या भारतीय उद्योगामध्ये वापरण्यात येणारे पाऱ्याचे प्रमाण सर्वसाधारण युरोपीय कॉस्टिक क्लोरिन उद्योगामध्ये वापरण्यात येणाऱ्या पाऱ्याच्या प्रमाणात ५०% ने अधिक आहे.'' परंतु आपली नियंत्रक यंत्रणा इतकी ढिसाळ आहे की ''सुमारे ४४% पारा नष्ट होतो त्याचा काहीही हिशेब लागत नाही आणि त्या संबंधित उद्योगांनाही या इतक्या मोठ्या नुकसानीसंबंधी काहीही कल्पना नसते.'' ही अशा प्रकारची परिस्थिती चालू तरी कशी राहू शकते? केंद्रातील तज्ज्ञ असं निरीक्षण नोंदवतात,

''भारतामध्ये पाऱ्याच्या प्रदूषणासंबंधीच्या नियमांचा रोख वेगवेगळ्या स्रोतांमधून येणाऱ्या पाऱ्याच्या संकेंद्रीकरणावर नियंत्रण ठेवण्यावर आहे. खरे पाहता हा रोख पाऱ्याचे एकूण किती प्रदूषण पर्यावरणामध्ये प्रवेश करते आहे यावर असणे आवश्यक आहे. ही बाब युरोपमध्ये अमलात आणण्यात येत असलेल्या नियमांच्या अगदी उलट आहे. युरोपमध्ये संकेंद्रीकरणाबरोबरच त्या विशिष्ट

उद्योगामधून एकूण किती पारा पर्यावरणामध्ये सोडला जात आहे, यासंबंधीही नियम करण्यात आलेले आहेत.

''आज भारतामध्ये अस्तित्वात असलेले कॉस्टिक-क्लोरिन उद्योगामधून उत्सर्जित होणाऱ्या पाऱ्याच्या प्रदूषणासंबंधीचे नियम हे केंद्र स्रोतांपासून होणारे पाऱ्याचे उत्सर्जन मोजतात.

दूषित पाण्यातील पाऱ्याचे प्रमाण आणि हायड्रोजन गॅस होल्डरपासून निघणारा पारा—

''भारतीय पाऱ्याच्या सेल्समध्ये, दूषित पाण्यातील पाऱ्याचा सरासरी नाश हा कॉस्टिक सोड्याच्या दर टनामागे ०.३८जीएम इतका असतो, तर हायड्रोजन गॅस होल्डरमधून होणारा पाऱ्याचा नाश हा सरासरी कॉस्टिक सोड्याच्या दर टनामागे ०.०१जीएम इतका असतो. त्यामुळे सध्याच्या नियमांनुसार फक्त ०.३९ जीएम इतक्याच पाऱ्याच्या नाशाचा आपण हिशेब लावू शकतो.

''परंतु, भारतीय पारा उद्योगांमध्ये पाऱ्याचा सरासरी वापर हा कॉस्टिक सोड्याच्या दर टनामागे १४६.६ जीएम इतका आहे. याचा अर्थ असा की, आपले नियंत्रक नियम एकूण प्रदूषणाच्या केवळ ०.३% एवढ्याच प्रदूषणावर नियंत्रण ठेवू शकत आहेत. या एकाच उदाहरणावरून पारा प्रदूषणासंबंधीच्या आपल्या नियंत्रक नियमांची कार्यक्षमता स्पष्ट होते.

''भारत आणि युरोपमधील केंद्र स्रोतांमध्ये पाऱ्याच्या संक्रेंद्रीकरणासंबंधीचे नियम बरेचसे समान असले तरी भारतामध्ये एकूण पारा उत्सर्जनासंबंधी नियंत्रक नियम नसल्यामुळे भारतीय पारा उद्योगामधील सर्वसाधारण पारा उत्सर्जन हे कॉस्टिक सोड्याच्या दर मेट्रिक टनामागे (जीएम/एमटी)१४६ जीएम इतके प्रचंड आहे. याउलट, हे नियंत्रक नियम अमलात आणल्यामुळे युरोपीय उद्योगांना हेच पारा उत्सर्जन कॉस्टिक सोड्याच्या दर मेट्रिक टनामागे १.५ इतके ठेवण्यात यश मिळाले आहे.'' (डाऊन टू अर्थ, १५ सप्टेंबर,२००२, पीपी.२७-२८.)

* हे कायदे आणि नियम केल्यानंतर सरकारने त्यांची अंमलबजावणी केली पाहिजे.
* परंतु हे कायदे पाळण्यासाठीचे प्रोत्साहन उद्योगांना मिळते ते केवळ खटल्यांच्या भीतीने नव्हे किंवा बक्षिसाच्या आशेनेही नव्हे. याहून महत्त्वाची गोष्ट आहे ती म्हणजे आपणहून कायदा पाळण्याची वृत्ती. स्वीडनसारखा देश कायदे आणि नियमांच्या पालनापेक्षा पुष्कळ पुढे गेला आहे, काही प्रमाणात याचं कारण म्हणजे समाजाचा दबाव : ग्रीन मूव्हमेण्टचा दूरगामी परिणाम झाला तेही एक कारण आहे. परंतु प्रामुख्याने हे घडून

आलं ते मूलभूत धारणेमुळे-या देशांमध्ये बहुसंख्य उद्योगांची इतर समाजासारखीच पूर्ण खात्री पटलेली असते की निसर्गावर अतिक्रमण होता कामा नये.

* आपली एक सवयही याच्या आड येत असते : बहुतेक वेळ आपण समस्या मोजण्यात समाधान मानत असतो-विशेषत: इतरांच्या समस्या— "तो देश विकसित झाला आहे, म्हणता? पण त्यांच्याकडचं घटस्फोटांचं प्रमाण किती वाढलं आहे, ते बघा ना! त्यांच्या नद्या आणि तलाव किती प्रदूषित झालेले आहेत ते बघा ना!" ते त्यांच्या समस्यांबद्दल काहीतरी करू पाहत आहेत, त्यांनी त्यांच्या समस्यांपैकी काही सोडवल्यासुद्धा आहेत, या बाबींचा आपण आपल्या भाषणबाजीमध्ये व्यत्यय येऊ देत नाही.

या सर्वसाधारण मुद्यांव्यतिरिक्त या देशांनी उद्योग जगताच्या वर्तनामध्ये बदल घडवून आणण्यासाठी प्रोत्साहके आणि परावृत्तके यांचं जे एक मिश्रण उपयोगात आणलं आहे त्यामुळेही निश्चित असे परिणाम दिसून आले आहेत. हे धडे नीट ध्यानात ठेवणं आपल्या फायद्याचं ठरेल.

प्रोत्साहके जी खरेखुरे प्रोत्साहन देतात आणि परावृत्तके जी खरोखरच परावृत्त करतात.

सिंगापूरमध्ये तुम्ही सरळ एखाद्या मोटारीच्या दुकानामध्ये जाऊन मोटार विकत घेऊ शकत नाही. १९९०पासून त्या सरकारने एक वाहन वाटप प्रणाली निश्चित केली आहे. सर्व वाहने सात वेगवेगळ्या वर्गांमध्ये विभागली आहेत-वेगवेगळ्या इंजिनक्षमतेच्या मोटारी, व्यावसायिक वाहने आणि बसेस, मोटारसायकली इत्यादी. एका महिन्यामध्ये कोणत्या वर्गाची किती वाहने खरेदी करता येतील याचा एक आकडा सरकार निश्चित करून देतं. हा आकडा दर वर्षाला वाहनसंख्येमध्ये ३% वाढ आणि दर वर्षाला किती वाहने निरुपयोगी ठरवण्यात येतील यावर अवलंबून ठेवण्यात येतो. इतकी मालकीपत्रे त्या वर्षामध्ये जारी करण्यात येतील, असं सरकारतर्फे जाहीर करण्यात येतं. मग या मालकीपत्रांचा लिलाव करण्यात येतो. मी हे लिहीत असताना, १६०० सीसीपेक्षा कमी क्षमतेच्या मोटारींच्या मालकीपत्रांची किंमत प्रत्येकी सुमारे १६,२०० अमेरिकन डॉलर्स इतकी आहे. या मालकी-पत्रासाठी तुम्ही बोली लावली आणि जिंकलात तर मोटारीची किंमत दिल्यानंतर तुम्हाला सुमारे ६०० अमेरिकन डॉलर्स इतके नोंदणी-शुल्क आणि त्या विशिष्ट मोटारीच्या बाजारातील किंमतीच्या ११०% इतकं अतिरिक्त नोंदणी शुल्क भरावं लागतं.

यानंतर तुम्हाला वार्षिक रस्ताकर भरावा लागतो. १६०० सीसी क्षमतेच्या मध्यम आकाराच्या मोटारीसाठी हा कर सुमारे ६०० अमेरिकन डॉलर्स इतका

बसतो. शिवाय मोटार विक्रेत्याची आकारणी असतेच.

याचा परिणाम असा होतो की आपल्या मारुती बलेनोसारखी जी टोयोटा करोला ही मोटार आहे-जिची बाजारातील मूळ किंमत सुमारे १०,००० अमेरिकन डॉलर्स इतकी आहे, ती तुम्ही विकत घेऊन रस्त्यावर चालवू लागेपर्यंत तिची किंमत तुम्हाला सुमारे ४४,१०० अमेरिकन डॉलर्स इतकी पडलेली असते.

परंतु दरवेळी तुम्ही ही मोटार रस्त्यावर आणलीत की तुम्हाला काहीतरी अधिक खर्च करावाच लागतो.

सिंगापूर सरकारने इलेक्ट्रॉनिक रोड प्रायसिंग प्रणालीचा वापर सुरू केलेला आहे. या प्रणालीन्वये, तुम्ही अत्यंत गर्दीच्या वेळी मोटार चालवत असलात तर तुम्हाला चांगला मजबूत कर भरावा लागतो. तुमची मोटार रस्त्याचा किती भाग व्यापते, तुम्ही कोणत्या विशिष्ट रस्त्याचा वापर करता आणि कोणत्या वेळी तुम्ही हा प्रवास करता यावर या कराचा दर अवलंबून असतो. विशिष्ट रस्त्याचा वापर आणि त्या वापराची वेळ याचा दर निश्चित करण्याचं प्रमुख कारण असं आहे की शक्यतो त्या रस्त्यावरील वाहतूक द्रुतगती मार्गांवर दर ताशी ४५ ते ६५ कि.मी. वेगाने आणि जोड रस्त्यांवर दर ताशी २० ते ३० कि.मी वेगाने सुरळीतपणे चालू राहावी.

आणि अर्थातच मोटार उभी करण्यासाठीचे आकारही तसेच मजबूत आहेत. तुम्ही तुमची मोटार एखाद्या घरामध्ये उभी केलेली असली तरीही तुम्हाला मोटार उभी करण्याचा आकार भरावाच लागतो. याला अपवाद फक्त अनेक सदनिका असणाऱ्या इमारतींमध्ये तुम्ही राहात असाल तर, तेथे मोटार उभी करण्याचा आकार घेतला जात नाही.

याखेरीज इतर आकार आहेतच. उदाहरणार्थ-डिझेल कर. तशाच प्रकारच्या परंतु पेट्रोलवर चालणाऱ्या मोटारीवरील करापेक्षा हा कर '६' पटीनं अधिक आहे.

याउलट, पेट्रोलवर चालणाऱ्या मोटारींच्या मालकांनी अधिक इको-फ्रेंडली इंधन वापरावं म्हणून त्यांना भरपूर सवलती देण्यात येतात. हायब्रीड किंवा विजेवर चालणाऱ्या किंवा सीएनजीवर चालणाऱ्या मोटारींच्या नोंदणी कर आणि अतिरिक्त नोंदणी करामध्ये २०% सवलत दिली जाते आणि सीएनजी बसेसना त्यांच्या बाजारातील किमतीच्या ५% सूट दिली जाते. वार्षिक रस्ताकरामध्ये हायब्रीड मोटारींसाठी १०% आणि विजेच्या, जैविक इंधनाच्या आणि सीएनजी मोटारी आणि बसेससाठी २०% इतकी सवलत देण्यात येते. टॅक्सी आणि इतर व्यावसायिक वाहन मालकांनी युरो ४ च्या निकषांवर उतरणाऱ्या वाहनांचा वापर करावा म्हणून त्यांच्या वाहनाच्या बाजारातील किंमतीच्या १००% पर्यंत वार्षिक रस्ताकरामध्ये सूट देण्याचं जाहीर करण्यात आलं आहे. काही विशिष्ट वर्गातील वाहनांसाठी तर वार्षिक रस्ता कर संपूर्णपणे माफ करण्यात आला आहे.

युरोपमधील अनेक देशांनी अशा प्रकारच्या करांची संकल्पना स्वीकारलेली आहे.

आणि अर्थातच, मोटारी हे केवळ एकच उदाहरण आहे. या देशांनी प्रदूषकांवर जोरदार कर बसवले आहेत. आणि त्याच वेळी अशा प्रदूषकांची पातळी निश्चित केलेल्या निकषांच्या खाली ठेवण्यासाठी यंत्रणा उपयोगात आणणाऱ्या उद्योगांना तेवढ्याच भरभक्कम सवलतीही दिलेल्या आहेत. या करपात्र बाबींमध्ये कार्बनचे, अवजड धातूंचे,गंधकाचे, इतर अनेक प्रकारच्या रसायनांचे क्लोरोफ्लुरोकार्बनचे, शिसेमिश्रित पेट्रोलचे उत्सर्जन येते, त्याचप्रमाणे कचरा निर्माण करणे इत्यादी बाबीही अंतर्भूत केलेल्या असतात आणि याच्याशी सुसंगत अशा सवलती हे उत्सर्जन कमी करू शकणाऱ्या यंत्रणेच्या निर्मितीसाठीही देण्यात येतात. अशाच सवलतीही यादीतील वस्तू अधिक प्रमाणात न वापरणाऱ्या उद्योगांनाही देण्यात येतात.

भारतामध्ये देण्यात येणाऱ्या सवलती आणि आकारण्यात येणारे कर.

भारतामध्येही आपण याच धर्तीवर अनेक कर आणि सवलती यांची योजना केलेली आहे.

प्रदूषण नियंत्रण यंत्रणा बसवणाऱ्या उद्योगांना १००% त्वरित वाढवण्यात येणारा घसारा, कमी केलेलं सीमाशुल्क, प्रदूषण नियंत्रण करणाऱ्या वस्तूंवर फक्त ५% उत्पादन शुल्क, नैसर्गिक स्रोतांचं संरक्षण करण्यासाठी करण्यात येणाऱ्या खर्चामध्ये आयकराच्या एका कलमाखाली देण्यात येणारी सवलत, बांधकाम साहित्यामध्ये २५% किंवा त्याहून अधिक प्रमाणात फ्लाय ॲश वापरणाऱ्या उद्योगांना उत्पादन शुल्कातून देण्यात येणारी सूट, फ्लाय ॲश वापरून बांधकाम साहित्य तयार करण्यासाठी आवश्यक असलेल्या यंत्रसामुग्रीला सीमाशुल्कातून दिलेली सूट, सौर फोटोवोल्टेक सेल्स, वायूऊर्जा निर्मिती यंत्रे, यांसारख्या पुन्हा पुन्हा वापरता येणाऱ्य ऊर्जा प्रणालींसाठी देण्यात येणाऱ्या सवलती, उत्सर्जन प्रतीच्या नियमांचं पालन करणाऱ्या उद्योगांना देण्यात येणाऱ्या सवलती, आपली जंगलं वाचवण्यासाठी लाकूड आणि लाकडाच्या वस्तूंवरील आयात करामध्ये करण्यात आलेली कपात,.....

यातील विरोधाभास असा आहे की, युरोपीय देशांमध्ये लावण्यात आलेले कर आणि देण्यात आलेल्या सवलती यांचा जसा स्पष्ट परिणाम दिसून येतो—कधी कधी तर अगदी नाट्यमय परिणाम झालेले दिसून येतात— त्या प्रकारचे परिणाम भारतामध्ये दिसून येत नाहीत.

हा विरोधाभास अनेक मुद्यांकडे आपलं लक्ष वेधून घेतो. हे मुद्दे युरोपमध्ये पर्यावरण तज्ज्ञ आणि अर्थशास्त्रज्ञ यांनी अत्यंत बारकाईने अभ्यासलेले आहेत. आपल्याला ते आंद्रे द मूर, आणि पीटर कलामाय, सब्सिडायझिंग अनसस्टेनेबल

डेव्हलपमेंट, अंडरमायनिंग द अर्थ विथ पब्लिक फंड्स, अर्थ काउन्सिल-१९९७, एन्व्हायर्नमेंटल टॅक्सेस, रिसेंट डेव्हलपमेंट्स इन टूल्स फॉर इंटेग्रेशन, युरोपियन एन्व्हायर्नमेंट एजन्सी २००० यांसारख्या अहवालांमध्ये सहज पाहता येतात. भारतामध्ये आपल्याला आलेले अनुभव यापैकी अनेक मुद्यांना पुष्टीच देतात. त्यांपैकी काही पुढीलप्रमाणे आहेत.

प्रथमत:- जे कर लावायचे ते एका सुसंगत दृष्टिकोनाचा एक भाग असले पाहिजेत. आपण करतो आहोत त्याप्रमाणे- जेव्हा तंबाखू उत्पादकांना आपण कमीत कमी एका निश्चित किंमतीची हमी देतो आहोत तेव्हा सिगारेटवरचा कर परिणाम- कारक कसा ठरेल? जेव्हा आपण शेतकऱ्यांना रासायनिक खतं वापरण्यासाठी १२००० कोटी रुपयांचं अर्थसाहाय्य देत असतो त्याच वेळी ही रासायनिक खते जमिनीचा कस नष्ट करणारी, कर्करोगाला आमंत्रण देणारी आहेत, आणि त्यांचा वापर करू नका असं आपल्या शेतकऱ्यांना कसं पटवू शकणार आहोत? वायू प्रदूषण कमी करण्यासाठी आपण जे काही प्रयत्न करतो त्या प्रयत्नांचा परिणाम आपण डिझेलच्या वापराला देत असलेल्या उत्तेजनामुळे कमी होत नाही का? पेट्रोलमधून उत्सर्जित होणारा कार्बन डाय ऑक्साईड वायू हा डिझेलमधून उत्सर्जित होणाऱ्या कार्बन डाय ऑक्साईड वायूपेक्षा १०% नी कमी असतो. भूगर्भातील पाणी प्रचंड प्रमाणात उपसलं जातं आहे आणि यामुळे भूगर्भातील पाण्याचा साठा भयावह रीतीनं कमी होत चालला आहे अणि आपण शेतीसाठी सवलतीच्या दरानं वीज पुरवण्यासाठी दरवर्षी सुमारे ३५-४०,००० कोटी रुपये खर्च करत आहोत. शहराच्या गर्दीच्या भागामध्ये येणाऱ्या मोटारींवर कडक कर बसवणं चांगलंच आहे - पण याचा अधिक चांगला परिणाम केव्हा होईल-आणि या कराला विरोधही कमी होईल -जेव्हा याच वेळी एक उत्तम अशी सार्वजनिक वाहनव्यवस्था अस्तित्वात असेल.

म्हणजेच-प्रथम एक सुसंगत असा दृष्टिकोन – आणि दुय्यम परिणामांकडे लक्ष ठेवणंही गरजेचं आहे. ज्या कामासाठी सरकार सवलती देत आहे त्या कामाने, सरकार ज्या कामांसाठी शिक्षा करत आहे त्या कामांपासून जनतेला दूर ठेवण्याचे प्रयत्न केले पाहिजेत. आपण डिझेलवर कर बसवतो, ही गोष्ट ट्रकचालकांना पर्यायी इंधनाकडे वळवण्यास पुरेशी ठरू शकेल. परंतु या करामधून मिळालेल्या उत्पन्नाचा वापर जेव्हा आपण पर्यायी इंधनासंबंधी अधिक संशोधन करण्याऐवजी अधिक चांगले महामार्ग बनवण्यात खर्च करतो-तेव्हा आपण अधिक संख्येनं ट्रकचालक या व्यवसायात येतील हेच निश्चित करत असतो. म्हणजेच डिझेलचा वापर अधिकच वाढीला लागतो.

दुसरी गोष्ट— फक्त एखादा कर किंवा एखादी सवलत एवढ्यांचाच वापर करून भागणार नाही तर आपल्या भात्यातील सर्व शस्त्रं वापरली गेली पाहिजेत. दिल्लीमधील

प्रदूषणाबाबत सर्वोच्च न्यायालयानं बसेस आणि औद्योगिक संस्थांना जो आदेश दिला त्यावरून ही गोष्ट स्पष्ट होईल. अनेकदा अ-व्यावसायिक उपायच एखाद्या व्यवस्थेला तिच्या धोकादायक सवयीमधून सोडवू शकतात. शिवाय हा केवळ शस्त्रांचा प्रश्न नाही. आदर्श निर्माण करणं, उद्योजकांमध्ये परस्पर दबाव गट निर्माण करणं, हे नियम मोडणाऱ्यांवर लक्ष केंद्रित करण्यास प्रसारमाध्यमांना उद्युक्त करणं, जनजागृती करणं, ही सगळी शस्त्रं आपल्या भात्यामध्ये असायला हवीत. म्हणजेच, धोरणे सुसंगत हवीत आणि त्याबरोबरच सर्वसमावेशकही असायला हवीत.

तिसरी गोष्ट— जे कर बसवले जाणार ते फार मोठे असावेत आणि त्यांची अंमलबजावणी अतिशय प्रामाणिकपणे व्हायला हवी. या धोकादायक पद्धतींचा अवलंब करणाऱ्यांना त्यांच्यावरील कर फार महाग पडायला हवेत. एक आदर्श उदाहरण - एखाद्या उद्योगाला किंवा ग्राहकाला हे स्पष्टपणे कळून यायला हवं की हा कर भरण्यापेक्षा पर्यायी व्यवस्था करणंच अखेरीस त्याच्या चांगल्याच फायद्याचं ठरणार आहे. म्हणजेच- या पर्यायी व्यवस्थेसाठी जी काही यंत्रणा त्याला बसवावी लागणार असेल त्यापेक्षा हा कर बराच अधिक असावा. अर्थात, यासोबतच पर्यायी यंत्रणा किंवा वस्तू वापरण्यासाठी जनतेला जी प्रोत्साहके दिली जातील, किंवा ज्या सवलती दिल्या जातील त्या सवलती आणि प्रोत्साहके या पर्यायी यंत्रणा किंवा वस्तू वापरण्यासाठी कराव्या लागणाऱ्या बदलाच्या किंमतीपेक्षा बऱ्याच अधिक असाव्यात. हे बदल पुरेसे फायदेशीर ठरत आहेत याबद्दल उद्योजकांना आणि ग्राहकांना खात्री देण्यात यावी. स्वीडनमध्ये केल्या गेलेल्या एका अभ्यासामध्ये असं दिसून आलं आहे की, गंधकाच्या उत्सर्जनामुळे प्रदूषण करणाऱ्या एखाद्या कारखान्याला हे उत्सर्जन प्रदूषण ठराविक निकषांच्या खाली आणण्यासाठी जो खर्च येतो त्या खर्चाच्या चौपटीने गंधकाच्या उत्सर्जनाच्या प्रदूषणासंबंधीचा कर भरावा लागतो. आपल्याकडे काय घडतं — आपण एखादी चांगली कल्पना ऐकतो किंवा कोणाला तरी एखादी चांगली कल्पना सुचतेही, आणि मग एक प्रातिनिधिक म्हणता येईल असं एखादं पाऊल उचलण्यात येतं. या रीतीनं काम केलं तर आपली ध्येयंही साध्य होत नाहीत आणि आपण योजलेले उपाय मात्र-कर किंवा सवलत-बदनाम ठरतात. पर्यायी इंधन म्हणून कित्येक दशकं आपण इथेनॉलचा वापर करावा असं सुचवतो आहोत, पण या प्रातिनिधिक पावलांमुळे त्या प्रयोगाचा केवढा तोटा झाला आहे हे उदाहरण आपल्या समोरच आहे. त्याचप्रमाणे अनेक देशांनी आपल्या करप्रणालीमध्ये काही बाबी सामील करून घेतलेल्या आहेत त्या आपणही आपल्या देशाच्या करप्रणालीमध्ये सामावून घेतल्या तर उत्तम होईल. प्रदूषण करणाऱ्या प्रक्रियेवरील कर हा दर वर्षी "वाढत" जातो. उद्योगांना सांगण्यात येतं की त्यांनी त्यांच्या प्रदूषक उत्सर्जकांचं प्रमाण

टी$_०$ या वर्षाखेरपर्यंत क्ष% इतकं कमी करायचं आहे. जे उद्योग हे प्रमाण तेवढं कमी करणार नाहीत त्यांना टी$_१$ या वर्षामध्ये 'य' इतकी रक्कम भरावी लागेल– ही रक्कम आधीच चांगली भरभक्कम असते-टी$_२$ या वर्षामध्ये त्या उद्योगांना '२य' इतकी रक्कम भरावी लागेल. आणि असाच हिशेब पुढे चालू राहतो.

चौथी गोष्ट— पर्यायी तंत्रज्ञान किंवा वस्तूही सहज उपलब्ध व्हायला हवी.— इथेनॉलच्या बाबतीमध्ये गेलं अर्ध शतक तरी ही बाब खरी आहे – किंवा मग त्या देशाने ते तंत्रज्ञान विकसित करण्यासाठी पुरेसा पैसा तरी उपलब्ध करून दिला पाहिजे.

पाचवी गोष्ट— जे उपाय योजायचे ते दूरगामी परिणाम करणारे असायला हवेत. ज्या उद्योगाला सवलती मिळणार असतील त्या सवलतींचा फायदा त्या उद्योगाने पुन्हा आपल्या जुन्या सवयी सुरू केल्या- ज्या सवयी / पद्धती हटवण्याचा सरकार प्रयत्न करत आहे त्याच पद्धती पुन्हा सुरू केल्या— तर त्याला मिळणार नाहीत. प्रोत्साहके सुद्धा हे बदल चालूच राहतील अशा रीतीनेच आखली गेली पाहिजेत. लुधियानामधील एका तरुण आयुक्ताने-एस. एस. संधू-लुधियानाच्या रस्त्यांच्या बाजूच्या झाडांचं जगण्याचं प्रमाण एका अगदी साध्या उपायानं कितीतरी पटींनी वाढवलं. जे कंत्राटदार ही झाडं लावत असत त्यांना किती झाडं लावली यावर पैसे मिळत असत. ते झाडं लावत, पैसे वसूल करत आणि लावलेली झाडं विसरून जात असत. संधूनं निर्णय घेतला की या कंत्राटदारांना पैसे द्यायचे ते दर वर्षी त्यांनी लावलेली किती झाडं जगली आहेत आणि जगलेल्या झाडांची उंची किती झालेली आहे यावरूनच द्यायचे. एखादा कर लावला की त्याचे परिणाम ताबडतोब मोजायला सुरुवात करायची नसते, याचं कारण हेच आहे. नव्या प्रणाली आणि यंत्रसामुग्री बसवणं किंवा पर्यायी तंत्रज्ञान विकसित करणं आणि हातात असलेल्या भांडवली साठ्याच्या जागी दुसरा साठा करणं यासाठी जो वेळ देणं आवश्यक आहे तो आपण दिला पाहिजे.

सहावी गोष्ट—या क्षेत्रामध्ये युरोपीय देशांना जे यश मिळालं आहे याचं एक कारण आपल्यालाही एक धडा शिकवून जातं. या देशांनी प्रदूषण करणाऱ्या प्रक्रियांवरच्या करांबरोबरच त्यासाठी चांगले पर्याय अंगीकारणाऱ्या उद्योगांना सवलती दिलेल्या आहेत हे आपण याआधी पाहिलंच आहे. आता तर या प्रक्रियेला एक नावही देण्यात आलेलं आहे, "फीबेट." परंतु ते याच्याही पुढे गेलेले आहेत. पर्यावरणविषयक कराची जमा झालेली रक्कम त्यांनी त्या रकमेच्या प्रमाणामध्ये इतर कर कमी करण्यासाठी वापरली आहे - वैयक्तिक कर किंवा महामंडळांवरील कर- आणि सोशल सिक्युरिटी, पेन्शन फंड इत्यादींमध्ये अपरिहार्यपणे भरावीच लागणारी रक्कमही त्यांनी कमी केली आहे. याचा फायदा दुहेरी आहे : पर्यावरण विषयक करांकडे एक उत्पन्नाचं साधन म्हणून बघू नका तर आर्थिक आणि तंत्रज्ञानातील

अनेक पर्याय उपलब्ध करून देणारं एक साधन म्हणून बघा. आणि त्याचबरोबर नव्या करांसाठी सर्वसामान्य जनतेच्या मनात एक स्वीकाराची भावनाही जागृत होऊ शकते.

सातवी गोष्ट : एक भीती नेहमीच व्यक्त केली जाते ती अशी की आपण जर असे कर बसवले तर इतर देशांमधील अशा उद्योगांशी आपले उद्योग स्पर्धा करू शकणार नाहीत -या देशांनी -पाकिस्तान? बांगलादेश? नेपाळ?-असे कर बसवलेले नाहीत. शिवाय हे देश आपल्या देशाच्या इतक्या जवळ आहेत की आपले उद्योग आपले कारखाने त्या देशांमध्ये नेतील आणि तेथील तयार माल इथे आणून विकतील. यामुळे आपलं दुप्पट नुकसान होईल. या प्रक्रियांमुळे आपलं पर्यावरण तर नष्ट होत राहीलच- शिवाय आपल्याकडील नोकऱ्याही कमी होतील. ते वेगळंच. युरोपीय लोकांनी यासाठी एक दुहेरी मार्ग अवलंबिला आहे. त्यांनी सर्व देशांच्या सरकारांना -विशेषत: युरोपमधील देशांच्या सरकारांना अशा प्रकारचे पर्यावरणविषयक कर बसवण्यास प्रवृत्त करण्यात पुढाकार घेतला आहे. आणि दुसरं म्हणजे ज्या देशांमध्ये अशा धोकादायक प्रक्रियांवर कर बसवण्यात आलेला नाही त्या देशांमधून आयात केल्या जाणाऱ्या मालावर ते भरपाईचा कर आकारतात, आणि ज्या कच्च्या मालावर पर्यावरण विषयक कर भरावा लागलेला आहे अशा मालाच्या निर्यातीवर ते परतावा देतात. उदाहरणार्थ : फॉसिल इंधन.

अखेरची गोष्ट : आणि अर्थातच सर्वात प्राथमिक आणि सर्वात मूलभूत बाब म्हणजे असे जे कर आकारले जातील त्यांची अंमलबजावणीही तशीच कडकपणे केली जाईल. उत्सर्जनाचे निकष तयार करण्यात येतील, परंतु उत्सर्जन मोजण्याची साधने उपलब्ध नसतील किंवा उपलब्ध असतील परंतु 'कार्यरत' नसतील; प्रदूषण मोजणी यंत्रे खरी कहाणी सांगत आहेत परंतु निरीक्षक भ्रष्टाचारी आहेत, असं झालं तर अर्थातच सगळंच काम फसेल. न्यायालयाने आदेश दिलेला आहे की, दिल्लीमध्ये फक्त सीएनजीवर चालणाऱ्या टॅक्सीजच चालतील. जर टॅक्सीमालकांनी त्यांच्या मालकीच्या काही नोंदणीकृत टॅक्सीज तेवढ्या सीएनजीवर चालणाऱ्या केल्या, परंतु त्यांचा सर्व व्यवसाय नोंदणी न केलेल्या बेकायदेशीर वाहनांकडे वळवला – टॅक्सी म्हणून नोंदणी न झालेल्या पेट्रोल किंवा डिझेलवर चालणाऱ्या खाजगी मोटारींकडे वळवला - तर या आदेशाचा काय उपयोग? दिल्लीमध्ये हे झालेलं आहे. अणि आदेशामधून अशी पळवाट काढणं किती सोपं आहे हे 'इंडियन एक्स्प्रेस'नं नुकत्याच दिलेल्या एका अहवालावरून उघड होतं आहे. त्या अहवालामध्ये असं म्हटलं आहे की, दिल्लीमध्ये कायदेशीर व्यवसाय करणाऱ्या नोंद झालेल्या टॅक्सीज फक्त ३,८७३ इतक्याच आहेत, तर बेकायदेशीरपणे व्यवसाय करणाऱ्या टॅक्सीजची संख्या सुमारे १,००,००० इतकी आहे. या बेकायदेशीर व्यावसायिकांना फक्त

एवढंच करावं लागतं की पोलीस किंवा वाहतूक खात्याच्या अधिकाऱ्यांना दर वाहनामागे दर महिन्याला २०० रुपये आणि जेव्हा हे महाभाग 'तपासणी'साठी येतात तेव्हा त्यांना दर वाहनामागे १००० रुपये द्यावे लागतात, इतकंच! (इंडियन एक्स्प्रेस, एप्रिल २७-२९,२००४.)

यापैकी प्रत्येक धड्याचा भारतामध्ये एक शब्दश: आणि तात्काळ उपयोग करता येण्यासारखा आहे.

* ज्या वस्तूंमुळे आणि प्रक्रियांमुळे आरोग्य आणि पर्यावरण या दोन्हींना धोका पोचतो त्यांची एक संपूर्ण यादी तयार करणे.
* त्यांच्यावर मजबूत कर आकारावा.
* प्रत्येक कराची रक्कम दर वर्षागणिक गुणनपटीने वाढत जाईल, असा निर्णय घ्यावा.
* या करातून जमा झालेली रक्कम फायदेशीर पर्यायांना सवलती देण्यासाठी वापरण्यात यावी.
* 'चांगल्या' बाबींवरील कर कमी करण्यासाठी ही रक्कम वापरण्यात यावी.
* प्रत्येक कर, नियम, कायदा यांची कडक अंमलबजावणी...

अनेक वर्षांपासून युरोपमध्ये 'ग्रीनिंग द बजेट' ही एक चळवळच झाली आहे. या चळवळीचे प्रणेते त्यांची ध्येये आणि अनुभव थोडक्यात सांगताना म्हणतात,

* 'कचऱ्यावर कर आकारा, कामावर नव्हे.' एका कुटुंबाचं उत्पन्न किती आहे यावर त्यांचा कर न आकारता ते कुटुंब किती कचरा निर्माण करतं यावर कर आकारा.
* जनतेनं काय मिळवलं यावर त्यांनी किती पैसे भरावे हे अवलंबून ठेवू नका, तर जनता काय घेते आहे यावर कर आकारणी निश्चित करा.
* "वाईटावर कर बसवा-चांगल्यावर नाही." फॉसिल इंधनावर कर – जैविक इंधनावर नाही; तंबाखूवर कर– पुस्तकांवर नाही. एक महत्त्वाचा विचारवंत म्हणतो, "तुमच्यावर आणि तुमच्या शेजाऱ्यावर तुम्ही काम करता म्हणून कर बसवला तर ते अधिक योग्य होईल का?-की एकमेकांची फुफ्फुसं प्रदूषित केल्याबद्दल कर बसवणं अधिक योग्य ठरेल?"
* "जमिनीला याची काय किंमत भरावी लागणार आहे याचा विचार करून वस्तूंची योग्य किंमत ठरवा" पुनर्निर्मिती होऊ न शकणाऱ्या नैसर्गिक साधन संपत्तीवर त्या विशिष्ट वस्तूचा किंवा प्रक्रियेचा काय भार पडतो आहे, या वस्तूंमुळे किंवा प्रक्रियेमुळे प्रदूषण किती प्रमाणात वाढते आहे,

याचा आरोग्यावर किती दुष्परिणाम होतो आहे या सर्वांचा हिशेब करून आकारणी केलेला कर.

* ''प्रदूषण करणाऱ्याला त्या प्रदूषणाची किंमत भरावी लागते आहे याची खात्री करून घ्या.''

या करांमधून जमा होणारी रक्कम कोणत्या कारणांसाठी वापरण्यात यावी याबद्दलही ते म्हणतात,

* 'जे आपले मार्ग बदलतात त्यांना सवलती द्याव्या- उदाहरणार्थ - जे उत्सर्जकांवर प्रक्रिया करणारी यंत्रणा बसवून घेतात असे कारखाने.
* जे याआधीच खराब झालं आहे ते दुरुस्त करण्याचा प्रयत्न करा- उदाहरणार्थ- जो तलाव प्रदूषित झाला आहे तो स्वच्छ करणे.
* पर्यायी वस्तूंचा उपयोग करण्यासाठी ग्राहकांना प्रशिक्षित करा.
* चुकीच्या मार्गाने जाणाऱ्या कारखान्यांवर परस्परदबाव गटांचा आणि जनतेचा दबाव निर्माण करणं.
* पर्यायी तंत्रज्ञानाच्या विकासासाठी संशोधनाला पुरेसा निधी उपलब्ध करून देणे.

प्रदूषण हा तर फक्त एक मुद्दा झाला

याआधी दिलेली उदाहरणं प्रदूषणाविषयीची असली तरी आपल्या पर्यावरणामधील प्रदूषण उत्सर्जके, वायू प्रदूषके आणि तत्सम बाबींच्या फार पुढे गेलेलं आहे. स्टेट ऑफ द एन्वायरोनमेंट २००१ मध्ये इतर अनेक बाबींच्या बरोबरच पुढील नोंदीही करण्यात आलेल्या आहेत.

* उपलब्धता- पुनर्निर्मित करता येण्यासारख्या स्वच्छ पाण्याची उपलब्धता दर डोई दर वर्षासाठी (स्वातंत्र्य मिळाले तेव्हा) ६००८घन मीटर इतकी होती ती आता १९९७ मध्ये २२६६ घन मीटर इतकी कमी झालेली आहे.
* भूजलाची निर्णायक पातळी ८०% असून पंजाबमध्ये हा भूजलाचा वापर ८९% तर हरयानामध्ये ८०% आहे. आपण जसजसे राज्यस्तरीय सरासरीच्या खाली जाऊ लागतो तेव्हा तरी आणीबाणीचा प्रसंग स्पष्ट होतो. केंद्रीय भूजल मंडळाने १९९४मध्ये दाखवून दिले होते की पंजाबमधील १२ जिल्ह्यांपैकी ६ जिल्ह्यांमध्ये आणि हरयानामधील ३ जिल्ह्यांमध्ये पाणी वापराचा दर १००%हून अधिक झालेला आहे. त्याचप्रमाणे गुजरातमधील मेहसाणा, तामिळनाडूमधील कोइंबतूर यांसारख्या जिल्ह्यांमध्ये भूजल संचय कायमचे आटलेले आहेत. कारण हे भूजलसंचय पुन्हा भरून

निघण्याच्या दरापेक्षा त्यातून पाणी उपसण्याचा दर फार अधिक आहे.

* याचा परिणाम म्हणजे पाण्याचे कोष्टक भयप्रद रीतीने खाली जात आहे. २००२मध्ये केलेल्या एका सर्वेक्षणावरून असे दिसून येते की पाण्याची पातळी खालावत असल्याने मेहसाणामधील शेतकऱ्यांना त्यांचे पंप दर दोन-तीन वर्षांनी १० फूट खाली न्यावे लागत आहेत. दिल्लीसारख्या शहरांमध्ये 'काही भागांमध्ये दर वर्षी पाण्याचे कोष्टक सुमारे अर्धा मीटर इतके खाली जात आहे.' पंजाबसारख्या प्रांतामध्ये-जो प्रांत आपल्या धान्याची गरज बऱ्याच मोठ्या प्रमाणात भागवतो त्या प्रांतातही दर वर्षी पाण्याचे कोष्टक अर्धा मीटरपेक्षा अधिक प्रमाणात खाली जात आहे.
* याचा परिणाम? 'भूजलाचा अतिशय अधिक उपसा होत असल्याने भारताच्या एकूण शेती-उत्पन्नामधील १/४ हिश्शाला, म्हणजे सुमारे ४५० कोटी टन इतक्या शेतमालाला धोका उत्पन्न झाला आहे...'
* आपल्या नद्यांच्या २० खोऱ्यांपैकी फक्त ४ खोऱ्यांमध्ये पाण्याचा पुरेसा प्रवाह आहे, ९ खोऱ्यांमध्ये पाणी अजून तरी अशा पातळीवर आहे की ही कमतरता "स्थानिक आणि क्वचित" म्हणता येईल. परंतु ५ खोऱ्यांमध्ये आत्ताच पाण्याचा प्रवाह अशा पातळीला जाऊन पोहोचलेला आहे की "पाण्याच्या टंचाईमुळे आरोग्य आणि आर्थिक विकास या बाबींकडे लक्ष देता येत नाही. आणि २ खोऱ्यांमध्ये ही पातळी इतकी खालावलेली आहे की, "पाणी पुरवठा हा जीवनाचा एक महत्त्वाचा आणि प्राथमिक अडसर बनलेला आहे."
* आणि पाणी हे तर एक लक्षण झाले. उदाहरणार्थ, आपल्या भूभागापैकी सुमारे ५७% भूभाग कोणत्या ना कोणत्या कारणाने निकृष्ट दर्जाला पोचलेला आहे.
* दरडोई ०.४७ हेक्टर इतकी वनजमीन असली तर ती माणसांच्या गरजा पुऱ्या करू शकते असे असताना आपल्याकडे दर डोई वनजमीन ०.०८ इतकी कमी झाली आहे.
* लाकडाचा इंधन म्हणून वापर करायचा असेल तर मान्य झालेले प्रमाण आहे ५२.६ दशकोटी घन मीटर इतके आहे आणि आपला लाकडाच्या इंधनाचा वापर मात्र १९९७ मध्ये २६० दशकोटी घन मीटर इतक होता.
* आपलं ४६७ दशकोटी इतकं पशुधन ११ दशकोटी हेक्टर इतक्या चराऊ जमिनीवर चरते, म्हणजे सर्वसाधारणपणे ४२ जनावरे एका हेक्टर जमिनीवर चरतात – या चराईची किमान मर्यादा एका हेक्टरमध्ये फक्त

५ जनावरे अशी आहे. पुरेशी चराऊ जमीन उपलब्ध नसल्याने या जनावरांची चाऱ्याची गरज भागवण्यासाठी त्यांना वनजमिनीमध्ये चरण्यासाठी सोडण्यात येते. याचे परिणाम काय होतात ते उघडच आहे.

* प्रथम दर्जाच्या शहरांमध्ये त्यांच्या सांडपाण्यापैकी फक्त २४ % पाण्यावर प्रक्रिया करून मग ते सांडपाणी नद्या आणि तलावांमध्ये सोडण्यात येते. दुसऱ्या दर्जाच्या शहरांमधील हा आकडा ३.७९ % इतका आहे.
* ''ग्रीन हाऊस वायू'' निर्माण करणाऱ्या देशांमध्ये भारत हा ६व्या क्रमांकाचा मोठा आणि २ऱ्या क्रमांकाचा वेगाने वाढणारा देश आहे.

सी.के. प्रल्हाद यांच्यासारखे शिक्षक आपल्याला जे समजावून सांगण्याची धडपड करत आहेत त्यासाठी हे एक आदर्श उदाहरण आहे. आपल्या उद्योगांनी स्वत:च्या गरजांमधूनच व्यवसायाच्या संधी शोधून काढल्या पाहिजेत असं ते आग्रहानं सांगतात- फायद्याकडे नेणाराही हाच रामबाण मार्ग आहे.

एक प्रचंड संधी

आपण जे पर्यावरण दूषित केलं आहे ते सुधारण्यासाठी -उदाहरणार्थ नद्या आणि तलाव स्वच्छ करणं, धोकादायक पदार्थांच्या ऐवजी चांगले आणि फायदेशीर पदार्थ वापरणं,—फॉसिल इंधनाच्या जागी पुनर्निर्मिती करता येईल असं इंधन वापरणं, रासायनिक खतं, कीटकनाशकं आणि जंतुनाशकं यांच्या ऐवजी जैविक रसायनं वापरणे, साध्यासुध्या पद्धतीने पाणी जिरवून आपली पारंपरिक तळी, तलाव पुन्हा भरून निघतील याची काळजी घेणं —असे प्रकल्प भारतामध्ये फार मोठ्या व्यवसायाच्या संधी उपलब्ध करून देत असतात. आणि याचा फायदाही दुप्पट होऊ शकतो. या उपायांनी आपण आपलं भविष्य तर सुधारूच, परंतु या समस्यांवर उपाय शोधण्यासाठी केल्या गेलेल्या संशोधनाला इतर देशांमध्ये एक तयार बाजारपेठही मिळू शकेल. पर्यावरणीय साधनसामग्रीची स्वीडनची निर्यात १०० कोटी डॉलर्सच्यावर गेलेली आहे. पर्यावरणावर नजर ठेवणं आणि पर्यावरण स्वच्छ करणं यासाठी बनवण्यात आलेल्या साधनसामग्रीमधून मिळालेलं उत्पन्न, प्रदूषण करणाऱ्या यंत्रसामग्रीच्या जागी वापरात येणाऱ्या यंत्रसामग्रीमधून आणि प्रदूषण करणाऱ्या वस्तूंच्या ऐवजी वापरात येणाऱ्या वस्तूंच्या उत्पादनामधून मिळणारे उत्पन्न आता ६००० कोटी डॉलर्सच्या जवळ जाऊन पोहोचलं आहे. अगदी आजची आर्थिक उलाढाल बघितली तरीही ही बाजारपेठ काही अब्ज कोटी डॉलर्सपर्यंत जाईल असा अंदाज आहे.

पर्यावरणसंबंधीचे प्रकल्पही आपल्या लोकांसाठी खूप प्रकारच्या नोकऱ्या उपलब्ध करून देऊ शकतात. पाणी जिरवणे-जमवणे, पारंपरिक पाण्याचे साठे दुरुस्त करणं, आपल्या नद्या आणि तळी स्वच्छ करणं, नागरी कचरा व्यवस्थितपणे वेगळा

करणं, एकत्र करणं, आणि त्यावर प्रक्रिया करणं, अशा प्रकारच्या कार्यक्रमांमध्ये लाखो लोकांना काम मिळू शकेल. यांपैकी अनेक कामांमध्ये सर्वांत मोठं काम आहे माती हलवण्याचं. यासाठी फार मोठ्या संख्येनं माणसं जमवण्याची गरज आहे. आणि यासाठीही आपल्याकडे फार मोठं, पुरेसं उपयोगात न आणलं गेलेलं असं मनुष्यबळ आहे. एकच उदाहरण घ्यायचं तर दर, वर्षी आपल्या सैन्यदलामधून जवळ जवळ ५०,००० माणसं निवृत्त होतात. त्यांच्यापैकी जवळ जवळ सगळे चाळिशी-पन्नाशीत असतात. त्यांच्यापैकी प्रत्येकाला व्यावसायिक तंत्रशिक्षण मिळालेलं असतं. प्रत्येकाला इतरांना गोळा करून व्यवस्थितपणे कामाला लावण्याचं आणि काम करण्यासाठी उद्युक्त करण्याचं प्रशिक्षण मिळालेलं असतं. प्रत्येकाचं आयुष्य अत्यंत शिस्तीत गेलेलं असतं. प्रत्येकाच्या मनामध्ये देशप्रेमाची भावना जागी असते. सैन्याचा गणवेश वीस-पंचवीस वर्षं घालत असल्याने ही माणसं जेव्हा त्यांच्या समाजात परततात तेव्हा त्यांचं स्थान मानाचं असतं. आणि तरीही आपण हे प्रचंड मनुष्यबळ नुसतं फुकट जाऊ देतो आहोत. पावसाचं पाणी साठवण्याचा एखादा अतिप्रचंड कार्यक्रम -प्रत्येक पारंपरिक पाण्याचा साठा पुन्हा वापरात आणणं, नद्या आणि पाण्याचे साठे यांमधला गाळ काढून ते साफ करणं ही कामं निवृत्त सैनिकांची पथकं तयार करून सहज करता येण्यासारखी आहेत. याहून उघड दिसणारी संधी कोणती असू शकेल? याहून स्पष्टपणे फायद्याची दुसरी कोणती गोष्ट असू शकेल?

दुसऱ्या बाजूला आपण आधी थोडक्यात पाहिलं त्याप्रमाणे आज आपल्यावर अक्षरश: जे एक फार मोठं ओझं होऊन बसलं आहे ते म्हणजे कचरा आणि तोच कचरा एका समस्येच्या रूपातली संधी म्हणून आपल्यासमोर येईल.

सर्वाधिक संशोधन झालेलं उप-उत्पादन

आपल्या एकूण संस्थापित ऊर्जानिर्मिती क्षमतेच्या ३/४ इतकी ऊर्जा ही औष्णिक आहे. आणि त्यापैकी ३/४ ही कोळशावर अवलंबून आहे. भारतीय कोळशामध्ये राखेचा अंश फार मोठ्या प्रमाणात असतो—सुमारे ३४ ते ५०%. कारखान्यांमध्ये वापरण्यात येणाऱ्या कोळशामधील न जळलेला भाग म्हणजे फ्लाय अ‍ॅश.

दर वर्षी आपण सुमारे १००० कोटी टन इतकी फ्लाय अ‍ॅश निर्माण करतो. आज यापैकी केवळ १० ते १५% फ्लाय अ‍ॅश उपयोगात आणली जाते. उरलेली ८५% सरळ पाण्यात मिसळून अ‍ॅश पॉन्डमध्ये सोडून देण्यात येते. महागामोलाचं पाणी दूषित होऊन जातं. जमिनीचा चुकीचा वापर होतो. हवा आणि भूगर्भ जल दूषित होतं. एका प्रातिनिधिक अहवालामध्ये असं नमूद केलेलं आहे,

"पश्चिम बंगालमधील पुरुलिया जिल्ह्यातील संथाल्डीह या ठिकाणी १९९९

मध्ये केलेल्या एका पाहणीमध्ये असे आढळून आलेले आहे की, या भागातील अनेक लोकांना फुफ्फुसाचे आणि त्वचेचे रोग झालेले आहेत. याचे कारण म्हणजे हवा आणि पाण्यातील फ्लाय ॲशचे प्रदूषण होय. १९७३मध्ये या भागात सुरू झालेल्या, ४८० एमडब्ल्यू क्षमतेच्या ऊर्जा निर्मिती संचाने दर वर्षी ०.६ एमटी इतकी फ्लाय ॲश निर्माण केलेली आहे.

"अधिकारीवर्गाने संथाल्डीह या ठिकाणी फ्लाय ॲश साठवण्यासाठी दोन हौद बांधले, परंतु एवढ्या काळामध्ये ते हौद पूर्णपणे भरून गेले आहेत. आता जी फ्लाय ॲश या हौदांमध्ये साठवता येत नाही ती जवळपासच्या सुमारे २५ खेड्यांमध्ये विखरून टाकण्यात येत आहे.

"या ॲशचा परिणाम गुरे आणि पिकांवरही दिसून येऊ लागला आहे. हा परिणाम एवढा प्रचंड आहे की या प्रदूषित चाऱ्यावर चरणाऱ्या गुरांना दातांच्या आणि त्वचेच्या समस्या भोगाव्या लागत आहेत. यामुळे पक्षी आणि जलचर यांच्या संख्येमध्येही लक्षणीय घट झालेली आहे...."

याच्या उलट बाजूला— लक्षात घ्या की आपल्या एकूण खर्चापैकी ३५ ते ४०% खर्च हा बांधकामावर होत असतो. यासाठी आपण सुमारे १०० दशकोटी टन सिमेंट वापरतो. परंतु यापैकी सिमेंटच्या दर टनाच्या उत्पादनाच्या वेळी आपण १ टन कार्बन-डाय ऑक्साइड हा वायू हवेत सोडत असतो. आणि जीवनरक्षक अशा ओझोन पातळीला धोका पोचवत असतो. सिमेंट उद्योग हा पाण्याचा सर्वाधिक वापर करणाराही उद्योग आहे. त्याला ऊर्जाही फार अधिक प्रमाणात लागते. शिवाय हा उद्योग जमिनीतून खडक खणून काढून वापरत असल्याने देशाच्या संपत्तीलाही गळती लागते.

परंतु १९८०च्या दशकामध्ये कॅनडाने जे तंत्रज्ञान विकसित केलं आहे त्यामध्ये ३५ ते ४०% बांधकाम साहित्यामध्ये फ्लाय ॲशचा उपयोग करणं शक्य झालं आहे, आणि हे तंत्रज्ञान आता जगभर वापरलं जात आहे.

हे नवं साहित्य वापरणं शक्य आहे आणि हे साहित्य विटा बनवणे, महामार्ग, पदपथ, घरे, बंधारे, रेल्वे स्लीपर्स अशा अनेक उत्पादनांमध्ये जगभर वापरण्यात येत आहे. एवढंच नव्हे तर फ्लाय ॲशचा वापर करून बनवण्यात येणारं पोझ्झोलोना पोर्टलंड सिमेंट बनवताना सर्वसामान्य पोर्टलंड सिमेंटपेक्षा ११ ते १५% ऊर्जाही कमी लागते. या सिमेंटने बनवलेल्या इमारती अधिक मजबूत असतात आणि अधिक काळ टिकतात असं अनेक पाहण्यांनी सिद्धही केलेलं आहे.

फ्लाय ॲश अशा अनेक प्रकारांनी वापरता येते आणि अशी वापरली गेल्यानंतर तिचे अनेक फायदे आहेत, हेही आपल्याला चांगलंच ठाऊक आहे. खरं सांगायचं

तर टेरिच्या एका अहवालानं मला असं दाखवून दिलेलं आहे की ''फ्लाय ॲश हे गेल्या ७० वर्षांतील सर्वाधिक संशोधन झालेलं उप-उत्पादन आहे.'' तो अहवाल पुढे असं म्हणतो,

''यासंबंधीच्या तांत्रिक लेखनामध्ये सुमारे १००,००० पदार्थांची चर्चा केलेली आहे.''

ही गोष्ट इथेच संपत नही. १९९४मध्ये टीआयएफएसीच्या (टेक्नॉलॉजी इन्फर्मेशन फोरकास्टिंग ॲंड असेसमेंट काउन्सिल) मार्गदर्शनाखाली सरकारने एक राष्ट्रीय फ्लाय ॲश मंडळही स्थापन केलेलं होतं. आपल्या काही महत्त्वाच्या संस्था त्यावर कामही करत होत्या. सेंट्रल रोड रिसर्च इन्स्टिट्यूट, सेंट्रल बिल्डिंग रिसर्च इन्स्टिट्यूट, एनटीपीसी, बीएचईएल, इन्स्टिट्यूट फॉर सॉलिड वेस्ट रिसर्च ॲंड इकॉलॉजिकल बॅलन्स इत्यादी आणि या सर्वांनी हे तंत्रज्ञान विकसित करून त्याची चाचणीही घेतलेली आहे. आणि हे तंत्रज्ञान वापरण्यातही आलेलं आहे- निझामुद्दीन पुलाचे बंधारे, ओखला आणि नव्या दिल्लीतील सरिता विहार येथील उड्डाणपूल, कर्नाटकातील रायचूर-अरसनगी मार्ग, पंजाबमधील रोपारमध्ये गुजरात अंबुजाने बांधलेला रस्ता....

म्हणजेच- ही एक स्पष्ट गरज आहे, एक साधनसंपत्ती आपल्या डोळ्यांसमोर जमा होते आहे, आपलं आयुष्य दूषित करते आहे, प्रात्यक्षिक करून, पटवून दिलेलं तंत्रज्ञान, सरकारी सूचना, काही ठिकाणी मिळालेलं स्वच्छ यश, आणि तरीही त्या साधनसंपत्तीचा जेमतेम १५% इतकाच वापर केला जात आहे. नेदरलॅंड्स सारखा चिमुकला देश १० कोटी टन फ्लाय ॲशचं उत्पादन करतो. आणि ''त्यापैकी १००% उत्पादन वापरतो''

हा एवढा मोठा फरक कशामुळे पडतो? सध्या अस्तित्वात असलेलं तंत्रज्ञान आपल्याला जे करण्यास उत्तेजन देतं आहे, इतर देशांनी जे या आधीच केलं आहे, ते आपणही करू शकू. याची गुरुकिल्ली आहे तरी काय?

गुरुकिल्ली

सरकारने एक अधिसूचना जारी करून असं जाहीर केलेलं आहे की, कोणत्याही औष्णिक संयंत्रापासून ५० किमी व्यासाच्या आत जे मातीच्या विटा, फरशा किंवा कौले आणि ठोकळे बनवणारे कारखाने असतील त्यांनी कमीत कमी २५% ॲशचा वापर त्यांच्या मूळ साहित्याच्या मिश्रणामध्ये करणं अनिवार्य आहे. या अधिसूचनेमध्ये पुढे असंही बजावलेलं आहे की, त्यांनी जर असे केले नाही तर त्या कारखान्याचे जमीन वापराचे, उत्पादनाचे इत्यादी सर्व परवाने रद्द करण्यात येतील. या धमकावण्या देऊनही त्यांना न जुमानता या अधिसूचनेचा फारसा परिणाम झालेला नाही, हे

पाहिल्यानंतर सरकारने एक उघडच समोर येणारी कृती केली. सरकारने असं फर्मान काढलं की फक्त ५० किमी अंतरामधीलच नव्हे तर कोणत्याही औष्णिक संयंत्रापासूनच्या १०० किमी व्यासाच्या अंतरातील सर्व कारखान्यांना या अधिसूचनेमधील हा नियम लागू आहे. नव्या अधिसूचनेनुसार कोळसा आणि लिग्नाईटवर आधारित ऊर्जा निर्मिती प्रकल्पांपासूनच्या ५० किमी व्यासाच्या अंतरातील सर्व कारखान्यांना जमिनीच्या पृष्ठभागावरील माती खणून काढण्यास बंदी घालण्यात आली. वर असंही बजावण्यात आलं की या कारखान्यांनी असं केलंच तर त्यांना ती माती जपावी लागेल, साठवून ठेवावी लागेल आणि पुन्हा वापरावी लागेल.

"परंतु आजतागायत ही अधिसूचना फक्त कागदोपत्रीच राहिलेली आहे." ३० जून २००३ च्या 'डाऊन टू अर्थ' च्या अंकामध्ये ही महिती देण्यात आलेली आहे. खेरीज यापुढे ज्या अधिक कडक शिक्षा अमलात येऊ घातल्या होत्या त्यांच्याबद्दल कोणीच फारसं उत्साही किंवा गोंधळलेलंही दिसत नव्हतं. दिल्ली वीट भट्टी मालक संघाच्या एका सदस्यानं विचारणा केली, "सरकार ५० किमी ची अधिसूचनाही अमलात आणू शकलेले नाही. तर मग ते १०० किमीची अधिसूचना कशी काय अमलात आणणार आहेत? त्यांनी अगदी २०० किमीची अधिसूचना जारी केली तरी जोपर्यंत ती अमलात आणली जात नाही तोपर्यंत तिचा उपयोग काय?"

औष्णिक ऊर्जा संयंत्रे—सरकारच्याच मालकीची आणि सरकारच चालवत असलेली —ती देखील याहून वेगळं काही करत नाही आहेत—डाऊन टू अर्थला हा शोध लागलेला आहे. दिल्लीमधील एका फ्लाय ॲश वापरून विटा बनवणाऱ्या कारखानदाराने म्हटलं आहे, "टीपीपीच्या अंदाजपत्रकामध्ये फ्लाय ॲशची विल्हेवाट लावण्यासाठी निधीची सोय केलेली आहे. परंतु काही कारणांस्तव (येथे डाऊन टू अर्थची टिप्पणी आहे 'येथे भ्रष्टाचार असे वाचावे') त्यांना त्यांचा खर्च कमी करावयाचा नाही." हा कारखानदार पुढे अशीही माहिती देतो की नव्या दिल्लीतील बदरपूर थर्मल पॉवर स्टेशनने नुकतीच ५०० एकर जमीन फ्लाय ॲशच्या विल्हेवाटीसाठी ताब्यात घेतलेली आहे.त्यांच्याकडे या आधीच फ्लाय ॲशचा साठा करण्यासाठी म्हणून निश्चित केलेली १०० एकर जागा आहे. देशामध्ये इतर ठिकाणी फ्लाय ॲश म्हणजे निव्वळ कचरा मानला जातो. तामिळनाडू विकास महामंडळाच्या माहितीनुसार राज्य सरकार सुमारे ९०% फ्लाय ॲश बेदरकारपणे समुद्रामध्ये टाकून देत आहे."

फ्लाय ॲशच्या विटा वापरण्यास उत्तेजन देण्यासाठी अनेक प्रकारच्या योजना आणि नियम करण्यात आलेले आहेत. परंतु इतरांना या योजना आणि प्रोत्साहके देण्याऐवजी, "दिल्ली विकास महामंडळ, (डीडीए) केंद्रीय सार्वजनिक बांधकाम खाते, (सीपीडब्ल्यूडी) दिल्ली महानगरपालिका (एमसीडी) सारख्या सरकारी संस्था

स्वत: फ्लाय ॲशच्या विटा वापरण्यास उत्तेजन का देत नाहीत?'' हा प्रश्न डाऊन टू अर्थनं विचारला आहे. त्यांना काय उत्तर सापडलं? ''एखाद्या प्रकल्पाच्या निविदेमध्ये मातीच्या विटा म्हटलेल्या असतील तर त्यामध्ये पैसा करण्यास भरपूर वाव मिळतो. कारण मातीच्या विटांचे बरेच निरनिराळे प्रकार बाजारामध्ये उपलब्ध आहेत.'' एका वीटकारखानदाराने ही माहिती दिलेली आहे. ''आणि फ्लाय ॲशच्या विटांमध्ये असे निरनिराळे प्रकार येत नसल्याने त्यामध्ये 'कट' मिळण्याचा काहीच संभव नसतो.'' तो कारखानदार पुढे म्हणतो, ''आज आपल्याला 'ईको-फ्रेंडली'' बनायचे आहे म्हणून आपण फ्लाय ॲशच्या विटा बनवू पाहतो आहोत, परंतु त्यामध्ये काही व्यवस्थापनाच्या अडचणी आहेत (ही आपली बोलण्याची एक पध्दत झाली.) म्हणून आमची उत्पादने महिनो-न्-महिने गोदामामध्ये पडून राहतात.'' डाऊन टू अर्थने नोंद केली आहे, ''आजच्या घटकेला, -सरकारच्या मालकीचं असलेलं आणि सरकारच चालवत असलेल्या राजघाट पॉवर स्टेशनकडे सुमारे ८० लाख फ्लाय ॲशच्या विटा पडून आहेत. त्या विकत घ्यायला कोणी ग्राहकच नाही.''

ही समस्या वाढतीच आहे. तिचं रूपांतर एका साधन संपत्तीमध्ये करण्याचा एक अगदी स्पष्ट आणि सोपा मार्ग आहे. असं करण्याच्या अधिसूचना जारी करणं. त्या अधिसूचनांचं पालन सगळे संबंधित करत आहेत यावर नजर ठेवण्यासाठी नियम करणं. या अधिसूचना आणि नियम यांचं नीट पालन होत आहे हे बघण्यासाठी मंडळं स्थापन करणं. हे नियम आणि अधिसूचना पाळाव्यात म्हणून उद्योजकांना प्रोत्साहके जाहीर करणं, सरकारी मालकीच्या आणि सरकारच चालवत असलेल्या कारखान्यांमध्ये या उत्पादनांचे ढीगच्या ढीग जमा होणं, ही उत्पादनं वापरता येतील अशा सरकारी मालकीच्या आणि सरकार चालवत असलेल्या संस्था असणं, आणि तरीही—प्रत्यक्षामध्ये मात्र—

थोडक्यात सांगायचं तर, कायदे करणं हे कायदे अमलात आणण्यासाठीचा पर्याय म्हणूनच वापरलं जातं आहे.

याचा तोटा दुहेरी होणार आहे. जे काही करायला हवं आहे ते केलं जातच नाही आहे. याहून वाईट म्हणजे, कायद्याचं महत्त्व नष्ट होतं आहे -सरकारच्या सार्वभौम सामर्थ्यालाच धक्का पोहोचतो आहे.

म्हणजेच गुरुकिल्ली आहे ती चांगल्या माहितीचीच आहे, आणि सहजपणे सापडण्यासारखीही आहे. गेली अनेक दशकं ज्या चांगल्या चांगल्या कल्पना आपल्याला सुचत आहेत त्या ''अमलात आणा.''

इतर वस्तू

आपले साखर कारखाने दर वर्षी ९ कोटी टन उसाचं चिपाड निर्माण करतात, आपल्या भात गिरण्या सुमारे ९ कोटी टन भातामधून २ कोटी ३० लाख टन तूस निर्माण करतात. आपली शहरं घन कचरा निर्माण करतात, सांडपाणी निर्माण करतात, आपल्या चामड्याच्या कारखान्यांमधूनही कचरा निर्माण होत असतो—या सर्वांच्या बाबतीतही हाच एक मुद्दा लागू होतो. कागद, जैविक पुनरुपयोगी प्लॅस्टिक आणि फिल्म तयार करण्यासाठी उसाच्या चिपाडांचा अधिक फायदेशीर उपयोग करणं शक्य आहे, स्लॅगचा वापर बंधारे, पदपथ आणि महामार्गावरील बाजूचे रस्ते बांधण्यासाठी करता येईल. भाताच्या तुसाचा उपयोग पशुखाद्य, खत, लाकडाला एक पर्याय अशा अनेक मार्गांनी करणं शक्य आहे. यामुळे आपली जंगलतोडही कमी होईलच. सीएसआयआरचा अहवाल असं सांगतो की भाताच्या तुसापासून तयार करण्यात आलेलं पर्यायी लाकूड वाळवी वगैरे कीटकांपासून व आग, पाणी आणि कुजण्यापासूनही त्या वस्तूंचं संरक्षण करतं. या पर्यायी लाकडामध्ये उत्कृष्ट असे यांत्रिक गुण आहेत, उदाहरणार्थ अंतर्गत बांधीव शक्ती, भितींमधील स्थैर्य, लवचिकता, खिळे मोळे पकडून ठेवण्याची क्षमता, ओरखडे पडू न देण्याची क्षमता इत्यादी. सांडपाणी तर अनेक प्रकारांनी पुन:पुन्हा वापरता येऊ शकतं. चामड्याच्या कारखान्यांमधील कचरा- घन आणि द्रव दोन्ही प्रकारचा बायोगॅस निर्माण करण्यासाठी वापरता येऊ शकतो.

खरोखर, आज आपण ज्या अनेक प्रकारांनी वस्तूंची निर्मिती करतो आहोत त्यामध्ये अनेक संधी सामोऱ्या येऊ शकतात. एक देश म्हणून आपण जेवढं पाणी वापरतो त्यापैकी १/१२ इतकं पाणी आपल्या उद्योगांसाठी वापरलं जातं. परंतु यापैकी ९०% पाणी 'वापरलंच' जात नाही. ते सांडपाणी म्हणून फेकून दिलं जातं. फक्त हे 'सांडपाणी' जरी आपण पुन्हा वापरलं तरी आपल्या महानगरांमधील पाण्याचं दुर्भिक्ष्य मोठ्या प्रमाणावर कमी होऊ शकेल. आज आपल्या औष्णिक ऊर्जा केंद्रांमध्ये त्यांच्या क्षमतेच्या ३० -३५ % ही ऊर्जा उत्पादन होत नाही. फक्त उपलब्ध तंत्रज्ञान वापरलं तरीही ही क्षमता ६०%पर्यंत जाऊ शकते. पाश्चिमात्य देशांमध्ये कागद उद्योगांमध्ये रासायनिक पुनरावर्तन करण्यासाठी जे तंत्रज्ञान वापरलं जातं ते तंत्रज्ञान फायदेशीर होण्यासाठी त्या कारखान्याचं दर दिवसाचं उत्पादन १०० टनांहून बरंच अधिक असणं आवश्यक असतं. लहान कारखान्यांसाठी हे तंत्रज्ञान फायदेशीर ठरण्यासाठी..., मद्यार्क निर्मिती करणाऱ्या कारखान्यांच्या वापरून झालेल्या मळीवर प्रक्रिया करण्यासाठी...

आपल्या २५०० चामड्याच्या कारखान्यांपैकी ८०% कारखाने क्रोमचा वापर

करतात. त्या क्रोमचं पुनरावर्तन करण्यासाठी..., उत्पादनाच्या प्रत्येक एककासाठी वापरली जाणारी ऊर्जा कमी करून ते प्रमाण आंतरराष्ट्रीय पातळीवर आणण्यासाठी..., पोलाद उद्योगांमध्ये, ॲल्युमिनियम उद्योगांमध्ये....

आणि यांपैकी प्रत्येक बाबतीमध्ये आपल्या देशाला जो फायदा होणार आहे तो गणनेपलीकडचा असाच असणार आहे.

या यादीमधील शेवटच्या उदाहरणाबद्दल आणखी बोलायचं तर ...

"ऊर्जा वापराच्या बाबतीमध्ये लोखंड आणि पोलाद उद्योग हे एकूण ऊर्जेच्या १०% ऊर्जा वापरतात. भारतामध्ये एक टन कच्चे लोखंड बनवण्यासाठी सर्वसाधारण-पणे ३०-४० जीजे इतकी ऊर्जा खर्च होते-इतर देशांच्या तुलनेने हे प्रमाण बरेच अधिक आहे (१८-२० जीजे). भारतामध्ये आज २ कोटी टन पोलादाचे उत्पादन केले जाते. समजा, आज १ टन कच्चे लोखंड बनवण्यासाठी लागणाऱ्या ३५ जीजे ऊर्जेमध्ये तंत्रज्ञानाच्या विकासाने आणि ऊर्जा संचयाच्या उपायांनी २५% ऊर्जेचा वापर करणे पुरेसे झाले तर केवळ या उद्योगामधून बचत केली जाणारी ऊर्जा ही दर वर्षाला २० कोटी जीजे (५५,०० कोटी के डब्ल्यूएच इतकी वीज) एवढी प्रचंड असेल. २०००-२००१ या वर्षात देशातील विजेची कमतरता सुमारे ३९८१ कोटी केडब्ल्यूएच इतकी होती. याचाच अर्थ असा की फक्त लोखंड आणि पोलाद उद्योगांमधून एकत्रितपणे वाचवली गेलेली ऊर्जा देखील आपल्या देशातील विजेचा तुटवडा भरून काढू शकेल.

"त्याचप्रमाणे, देशातील दुसरा सर्वांत मोठा ऊर्जाग्राहक म्हणजे ॲल्युमिनियम उद्योग. या उद्योगानेही नवीन तंत्रज्ञान स्वीकारले तर तोही देशातील विजेची टंचाई सुमारे ७%ने कमी करू शकेल. भारतामध्ये १ टन ॲल्युमिनियमचे उत्पादन करण्यासाठी ९०जीजे इतकी ऊर्जा लागते, युरोपमध्ये हाच दर ७०जीजे इतका आहे. भारताचे ॲल्युमिनियमचे सरासरी वार्षिक उत्पादन ५ लाख टन इतके आहे. या उत्पादनाच्या ऊर्जा वापराचे प्रमाण युरोपीय देशांच्या ऊर्जा वापराच्या बरोबरीने आणले गेले तर सुमारे २७५ कोटी केडब्ल्यूएच इतकी ऊर्जेची बचत होईल..."

(या आणि अशाच इतर उदाहरणांसाठी आणि त्यांच्या मार्मिक तपशिलांसाठी डाउन टू अर्थचा १५ जून २००३चा अंक पाहावा.)

यशाची चढती कमान

देशामध्ये कोणता ना कोणता उद्योग कोठे ना कोठेतरी कचऱ्याचा उत्तम वापर करून घेत असतो, कोणता ना कोणता कारखाना ऊर्जा बचतीचे उपाय शोधून काढत असतो, कमी धोकादायक मार्ग शोधत असतो, मद्रास फर्टिलायझर्स लि. आणि मद्रास रिफायनरीज लि. या दोन्ही कारखान्यांनी दुय्यम प्रक्रिया गृहे तयार करून त्यामधून

घेतलेल्या पाण्याचा वापर थंडावा आणण्यासाठी इत्यादी कामांसाठी करणं सुरू केलेलं आहे. या गुंतवणुकीमुळे संपूर्ण चेन्नई शहराला भेडसावणाऱ्या भयानक पाणी टंचाईवर त्यांना विजय मिळवता आला आहे. हैद्राबादजवळील अल कबीर हा मांसप्रक्रिया करणारा उद्योग प्राण्यांच्या शरीरातील टाकाऊ भाग आणि इतर सेंद्रिय आणि जैविक कचऱ्याचा उपयोग जैविक इंधन तयार करणे आणि बायो-मेथनेशन प्रक्रियेचा वापर करून खत तयार करण्यासाठी करत आहे. यामुळे त्यांना लागणाऱ्या एकूण ऊर्जेपैकी १/४ ऊर्जा ते स्वत:च निर्माण करू शकले आहेत. शिवाय खताच्या विक्रीमधून मिळणारा प्रचंड फायदा वेगळाच. कचऱ्यावर प्रक्रिया करण्यासाठी केलेली गुंतवणूक या उद्योगाने केवळ ३ वर्षांमध्ये परत वसूल केली आहे.

कचऱ्याचे पुनरावर्तन करण्याखेरीज इतरही काही लक्षणीय यशोगाथा आहेत. विज्ञान आणि पर्यावरण केंद्राने आपल्या 'हिरवाई गुणक्रम' कार्यक्रमामध्ये मोटार उद्योगानेही लक्षणीय सुधारणा केल्याचं नमूद केलं आहे. सांडपाण्याचं पुनरावर्तन करणं, ऊर्जा वापरामध्ये कपात करणं, रंग आणि प्रायमरच्या वापरामध्ये, वायू उत्सर्जनामध्ये घट घडवून आणणं ...गुजरात अंबुजा सिमेंटनं आपल्या ऊर्जा वापरामध्ये बरीच मोठी कपात करण्यात यश मिळवलं आहे, त्याचप्रमाणे या उद्योगाने त्यांच्या वायू प्रदूषणामध्येही इतकी घट घडवून आणलेली आहे की आज हा उद्योग देशातील सिमेंट निर्मिती क्षेत्रातील कारखान्यांमध्ये सर्वांत कमी वायू प्रदूषण करणारा उद्योग म्हणून मान्यता पावलेला आहे. या कारखान्याने शून्य कचरा निर्मितीचे उद्दिष्ट डोळ्यांसमोर ठेवलेलं आहे. कच्चा माल खरेदी करताना 'ग्रीन इनपुट्स' ना प्रथम पसंती देण्याचं धोरण अंगीकारलेलं आहे... धोकादायक धातू आणि मिश्र यांचं प्रमाण कमी करणं, उत्पादन फेटाळण्यात येण्याचं प्रमाण कमी करणं, आपल्या उत्पादन प्रक्रियेमध्ये ऊर्जा आणि पाण्याची बचत वाढवणं यामध्ये चांगलंच काम बजावलेलं आहे...(डाऊन टू अर्थ, १५सप्टेंबर २००२ आणि १५ जून २००३ पृष्ठ ३६,३७.)

याचप्रमाणे, आजपर्यंत जो उद्योग सर्वांत अधिक प्रदूषण करणारा होता –कागद आणि कागदाचा लगदा करण्याचा —त्यामध्येही उत्तम अशा सुधारणा झालेल्या दिसून येत आहेत. १९९९मध्ये विज्ञान आणि पर्यावरण केंद्राने हाती घेतलेल्या 'हिरवाई गुणक्रम' पाहणीमध्ये या उद्योगाचं अतिशय चिंताजनक आणि दु:स्थितीतील चित्र सामोरं आलेलं होतं. परंतु केंद्राच्या ताज्या पाहणीमध्ये असं दिसून आलं आहे की २००४पर्यंत—

* आय एस ओ १४००१ शिफारसपत्र मिळवलेल्या कारखान्यांच्या संख्येमध्ये लक्षणीय वाढ झालेली आहे.
* दर टन कागद निर्मितीला यापूर्वी सुमारे २५०टन पाणी लागत असे. ते

आता दर टन कागदाला १५० टन इतके कमी झालं आहे. यांपैकी काही कारखाने तर शून्य कचरा निर्मितीवर पोचले आहेत. हे कारखाने लवकरच जागतिक दर्जाच्या कारखान्यांमध्ये वरच्या स्थानावर असतील, असंही केंद्रानं पुढे म्हटलेलं आहे.

* या उद्योगातील प्रदूषणाचा मुख्य स्रोत म्हणजे क्लोरिन. याचा वापरही लक्षणीय प्रमाणामध्ये कमी करण्यात आला आहे. आज आपल्याकडे एक कारखाना असा आहे जो क्लोरिन तंत्रज्ञानापासून मूलभूतरीत्या मुक्त झालेला आहे.
* १९९९मध्ये, हा उद्योग वापरत असलेल्या लाकडापैकी २०% पेक्षा कमी लाकूड हे शेतजमिनीमधून मिळवण्यात येत होतं. आज हे प्रमाण दुप्पट झालेलं दिसून येत आहे.

तसं पाहायला गेलं तर आपल्याला करायचं आहे ते एवढंच की या यशोगाथा दुपटी-तिपटीनं देशभर रुजवायच्या आहेत. तेव्हा मग आपण अनेक समस्यांचं रूपांतर संपन्न अशा साधन संपत्तीमध्ये केलेलं असेल.

दूरगामी अत्यावश्यक बाबी आणि संधी

आपलं पर्यावरण सुधारणं ही एक संधी आहे. कचऱ्यामधून संपत्ती निर्माण करणं ही दुसरी संधी आहे. या संधींचा फायदा करून घेण्यासाठी आपल्याला फक्त आज उपलब्ध असलेल्या तंत्रज्ञानाचाच वापर केला तरी पुरेसा आहे.

याच कारणांसाठी नव्या तंत्रज्ञानाचा विकास करण्यासाठी संशोधनाची व्यवस्था करणं ही जशी आजची फार मोठी गरज आहे तशीच फार मोठी संधीही आहे. तज्ज्ञांनी अनेक ठिकाणी अत्यंत खरा सल्ला देताना असं नमूद केलं आहे की, अनेक बाबतींमध्ये पाश्चिमात्य देशांनी विकसित केलेलं तंत्रज्ञान आपल्या देशामध्ये उपयोगी ठरेलच असं सांगता येणार नाही. "शेतीतील कचऱ्यावर आधारित लघु-उद्योग प्रकारातील कागद आणि कागदाचा लगदा करणारे कारखाने, कातडी कमावण्याचे कारखाने किंवा मळीचा उपयोग करून मद्यार्क निर्मिती करणारे कारखाने पाश्चिमात्य देशांमध्ये अस्तित्वातच नाहीत." अगदी प्रातिनिधिक उदाहरणे देताना विज्ञान आणि पर्यावरण केंद्राने या बाबींकडे लक्ष वेधलं आहे. ते पुढे नोंद करतात, "परंतु भारतामध्ये आपल्या औद्योगिक उत्पादनाच्या ४०% उत्पादन या लघु उद्योगांकडून होते, आपल्या प्रत्यक्ष निर्यातीच्या ३५% निर्यात याच उद्योगांची आहे आणि सर्वांत महत्त्वाची बाब म्हणजे एकूण प्रदूषणाच्या ६०% प्रदूषणही याच उद्योगांकडून होत आहे... (डाऊन टू अर्थ, १५ जून २००३.)

परंतु भविष्यामध्ये याहूनही मोठी संधी समोर येणार आहे. आणि ती संधी

जैविक उत्पादनांमध्ये आहे. आपण आयात करत असलेल्या तेलापैकी बराच भाग जैविक इंधनाच्या वापराने कमी करता येईल, आज पेट्रोलियमची उप-उत्पादने असलेल्या बहुतेक वस्तूंच्या ऐवजी आपण जैविक पदार्थांपासून बनवलेले पदार्थ वापरू शकू - रसायने, प्लॅस्टिक्स, अडेसिव्हस, रंग, विद्रावके, पॉलिमर्स, सौंदर्यप्रसाधने, आम्ले, वंगणे, बांधकाम साहित्य,-उदाहरणार्थ, विद्रावके आणि धात्वाधारित रंग वापरावे लागू नयेत म्हणून मोटार उद्योगामध्ये जलाधारित रंगांचा वापर करणे.

* आपल्यासमोर ही एक फार मोठी संधी उभी आहे. जगातील सर्वांत अधिक तंत्रकुशल वर्गामध्ये मोडेल असा शेतकरीवर्ग आपल्याकडे आहे. या पदार्थांचं उत्पादन करण्यासाठी उपयोगात आणता येण्यासारखा प्रचंड प्रदेश आपल्याकडे आहे - उदाहरणार्थ - जैविक डिझेलच्या निर्मितीसाठी लागणारी जेथरोपासारखी वनस्पती आणि तत्सम दणकट वनस्पतींची लागवड.

शिवाय आपली गरजही निकडीचीच आहे. फक्त याच उत्पादनांची नव्हे तर -उदाहरणार्थ- आयात केलेल्या तेलावर आपण जे अवलंबून आहोत ते कमी करण्याचीही फार मोठी गरज आहे. या क्षेत्रामध्ये किती अगणित संधी आहेत यावर एक नुसती नजर टाकण्यासाठी आणि ज्या पाश्चिमात्य जगाची आपण टिंगल करत असतो त्यांनी या क्षेत्रामध्ये काय केलं आहे हे पाहण्यासाठी जॅनीन एम बेन्युसचं, अत्यंत वाचनीय असं 'बायो मिमिक्री, इनोवेशन इन्स्पायर्ड बाय नेचर,' (विल्यम मॉरो १९९७, हार्पर कॉलिन्स २००२) हे पुस्तक नक्कीच बघावं किंवा 'इंडस्ट्रियल बायोप्रॉडक्ट्स : टुडे अँड टुमॉरो' (एनर्जेटिक्स इन्क. यातील यु.एस डिपार्टमेंट ऑफ एनर्जी, ऑफिस ऑफ एनर्जी एफिशियन्सी अँड रिन्यूएबल एनर्जी. ऑफिस ऑफ द बायोमास प्रोग्रॅम ,जुलै २००३) हे प्रकाशन उतरून घ्यावे.

म्हणजे आता आपल्यापुढे हे एक क्षेत्र असं आहे – जैविक उत्पादने वाढवणे –जे येत्या काही दशकांमध्ये आपल्या शास्त्रज्ञांच्या, तंत्रज्ञांच्या आणि उद्योगांच्या दृष्टीने सर्वांत महत्त्वाच्या क्षेत्रांपैकी एक असलं पाहिजे.

* या प्रयत्नांचं फळ आपल्याला चौपटीनं मिळणार आहे.
* आपल्या अनेक समस्या आपण सोडवलेल्या असतील.
* आपल्या गरजा आपण भागवलेल्या असतील.
* साऱ्या जगासमोर आपण एक उदाहरण घालून दिलेलं असेल,

गांधीजींनी 'हिन्द स्वराज' मध्ये लिहून ठेवल्यापासून ज्याच्याविषयी आपण बोलत आलो आहोत ते पाऊल आपण अखेरीस उचललेलं असेल, वापर आणि विकास यामधील प्रमुख मुद्याला एक पर्यायी व्यवस्था निर्माण करण्याचं पाऊल.

■

एक जीवनमरणाचा प्रश्न

सत्याधारित कृती

कोणत्याही सत्यघटनाक्रमांचा आपण विचार करू लागलो की—मग ती बांगलादेशातून होत असलेली घुसखोरी असो, मदरशांमध्ये विद्यार्थ्यांना पढवण्यात येत असलेली विचारप्रणाली असो किंवा आपल्या सीमेलगतच्या मदरशांचा वापर आपल्या देशाच्या विरोधी कारवायांसाठी केला जात असणं असो — एकच घटनानुक्रम आपल्याला सामोरा येतो, जेव्हा केव्हा या सत्यघटना सरकारच्या निदर्शनास आणून दिल्या गेल्या आहेत- अगदी अतिवरिष्ठ अधिकाऱ्यांच्याही— तेव्हा तेव्हा सर्व सरकारांनी त्या घटनांकडे काणाडोळाच केलेला आहे.

संख्येच्या बळावर कब्जा करणे

"गेली अनेक दशके पूर्व पाकिस्तान/बांगलादेशातून भारतात फार मोठ्या प्रमाणावर होणाऱ्या बेकायदेशीर देशांतरामुळे या राज्याचा लोकसंख्या दर्शवणारा आलेख बदलत राहिला आहे. यामुळे आसामी जनतेच्या स्वत्वाच्या ओळखीला आणि देशाच्या सुरक्षिततेला फार मोठा धोका पोचत आहे. केंद्रातील आणि राज्यातील एकामागोमाग येणाऱ्या सरकारांनी या आव्हानाला चोख उत्तर देण्यासाठी काहीही ठोस पाऊल उचललेले नाही ....या राज्यामध्ये सातत्याने चालू असलेल्या लोकसंख्येवरील या प्रचंड आणि तरी मूकपणे सुरू असलेल्या आक्रमणासंबंधीचा हा अहवाल तुमच्यासमोर ठेवणे हे माझे माझ्या देशाप्रती आणि ज्या राज्याची सेवा करण्याची शपथ मी घेतलेली आहे त्या राज्याप्रती परम कर्तव्य आहे असे मी मानतो." ही वाक्यं काही कोणा सामान्य वार्ताहराची किंवा आसुच्या एखाद्या कार्यकर्त्याची नाहीत. ही वाक्यं आहेत आसामच्या राज्यपालांची -जे यापूर्वी भारतीय सेनेचे महाउपप्रमुख होते त्यांची. आणि ही वाक्यं काही त्यांनी सहज लिहिलेल्या

एखाद्या लेखामधली नाहीत तर त्यांनी राष्ट्रपतींना सादर केलेल्या आपल्या अधिकृत अहवालामध्ये ही वाक्यं लिहिलेली आहेत.

जनरल एस. के. सिन्हा राष्ट्रपतींना पुढे लिहितात, "बांगलादेशातून येणारा हा वाढता बेकायदेशीर लोंढा लवकरच आसामी जनतेला त्यांच्याच राज्यामध्ये अल्पसंख्याक बनवून टाकेल अशी भीती निर्माण झाली आहे. त्रिपुरा आणि सिक्कीम या राज्यांमध्ये या आधी असे घडलेले आहे."

पुढे धोक्याची सूचना देताना ते म्हणतात, "आसाम राज्याचा उर्वरित देशाशी संबंध ठेवणारा जो अतिशय महत्त्वाचा असा भूप्रदेश आहे त्यामध्ये घुसखोरी करून बृहद्-पूर्व-पाकिस्तान-बांगलादेशाचे अनेक वर्षे जपलेले असे जे स्वप्न आहे त्यामुळे संपूर्ण देशापासून संपूर्ण ईशान्य प्रदेशाचा संपर्कच तुटून जाण्याची शक्यता नाकारता येणार नाही. असे झाले तर त्याचे सैनिकी आणि आर्थिक पातळीवरील परिणाम अतिशय गंभीर असेच असतील."

बांगलादेशाजवळ असणाऱ्या प्रांतांमध्ये एकामागोमाग एक असे जे लोकसंख्या बदल घडून येत आहेत आणि त्यामुळे लोकसंख्येचा समतोल ढासळत चाललेला आहे याची तपशीलवार माहिती देऊन जनरल सिन्हा शेवटी म्हणतात,

"आसाममध्ये सतत परंतु मूकपणे चालू असलेल्या, लोकसंख्येवरील या चीड उत्पन्न करणाऱ्या आक्रमणामुळे निम्न आसाममधील, सैनिकी दृष्टीने महत्त्वाचे असलेले अनेक भूप्रदेश आपण गमावून बसू. या बेकायदेशीर घुसखोरांमुळे हे प्रांत मुस्लिम बहुसंख्य असलेले प्रदेश बनत आहेत. एकदा असे झाल्यानंतर त्यांचा प्रदेश बांगलादेशामध्ये समाविष्ट करण्यात यावा ही मागणी पुढे करण्यास वेळ लागणार नाही. मुस्लिम मूलतत्त्ववाद्यांची झपाट्याने होत असलेली वाढ या जोरदार मागणीच्या पाठीशी उभी राहणार आहे. या संदर्भात हे लक्षात घेणे उचित ठरेल की बांगलादेशाने केव्हाच निधर्मी सरकार सोडून देऊन मुस्लिम राज्य असणे मान्य केलेले आहे. निम्न आसाम गमावला गेल्यास उर्वरित देशापासून संपूर्ण ईशान्य प्रदेश तुटून पडेल ...."

(ले.ज.एस के सिन्हा (निवृत्त), यांचा आसाममधील बेकायदेशीर घुसखोरी याविषयावरील भारताच्या राष्ट्रपतींना सादर केलेला अहवाल.

(८ नोव्हेंबर)१९९८,पृ. १ ,१८.)

याआधी दोन वर्षे, कोणाही सरकारी अधिकाऱ्याला जागं करण्यात यश न आल्यामुळे, पश्चिम बंगालच्या माजी राज्यपालांना, टी व्ही राजेश्वर यांना जाहीरपणे आपलं मत मांडणं भाग पडलं - राजेश्वर हे यापूर्वी गुप्तहेरखात्याचे प्रमुख होते. १९९६च्या सुरुवातीला लिहिलेल्या एका लेखमालिकेमध्ये त्यांनी फार वर्षे चालू असलेला एक कट उघडकीला आणला होता. आसाम,पश्चिम बंगालचे सीमावर्ती

जिल्हे आणि बिहारचा काही भाग एवढा प्रदेश पूर्व पाकिस्तानला -बांगलादेशाच्या प्रदेशाला जोडून घेण्याचा हा कट आहे, ही गोष्ट त्यांनी सिद्ध करून दिली होती. आणि त्यांनी पुढे असंही म्हटलं होतं की, या बेकायदेशीर घुसखोरीमुळे हा कट आता सफल होण्याच्या मार्गावर आहे. यापुढे जाऊन आग्रहानं त्यांनी असंही म्हटलं आहे की ज्या रीतीने, या घुसखोरीने याआधीच फार मोठे भूभाग मुस्लिम बहुसंख्येचे विशेषत: बांगलादेशी मुस्लिमांची अधिक संख्या असणारे असे करून टाकण्यात यश मिळालेलं आहे, ते पाहता भारतीय उपखंडामध्ये तिसरे मुस्लिम राज्य स्थापन होण्याची शक्यता वाढीला लागली आहे असं म्हणावंच लागेल. पूर्व बंगालमधील मुस्लिम लीगचे तेव्हाचे अध्यक्ष नाझिमुद्दीन यांनी त्या प्रांताच्या राज्यपालांना— आर जी केसी यांना— जे काही सांगितले होतं त्याचीही ते आठवण करून देतात. केसी यांनी ही माहिती तेव्हाचे व्हाईसरॉय लॉर्ड वेव्हेल यांच्यासाठी लिहून पाठवली होती,

> ''नाझिमुद्दीनूनी मला सांगितले आहे की संपूर्ण बंगाल आणि संपूर्ण आसाम हे दोन्ही प्रदेश एकत्रित करता आले तर त्यांना ५१% बहुसंख्येच्या जागी ५८% मुस्लिम बहुसंख्यांकता प्राप्त होईल. त्यांनी मला असेही सांगितले आहे की हिंदूंपेक्षा मुस्लिमांची जननक्षमता अधिक वेगवान आहे. त्यामुळे थोड्याच वर्षांमध्ये हे ५८% बहुसंख्य मुस्लिम ६०%च्याही वर आपली लोकसंख्या नेतील. त्यांनी पुढे असेही नमूद केले की एकदा हा ईशान्य पाकिस्तान स्थापन झाला की मग हिंदुस्थानातील मुसलमानांनाही या देशामध्ये येण्याची ओढ लागेल आणि मग योग्य वेळी बरद्वान विभागही या ईशान्य पाकिस्तानामध्ये येईल याबद्दल आम्हाला काहीही संशय नाही.''

राजेश्वर यानी किसिंजरच्या तीव्र धोक्याच्या सूचनेचाही उल्लेख केलेला आहे— सूचना की ''इच्छा'' म्हणूया?

> ''बांगलादेशच्या अनिवार्य उदयाने-जो आपण गृहीत धरलेला होताच — भारतासमोर अनेक भयावह आणि दूरगामी समस्या उभ्या राहिल्या. कारण बांगलादेश हा मुळात पूर्व पाकिस्तानच होता -जो भारताच्या अत्यंत चिडखोर आणि सतत वेगळे होण्याची भाषा करणाऱ्या राज्यापासून -पश्चिम बंगालपासून केवळ धर्माच्या नावाखाली वेगळा झालेला होता. त्यांची भाषा, परंपरा, संस्कृती एक आहे. आणि सर्वांत महत्त्वाचे म्हणजे अत्यंत चंचल अशी मनोभूमिकाही समान आहे. बांगलादेश राष्ट्रीय विचारसरणीचे राष्ट्र ठरो वा पुरोगामी विचारसरणीचे राष्ट्र ठरो, कालांतराने तो देश केंद्रापासून दूर होत जाणाऱ्या भारतातील प्रवृत्तींना उठाव देणारच होता. भारतामध्ये इतरही मुस्लिम

राज्ये असावीत या मागणीला पाठबळ मिळणार होते, परंतु यावेळी ही राज्ये भारतीय प्रदेशामधून तोडून काढली गेली असती. एकदा हा प्रदेश स्वतंत्र झाला की मग त्याच्या मुस्लिम वारशाने त्याला पुन्हा पाकिस्तानकडे ओढून नेणेही अशक्य नव्हते.''

याआधी घडलेल्या घटनांकडे राजेश्वर लक्ष वेधून घेतात :

''१९५१मध्ये भारताच्या एकूण लोकसंख्येपैकी मुस्लिमांची लोकसंख्या ९.९% होती ,१९७१मध्ये १०.८%; १९८१मध्ये ११.३% होती आणि १९९१मध्ये बहुधा ती सुमारे १२.१% इतकी झालेली असेल. मुस्लिमांच्या आजच्या लोकसंख्येचे प्रमाण आसाममध्ये २८% आणि पश्चिम बंगालमध्ये २५% इतके आहे. पश्चिम बंगालच्या सीमावर्ती जिल्ह्यांमध्ये १९९१मध्ये मुस्लिम लोकसंख्येचे प्रमाण पुढीलप्रमाणे होते : उत्तर आणि दक्षिण परगण्यांमध्ये ५६%, नायडा मध्ये ४८%, मुर्शिदाबादमध्ये ५२%, माल्डामध्ये ५४% आणि पश्चिम दिनाजपूरच्या इस्लामपूर या उप- विभागामध्ये सुमारे ६०% असे होते. पश्चिम बंगालच्या सीमाक्षेत्रामध्ये केलेल्या एका सर्वेक्षणामध्ये मिळालेली माहिती विचार करायला लावणारी आहे, हे निश्चित.—या सीमाक्षेत्रातील २०-४०% खेडी प्रामुख्याने मुस्लिम लोकसंख्येची आहेत. या अल्पसंख्य जमातीचे असे एकत्रित येऊन बहुसंख्य होत जाणे आणि तेथेच स्थायिक होण्यासाठी येणाऱ्या बांगलादेशी मुस्लिमांची या लोकसंख्येमध्ये पडलेली भर यामुळे तेथील बहुसंख्याक जमातींचे लोक शहरांकडे निघून जाऊ लागले असल्याचे स्पष्ट होत आहे. या सीमावर्ती क्षेत्रातील अनेक शहरांमध्ये आता प्रामुख्याने बहुसंख्य जमातींचे लोक राहतात, परंतु या शहरांभोवतालची खेडी मात्र प्रामुख्याने अल्पसंख्याक जमातीच्या लोकांची झालेली आहेत. ''शहरांआधी खेडी बळकावा'' हे लिन पियाओचे तत्त्व वेगळ्या संदर्भातील असले तरी येथे त्याची आठवण झाल्याखेरीज राहत नाही. परंतु दोन्ही बाबींमधील सुरक्षेचा प्रश्न मात्र समानच आहे.

''... बांगलादेशच्या सीमेलगत असणारे पश्चिम बंगालचे जिल्हे-२४ परगणा पासून थेट वर पश्चिम दिनाजपूरच्या इस्लामपूरपर्यंत सर्व जिल्ह्यांमध्ये मुस्लिम लोकसंख्येचे एकत्रीकरण झाले आहे आणि ही लोकसंख्या आता ५०%च्याही वर जाऊन पोहोचली आहे, हे सिद्ध करणारी आकडेवारी आता उपलब्ध झालेली आहे. पूर्वी पूर्णिया जिल्ह्याचा एक भाग असलेला, बिहारचा किशनगंज जिल्हा पश्चिम बंगालच्या लगतचाच आहे. त्यामध्येही आता मुस्लिम जमात बहुसंख्य झालेली आहे. उत्तर आणि दक्षिण २४ परगणामधील सर्व जिल्हे,

मुर्शिदाबाद, नडिया, माल्डा, आणि पश्चिम दिनाजपूर या सर्व विभागांची एकूण लोकसंख्या २७,३३७,३६२ एवढी आहे. यामध्ये आपण बिहारमधील किशनगंज विभागाची लोकसंख्या-९८६,६७२ ही मिळवली तर तो आकडा होतो-२८,३२४,०३४.(हे सर्व आकडे १९९१च्या जनगणनेवर आधारलेले आहेत.) या भल्या मोठ्या प्रदेशामध्ये सुमारे २.८ कोटी एवढी लोकसंख्या आहे. आणि या लोकसंख्येमध्ये बहुसंख्य मुस्लिम आहेत. १९९१मध्ये पश्चिम बंगालची लोकसंख्या ६ कोटी ७९लाख एवढी होती आणि यांपैकी २ कोटी ८३ लाख २०हजार इतकी लोकसंख्या सीमाक्षेत्रामध्ये एकवटलेली होती. आणि यांपैकी सुमारे १कोटी ६०लाख ते १कोटी ७० लाख इतकी लोकसंख्या ही अल्पसंख्याक जमातीची या भागामध्ये एकत्रित झालेली होती. गंगा आणि हुगळी नद्यांच्या किनाऱ्याने असणारा आणि बांगलादेशाच्या सीमेच्या अगदी जवळ असणारा, पश्चिम बंगाल आणि बिहारचा हा महत्त्वाचा टापू आहे, याची लोकसंख्या सुमारे २ कोटी ८० लाख इतकी आहे आणि त्यातील बहुसंख्याक ही मुस्लिम जमात आहे या बाबी कोणाही विचार करणाऱ्या भारतीयाला काळजी करायला लावणाऱ्या अशाच आहेत.''

या आकडेवारीवरून त्यांनी दोन धोक्याच्या सूचना दिलेल्या आहेत. पहिली :

''भविष्यामध्ये प्रामुख्याने बंगाली बोलणारे आणखी एक मुस्लिम राष्ट्र भारताच्या पूर्वेच्या भागामध्ये निर्माण होण्याचा स्पष्ट धोका दिसून येत आहे. कदाचित त्यावेळी भारताला राजकीय आणि सैनिकी अस्थैर्य जाणवू लागलेले असण्याचीही शक्यता आहे.''

हा संपूर्ण टापू अगदी एखाद्या स्वतंत्र राष्ट्रामध्ये रूपांतरित झाला नाही तरीही त्यांनी दिलेल्या धोक्याच्या सूचनेचा दुसरा भाग लागू पडण्यासारखाच आहे.

''पूर्व भारताच्या नकाशाकडे एक नजर टाकू—उत्तर २४ परगण्यापासून सुरुवात करून नडिया, मुर्शिदाबाद, माल्डा, आाणि पश्चिम दिनाजपूर पार करून रायगंज आणि दालकोला या इस्लामपूर उप-विभागाच्या चिंचोळ्या भागामधून पूर्व बिहारच्या किशनगंज भागापर्यंत जाऊ आणि सिलिगुरीमध्ये प्रवेश करू. आणखी थोडे पुढे जाऊन उत्तर बंगालच्या दार्जिलिंग, जलपाइगुरी, आणि कूचबिहार या जिल्ह्यांना ओलांडून आसाम आणि त्याचे धुब्री, गोपालपारा, बोनाइगाव, कोक्राझार आणि बारपेटा हे जिल्हे पाहू. साऱ्या आशिया खंडामध्ये याहून अधिक संवेदनशील भाग सापडणे कठीण आहे.''

नेपाळ तर केव्हाच हाताबाहेर गेलेला आहे. उत्तर बंगालच्या भागामध्ये अस्वस्थता उफाळली आहे, गुरखा नॅशनल लिबरेशन फ्रंट दार्जिलिंग टेकड्यांच्या भागामध्ये, आणि राज्याच्या उत्तर भागामध्ये कामतापूर लिबरेशन फ्रंटची स्थापना झालेली आहे. आणि या अरुंदशा पट्ट्याच्या पलीकडच्या तीरावर बोडो गट आणि त्यांच्या पलीकडे उल्फा आहेतच.

आसामच्या सीमावर्ती क्षेत्रामध्ये जा आणि तुम्हाला हीच परिस्थिती दिसेल. राष्ट्रपतींना सादर केलेल्या आपल्या अहवालामध्ये जनरल सिन्हा यांनी आसाममधील हिंदू आणि मुस्लिम लोकसंख्येचे दशकानुसारी फरक दाखवणारा तक्ता सादर करून त्याकडे कक्ष वेधलं आहे. १९५१-६१ मध्ये हिंदू-३३.७९% आणि मुस्लिम ३८.३९% ; १९६१-७१मध्ये हिंदू ३७.२% आणि मुस्लिम ३१%; आणि १९८१-९१ मधील वाढीचा अंदाज असा -हिंदू ४१.९६% आणि मुस्लिम ७७.४९%. यानंतर ते असं निरीक्षण नोंदवतात :

> "१९७१मध्ये आसाममध्ये जी मुस्लिम लोकसंख्या होती तिच्यामध्ये १९९१मध्ये ७७.४२% एवढी वाढ झालेली आहे. याच काळामध्ये हिंदू लोकसंख्या सुमारे ४१.८९% एवढी वाढलेली आहे.
>
> "एकूण लोकसंख्येच्या प्रमाणामध्ये बघितले तर आसाममधील मुस्लिम लोकसंख्या १९५१मधील २४.६८% वरून १९९१मध्ये २८.४२% वर पोचलेली आहे. १९९१च्या जनगणनेनुसार धुब्रि, गोलपारा, बारपेटा, आणि हैलाकंडी हे चार जिल्हे आता मुस्लिम बहुसंख्येचे झालेले आहेत. १९९८पर्यंत नवगाव आणि करीमगंज हे दोन जिल्हे मुस्लिम बहुसंख्येचे झालेले असतील आणि मोरगाव हा आणखी एक जिल्हा वेगाने त्या दिशेला चाललेला आहे.
>
> "या आधीच्या परिच्छेदामध्ये मुस्लिमांची बहुसंख्या होत आहे या बाबीवर जोर देण्यात आलेला आहे. यामागील उद्देश म्हणजे बांगलादेशातून आसाममध्ये केवढ्या मोठ्या प्रमाणावर बेकायदेशीर घुसखोरी होत आहे याकडे लक्ष वेधून घेणे हा आहे. कारण ....१९७१नंतर बेकायदेशीर घुसखोरी करणाऱ्या लोकांमध्ये प्रामुख्याने केवळ मुस्लिम लोकच आहेत."

आसाम आणि त्रिपुरा या दोन राज्यांमध्ये हे घुसखोर सर्वांत अधिक संख्येने पसरलेले आहेत. परंतु गेल्या काही वर्षांमध्ये हे घुसखोर या दोन राज्यांमधून बाहेर पडून इतर राज्यांमध्येही विशेषत: पहाडी इलाख्यांमध्ये जाऊ लागले आहेत.

प्रतिसाद

या महापुराकडे जनरल सिन्हा दिल्लीतील महाभागांचं लक्ष वेधून घेत राहिले.

घडलं एवढंच की, त्यांनी दिलेल्या धोक्याच्या सूचनांचा वापर 'निधर्मी' गटाने त्यांना 'जातीयवादी' ठरवून त्यांना त्यांच्या पदावरून हटवण्याची मागणी करण्याकरता केला.

टी व्ही राजेश्वर यांना मी विचारलं, 'तुमच्या लेखाचा काय परिणाम झाला?'' त्यांनी उत्तर दिलं, ''सरकारी अधिकाऱ्यांच्या बाबतीत बोलायचं तर काहीही नाही,'' परंतु हे लेख तर त्यांनी या विषयावर केलेलं अगदी ताजं लिखाण आहे. त्यांना आठवत होतं की, त्यांची पश्चिम बंगालचे राज्यपाल म्हणून नेमणूक झाल्यानंतर या प्रश्नाचा अगदी तपशीलवार अभ्यास करण्याची संधी त्यांना मिळालेली होती. आणि त्यांनी या संकटाविषयीची निवेदने आणि अहवाल दिल्लीला पाठवलेही होते. निवृत्त झाल्यानंतर, या बेकायदेशीर घुसखोरीचा जो परिणाम होत आहे आणि पुढे याचे किती भयावह परिणाम होणार आहेत यासंबंधीच्या त्यांच्या अहवालांचं पुढे काय झालं हे त्यांनी एका लेखामध्ये लिहून काढलं आहे. त्यांच्या लेखावरून सर्व घटनांची सुसंगत साखळी स्पष्ट होते.

> ''मार्च १९८९मध्ये पश्चिम बंगालचे राज्यपालपद स्वीकारल्यानंतर, मी या बाबीची (बांगलादेशातून सातत्याने होणारी घुसखोरी) तपशीलवार चौकशी केली. मला असे दिसून आले की मला प्रारंभी वाटले होते त्याहून ही समस्या फारच अधिक गंभीर आहे. कलकत्त्यामधील माझ्या वास्तव्यामध्ये मी राष्ट्रपती, पंतप्रधान आणि गृहमंत्री या सर्वांना या समस्येबद्दल सातत्याने लिहीत होतो. मार्च १९८९मधील माझ्या अगदी पहिल्याच अहवालामध्ये मी बांगलादेशी घुसखोरांच्या समस्येचा उल्लेख केलेला होता. हा अहवाल ६ एप्रिल रोजी राष्ट्रपतींना पाठवण्यात आला आणि त्याच्या प्रती पंतप्रधान आणि गृहमंत्र्यांनाही पाठवण्यात आल्या. मे १९८९च्या माझ्या अहवालामध्ये, मी या समस्येबद्दल अधिक विस्ताराने लिहिले होते, कारण मी नुकताच कूचबिहार, जलपैगुरी, दार्जिलिंग आणि पश्चिम दिनाजपूर या उत्तर बंगालमधील जिल्ह्यांचा दौरा करून आलो होतो. ५ जून १९८९ रोजी, मी मुख्यमंत्री ज्योती बसू यांनाही एक पत्र लिहिले. आणि पश्चिम बंगालच्या सर्व जिल्ह्यांमध्ये जनगणना घेण्याची आणि त्यानंतर पश्चिम बंगालच्या सीमावर्ती क्षेत्रांमधील जिल्ह्यांतील रहिवाशांना ओळखपत्र जारी करण्याची सूचना केली होती. यामुळे बांगलादेशी घुसखोर ओळखून काढता आले असते.
>
> ''जनता दलाचे सरकार केंद्रामध्ये आल्यानंतर, मी जानेवारी १९९०मध्ये परराष्ट्र व्यवहार मंत्री श्री. आय. के. गुजराल यांना एक पत्र लिहिले. त्या पत्राच्या प्रती पंतप्रधान आणि गृहमंत्री यांनाही पाठवण्यात आल्या होत्या. त्या पत्रामध्ये मी अशी सूचना केली होती की, परदेश व्यवहार मंत्रालय आणि

गृहमंत्रालय या दोन्ही मंत्रालयातील वरिष्ठ अधिकाऱ्यांची एक समिती या समस्येचा तपशीलवार अभ्यास करण्यासाठी नेमण्यात यावी. या समितीमध्ये पश्चिम बंगाल आणि बिहार या राज्यांचे वरिष्ठ अधिकारीही असावेत. या अभ्यासानंतर, एक संपूर्ण, सखोल अशी जनगणना १९९१च्या राष्ट्रीय जनगणनेसमवेतच घेण्यात यावी. यामुळे भारतामध्ये बांगलादेशी घुसखोरांची समस्या किती मोठी आणि व्यापक आहे हे समजून येईल. ६ फेब्रुवारी १९९०मध्ये मी कलकत्ता सोडले. तोपर्यंत यांपैकी कोणाकडूनही मला उत्तर मिळालेले नव्हते. हे सर्व अहवाल गृहमंत्रालयामध्ये उपलब्ध असले पाहिजेत....''

खरोखरच एक ''विस्तृत -तपशीलवार'' अहवाल माहिती आणि प्रसारण मंत्रालय आणि गृहमंत्रालयाने १९९२मध्ये तयार केलेला होताच. बांगलादेशमधून बेकायदेशीरपणे भारतामध्ये घुसखोरी करणाऱ्यांची संख्या त्या वेळीही ''एक ते दीड कोटीच्या'' आसपास होती अशी नोंद त्या अहवालामध्ये करण्यात आलेली आहे. परंतु या अहवालाचा परिणाम एवढाच झाला की सरकारनं हा अहवाल गुप्त ठेवण्यास सांगितलं. मी हा संपूर्ण अहवाल प्रकाशित केला. (आणि नंतर अ सेक्युलर अजेंडा, एएसए, नवी दिल्ली, १९९३, पृ.२६९-९३ यामध्येही त्याचा अंतर्भाव केला.) माझ्या कानावर काही कुजबुजत्या धमकावण्या तेवढ्या पडल्या की याबद्दल तुमच्यावर ऑफिशियल सिक्रेट्स ॲक्टखाली कारवाई केली जाण्याची शक्यता आहे. -एवढंच.

एप्रिल १९९२ मध्ये आसामचे त्यावेळचे मुख्यमंत्री हितेश्वर सैकिया यांनी राज्य विधानसभेच्या सभागृहामध्ये असं विधान केलं की, राज्यामध्ये सुमारे ३० लाख बेकायदेशीररीत्या घुसलेले बांगलादेशी लोक आहेत. मुस्लिम युनायटेड फ्रंटनं जाहीर केलं की ४८ तासांच्या आत त्यांनी आपलं विधान मागे घेतलं पाहिजे —नाहीतर ते त्यांचं सरकार पाडतील. सैकियांनी आपलं विधान मागे घेतलं.

१९९३च्या ऑगस्टमध्ये संसद सदस्यांनी गृहमंत्र्यांकडे बांगलादेशातून किती घुसखोर आलेले आहेत त्यांच्या संख्येसंबंधी विचारणा केली. तीन मंत्र्यांना या प्रश्नाला उत्तर देण्याची संधी मिळाली. त्यांनी मान्य केलं - आम्हाला ती संख्या तशी मोजता आलेली नाही' आणि तरीही या प्रश्नाचं गांभीर्य कमी करण्यासाठी जेवढ्या शक्य होत्या तेवढ्या सर्व खटपटी लटपटी त्यांनी केल्याच आणि तेथेच या प्रश्नाला पूर्ण विराम मिळाला. (तदर्थ पृ.२५१-६०.)

१९९७च्या मे महिन्यामध्ये, कम्युनिस्ट पार्टी ऑफ इंडियाचे बराच काळ

प्रमुख सचिव असलेल्या आणि त्यावेळी देशाचे गृहमंत्री असलेल्या इंद्रजित गुप्ता यांनी थोडं स्पष्ट वक्तव्य केलं. भारतामध्ये सुमारे १ कोटी बेकायदेशीर घुसखोर आहेत, असं त्यांनी संसदेला सांगितलं. परंतु यासंबंधी काही पावलं उचलण्याच्या बाबतीमध्ये मात्र त्यांचं हे विधान हाच शेवट ठरला. याबद्दल त्यांनी काही करू नये यासाठीच प्रयत्न करणाऱ्या सर्वांनी असं म्हटलं, ''निदान त्यांनी ही समस्या बोलून तरी दाखवली.'' आणि यावरच समाधान मानावं लागलं.

राष्ट्रीय पातळीवर एकच राजकीय पक्ष असा आहे की जो सातत्यानं या आक्रमणाविषयी आग्रहानं बोलत राहिला आहे आणि तो पक्ष म्हणजे भारतीय जनता पार्टी-बीजेपी. १९९६च्या निवडणुकीच्या वेळी प्रसारित केलेल्या त्यांच्या जाहीरनाम्यामध्ये असं म्हटलं आहे,

''बेकायदेशीर घुसखोरी : लोकसंख्येवरील आक्रमण : आपल्या सुरक्षेला असलेला धोका

''आपल्या शेजारी देशांमधून विशेषतः बांगलादेशामधून होत असलेल्या बेकायदेशीर घुसखोरीमुळे आपल्या देशाच्या सुरक्षेला थेट धोका पोहोचतो आहे आणि आपल्या लोकसंख्येवर त्याचा अनिष्ट परिणाम होत आहे असा आमचा विश्वास आहे. या प्रचंड संख्येचा विचार करता - आपल्या देशाच्या निरनिराळ्या भागांमध्ये एकूण १.७ कोटी बेकायदेशीर घुसखोर राहत आहेत आणि त्यापैकी बहुसंख्य लोक बांगलादेशी आहेत. हे लक्षात येते की या घुसखोरीमुळे फक्त भूगोलच बदलत नसून सामाजिकशास्त्र, आपली अर्थव्यवस्था, एवढेच नव्हे तर आपल्या देशाचे राजकारणही बदलत चालले आहे. भारतासमोर हा एक स्फोटक प्रश्न उभा ठाकलेला आहे. अयोग्य धोरणे आणि राजकीय समीकरणे यांमुळे आपण आपल्या लोकसंख्येचा समतोल बिघडू दिला तर लोकसंख्येमधील निरनिराळ्या अस्तित्वांचा संघर्ष होणे अटळ ठरेल आणि आपल्या सुरक्षिततेला धोका निर्माण होईल. बांगलादेशातून येणाऱ्या या बेकायदेशीर घुसखोरांमुळे आपल्या उत्तर पूर्व, आसाम, पश्चिम बंगाल, बिहार आणि दिल्लीचे काही भाग या प्रांतामधील लोकसंख्येच्या काही भागांमध्ये भयावह वाढ झालेली आहे. काही भागांमध्ये तर ही लोकसंख्या वाढ जवळ जवळ १००% झालेली दिसून येत आहे.

''बीजेपी असा प्रस्ताव मांडत आहे :

अ. या प्रकाराला आळा घालण्यासाठी भारत -बांगलादेशच्या संपूर्ण सीमेवर काटेरी तारांचे कुंपण घालणे, याची सुरुवात सखल प्रदेशापासून करणे.

आ. बेकायदेशीर घुसखोरांना शोधून काढणे, त्यांची नावे मतदार याद्यांमधून

कमी करणे आणि अधिक काळ न गमावता त्यांना परत मायदेशी पाठवण्याची व्यवस्था करणे.

इ. भारतीय नागरिक आणि बेकायदेशीरपणे भारतामध्ये आलेल्या व्यक्ती यांच्यातील सर्व संपत्ती व्यवहार रद्द करण्याचे जाहीर करणे.

ई. भारतामध्ये येण्यासंबंधीच्या कायद्यांमध्ये आणि नियमांमध्ये दुरुस्ती करणे आणि भारतामध्ये होत असलेल्या बेकायदेशीर घुसखोरीला आळा घालण्यासाठी अधिक कडक उपाययोजना करणे.

उ. सर्व भारतीय नागरिकांना ओळखपत्रे देण्याच्या कार्यक्रमाला ताबडतोब चालना देणे.

बीजेपीने १९९९च्या निवडणुकीच्या वेळी काढलेल्या आपल्या जाहीरनाम्यामध्ये याच बाबींची पुनरावृत्ती केली.

पक्षाने जाहीर केले,

''बेकायदेशीर घुसखोरी''

काँग्रेस आणि युनायटेड फ्रंटच्या सरकारांनी आपल्या संकुचित आणि स्वार्थी कारणांसाठी या समस्येकडे जाणूनबुजून दुर्लक्षच केले आहे. बांगलादेशमधून भारतामध्ये आलेल्या बेकायदेशीर घुसखोरांची अधिकृत संख्या आता १.७ कोटींच्यावर गेलेली आहे. याचा आपल्या आर्थिक आणि राजकीय वातावरणावर जो वाईट परिणाम होत आहे त्यामुळे महाप्रचंड अशा समस्या समोर उभ्या राहणार आहेत. ही परिस्थिती अशीच चालू देणे शक्य नाही, आमचे सरकार पुढील गोष्टी करण्यास वचनबद्ध आहे,

१. बेकायदेशीर घुसखोरांना थांबवणे आणि परत पाठवण्यासाठी आमचे सरकार कडक उपाययोजना करील.
   सीमेवर जेथे जेथे शक्य असेल तेथे कुंपण घालण्याचे काम तातडीने सुरू करण्यात येईल, सीमेवरील सुरक्षा अधिक वाढवण्यात येईल.

२. बेकायदेशीर घुसखोरांना शोधून काढण्यात येईल आणि त्यांची नावे मतदार याद्यांमधून तात्काळ कमी करण्यात येतील. आणि

३. भारतीय नागरिकांची एक राष्ट्रीय नोंदवही तयार करण्यात येईल.

परंतु या पक्षालाही अनेक इतर पक्षांशी समझोता करावा लागला. सर्वांनी मिळून एका सर्वसाधारण किमान कार्यक्रम राबवण्याचे ठरवले. या दस्त-ऐवजामध्ये या समस्येचा साधा उल्लेखही नव्हता.

एक कायदा, त्याची अंमलबजावणी आणि त्यासबंधी दिली गेलेली वचनं.

या एवढ्या महत्त्वाच्या प्रश्नासंबंधी जी हतबलतेची भूमिका घेतली गेली त्यासंबंधी एक मोठा खंडच लिहिता येईल. ही हतबलता हेच तर एक लक्षण होतं. परंतु आपल्या आजच्या कामापुरतं आपण फक्त एक लहानशी बाब विचारात घेऊ. त्यावरूनही आपल्याला या प्रकरणाची पूर्ण कल्पना येऊ शकेल. —तो विनाशकारी कायदा—बेकायदेशीर घुसखोर (न्यायाधीकरणांद्वारे त्यांची निश्चिती) संबंधी कायदा आसाममध्ये हा कायदा आयएमडीटी कायदा म्हणून प्रसिद्ध आहे. आपणही यापुढे त्याचा विचार याच नावाने करू. या एका बाबीची सर्वांत लहान कालानुक्रमे केलेली यादी ही अशी आहे :

२३ नोव्हेंबर १९४६

परदेशी नागरिक कायदा १९४६ हा अमलात आला. या कायद्यान्वये केंद्र सरकारला परदेशी नागरिक भारतामध्ये येणे, तेथे राहणे आणि त्यांनी निघून जाणे या घटनांसंबंधी काही अधिकार मिळाले.

२३ सप्टेंबर १९६४

परदेशी नागरिक न्यायाधीकरण सूचना १९६४ ही सरकारने जारी केली. या सूचनेच्या अन्वये कोणतीही व्यक्ती परदेशी नागरिक आहे किंवा नाही यासंबंधीचे सर्व प्रश्न या कामासाठीच स्थापन करण्यात आलेल्या न्यायाधीकरणाकडे सोपवण्यात येणार होते.

१५ ऑक्टोबर १९८३

१९४६चा कायदा अस्तित्वात असून आणि तो कायदा संपूर्ण भारताला लागू असूनही संसदेने १९८३ मध्ये बेकायदेशीर घुसखोर (न्यायाधीकरणांद्वारे निश्चिती) कायदा जारी केला—बेकायदेशीर घुसखोर ओळखून काढून त्यांना हद्दपार करण्यासाठी. हा कायदा फक्त आसामला लागू करण्यात आला आणि जे परदेशी नागरिक २५ मार्च १९७१नंतर भारतामध्ये आले आहेत आणि ज्यांच्याजवळ योग्य ते पारपत्र आणि भारतामध्ये प्रवेश करण्यासाठी आवश्यक असे इतर कागदपत्रे नाहीत तेवढ्यांसाठीच हा कायदा वापरण्यात येणार होता.

१५ ऑगस्ट १९८५

ऑल आसाम स्टुडंट्स युनियन, आसाम राज्य आणि भारत सरकार यांच्यामध्ये एक समझोता करार झाला. या कराराला ''आसाम ॲकॉर्ड'' म्हटलं जातं. इतर बाबींबरोबरच या करारामध्ये पुढील बाबींचाही अंतर्भाव होता, ''आय एम डीटी बेकायदेशीर घुसखोर (न्यायाधीकरणाद्वारे निश्चिती) या कायद्याची

अंमलबजावणी करण्यामध्ये ए ए एस यु / ए ए जी एस पी यांना ज्या अडचणी येत आहेत त्यासंबंधी सरकार विचार करील.''

७ डिसेंबर १९८५

आसाम ॲकॉर्डच्यानुसार १९८५मध्ये १९५५ साली तयार करण्यात आलेल्या ''नागरिकत्व कायद्यामध्ये सुधारणा करून त्याला एक नवी ६ए ही पुरवणी जोडण्यात आली.

२७ जानेवारी १९९०

आसाम ॲकॉर्डची 'कलमानुसारी' अंमलबजावणी करण्यासाठी एक कालमर्यादा निश्चित करण्यात आली आणि त्यावर केंद्रीय गृहमंत्रालय आणि आसाम राज्याचे प्रमुख सचिव यांच्या स्वाक्षऱ्या होत्या. यामध्ये असं नमूद करण्यात आलेलं होतं की २८ फेब्रुवारी १९९१पर्यंत १९८३चा कायदा रद्द करण्या-संबंधीचा निर्णय घेण्यात येईल.

२० सप्टेंबर १९९०

केंद्रीय गृहमंत्री, आसामचे मुख्यमंत्री आणि ऑल आसाम स्टुडंट्स युनियनचे प्रतिनिधी यांची एक बैठक झाली. त्यामध्ये ए ए एस यूच्या प्रतिनिधींच्या १९८३चा कायदा रद्द करण्याच्या मागणीची 'नोंद' घेतली आणि इतर राजकीय पक्षांशी या विषयावर चर्चा सुरू करण्यात येईल, असे आश्वासन या प्रतिनिधींना दिले.

११ ऑगस्ट १९९७

आसाम ॲकॉर्डच्या अंमलबजावणीच्या संबंधात घेण्यात आलेल्या एका बैठकीमध्ये केंद्र सरकारने सांगितले, ''अशी न्यायाधीकरणे स्थापन करणे आणि त्यांना पुरेसा कर्मचारीवर्ग उपलब्ध करून देणे असे आवश्यक ते आस्थापनात्मक काम झालेले असले तरी यातून मिळालेले निष्कर्ष मात्र अतिशय सामान्य दर्जाचे आहेत. त्यामुळे ही योजना असफल का झाली आहे याचे काळजीपूर्वक विश्लेषण करणे आणि परदेशी घुसखोरांना शोधून त्यांना हद्दपार करणे या हेतूच्या पूर्ततेसाठी काय करणे आवश्यक आहे याचा नीट विचार होणे गरजेचे आहे. ए ए एस यूच्या प्रतिनिधींच्यातर्फे त्यांच्या अध्यक्षांनी सांगितले की भूतपूर्व पंतप्रधानांनी ऑक्टोबर १९९६मध्ये आसामला भेट दिली होती आणि ए ए एस यूला सांगितले होते की आय एम डी टी कायदा रद्द करण्याचा निर्णय याआधीच घेण्यात आलेला आहे.

६ एप्रिल १९९८

गृहमंत्रालय, भारत सरकार, आसाम राज्य सरकार यांचे अधिकारी आणि ए ए एस यू चे प्रतिनिधी यांच्या एका बैठकीमध्ये असा निर्णय घेण्यात आला की आसाम

राज्य सरकार आणि ए ए स यूचे प्रतिनिधी यांनी १९८३चा कायदा रद्द करण्यासाठी मांडलेला प्रस्ताव नव्या सरकारपुढे निर्णयासाठी मांडण्यात यावा.

२३ सप्टेंबर १९९८

भारत सरकार, आसाम राज्य सरकार यांचे अधिकारी आणि ए ए एस यूचे प्रतिनिधी यांच्यामध्ये आणखी एक बैठक झाली, हे सर्व आसाम ॲकॉर्डमध्ये सहभागी झालेले होते. या सर्वांना असे सांगण्यात आले की आय एम डीटी कायदा रद्द करण्याविषयी सरकार 'कृतिशीलतेने विचार' करत आहे.

फेब्रुवारी १९९९

संसदेला उद्देशून केलेल्या आपल्या अभिभाषणामध्ये भारताच्या राष्ट्रपतींनी स्पष्ट केले की ''आय एम डीटी कायदा रद्द करण्याचा सरकार कृतिशीलतेने विचार करत आहे.''

१८ मार्च १९९९

भारत सरकार आणि आसाम राज्य सरकार यांच्या प्रतिनिधींच्या झालेल्या बैठकीमध्ये, सरकारने पुन्हा एकदा सांगितले की ''आय एम डी टी कायदा रद्द करण्याचा सरकार कृतिशीलतेने विचार करत आहे. परदेशी व्यक्ती शोधून काढण्याचे उपाय, म्हणजे छायाचित्रांसहितची ओळखपत्रे जारी करणे आणि सीमेवर अधिक पक्का बंदोबस्त करण्यासाठी पावले उचलणे या दोन्ही बाबी करण्यात येत आहेत.''

१ जुलै १९९९

एका पुढील बैठकीमध्ये ए ए एस यू च्या प्रतिनिधींनी आग्रह धरला की आय एम डीटी कायदा रद्द करण्यासाठी एक वटहुकूम काढण्यात यावा. पुन्हा एकवार त्यांना आश्वासन देण्यात आले की ''ही बाब भारत सरकारच्या विचाराधीन आहे.''

सर्वोच्च न्यायालयामधील एक खटला

हा आत्मघातकी आय एमडीटी कायदा संसद रद्द करील अशी काहीही चिन्हे न दिसल्याने, ए ए एस यूचे एक भूतपूर्व अध्यक्ष सर्बानंद सोनोवाल यांनी अखेरीस सर्वोच्च न्यायालयामध्ये एक अर्ज दाखल केला. त्यांचं म्हणणं असं होतं की हा कायदा मुळातच भारताच्या घटनेच्या विरोधात जात असल्याने तो रद्द करण्यात यावा. त्यांचं असंही म्हणणं होतं की, हा कायदा मुळातच भेदभाव करणारा आहे— देशाच्या उर्वरित भागांमध्ये अमलात असलेले कायदे तेथील परदेशी व्यक्ती शोधून काढण्यास आणि त्यांना हद्दपार करण्याचे काम सोपे करणारे आहेत. आणि देशाच्या ज्या भागामध्ये ही घुसखोरी सर्वाधिक आहे तेथे मात्र हा अन्यायकारक कायदा

लादण्यात आलेला आहे. जनतेच्या हितासाठी हा खटला लढवणारा वकील शोधण्यास त्यांना फार कष्ट पडले. मला श्री. अशोक देसाई यांना हा खटला लढवण्याची विनंती करावी लागली.

त्यांनी ती आनंदाने मान्य केली. ही घटना मार्च २००० मधील आहे. त्यावेळेपासून हा खटला अनेक वेळा न्यायालयासमोर आला. अनेक सरन्यायाधीश आले आणि गेले. आसामच्या ज्या ए जी पी सरकारने या अर्जाला पाठिंबा दर्शवणारे शपथपत्र दाखल केलं होतं ते जाऊन त्या जागी आता काँग्रेसचं सरकार आलं आहे. या नव्या सरकारने एक 'अतिरिक्त शपथपत्र' दाखल केलं आहे. या शपथपत्रान्वये त्यांनी मूळ शपथपत्रामध्ये सरकारने घेतलेल्या भूमिकेच्या विरुद्ध भूमिका मांडलेली आहे. केंद्रातील सरकारही बदललेलं आहे. सर्वोच्च न्यायालयाने दिलेले एकापाठोपाठचे हुकूम यावर बराच प्रकाश टाकतात. हे हुकूम असे :

१७ एप्रिल २०००

लेखी विनंती अर्ज (सी) क्र.१२५/९८ यामध्ये उल्लेख केलेल्या विद्वान मित्रांना मूळ लेखी विनंती अर्जाची एक प्रत देण्यात यावी. दोन्ही विनंतीअर्जांची सुनावणी एकाच वेळी करण्यात यावी.

१ मे २०००

विद्वान अतिरिक्त सॉलिसिटर जनरल यांनी ''आजची स्थिती'' काय आहे ते सादर करण्यासाठी सहा आठवड्यांची मुदत देण्याची विनंती केली आहे. आम्ही ही विनंती मान्य करीत आहोत.

१७ जुलै २०००

सध्याच्या परिस्थितीचा अहवाल देण्यास लागलेल्या उशिराबद्दल माफी करण्यात येत आहे. दोन्ही पक्षांच्या विद्वान वकिलांना या अहवालाच्या प्रती देण्यात आलेल्या आहेत. या अहवालासंबंधीच्या आपल्या नोंदी-काही असल्यास - त्याही चार आठवड्यांच्या आत सादर करण्यात याव्यात.

२८ ऑगस्ट २०००

(सी)१३१/२००० या क्रमांकाच्या लेखी विनंतीअर्जाच्या अर्जदाराचे विद्वान वकील श्री. अशोक देसाई यांनी भारत सरकारने दाखल केलेल्या एका शपथपत्राकडे, विशेषत: या शपथपत्राला जोडण्यात आलेल्या ''अद्ययावत स्थितीचा अहवाल'' यामधील पृ.२१४ वर दिलेल्या तपशीलवार परिस्थितीकडे आमचे लक्ष वेधले आहे. या अहवालामध्ये असे म्हटले आहे, ''बेकायदेशीर घुसखोर (न्यायाधीकरणाने निश्चिती) कायदा १९८३ हा आसाम राज्यामध्ये अंमलबजावणीच्या दृष्टीने भेदभाव करणारा आहे, असे सरकारचे मत आहे. हा कायदा रद्द करण्याचा प्रस्ताव सरकारच्या कृतिशील विचाराधीन आहे.''

श्री. देसाई यांनी आमचे लक्ष आणखी एका बाबीकडेही वेधले आहे. आसाम राज्य प्रतिवादी क्र.२ यांनी हे शपथपत्र दाखल केलेले आहे. यामध्ये आसाम राज्य सरकारकडे पाठवण्यात आलेले खास अधिकारी श्री. डी. जे. हजारिका यांनी दाखल केलेल्या शपथपत्रासंबंधी असे म्हटले आहे, ''आयएम डीटी कायदा रद्द करण्यासाठी राज्य सरकार केंद्र सरकारवर सातत्याने दबाव आणत राहिले आहे. आता केंद्र सरकारने दाखल केलेल्या विरोधी शपथपत्रामध्ये असे मान्य करण्यात आले आहे की, हा कायदा मुळातच भेदभाव करणारा आहे आणि अशा मान्यतेमुळे हा कायदा घटनाविरोधी असल्याचे मान्य करून रद्द करण्यास काही हरकत नसावी.'' विद्वान अतिरिक्त सॉलिसिटर जनरल श्री. आर एन त्रिवेदी मान्य करतात की, भारत सरकारने दाखल केलेल्या शपथपत्राशी ते बांधील आहेत. परंतु यासंबंधी ते अधिक माहिती मिळवू इच्छितात आणि म्हणून ही बाब जानेवारी २००१मध्ये पुन्हा सुनावणीसाठी घेण्यात यावी. आम्ही त्यांची विनंती मान्य करीत आहोत.

मधल्या काळात, भारत सरकारने आणि संबंधित राज्य सरकारांनी अद्यावत परिस्थितीचे अहवाल सादर करण्यास हरकत नाही. पुढील सूचनांसाठी ही बाब जानेवारी २००१मधील सुनावण्यांच्या यादीवर घेण्यात यावी.

८ जानेवारी २००१

डब्ल्यू .पी.(सी)१२५/१९९८ आणि १३१/ २०००सुनावणी झाली.

निर्णय

दोन्ही पक्षांच्या विद्वान वकिलांनी सांगितले की त्यांनी याआधीच विरोधी किंवा पाठिंबा देणारे अहवाल दाखल केलेले आहेत. अतिरिक्त कागदपत्र अजून दाखल करावयाचे आहेत, ते सहा आठवड्यांच्या आत दाखल करण्यात यावेत. अखेरच्या सुनावणीसाठी हे विनंती अर्ज तीन न्यायाधीशांच्या खंडपीठासमोर ठेवण्यात येतील. सूचनांसाठी सहा आठवड्यांनंतरच्या सुनावणी यादीमध्ये घेण्यात यावे. डब्ल्यू. पी.(सी)७/२००१ विनंतीअर्जदारांचे विद्वान ज्येष्ठ वकील श्री. आर. के. जैन एक विनंती सादर करतात. त्यामध्ये ते असे म्हणतात, विनंती कलमामधील कलम (ए) काढून टाकण्यात यावे. आम्ही त्यांची विनंती मान्य करीत आहोत. सूचना जारी करण्यात यावी.

डब्ल्यू.पी.(सी)१२५ ऑफ १९९८ या कागदपत्रांशी जोडण्यात यावे.

२६ फेब्रुवारी २००१

खटला चालवण्याच्या अर्जामध्ये सूचना जारी करण्यात यावी. सहा आठवड्यांमध्ये दोन्ही पक्षांनी या सर्व विनंती अर्जासंबंधीचे आपले म्हणणे मांडून पूर्ण करावे. ही मांडणी पूर्ण झाल्यापासून दोन आठवड्यांच्या आत दोन्ही पक्षांच्या विद्वान

वकिलांनी आपला युक्तिवाद थोडक्यात लिहून सादर करावयाचा आहे. हा युक्तिवाद पाच पृष्ठांपेक्षा अधिक लांबीचा असू नये. त्यांना परस्परांना आपले युक्तिवाद दाखवण्याचे स्वातंत्र्य आहे. मध्यस्थांच्या विद्वान वकिलांनाही विनंती अर्ज आणि युक्तिवाद यासंबंधीचे त्यांचे म्हणणे दाखल करण्याची परवानगी आहे. आठ आठवड्यांनंतरच्या सुनावणीच्या तारखा निश्चित करण्याच्या सूचनांसाठी ही बाब यादीवर घेण्यात यावी.

९ जुलै २००१

आसाम राज्याचे विद्वान वकील यांनी अशी विनंती केली आहे की पुढील शपथपत्र दाखल करण्यासाठी त्यांना चार आठवड्यांची मुदत देण्यात यावी. आम्ही त्यांची विनंती मान्य करीत आहोत. विरोधी बाजूच्या वकिलांना या शपथपत्राची एक प्रत आधी देण्यात येईल. काही पुस्ती जोडावयाची असल्यास त्यानंतर तीन आठवड्यांच्या आत सात आठवड्यांनंतर सूचनांसाठी यादीवर घेण्यात यावे.

१५ ऑक्टोबर २००१

डब्ल्यू.पी.(सी) क्र.१२५ ऑफ १९९८. एक नवे प्रतिशपथपत्र दाखल करण्यासाठी परवानगी मागणारा एक विनंती अर्ज आसाम राज्याने दाखल केला आहे. या अर्जाला पाठिंबा देणारी शपथपत्रे आसाम सरकारच्या गृहखात्याचे आयुक्त आणि सचिव यांनी दाखल केलेली आहेत. राज्य सरकारचे विद्वान वकील श्री. कपिल सिबल यांनी अशी विनंती केली आहे की ते (अ) ही विनंती लावून धरू इच्छित नाहीत आणि या अर्जासोबत जे शपथपत्र दाखल करण्यात आले आहे ते एक 'अतिरिक्त शपथपत्र' म्हणून मानण्यात यावे. विरोधी पक्षांच्या वकिलांचाही या बाबीला आक्षेप नाही. म्हणून, आम्ही नवे शपथपत्र "आसाम सरकारच्या वतीने दाखल करण्यात आलेले अतिरिक्त शपथपत्र" म्हणून नोंदवून घेत आहोत. आणि (अ) ही विनंती रद्द करीत आहोत. वरील शब्दांमध्ये हा अर्ज दाखल करून घेण्यात येत आहे. श्री. अशोक देसाई या ज्येष्ठ विद्वान वकिलांची अशी विनंती आहे की, राज्य सरकारने दाखल केलेल्या या नवीन अतिरिक्त शपथपत्राला उत्तर देण्यासाठी त्यांना चार आठवड्यांची मुदत देण्यात यावी. त्यांची ही विनंती मान्य करण्यात येत आहे. इतर सर्व पक्षांनीही या अतिरिक्त शपथपत्राला त्यांची उत्तरे, असल्यास, या काळामध्ये दाखल करावी. पुढील कारवाईसाठी चार आठवड्यांनंतर तीन न्यायाधीशांच्या खंडपीठासमोर ही बाब ठेवण्यासाठी यादीमध्ये घेण्यात यावी. आय. ए. क्र. ४ ऑफ २००१. या खटल्याच्या सुनावणीच्या वेळी अर्जदाराने त्यांच्या विद्वान वकिलांच्या मार्फत न्यायालयाला मदत करण्यास परवानगी देण्यात येत आहे. यानुसार,

खटला चालवण्यासाठी करण्यात आलेला अर्ज निकालात काढण्यात येत आहे.
९ जानेवारी २००२
ही बाब डब्ल्यू.पी (सी) क्र.१३१/२०००या बाबीबरोबरच १८ जानेवारी २००२ या दिवशी ठेवावी.
१८ जानेवारी २००२
या सर्व बाबी एकाच विषयाशी संबंधित आहेत- ती बाब म्हणजे बेकायदेशीर घुसखोर (न्यायाधीकरणाद्वारे निश्चिती) यासंबंधीच्या १९८३च्या कायद्याची विधिग्राह्यता. याबद्दल निर्माण झालेला वाद लक्षात घेऊन या सर्व बाबींवर अधिनिर्णय देण्यात आलेला होता. सर्व प्रतिवादींनी हजेरी लावलेली आहे आणि त्यांची ''कारणे दाखवा'' मते दाखल केलेली आहेत.
एप्रिल २००२च्या तिसऱ्या आठवड्यामध्ये अखेरच्या निर्णयासाठी यादीमध्ये घेणे.
१५ एप्रिल २००२
या विनंतीअर्जामध्ये सादर करण्यात आलेल्या विनंत्या लक्षात घेतल्यावर असे दिसून येत आहे की (सी) क्र.१३१/२००० या लेखी विनंतीअर्जामध्ये ३९/८३ या कायद्याच्या विधिग्राह्यतेवर शंका उपस्थित करण्यात आलेली आहे. आणि सर्व पक्षांच्या विद्वान वकिलांची विनंती आहे की ही बाब आधी विचारात घेऊन लवकर निकालात काढण्यात यावी. ज्येष्ठ विद्वान वकील श्री. जैन यांचे असेही म्हणणे आहे की लेखी विनंतीअर्ज (सी) क्र. ७/२००१ यामध्येही हीच विनंती करण्यात आलेली आहे. इतर बाबींमध्ये या कायद्याच्या कलमांची अंमलबजावणी आणि सीमा बंद करणे इत्यादी गोष्टींचा विचार अंतर्भूत आहे. म्हणून, आम्ही या खटल्यांच्या गठ्ठ्यांमधून या दोन अर्जांना बाहेर काढावे अणि २२ एप्रिल २००२ या दिवशी सुनावणीसाठी घ्यावे असा आदेश देत आहोत. या दोन बाबींविषयीचे आपले म्हणणे अजून दाखल केले नसल्यास आता लेखी स्वरूपात दाखल करावे अशी विनंती वकिलांना करण्यात येत आहे. उर्वरित बाबी जुलै २००२मध्ये सुनावणीसाठी घ्याव्या.
२२ एप्रिल २००२
अर्जदाराने लेखी विनंती सादर केलेली आहे. आसाम सरकारचे वकील श्री. सांघी यांना त्यांचे लेखी म्हणणे सादर करण्याची विनंती करण्यात येत आहे. इतर कोणत्याही पक्षाला काही म्हणणे मांडावयाचे असल्यास त्यांनी त्यांचे म्हणणे लेखी स्वरूपात १० मे २००२च्या पूर्वी सादर करावे आणि त्याच्या प्रती संबंधित वकिलांनाही १० मे २००२च्या आधी द्याव्या.
श्री. देसाईंचे म्हणणे काही काळ ऐकल्यानंतर आणि विद्वान सॉलिसिटर जनरल

आणि आसाम राज्याचे वकील श्री. सांघी या सर्वांचे म्हणणे ऐकल्यानंतर असे दिसून येत आहे की, आज या बाबीचा निर्णय करता येणार नाही. म्हणून आम्ही, असा आदेश देत आहोत की हे सर्व अर्ज १३ ऑगस्ट २००२ रोजी सुनावणीसाठी घेण्यात यावे. त्यांच्याच बरोबर अर्ज क्र. डब्ल्यूपी (सी) क्र. ५८१/२००१ हाही सुनावणीसाठी घेण्यात यावा. कारण नागरिकत्व कायदा, १९५५ यातील कलम क्र.६ए याची वैधतादेखील तपासण्यात यावी असा अर्ज दाखल केला गेला आहे. मधील काळात यासंबंधीचे म्हणणे सुरू ठेवण्यात यावे.

१३ ऑगस्ट २००२

ही बाब यादीवर घेण्यात आलेली नाही.

२८ ऑक्टोबर २००२

पुढील सुनावणीची तारीख २० नोव्हेंबर २००२ ही ठरवण्यात आली.

२० नोव्हेंबर २००२

खटला समोर आलाच नाही.

२४ जानेवारी २००३

पुढील सूचनांसाठी हा खटला एप्रिल २००३मध्ये यादीवर घेण्यात यावा.

७ एप्रिल २००३

पुढील सूचनांसाठी हा खटला जुलै २००३मध्ये यादीवर घेण्यात यावा.

७ जुलै २००३

दाखल करण्यात आलेल्या अर्जांमध्ये ज्या कायद्याविरुद्ध आक्षेप घेण्यात आलेला आहे तो कायदा रद्द करण्यासंबंधीचा एक प्रस्ताव संसदेमध्ये सादर करण्यात आलेला आहे असे आमच्या निदर्शनास आलेले आहे. त्यामुळे या सर्व अर्जांची सुनावणी आम्ही स्थगित करत आहोत. या अर्जांच्या सुनावणीसाठी जानेवारी २००४ मधील तारीख निश्चित करण्यात यावी.

जानेवारी २००४

हे अर्ज यादीमध्ये घेतलेले नाहीत.

१६ मार्च २००४

विनंतीप्रमाणे जुलै २००४मध्ये सुनावणी ठेवण्यात यावी.

या वेळेपर्यंत देशामध्ये निवडणुकांसाठी प्रचार करण्याची दंगल उसळलेली होती. खटला पुन्हा पुढे ढकलण्यात आला.

आणखी एक विचारसभा

परंतु काही पावलं मागे जाऊ. महिन्यांमागून महिने जातच होते. बीजेपीने ही

मागणी लावून धरली होती. मंत्रिमंडळाने आयएमडीटी हा कायदा रद्द करण्याचा निर्णय घेतला होता. परंतु प्रत्यक्षात काही घडत नव्हतं. उलट आसाममध्ये नवं काँग्रेस सरकार आलेलं होतं. या प्रश्नावर कोणतीही कारवाई करण्याचं धाडस नसलेल्या देशामध्ये या गोष्टीचा फायदा करून घेणाऱ्यांच्या मतांवर अवलंबून असलेलं सरकार- मग उल्फाचं अधिकच फावलं. त्यांना मिळालेल्या या मोकळीकीचा त्यांनी फायदा घेतला, पण ज्यांनी आसामी लोकांच्या जमिनी लुटल्या होत्या त्यांच्याविरुद्ध नव्हे तर बिहारमधून आलेल्या कामकरी वर्गाविरुद्ध. दिल्लीमध्ये मोठा गाजावाजा करून सर्व पोलीस महासंचालकांची एक विचारसभा आयोजित करण्यात आली. बांगलादेशातून येणाऱ्या बेकायदेशीर घुसखोरांबद्दल माहिती देणारा एक अहवाल गुप्तहेर खात्याने सादर केला. या अहवालामध्ये भारताविरुद्ध अतिरेकी कारवाया करणाऱ्या व्यक्तींच्या दृष्टीने हा कसा सुरक्षित प्रांत बनला आहे, अणि या दोन गोष्टी एकत्र आल्यामुळे देशाच्या सुरक्षिततेला केवढा मोठा धोका निर्माण झाला आहे याचं विवेचन केलेलं होतं. या अहवालासंबंधी वृत्तपत्रांना औपचारिक माहिती देण्यात आली होती. वृत्तपत्रांनी त्यातील महत्त्वाच्या मुद्यांना प्रसिद्धी दिली. एका पत्रकाराने त्यांना देण्यात आलेलं माहितीपत्रक मला आणून दिलं.

हे माहितीपत्रक वाचण्यासारखं आहे. ते दोन कारणांनी. पुन्हा एकवार ही दुहेरी गोष्ट स्पष्ट होते - काय घडतं आहे ते सर्वांना पक्कं ठाऊक आहे, अणि तरीही काहीही केलं जात नाही आहे. हे माहितीपत्रक पुढील प्रमाणे आहे :

भारताला बांगलादेशाकडून असलेल्या सुरक्षासंबंधीच्या धोक्यामध्ये वाढ झालेली आहे. विशेषत: ऑक्टोबर २००१मध्ये बीएनपीच्या नेतृत्वाखालील सरकारची स्थापना झाल्यानंतर ही वाढ अधिक झालेली आहे. याविषयी चिंता करण्यासाखे मुद्दे खालीलप्रमाणे आहेत :

१) भारतीय बंडखोर गटांना (आय आय जी) आसरा देणे, त्यांना प्रशिक्षण देणे. आणि भारताच्या सीमावर्ती प्रांतांमध्ये देशविरोधी कारवाया करण्यासाठी बांगलादेशाच्या भूमीचा वापर करणे.

२) आयआयजींनी बांगलादेशमध्ये हत्यारे मिळवणे आणि ती हत्यारे भारतामध्ये वापरण्यासाठी पोचवणे.

३) जहाल इस्लामी गटांमध्ये वाढ आणि खाजगी मदरशांमध्ये भारताविषयी द्वेष निर्माण करणारे शिक्षण.

४) आय एस आयच्या भारतविरोधी आणि हेरगिरीच्या कारवायांमध्ये वाढ, यासाठी बांगलादेशाच्या भूमीचा वाढता वापर आणि जहाल इस्लामी गटांच्या अतिरेकी कारवायांमध्ये वाढ.

५) अशा अतिरेक्यांनी भारताच्या सीमावर्ती प्रांतांमध्ये समाजाच्या काही भागांना शिक्षण आणि प्रशिक्षण देऊन त्यांना देशविरोधी कारवाया करण्यासाठी तयार करण्याचा प्रयत्न करणे.

६) बेकायदेशीर घुसखोरांच्या सतत येत असलेल्या लोंढ्यामुळे सीमावर्ती प्रांतांच्या लोकसंख्येमध्ये वाढत चाललेला असमतोल. आणि काही सीमावर्ती प्रांतांमध्ये अशा बेकायदेशीर घुसखोरांचा वाढता राजकीय दबाव.

भारत-बांगलादेशामधील ४०९६ कि.मी लांबीची आणि फारशी बंदिस्त नसलेली सीमा घुसखोरांना भारतामध्ये घुसणे सोपे करत आहे. बेकायदेशीरपणे भारतामध्ये घुसणाऱ्या बांगलादेशींच्या सातत्याने वाढत असलेल्या लोंढ्यामुळे (सुमारे दीड कोटी) भारताच्या सुरक्षिततेचा प्रश्न आता फारच गंभीर बनलेला आहे. विविध आर्थिक समस्यांमुळे बेकायदेशीरपणे भारतामध्ये शिरलेले बांगलादेशी घुसखोर अनेक प्रांतांमध्ये आता स्थिरावले आहेत—पश्चिम बंगालमध्ये ७९ लाख, आसाममध्ये ५० लाख, बिहारमध्ये कटिहार, साहेबगंज आणि पूर्णिया यांसासारख्या उत्तर-पूर्व विभागांमध्ये ४.७५ लाख, त्रिपुरामध्ये ३.७५ लाख आणि दिल्लीमध्ये ३.७ लाख अशी ही आकडेवारी आहे. नागालँडमध्ये गेल्या दशकामध्ये लोकसंख्या, विशेषत: मुस्लिमांची तिपटीहून अधिक झालेली आहे. यामध्ये बेकायदेशीरपणे बांगलादेशातून घुसलेले मुस्लिमच अधिक आहेत. हा आकडा १९९१मध्ये २०,००० होता, तो आता ७५,०००च्याही वर पोचला आहे. त्याचप्रमाणे, मिझोराममध्ये देखील अशीच बेकायदेशीर बांगलादेशी घुसखोरांची संख्या वाढत्या प्रमाणावर आहे. या वाढीचे नक्की आकडे अजून उपलब्ध झालेले नाहीत तरीही ही सत्य परिस्थिती आहे हे मान्य करायला हवे.

या बेकायदेशीर बांगलादेशी घुसखोरांमुळे लोकसंख्येचा समतोल ढासळत चाललेला आहे- विशेषत: पश्चिम बंगाल आणि आसामच्या सीमावर्ती भागांमध्ये हे दृश्य अधिक दिसून येत आहे. शिधापत्रिका मिळवणे आणि मतदार याद्यांमध्ये स्वत:ची नावे दाखल करून घेण्याच्या त्यांच्या कौशल्यामुळे त्यांना चोरदरवाजाने भारतीय नागरिकत्व प्राप्त होत आहे. एवढेच नव्हे तर आणखी बांगलादेशी घुसखोरांना बेकायदेशीरपणे आपल्या देशामध्ये आणून वसवण्यासाठी आवश्यक तो राजकीय दबावही त्यांना प्राप्त झालेला आहे. आसाम राज्यामध्ये तर १२६ विधानसभा जागांपैकी सुमारे ५० जागांच्या निवडणुकीमध्ये या बेकायदेशीर घुसखोरांच्या मताला इतके महत्त्व प्राप्त झालेले आहे की राज्याच्या राजकारणामध्ये त्यांना निर्णायक महत्त्व दिले जात आहे. आसाममधील त्यांच्या अस्तित्वामुळे त्यांच्या विरोधात एक मोठी चळवळच आसाम आणि नागालँडमध्ये उभी राहिली आहे. तसेच स्थानिक

लोकांच्या मनातील त्यांच्या विरोधातील रोषही वाढला आहे. उत्तर-पूर्व विद्यार्थी संघटनेने (एनईएसओ) हा बेकायदेशीर घुसखोरांचा मुद्दा धसाला लावला आहे आणि आय एमडीटी कायदा रद्द करण्याचा त्यांचा आग्रहही वाढता आहे. लोकसंख्येवरील या आक्रमणाखेरीज, बांगलादेशमधील एनई स्थित आयआयजींना बांगलादेशचे सैन्य आणि सुरक्षा सैन्याकडून मिळणारा पाठिंबाही आता वाढलेला आहे. आयआयजीचे लोक बांगलादेशाचा उपयोग आसरा, प्रशिक्षण, हत्यारांचा साठा करणे आणि भारतामध्ये भारतविरोधी कारवाया करणे यासाठी करत आहेत. त्रिपुरामधील एनएलएफटी आणि एटीटीएफ, आसाममधील उल्फा आणि एनडीएफबी, मेघालयमधील एचएनएलसी आणि एनवीसी, नागालँडमधील एनएससीएन / आयएम, एनएससीएन/ के, आणि मणिपूरमधील पीएलए, यूएनएलएफ यांसारख्या सर्व मोठ्या संघटनांच्या अशा छावण्या बांगलादेशात आहेत. खास करून बंदरबन, रंगमती, चित्तागाँग, खाग्राचारी, मौलवी बाझार, हबिबगंज, सिल्हेट, मायमनसिंग, कुरिग्राम, कोमिल्ला आणि ढाका या प्रांतांमध्ये या छावण्या आहेत, परदेशी हत्यारे उतरवण्याचे मुख्य ठिकाण कॉक्स बाझार हे असून तेथून ही हत्यारे जमिनीवरील मार्गांनी भारतामध्ये नेली जातात.

अनेक प्रमुख आय आय जी नेते बांगलादेशामध्ये राहतात. काही त्यांच्या कुटुंबासहित राहतात. उल्फाचा सेनाप्रमुख परेश बारुआ, एनडीएफबीचा अध्यक्ष रंजन दायमेरी, एचएनएलसीचा अध्यक्ष ज्युलिअस दोर्फांग, एनवीसीचा अध्यक्ष दिलाश मरक, एनएलएफटीचा अध्यक्ष बिश्वमोहन देववर्मा आणि एटीटीएफचा अध्यक्ष रणजित देबबर्मा या सर्वांचा यांत समावेश आहे. या नेत्यांचा बांगलादेशच्या सुरक्षा सैन्याशी तसेच आयएसआयशीही सतत संपर्क असतो असे मानण्यात येते. बांगलादेशी पारपत्रे सहज मिळू शकत असल्याने हे सर्व नेते बांगलादेशी पारपत्रांचा वापर करतात.

आय आय जी आणि इतर जिहादी संघटनांच्या सदस्यांना भारताबरोबरच पाकिस्तान आणि अफगाणिस्तानमध्ये घुसखोरीसाठी पाठवण्यासाठी बांगलादेशचा विशेषत: ढाक्याचा उपयोग या प्रवासातील एक टप्पा म्हणून केला जातो. २ ऑक्टोबर २००२ या दिवशी तीन एटीटीएफच्या यूजीजनी (अंडरग्राऊंड ऑपरेटर्स) सुरक्षादलासमोर आत्मसमर्पण केले. त्यांनी असे सांगितले की आय एस आय ने अफगाणिस्तानमध्ये कंदाहार या ठिकाणी ८ एटीटीएफ यूजीजसाठी सहा महिन्यांचे एक प्रशिक्षण शिबिर घेतले होते आणि त्यांना ढाक्यामधून कंदाहारला विमानाने नेण्यात आले होते. एनडीएफबीच्या दोन ज्येष्ठ नेत्यांनी एनडीएफबीच्या सदस्यांना पाकिस्तानात प्रशिक्षण देणे आणि त्यासाठी त्यांना ढाक्यामधून नेणे आणि परत आणून सोडणे यातील आयएसआयचा सहभाग किती आहे हे स्पष्टपणे सांगितले

होते. हे दोन नेते म्हणजे १ जानेवारी २००३ या दिवशी अटक करण्यात आलेले एनडीएफबीचे उपाध्यक्ष धिरेन बोरो आणि ५ डिसेंबर २००२ या दिवशी अटक करण्यात आलेले सरसचिव गोबिन्दा बासुमतारी हे होत. सध्या तुरुंगात असलेले उपाध्यक्ष प्रदीप गोगोई आणि लोहित देवरी यांच्यासह अनेक उल्फा नेत्यांनी चौकशीच्या दरम्यान उघड केले की, उल्फा सदस्यांच्या अनेक तुकड्या आय एस आयने आयोजित केलेल्या प्रशिक्षणासाठी ढाक्याहून विमानाने पाकिस्तानात नेल्या गेल्या.

गुजरातचे भूतपूर्व मंत्री हिरेन पंड्या यांच्या हत्येला जबाबदार असलेला, आंध्र प्रदेशातील नलगोंडा येथे राहणाऱ्या असघर अलिने चौकशीच्या दरम्यान उघड केले की, डिसेंबर २००२च्या सुमारास कमीत कमी ८ मुस्लिम तरुणांना कोलकत्यातून पुढे पाकिस्तानात जाण्यासाठी बांगलादेशला पाठवण्यात आले. १९९९मध्ये गुवाहाटी येथे अटक करण्यात आलेल्या कारी सलिम या आय एस आयच्या कार्यकर्ता आणि एचयूएमच्या सदस्याने सांगितले की तो बांगलादेशाच्या वाटेने आलेला होता आणि लेह-मनाली राजमार्गावर अतिरेकी कारवाया करण्याचे काम त्याच्यावर सोपवण्यात आलेले होते. डिसेंबर १९९९मध्ये काठमांडूहून जाणारे आय सी ८१४ हे विमान पळवून नेण्याचा कट करणाऱ्या अतिरेक्यांनी पाकिस्तानमधून भारतामध्ये जाण्यासाठी बांगलादेशाचाच वापर केला होता. भारतविरोधी हेरगिरी करण्यामध्ये ढाक्यातील पाकिस्तानी गुप्तहेर खात्याच्या कचेऱ्या (पाक इंटेलिजन्स ऑफिसेस-पी आय ओ) आजकाल अधिकच जोमाने काम करू लागल्या आहेत. २००२मध्ये पीआयओने ढाक्यातून चालवलेले ३ गट मोडून काढण्यात आले. या गटांमध्ये काही बांगलादेशी कार्यकर्तेही होते. या मोहिमेमध्ये अनेक गुप्त दस्त-ऐवज आणि सुरक्षेच्या दृष्टीने अतिशय संवेदनशील अशा विभागांची छायाचित्रेही हस्तगत करण्यात आली. पीआयओने चालवलेला आणि एक बांगलादेशी व्यक्ती प्रमुख असलेला आणखी एक गट ऑगस्ट २००३मध्ये सिक्कीम येथे उघडकीला आणण्यात आला. हा गट उत्तर बंगाल आणि सिक्कीम या संवेदनशील भागांमध्ये भारतीय सैन्याच्या हालचालींसंबंधीची महत्त्वाची माहिती गोळा करण्यात गुंतलेला होता.

मधील काळात, बांगलादेशामध्ये इस्लामच्या वहाबी पंथाचे प्राबल्य वाढत आहे. हा पंथ 'जिहादी' दहशतवादाला उत्तेजन देणारा पंथ आहे. 'बांगलादेशातील एकूण एक लाख मदरशांपैकी सुमारे ९०% मदरसे सरकारी नियंत्रणाच्या बाहेर राहणारे आहेत. या कौमी 'मदरशांमध्येही भारतविरोधी तत्त्वे प्रामुख्याने शिकवली जात आहेत, किंबहुना भारतविरोधी प्रचार हेच त्यांच्या शिक्षणाचे प्रमुख उद्दिष्ट आहे. या 'मदरशांना' मिळणारे आर्थिक साहाय्य प्रामुख्याने पाकिस्तान आणि सौदी अरेबिया-मधील धर्मार्थ संस्थांकडून येते. या मदरशांचा वापर सीमेच्या दोन्ही बाजूंकडील तरुणांना हे तत्त्वशिक्षण देण्यासाठी करण्यात येतो. त्याचप्रमाणे सैन्याचे

आणि संशयित पाकिस्तानी आयएसआय हेर यांना आश्रय देणे आणि भारतामध्ये जाण्यायेण्यासाठीचा एक टप्पा म्हणूनही करण्यात येतो. एचयूजेएआय, जेईआय, आयसीएस, आयओजे यासारख्या मूलतत्त्ववादी संघटनांची प्रशिक्षण केंद्रे म्हणून आणि भारतामध्ये घुसखोरी करण्याचा एक मार्ग म्हणूनही बांगलादेशचा वापर करण्यात येतो.

बांगलादेशातील इस्लामी संघटना भारतविरोधी आणि मूलतत्त्ववादी प्रचार करणारे साहित्य उत्तर पूर्व विभागांमध्ये प्रसारित करत आहेत. २००१च्या ऑक्टोबर-नोव्हेंबरमध्ये ओसामा बिन लादेनचे छायाचित्र असलेल्या दिनदर्शिका आसामच्या करीमगंज भागामध्ये वापरात असलेल्या सापडल्या होत्या. नोव्हेंबर २००१मध्ये तेझपूरमध्ये आणि २००२मध्ये करीमगंजमध्ये पोलिसांना जे ईआय-बीडीचा एक संसद सदस्य मौलाना दिलावर हुसैन सैयीदी याच्या भारतविरोधी प्रक्षोभक भाषणांच्या सीडीज आणि ध्वनिचित्रफितीही सापडल्या होत्या.

बांगलादेशातील बंडखोर वातावरणामुळे हारकत-उल-जेहाद-अल-इस्लामी (एच यू जे ए आय-बीडी), जमैत-उल-मुजाहीदीन (जेयूएम), शहादत-ए-अल-हुक्मा, आणि जैश-ए-मुस्तफा यांसारख्या जेहादी संघटनांची वाढ होण्यास चांगलेच उत्तेजन मिळाले आहे. बांगलादेशाच्या सरकारमध्ये जे ई आय-बीडीचे आणि सत्ताधारी पक्षांच्या युतीमध्ये इस्लामी औकिया जोते (आय ओ आय) अस्तित्व असल्याने या संघटनांच्या कारवायांना संरक्षण मिळते. तसेच भारतामधून येणाऱ्या सिमी, एमयूएलटीए आणि इस्लामिक युनायटेड रेफॉर्मेशन प्रोटेस्ट ऑफ इंडिया (आय यू आर पी आय) यांसारख्या संघटनांना प्रशिक्षण देणे, तत्त्वशिक्षण देणे आणि आश्रय उपलब्ध करून देणे यांसारख्या कामांनाही संरक्षण मिळते.

जहाल इस्लामी संघटनांचा बांगलादेशातील वाढता प्रभाव, तेथील आय एस आयच्या वाढत्या कारवाया आणि अशा दबावाला मोठ्या प्रमाणावर बळी पडू लागलेले बांगलादेशचे सरकार या सर्व बाबींमुळे या आघाडीकडे अधिक लक्ष देण्याची तातडीची आवश्यकता आहे हेच स्पष्ट होते. बांगलादेशी मतप्रवर्तकांचा एक गट आत्ताच आपल्या उत्तर पूर्व भागामध्ये एक बांगलादेशी 'लेबीनस्त्रौम'विषयी बोलू लागला आहे. राजकीय पातळीवर याला उत्तर देण्याबरोबरच भारत-बांगलादेश सीमेवर अधिक कटाक्षाने लक्ष केंद्रित करण्याची गरज आहे आणि बांगलादेशच्या या वाढत्या संकटाला अधिक परिणामकारक पद्धतीने तोंड देण्यासाठी सुरक्षा दले, सीमा सुरक्षा दले आणि राज्य पोलीस दले यांच्यामध्ये अधिक चांगला समन्वय असणे अतिशय आवश्यक आहे.

* * *

माहितीपत्रक सादर करून झालं. बैठक संपली. वृत्तपत्रांना माहिती देऊन झाली आणि गोष्टी मागील पानावरून जशाच्या तशाच पुढे चालू राहिल्या.

महिने उलटले. बीजेपीने पुन्हा हा मुद्दा लावून धरला. ठरावांचे कच्चे खर्डे तयार झाले, मांडण्यात आले, स्वीकृत करण्यात आले, वृत्तपत्रांकडे पाठवण्यात आले. आसाममध्ये जाहीर सभा घेण्यात आल्या. पुन्हा एकवार वचनं देण्यात आली की आयएमडीटी कायदा रद्द करण्यात येईल...

मधल्या काळात लोकसभेच्या निवडणुका जाहीर करण्यात आल्या.

आणि या निवडणुकांमध्ये ज्या सरकारकडून हा कायदा रद्द केला जाण्याची थोडीफार तरी आशा बाळगता आली असती —इथे 'निदान थोडी फार तरी' असं म्हणायला हवं—ते सरकार सत्तेवरून गेलं. नव्या सरकारचा महत्त्वाचा भागीदार होती कॉंग्रेस पार्टी — बांगलादेशी लोकांना मतदार यादीमध्ये नोंदवून घेण्याचा सर्वांत जास्त फायदा याच पार्टीला मिळत आलेला होता. आणि या नव्या सरकारचा सर्वांत मोठा पाठीराखा होता कम्युनिस्ट पक्ष-जो या बाबतीमध्ये कोणतीच प्रगती होऊ देणार नव्हता.

४ जून २००४ या दिवशी अन्वर तैमुर यांना राज्यसभेच्या सदस्यत्वाची शपथ देण्यात आली. यांच्या मतदार संघामध्ये बांगलादेशींची भरती केल्यामुळेच आसाममधील ही सारी चळवळ सुरू झालेली होती.

केंद्र सरकारने आजपर्यंत दाखल केलेल्या शपथपत्रांना आता 'अतिरिक्त शपथपत्रे जोडण्याची वेळ आलेली आहे—आत्तापर्यंत जी भूमिका मांडलेली होती तिच्या बरोबर उलट भूमिका मांडणारी ही 'अतिरिक्त शपथपत्रं' —आसाम सरकारची भूमिका कशी बदलण्यात आली तशीच—

मधल्या काळात लोंढा चालूच आहे.

''एका शब्दाने ठार करणं''

या अशा प्रकारच्या घटनाक्रमामुळे आपण कोणत्या प्रकारचं राष्ट्र बनलो आहोत हे स्पष्ट करण्यासाठी फार लांबलचक स्पष्टीकरण देत बसण्याची काहीच आवश्यकता नाही. दीड ते दोन कोटी घुसखोर देशामध्ये घुसत असताना आणि सुरक्षेच्या दृष्टीने अतिशय महत्त्वाच्या अशा प्रचंड सीमावर्ती भागांमध्ये तेथील मूळ रहिवाशांकडून जमीन हिसकावून घेत, त्यावर कब्जा करत असताना डोळे झाकून बसणारा दुसरा कोणता देश आहे?

आपल्या हेरखात्यामधील एका अतिशय वरिष्ठ अधिकाऱ्यानं मला सांगितलं आहे, ''एका शब्दामुळे या देशाचा नाश झालेला आहे आणि तो शब्द म्हणजे ''तपासणी करणे.'' १९८०च्या सुरुवातीला या वरिष्ठ अधिकाऱ्याची नेमणूक

काश्मीरमध्ये झालेली होती. तेथील एक आठवण तो सांगत होता. स्थानिक मदरशांमध्ये भरपूर पैसा येतो आहे, उत्तर प्रदेश आणि बिहारमधून मौलवी मोठ्या प्रमाणावर येत आहेत, ते इस्लामची अतिरेकी पंथाची शिकवण सोबत घेऊन येत आहेत आणि भविष्यात या गोष्टीचा खूप त्रास होणार हे निश्चित आहे असा अहवाल गुप्तहेर खात्याने दिलेला होता. "या प्रकारच्या कारवायांमध्ये गुंतलेल्या मदरशांबद्दल संपूर्ण चौकशी करून तपशीलवार माहिती गोळा करण्याचे आदेश आम्हाला देण्यात आले." हा अधिकारी पुढे सांगत होता. चौकशा करण्यात आल्या. माहिती गोळा करून तपासण्यात आली. ती माहिती पुढे दिल्लीला पाठवून देण्यात आली. "सरकार अखेरीस काहीतरी पावले उचलणार तर" अधिकारी एकमेकांना सांगू लागले,

"परंतु २९ आणि ३० या कलमांचं काय?" काही अधिकाऱ्यांनी प्रश्न उपस्थित केला. "या अल्पसंख्याकांच्या संस्था आहेत (मदरसे). घटनेच्या या कलमांच्या अनुसार अल्पसंख्याकांना कोणताही अडथळा न आणता त्यांच्या संस्था चालवण्याची परवानगी देण्यात आलेली आहे."

"होय, ही गोष्ट खरी आहे. मदरशांच्या विरुध्द कारवाई करण्यात आली तर तिचे फार दूरगामी परिणाम होण्याची शक्यता आहे." सर्वांचं यावर एकमत झालं, "आपण कायदा मंत्रालयाला ही बाब तपासण्याची विनंती करू."

आणि मग "हा पैसा फक्त पाकिस्तानमधून येत नसून सौदी अरेबिया आणि इराणमधूनही येत आहे आणि या देशांशी आपले संबंध सुधारण्याचे प्रयत्न आपण करत आहोत. त्यामुळे मदरशांच्या विरुद्ध कारवाई केल्यास तिचे परिणाम काय होतील याबद्दल आपण परराष्ट्रखात्याचा विचार आणि सल्ला घेऊ."

त्यानंतर ही बाब नाहीशीच झाली—वाळवंटामध्ये आणखी एक लहानसा ओहोळ नाहीसा झाला...

लवकरच, गुप्तहेरखात्याने अहवाल दिला की 'जमात'चे काही लोक अगदी काळजीपूर्वक आस्थापनेमध्ये घुसलेले आहेत. दिल्लीला हा अहवाल पाठवताना त्यांनी या आक्रमणाचे पुढे किती भयंकर परिणाम होऊ शकतील यावरही बोट ठेवलं. या अधिकाऱ्याने पुढे आपल्या अहवालामध्ये असं स्पष्ट म्हटलं आहे, "एकच उदाहरण द्यायचे तर हे लोक महत्त्वाच्या आणि संवेदशील हुद्यांवर काम करणाऱ्या लोकांमध्ये मिसळू शकतील आणि देशाच्या सुरक्षेशी संबंधित अशी अतिशय महत्त्वाची गुप्त माहिती आस्थापनेमध्ये राहून हस्तगत करू शकतील."

हा गुप्तहेर अधिकारी आणि त्याचे सहकारी यांना ताबडतोब अशा व्यक्ती शोधून काढण्यास सांगण्यात आलं. कसून चौकशी केल्यानंतर त्यांना सुमारे १५० व्यक्ती ओळखून वेगळ्या करण्यात यश आलं. या सर्व व्यक्तींना ताबडतोब

कामावरून कमी करण्यात यावं अशी विनंती या अधिकाऱ्याने केली.

दिल्लीमधील कोणाला तरी सुचलं, ''पण हे लोक जमातचे असोत की नसोत, आता ते सरकारी कर्मचारी असल्याने ३०९-११ या कलमाखाली सर्व सरकारी कर्मचाऱ्यांना उपलब्ध असलेली सुरक्षा त्यांनाही उपलब्ध आहेच. त्यामुळे, आपण ही बाब कायदा मंत्रालयाकडे आणि आस्थापना विभागाकडे तपासणीसाठी पाठवू.''

इथेच या कहाणीचा शेवट झाला.

आपल्याला सुचलेली नाही अशी एक तरी कल्पना आहे का?

सीमावर्ती क्षेत्रांमध्ये जनगणना घेणे.
छायाचित्रे असलेली ओळखपत्रे जारी करणे.
सर्व नागरिकांची नोंद असलेली एक राष्ट्रीय स्तरावरील नोंदवही तयार करणे.
भूतपूर्व सैनिकांना काश्मीरमध्ये सुस्थापित करावे.
आय एम डीटी कायदा रद्द करावा.
सीमेला कुंपण घालावे...

गुन्हेगार कायदा आणि सुव्यवस्था राखणाऱ्या दलांना चकवू शकतात कारण देशामध्ये कोणत्याही ठिकाणी धाडी घालू शकणाऱ्या एफबीआय सारखी एखादी संघटना आपल्याकडे नाही. अगदी उघड उघड दिसणाऱ्या घटनेचा तपासही सी बी आय करू शकत नाही. राज्य सरकारने परवानगी दिल्याखेरीज किंवा सहकार्य केल्याखेरीज गुप्तहेर खातंही एखाद्या शत्रुराष्ट्रासाठी काम करणाऱ्या एखाद्या व्यक्तीला अटक करू शकत नाही आहे. गुप्तहेर खात्याने एका व्यक्तीचा तब्बल सहा महिने पाठलाग केला, परंतु ती व्यक्ती बिहारच्या बाहेर गेल्यानंतरच त्यांना तिला अटक करता आली. अशी एक घटना मला सांगण्यात आलेली आहे. म्हणूनच तर - ''आपल्याकडे एफ बी आय सारखी देशभर अधिकारकक्षा असणारी एक संघटना असणे आवश्यक आहे.'' हा प्रस्ताव मांडण्यात आला-हा प्रस्तावही वर्षानुवर्षं इकडून तिकडे फिरतो आहे.

गेली कमीत कमी तीस वर्षं आपण नक्षलवादी हिंसेचा त्रास सहन करत आलो आहोत. गेल्या दहा -पंधरा वर्षांहून अधिक काळ त्या प्रदेशातील सर्वांना हे ठाऊक आहे की माओवादी गट नेपाळमध्ये आपले मोर्चे बांधत आहेत. या सर्व काळात भारताच्या ''अंतर्गत सुरक्षेसंबंधी'' परिषदांमागून परिषदा घेतल्या जात आहेत. या परिषदांमध्ये या घुसखोरांच्या हेतूंची — आंध्रप्रदेशापासून थेट नेपाळपर्यंत एक नक्षलाईट कॉरिडॉर तयार करणे—याची ''दखल'' घेण्यात आलेली आहे. या घुसखोरीला आळा घालण्यासाठी संबंधित राज्यांमध्ये एक संयुक्त पोलिस दल तयार

करण्याचे ठरावही परिषदांमागून परिषदेमध्ये संमत झालेले आहेत. आणि तरीही इतका मूलभूत उपायही अजून अमलात आणला गेलेला नाही.

असा कोणता प्रस्ताव बाकी आहे जो मांडला गेलेला नाही? खरं तर, असा कोणता प्रस्ताव आहे जो कोणी ना कोणी तरी आजवर संमत केलेला नाही?

आणि तरीही प्रत्येक कल्पना नंतरच्या ''तपासणी'' मध्ये हरवून गेलेली आहे.

सैन्याला गरज असलेल्या अनेक वस्तूंपैकी कित्येक वस्तू सैन्याच्या खरेदीच्या यादीमध्ये कित्येक वर्षं होत्या आणि मग कारगिलयुद्धाच्या वेळी त्या वस्तू युद्ध चालू असताना घाईघाईने विकत घ्याव्या लागल्या हे ऐकताना किती दु:ख होतं. (इंडियाज डिफेन्स मॉडर्नायझेशन— लेखक निवृत्त एअर व्हाईस मार्शल कपिल काक. इंडियन नॅशनल सिक्युरिटी. वार्षिक अहवाल २००१. यामधील लेख. संपादक सतीश कुमार. प्रकाशक विकास, नवी दिल्ली. २००२, पृ.३०७-०९.)

यामधून दिसणाऱ्या बोटचेपेपणा दोन्ही दृष्टींनी घातक आहे. एका बाजूला या वर्तनामुळे आपण लढू शकतच नाही असा शत्रूचा समज होतो, तर दुसऱ्या बाजूला आपल्यालाच असं वाटू लागतं की आपण लढणं योग्यच नाही. यामुळे आपल्यावर आक्रमण होण्याचा संभव अनेक पटींनी वाढतो आणि त्याच वेळी हे आक्रमण यशस्वी होण्याची शक्यताही वाढते.

■

खरा धडा

एका अधिक बलवान राष्ट्राकडे

व्यवस्थापन लालफितीमध्ये कसं गुंतून पडतं, व्यवस्थापन इतर घटकांनाही या लालफितीमध्ये कसं अडकवून टाकतं हे आतापर्यंत आपण पाहिलेल्या घटनांनी आपल्याला दाखवून दिलं आहे. त्याच घटनांनी आपल्याला हेही दाखवून दिलं आहे की, या घटना कोणत्याही क्षेत्रातल्या असोत किंवा त्यांचं काम पूर्ण होणं देशाच्या दृष्टीनं कितीही महत्त्वाचं असो, व्यवस्थापन त्यांना या लाल फितीच्या गुंत्यातून सुटू देतच नाही.

हे काम व्यवस्थापन अनेक मार्गांनी आणि अनेक कारणांसाठी करत असतं.

१. मंत्रालये एखाद्या हवाबंद बळदासारखी काम करत असतात. एका बळदातून दुसऱ्याकडे एका फायलीतून एक प्रश्न येतो. ती फाईल जीवनाच्या एक एक खालच्या पायरीवर उतरत उतरत अगदी तळाजवळ असलेल्या एखाद्या गरीब बिचाऱ्या, गांजलेल्या अधिकाऱ्याच्या टेबलावर येऊन पोहोचते. तो या संबंधीच्या किंवा याच्या सारख्या दुसऱ्या एखाद्या प्रश्नाची फाईल शोधून काढतो आणि उत्तराचा एक कच्चा खर्डा तयार करतो. आता ही फाईल तिचा वर जाण्याचा प्रवास सुरू करते-या विशिष्ट बळदामध्ये वर जाण्याचा — प्रत्येक पायरीवर आधीच्या नोंदीचा सारांश लिहिण्यात येतो. कधी कधी काही लहान सहान महत्त्वाच्या नोंदीही केल्या जातात. यथाकाल ही फाईल सर्वात वरच्या अधिकाऱ्याकडे जाऊन पोहोचते. यानंतर योग्य त्या वरिष्ठ अधिकाऱ्याची मान्यता घेऊन मग ती फाईल हा प्रश्न जेथून निर्माण झाला त्या बळदाकडे परत पाठवण्यात येते.

२. या घटनाक्रमाच्या या पहिल्या तुकड्याचाही परिणाम काय होतो ते पाहायला हवं—ही फाईल वरचा प्रवास करत असताना तिच्यामध्ये सुचवण्यात आलेल्या उपायांवर नाममात्र चर्चा होते, सूचना केल्या जातात हे खरं, पण त्या ज्या

कनिष्ठ अधिकाऱ्याने हा कच्चा खर्डा तयार केलेला असतो त्याचं म्हणणं बहुधा सर्वच्या सर्व तसंच ठेवलं जातं- आणि ज्याचं परिप्रेक्ष्य सर्वात निरुंद असणार आहे, ज्याला आधीच्या उदाहरणांचं सर्वाधिक बंधन असणार आहे आणि जो सर्वात अधिक 'शब्दश: अर्थ' घेणारा असणार आहे असा हा अधिकारी हा खर्डा तयार करत असतो..

३. प्रत्येक निर्णय हा कमीत कमी अर्धा डझन बळदांकडे पाठवावा लागतो. अशा प्रकारे एका बळदाकडून परत आलेली ही फाईल आता तिसऱ्या बळदाच्या पायऱ्यांचा प्रवास सुरू करते. हा प्रश्न महिनो-न्-महिने अशा प्रवासात राहू शकतो. माझ्या स्वत:च्या अनुभवावरून मी स्वत: ताबडतोब निदान अर्धा डझन उदाहरणं देऊ शकेन—अनेक अधिकारी या प्रश्नावर भरपूर विचार करतील, आंतर-मंत्रालय बैठका होतील, हा कच्चा खर्डा अनेक वेगवेगळ्या 'स्टेक - होल्डर्स'कडे फिरवला जाईल-सध्या या शब्दाची फार चलती आहे— आणि तरीही जेव्हा ही फाईल तुमच्यासमोर येते तेव्हा चांगल्या चांगल्या अधिकाऱ्यांचा एवढाच शेरा असतो,'' ''कायदा मंत्रालयाकडे पाठवून त्यांचे मत घेण्यात यावे.''

४. याचा परिणाम असा होतो की एखादा प्रश्न इतका काळ 'प्रक्रिये'मध्ये राहतो की एवढा वेळ का लागतो आहे हे सरकारी कामाची माहिती नसलेल्या व्यक्तीला आकलन होणंच शक्य नसतं.

* सिंगापूरमधील भारतीय उच्चायुक्तांचं निवासस्थान अतिशय सुंदर आहे. 'नऊ वर्षांपूर्वी' त्या इमारतीवर एक झाड पडलं. आजपर्यंत ही इमारत रिकामी ठेवण्यात आलेली आहे. सिंगापूरच्या परराष्ट्रीय कारभार मंत्रालयाच्या अगदी शेजारीच ही इमारत असल्याने त्या मंत्रालयामध्ये येणारा प्रत्येक माणूस ही इमारत पाहतो- रिकामी, कुलूपबंद- भारतीय वकिलातीतील एका वरिष्ठ अधिकाऱ्यानं या इमारतीचं वर्णन 'एक भूत बंगला' असं केलं आहे. 'नऊ वर्षं' या इमारतीची दुरुस्ती कशी करावी, कोणती दुरुस्ती करणं आवश्यक आहे आणि ती दुरुस्ती कोणी करावी या प्रश्नांचा ऊहापोह बडे बडे अधिकारी करत आहेत. या फायलींमध्ये जी चर्चा चालली आहे ती अगदी नमुनेदार आहे असं म्हणावं लागेल. एक नियम म्हणतो, या दर्जाच्या अधिकाऱ्याचं निवासस्थान ७६० चौरस मीटर किंवा त्याहून कमी असायला हवं, वास्तुविशारदाने बनवलेला आराखडा ७८० चौरस मीटरचा निघाला, मग ही अडचण सोडवण्यात ४ महिने गेले. नऊ वर्षं. आणि या मधल्या कालावधीमध्ये आपलं सरकार या अधिकाऱ्याच्या 'पर्यायी व तात्पुरत्या' निवासस्थानासाठी

६.५ लाख रुपये इतकं भाडं दरमहा भरत आहे.

* टेलेकॉम उद्योगामध्ये किती भराभर बदल घडत असतात आणि तेथील स्पर्धा किती तीव्र असते हे सर्वांना माहीत आहे. आणि तरीही बी एस एन एल ला एक निविदा काढण्याची सर्व प्रक्रिया पूर्ण करायला सुमारे ८ ते १९ महिने लागतात. उत्तर-पूर्व प्रदेशात मे २००४मध्ये जी साधनसामग्री पोचणं सुरू झालं त्याची निविदा 'दोन वर्षां'पूर्वी काढण्यात आलेली होती. ती साधनसामग्री अत्यंत अपुरी तर होतीच —कारण त्या दोन वर्षांमध्ये मागणीही प्रचंड वाढलेली होती आणि ती साधनसामग्री बऱ्यापैकी कालबाह्यही झालेली होती. कारण तंत्रज्ञानाचा विकास तर दिवसाच्या हिशेबानं चाललेला होता.

५. हे अशा रीतीनं कालापव्यय करत काम करत राहणं इतकं भिनलेलं आहे की जो कोणी ही फीत कापून सर्वसाधारण वेगानं काम करण्याचा प्रयत्न करतो त्याला ताबडतोब दोषी ठरवण्यात येतं, अनेक प्रश्न उभे केले जातात, हेतूंबद्दल शंका घेतली जाते, संसदेमध्ये—वृत्तपत्रांमध्ये बातम्या सोडल्या जातात, 'ही एवढी घाई कशासाठी?' असे छद्मी प्रश्न विचारले जातात.

* निर्गुंतवणुकीचे व्यवहार सर्वसाधारणपणे २ ते ३ वर्षांमध्ये पूर्ण होत असत. आणि तरीही प्रत्येक व्यवहार पूर्ण झाल्यानंतर प्रत्येक वेळी संसदेमध्ये प्रश्न विचारण्यात आल्यानंतर एकच ओरडा होत असे, "एवढी घाई कशासाठी?"
* बी एस एन एलची साधन पुरवठा प्रक्रिया वेगानं चालावी यासाठी केलेल्या माझ्या प्रयत्नांनाही याच प्रकाराने खीळ घालण्यात येऊ लागली.

६. अनेक सनदी अधिकाऱ्यांची मूलभूत कार्यकुशलता आणि तो अधिकारी असणं अनिवार्य होण्याचं महत्त्वाचं कारण म्हणजे त्याला या चक्रव्यूहाची सगळी वळणं आणि वाटा माहीत असतात. त्याला या वाटांवरचे मार्गदर्शक माहीत असतात आणि हे प्रश्न अगदी निर्धोकपणे रस्त्याकडेच्या कोणत्या विश्रांतिस्थानामध्ये पुरून ठेवता येतील हेही त्याला चांगलंच ठाऊक असतं.

७. ही व्यवस्थाच अशी आहे की ती सुधारण्याचा प्रत्येक प्रयत्न ती त्याच विटक्या फितीमध्ये चटकन गुंतवून टाकू शकते. प्रशासनिक सुधारणा आयोग, औद्योगिक आणि आयात-निर्यात परवाना पद्धतीमध्ये सुधारणा करण्यासाठी निर्माण करण्यात आलेले असंख्य आयोग, महत्त्वाच्या प्रकल्पांमध्ये वेळ आणि मूल्य यांच्यामध्ये होणाऱ्या वाढीची जबाबदारी कोणाची हे निश्चित करण्यासाठी २३ मंत्रालयांमध्ये स्थापन करण्यात आलेल्या समित्या या सर्वांचं पुढे काय झालं .... ही व्यवस्था वेगवान करण्याचा प्रत्येक प्रयत्न दलदलीमध्ये फसून अखेरीस नाहीशा

होणाऱ्या वस्तूसारखा नाहीसा करू शकते याचं उत्तम उदाहरण यांपैकी प्रत्येक बाब देऊ शकेल. लोकांना अगदी मुद्देमालासहित पकडलं गेलं तरी या चक्रव्यूहामध्ये ती बाब गुपचूप दडवली जाते..

दळणवळण खात्याचा कारभार माझ्यावर सोपवण्यात आलेला होता तेव्हा या मंत्रालयाच्या कार्यकक्षेमध्ये येणाऱ्या सार्वजनिक उद्योगांमधील भ्रष्टाचारासंबंधीच्या अत्यंत धक्कादायक अशा अनेक कथा मला ऐकायला मिळाल्या. निविदांचं काय होतं, पूर्ण झालेल्या कामाचे पैसे कसे अदा केले जातात अशा विषयांच्या संबंधातल्या या कथा होत्या. माझे अधिकारी आणि मी साधनसामग्री पुरवठाकारांच्या बरोबर अतिशय व्यापक आणि सखोल अशा चर्चा केल्या. एक पुरवठा नियम पुस्तिका तयार करण्यात आली. ती 'नेट'वर ठेवण्यात आली. परंतु मला एक गोष्ट पक्की ठाऊक होती आणि ती म्हणजे हुशार माणसं चोरवाटा शोधून काढण्यात तरबेज असतात. त्यांना या अशा नियम पुस्तिका अडवू शकत नाहीत. म्हणून मी सी बी आयच्या संचालकांना भेटलो. आणि त्यांना जो माणूस योग्य वाटेल त्याच्यावर नजर ठेवण्यासाठी प्रोत्साहन दिलं. यानंतर बी एस एन एलचे अधिकारी लाज वाटावी इतक्या मोठ्या संख्येनं पकडले गेले. त्यांच्या घरांमध्ये प्रचंड मोठ्या रकमा- माझ्यासारख्या — मानधनाची वाट पाहत बसणाऱ्या लेखकाच्या दृष्टीनं तर विश्वासच बसू नये एवढ्या मोठ्या अशा रोख रकमा सापडल्या. प्रत्येक अधिकाऱ्याच्या घरातून ४० लाख ते दीड कोटी रुपयांपर्यंतच्या रकमा जप्त करण्यात आल्या. अनेक महिने उलटले. मंत्रालयामधून सीबीआयकडे अधिकृत पत्रं पाठवण्यात आली. आम्ही विचारत होतो-अडचण काय आहे? रोख रक्कम सापडली आहे, दोषी व्यक्ती त्या रकमेचं काही स्पष्टीकरण देऊ शकत नाही. मग खटला दाखल का करण्यात आलेला नाही? या विचारण्याचा काहीही उपयोग झाला नाही. कोणीतरी आता ''न्यायालयाबाहेर मिटवामिटवी'' सुचवणार आहे का-हा प्रश्न माझ्या मनात घोळत राहिला. की खटला दाखल केला जाईल आणि मग न्यायालयातच तो खटला 'अतिशय म्हातारा' होऊन मरून जाईल?

हेतू

अर्थात, काही लोकांच्या मते या अशा दीर्घ प्रवासांचा एक फायदा होतो. मी सरसकट सगळ्या विनंत्या-अधिकाऱ्यांच्या बदल्यांच्या,किंवा निविदांच्या अटी शिथिल करण्याच्या - नाकारतो आहे हे पाहून एक जुना आणि जाणता राजकारणी मला म्हणाला, ''जो कधीही नाही म्हणत नाही, आणि कधीही काहीही करत नाही तो मंत्रीच यशस्वी मंत्री होतो बरं. अरे, ही तर चांगली कल्पना आहे, मी विचार करीन नक्की याचा, असं म्हटलं तर कुठे बिघडतं? आणि मग ती फाईल पाठवून द्यायची

या प्रवासाला- अरे बाबा, हे सारं जग आशेवरच चालतं बरं.'' असाच हिशेब करायचा तर मग एखादी फाईल एका अडचणीतून मार्ग काढून दुसऱ्या अडचणीकडे जायला जेवढा जास्त वेळ घेईल तेवढी ती अधिक मौल्यवान ठरेल. म्हणजे ही फाईल पुढच्या टप्प्यावर नेऊन पोचवणं हेच एकमेव कर्तव्य ठरतं त्या माणसाचं. आणि निदान एकातरी अडथळ्यांतून बाहेर येऊन ती फाईल दुसऱ्या टप्प्यावर आणू शकलो आहोत म्हणून ''कधी ना कधी आपला प्रकल्प सुरू होईल अशी त्याची आशाही जिवंत राहते ती वेगळीच आणि मग तो तुमच्याकडे नजर लावून बसतो.

हे असं विद्वत्तापूर्ण स्पष्टीकरण बाजूला ठेवू, दीर्घ काळ दु:ख सहन करावं लागणाऱ्या व्यक्तीला या वागण्यानं मिळणारा दिलासा बाजूला ठेवू, खरोखरच या न संपणाऱ्या भूलभुलैय्याचे परिणाम फार घातक ठरतात.

विकासाच्या गतीवर परिणाम होतो.

* सरकारी प्रकल्प अपंग होतात.
* एक निविदा पूर्ण करण्यास बी एस एन एलला जर १९ महिने लागत असतील तर हा उद्योग दळणवळण उद्योगातील इतर खेळाडूंशी कशी स्पर्धा करू शकेल? विमानांची संख्या वगैरेंसारख्या बाबींवर निर्णय घेण्यास जर दहा-दहा वर्षं लागत असतील तर इंडियन एअरलाईन्स इतर खाजगी विमान कंपन्यांशी कशी स्पर्धा करू शकेल?
* सर्वात वाईट गोष्ट म्हणजे या स्क्लेरॉटिक पद्धतीमुळे भारत म्हणजे उशीर, फायली, आणि दमछाक करणारे टप्पे अशी आपली प्रतिमा इतरांच्या मनात निर्माण झाली आहे.

ही आपली प्रसिद्धी 'प्रतिमा' म्हणून तर हानिकारक आहेच, परंतु तिचे इतर परिणामही फार वाईट आहेत. एके दिवशी नोकियाचे अध्यक्ष माझ्या कचेरीत काही चर्चेसाठी आलेले होते. ''भारतामध्ये तुमच्या उत्पादनाचे कारखाने सुरू करण्याची तुमच्या दृष्टीने योग्य वेळ कोणती असू शकेल?'' असं मी त्यांना विचारलं. ''भारताचं टेलिकॉम मार्केट इतक्या झपाट्यानं वाढतं आहे की येत्या दोन-तीन वर्षांमध्ये आम्हाला या प्रस्तावाचा गांभीर्यानं विचार करावा लागेल.'' त्यांनी उत्तर दिलं. आणि लगेच पुस्ती जोडून ते म्हणाले, ''पण आम्हाला बऱ्याच गोष्टींचा विचार आधी करावा लागेल.'' त्यांच्या दृष्टीनं लहान असा एक कारखाना वर्षाला १ कोटी हँडसेट्स तयार करतो. त्यांनी स्पष्टीकरण दिलं. त्यांचा एखादा मोठा कारखाना वर्षाला ४ कोटी हँडसेट्स तयार करतो, त्यांनी माझ्या निदर्शनाला आणून दिलं. एका हँडसेट मध्ये सुमारे ४०० भाग असतात. यांपैकी ८० भाग मातीच्या

कणाएवढे असतात. याचा अर्थ असा की १ कोटी हँडसेट्स तयार करणाऱ्या कारखान्याकडे '४०० कोटी' भाग येणार असतात.' ते पुढे सांगत होते, 'तुम्ही या भागांची साठवण करून ठेवू शकत नाही. उदाहरणार्थ या मातीच्या कणांएवढ्या भागांचा साठा शक्यच नसतो. हे भाग अगदी बरोबर वेळेला विमानाने येऊन पोचणं आवश्यक असतं. आणि तयार झालेले हँडसेट्सही बरोबर वेळेला बाहेर पाठवले जाणंही तेवढंच गरजेचं असतं. कोणत्याही कचेरीत थोडा जरी उशीर झाला, किंवा एखाद्या विमानतळावर संप झाला तर ही सगळी साखळीच तुटून अस्ताव्यस्त होऊन जाते.'

पावलोपावली आठवण

या अशा प्रकारची वाक्यं आपल्याला जगाच्या आणि आपल्या वेगामधला फरक पावलोपावली जाणवून देतात. गुंतवणूकदार एखाद्या देशात येतात किंवा त्या देशाकडे पाठ फिरवतात, इतर देश आपल्या देशाशी सहकार्य करण्याचा झटून प्रयत्न करतील किंवा दुसरा पर्याय शोधतील. हे सगळं त्यांच्या हिशेब तपासनीसांनी एखाद्या विशिष्ट उत्पादनाच्या फायद्या-तोट्याचे अंतर्गत किचकट हिशेब मांडलेले असतात म्हणून नव्हे, तर त्या देशाच्या सर्वसाधारण प्रतिमेकडे पाहून हे निर्णय घेतले जातात. या पुस्तकामध्ये आत्तापर्यंत आपण जी उदाहरणं पाहिली आहेत त्यांवरून आपल्याला एका गोष्टीचं आश्चर्य वाटण्याचं काहीच कारण नाही. ''या नाहीतर त्या कारणाने घटनांना खीळ घालण्यात येते असा हा देश आहे''- अशी आज भारताची प्रतिमा आहे. मी सरकारमध्ये असताना मला पावलोपावली या गोष्टीची आठवण करून देण्यात येत असे,

''सिंगापूरला दोन पंखांवर उडायचं आहे - भारत आणि चीन.'' सिंगापूरचे नेते एकापाठोपाठ सांगत होते, ''म्हणूनच तर आम्हाला भारताचा विकास वेगानं व्हायला हवा आहे. आणि भारत आणि सिंगापूरमधील संबंधही अधिक मजबूत व्हावेत अशी आमची इच्छा आहे. तुमच्या देशाचं शांघाय किंवा हाँगकाँग म्हणून तुम्ही सिंगापूरकडे बघा.''

या चर्चांचा पाठपुरावा करण्यासाठी म्हणून मी सिंगापूरमधील एका महत्त्वाच्या निर्णयक्षम अधिकाऱ्याला दुसऱ्या दिवशी सकाळच्या न्याहारीसाठी भेटायचं असं ठरलं. ''सिंगापूरला आपल्याशी जवळचे संबंध ठेवण्याचं किती महत्त्व वाटतं हे तुमच्या सर्व ज्येष्ठ नेत्यांनी मान्य केलेलं आहे.'' आपल्या उच्चायुक्तांनी बोलायला सुरुवात केली, ''हे असं असताना हे संबंध सुधारण्याची प्रक्रिया सुरूच का होऊ शकत नाही हे थेट तुमच्याच तोंडून श्री. शौरींनी ऐकावं असं मला वाटतं.''

''ठीक आहे, सांगतो मी तुम्हाला.'' मंत्रिमहोदयांनी उत्तर दिलं, ''या खेपेला तुमचा मुख्य प्रस्ताव हा आपले आर्थिक संबंध अधिक मजबूत करण्यासाठी एक

"संयुक्त अभ्यास गट" स्थापन करण्याचा आहे. परंतु असा एक "संयुक्त अभ्यास गट" दोन वर्षांपूर्वीच स्थापन करण्यात आलेला आहे. या गटाने आपल्या दोन्ही देशांमध्ये मुक्त बाजारपेठ स्थापन करण्यासाठीच्या कोणत्या संधी उपलब्ध आहेत त्यांचा अभ्यास करावयाचा होता. या अभ्यास गटाची एकुलती एक बैठक झाली." ते पुढे सांगतच होते, "लक्षात घ्या, आम्हाला अत्यंत निकटचे संबंध हवे आहेत. तुम्ही यात रस घ्यावा म्हणून आम्ही निकराचे प्रयत्न करत आहोत. जेव्हा तुम्हाला वाटेल आम्ही यावं -तेव्हा नुसती एक शीळ घाला, आम्ही धावत येऊ. पण तोपर्यंत-समजून घ्या- आम्हाला दुसरीही कामं आहेत."

त्यांना सांगायचं होतं ते हेच होतं -अगदी याच शब्दांमध्ये त्यांनी ते सांगितलंही.

तरीही, एक संयुक्त अभ्यास गट स्थापन करण्यात आलाच. बऱ्याच विचारविनिमयानंतर आणि अनेक महिन्यांनंतर या अभ्यासगटाचे सिंगापूरचे सदस्य भारतामध्ये आले. तोपर्यंत भारतीय सदस्यांची एकही बैठक झालेली नव्हती आणि म्हणून एखादी तरी कल्पना या परदेशी सदस्यांपुढे टाकता येईल का हे पाहण्यासाठी त्याच दिवशी एक घाईघाईची बैठक घेण्यात आलेली होती हे त्यांच्या उच्चायुक्तांना कळलं. एका आर्थिक वृत्तपत्राच्या "डायरी आयटेम्स"मध्ये या घटनेचा उल्लेख झाला. बस, तेवढंच.

अर्थात, कधी ना कधी आवश्यक ते सर्व अभ्यास आणि वाटाघाटी पूर्ण केल्या जातीलच. परंतु मधल्या काळात दुसऱ्या कोणीतरी सिंगापूर पटकावलेलं असेल. अमेरिका, चीन, नाहीतर आणखी कोणीतरी, जे आलेली संधी पकडण्यात तरबेज आहेत.

मी जपानमध्ये होतो. जपानी उद्योगधंद्यांनी भारतामध्ये अधिक गुंतवणूक करावी यासाठी त्यांची मनधरणी करणं आणि त्यासाठी काय उपाय योजावे लागतील त्यांची पाहणी करणं हा या प्रवासामागचा एक महत्त्वाचा हेतू होता. जपानी प्रतिनिधींनी आपल्या अनेक विभागांशी त्यांचे जे वाद चालले होते -विशेषत: कर आकारणी विभागाशी- त्याबद्दलचा मुद्दा उपस्थित केला. ते हा मुद्दा बऱ्याच काळापासून उपस्थित करत होते, हे नंतर कळलं. त्यांनी हा प्रश्न दिल्लीमध्ये अर्थमंत्रालयाकडे मांडला होता. त्यांनी हा प्रश्न अर्थ सचिवांनी मागील वर्षी जपानला भेट दिली होती त्यावेळी त्यांच्यासमोर मांडला होता. सचिवांनी जाहीर केलं होतं की, केवळ जपानी गुंतवणूकदारांच्या समस्यांचं निराकरण करण्यासाठी मुद्दाम एक खिडकी मंत्रालयामध्ये उघडण्यात आलेली होती. "त्या खिडकीचं पुढे काय झालं हे मी तुम्हाला सांगायची गरज नाही." हे वाक्य एका जपानी उद्योजकानं एक छद्मी हास्य करत उच्चारलेलं आहे-इतरांच्या चेहऱ्यावरही तसंच हास्य खेळत होतं.

काही महिन्यांनंतर, दिल्लीमध्ये एक जपानी उद्योजकांचं शिष्टमंडळ मला

भेटायला आलं. जपान आणि भारत यांच्यामध्ये राजनैतिक संबंध स्थापन झाले या घटनेला ५० वर्षं पूर्ण झाली म्हणून आयोजित करण्यात आलेल्या काही समारंभांना हजर राहण्यासाठी हे शिष्टमंडळ आलेलं होतं. त्या महापवित्र "एक खिडकीचा" विषय पुन्हा निघाला. परंतु यावेळी आणखी मूलभूत अशी एक अडचण होती. या खिडकीची सर्व जबाबदारी ज्या अधिकाऱ्यावर सोपवण्यात आलेली होती त्याची बदली झाली होती आणि त्याच्या जागी येणार आलेला अधिकारी अजून कामावर रुजू झालेला नव्हता.

कंबोडियन लोक हे अतिशय धर्मपरायण असे बौद्धधर्मीय आहेत. त्यांना भारताबद्दल अतिशय आदर आहे. त्यांना पंडितजींचं स्मरण आहे. या दोन्ही देशांचे नेते जेव्हा अलिप्त देशांच्या संकल्पनेप्रमाणे जगाच्या महत्त्वाच्या प्रश्नांवर एकत्रितपणे काम करत होते त्याकाळाची त्यांना आठवण आहे. त्यांनी फार भयानक संकटं सहन केली आहेत, आपल्या प्रगतिशील नेत्यांनी ज्याला महान क्रांतिकारक म्हणून गौरवलं त्या पोल पॉटने सुरू केलेल्या निर्दय कत्तलीमध्ये त्यांची १/३ हून अधिक लोकसंख्या बळी पडलेली आहे. आसीयानमध्ये आपल्या देशाची बाजू हिरिरीने मांडण्यात सिंगापूरप्रमाणे कंबोडिया हा देशही पुढे राहिलेला आहे. आम्ही नोम पेन्हमध्ये होतो. आम्ही कंबोडियन सरकारच्या प्रतिनिधींना भेटणार होतो. या बैठकीनंतर आम्ही सगळे थेट एका खोलीमध्ये जाणार होतो. तेथे वृत्तपत्रांचे आणि दूरचित्रवाणी वाहिन्यांचे प्रतिनिधी आमची वाट पाहत थांबलेले असणार होते.

एक विचित्र परंतु डोळे उघडणारी घटना घडली. तयार केलेल्या निवेदनामधून एक कलम घाईघाईने कमी करण्यात आलं. हे कलम म्हणजे १कोटी डॉलर्स आपल्या या गरीब, गांजलेल्या, प्रेमळ मित्राला देण्याचं वचनपत्र होतं -फक्त १ कोटी डॉलर्स. का बरं असं करण्यात आलं? याचं कारण असं होतं की "दोन वर्षांपूर्वी जेव्हा कंबोडियाचे पंतप्रधान भारतभेटीसाठी दिल्लीला आलेले होते तेव्हाच ही रक्कम देण्याचं वचन त्यांना देण्यात आलेलं होतं. दोन वर्षांपूर्वीच आणि इतक्या कालावधीमध्ये ही रक्कम देण्यात आलेली नव्हती. तुम्ही नक्कीच विचाराल-का बरं देण्यात आलेली नव्हती? या कर्जामध्ये जे अनुदानाचं कलम होतं त्यासंबंधी दोन मंत्रालयांमध्ये वाद सुरू झालेला होता. एकाचं मत होतं की हे अनुदान क्ष% इतकं ठेवावं, तर दुसऱ्याचं म्हणणं होतं की हे अनुदान क्ष य% इथपर्यंत वाढवावं. ही फाईल इकडून तिकडे असा प्रवास दोन वर्षं करत राहिली होती. अक्षरशः निघण्याच्या आदल्या संध्याकाळी एक फतवा काढूनच ही बाब संपवण्यात आली होती. परंतु त्या वेळेपर्यंत आपल्याला माहीत नसताना, कंबोडियाने त्या विशिष्ट प्रकल्पासाठी दुसरीकडून मदत मिळवलीही होती. आता त्यांचं म्हणणं होतं की ही १ कोटी डॉलर्सची मदत कोणत्याही विशिष्ट प्रकल्पाशी न जोडता देण्यात यावी. परंतु या

साठी दिल्लीमध्ये अर्थ मंत्रालयाशी चर्चा होणं जरुरीचं होतं. आणि इथे आमचं निवेदन प्रसारित करण्यासाठी काही मिनिटंच बाकी होती.

व्यापार आणि उद्योगधंदे मंत्रालयामध्येही मला हेच अनुभव आले. आपण सुधारणांना कायद्याचं स्वरूप देऊच शकत नाही. उदाहरणार्थ, संपूर्ण देशासाठी असे कामगारविषयक कायदे—एक प्रकार असा आहे की असा एक कोपरा तयार करायचा आणि त्यामध्ये आपल्याला हवा तसा कारभार सुरू करायचा. या पद्धतीप्रमाणे, मार्च २००० मध्ये मोठा गाजावाजा करून सरकारने 'विशेष आर्थिक विभागांसंबंधीच्या धोरणाची' घोषणा केली. या धोरणाचे स्पष्ट अशा कायद्यांमध्ये रूपांतर करणाऱ्या अधिसूचना २००३च्या मध्यापर्यंत जारीच करण्यात आलेल्या नव्हत्या... त्याचप्रमाणे, दर वर्षी ३१ मार्चला आपलं आयात-निर्यातीचे धोरण जाहीर करण्यात येतं. याप्रमाणे, ३१ मार्च २००२ ला २००२/०३या वर्षासाठीचं धोरण जाहीर करण्यात आलं. जानेवारी २००३मध्ये या १२ महिन्यांसाठी असलेल्या आणि दहा महिन्यांपूर्वी जाहीर झालेल्या धोरणामधील अनेक कलमांसंबंधीच्या अधिसूचना जारी झालेल्या नव्हत्या. व्यापार आणि उद्योग मंत्रालयाचा मंत्री म्हणून सूत्रं हाती घेतल्यानंतर माझं पहिलं काम या अधिसूचनांचा पाठपुरावा करण्याचंच होतं.

आणि हा ढिला कारभार आणि वेळकाढूपणा फक्त सर्वसाधारण व्यवस्थापन आणि धोरण निश्चितीच्या बाबतीमध्येच घडतो, असं नाही तर संरक्षण खातं आणि परदेशमंत्रालयाच्या बाबतीतही हेच आणि असंच घडत असतं. आपण बांगलादेशी लोकांच्या लोंढ्याचं उदाहरण पाहिलं - त्या वेळी तरी या व्यवस्थेनं जलदगतीनं काम करावं तर तसं होत नाही. हे आपण पाहिलेलं आहेच. जेव्हा शरीराच्या एका भागाला एखादा रोग जडतो तेव्हा शरीराच्या प्रत्येक कणावर त्याची लक्षणं दिसू लागतातच.

अशा असंख्य उदाहरणांमुळे गुंतवणूकदार आणि परदेशी सरकारांनी सुद्धा असा निष्कर्ष काढलेला आहे की आपण काही म्हटलं, कितीही भव्य योजना जाहीर केल्या, कितीही "दूरदृष्टीच्या आणि धोरणात्मक;" घोषणा केल्या तरी अखेरीस गोष्टी कोणत्या ना कोणत्या दलदलीमध्ये फसून राहणार हे निश्चित.

इतर कोणत्याही बाबीपेक्षा आपल्याबद्दलचं हे मत बदलण्याचा प्रयत्न करणं हे सर्वात महत्त्वाचं आहे. जेव्हा आपण सुधारणांना विरोध करतो, अर्थमंत्र्यांनी जाहीर केलेल्या करांमध्ये सूट द्यायला त्यांना भाग पाडतो, तेव्हा ही गोष्ट आपण सर्व प्रथम लक्षात ठेवली पाहिजे. ती एक सुधारणा — अत्यंत गरजेची असलेली सुधारणा अडकून पडते असं नव्हे, तर "जाहीर केलेल्या बाबी पार पाडू शकणारच नाही अशा एका कारभाराच्या व्यवस्थेमध्ये गुंतून पडलेला एक देश" अशी आपली प्रतिमा तयार होत जाते आणि तो लौकिक मजबूतही होत जातो. मिळालेला लौकिक चिकटून राहतो.

आणि लौकिकातच सारं काही असतं. आणि हे एवढं एकच कारण गुंतवणूकदारांना पर्यायी जागा शोधण्यास भाग पाडायला पुरेसं आहे. गुंतवणूकदार भारतीय बाजारपेठेसाठी आसुसलेले आहेत, तेव्हा ते नाहीतर दुसरे कोणीतरी येतीलच अशी आपण स्वत:ची भलावण करत असतो. इथे आपल्या घरामध्ये घडलेली, आपल्याला चांगली माहीत असलेली उदाहरणं ही समजूत किती चुकीची आहे हे सिद्ध करायला पुरेशी ठरतील.

उत्तर-पूर्व विभागातील तरुण दंगेधोपे, अपहरण, खंडणी, शस्त्र साठे या सारख्या बाबींकडे वळले आहेत आणि त्यामुळे या विभागाची दुष्कीर्ती झालेली आहे. तुम्ही आणि मी आज कदाचित असं म्हणू की नागालँड आता शांत आहे, आसामच्या काही लहानशा भागांमध्येच उल्फाच्या कारवाया चालू आहेत. परंतु घाईत असलेल्या गुंतवणूकदाराच्या दृष्टीनं 'उत्तर-पूर्व' हा एक एकसंध विभाग आहे. या भागामध्ये कोठेही घडणाऱ्या घटना त्याच्या मनातील भावना दृढ करतात, "ही जागा म्हणजे संकटांचीच आहे." त्याचप्रमाणे तुम्हाला आणि मला ठाऊक आहे की भारत हे एक उपखंड आहे. कोसोवोमध्ये गडबड झाली तर सबंध युरोप पेटून उठत नाही. होय, काश्मीरमध्ये अजून गडबड आहे हे मान्य, पण पंजाब शांत झाला त्याला बराच काळ झाला. परंतु घाईत असलेल्या गुंतवणूकदाराच्या दृष्टीने 'भारत' हा एक एकसंध प्रदेश आहे. गुजरातमधील जाळपोळ आणि खून खराबा हा भारताच्या पश्चिमेकडील एका भागातील गडबड नसते तर 'भारत' दोन्ही बाजूंचा नाश करणाऱ्या हिंसेमध्ये पार अडकून गेला आहे याचीच त्याला आठवण राहते.

तरीही

आणि बदलौकिक एकदा का मिळाला की तो तसाच चिकटून राहतो. ६० आणि ७०च्या दशकांमधील पश्चिम बंगालच्या मार्क्सिस्ट्स संघटनांचा लढाऊ श्रमिक संघटनावाद आठवून बघा. त्याला आता तीस-चाळीस वर्षं उलटली आहेत. खाजगी उद्योगधंदे—भारतामधील -खाजगी उद्योगधंदे—आजतागायत या प्रांताला टाळत आलेले आहेत. ३०-४० वर्षांपूर्वीच्या घटना आज इतक्या काळानंतरही भारतीय उद्योजकांच्या मनातही भारतामध्ये असलेल्या या प्रांताबद्दलची भावना जशीच्या तशीच राखू शकतात, तर परदेशी व्यक्तींच्या आणि परदेशी सरकारांच्या मनात याचा किती अधिक परिणाम होत असेल? एखाद्या भारतीयाला भारताच्या एखाद्या भागाबद्दल जेवढी तपशीलवार माहिती असेल तेवढी त्याला निश्चितच असणार नाही, शिवाय एखादा भारतीय अशा प्रांतामधील समस्येची तपासणी आणि निष्कर्ष काढण्यात जेवढा वेळ खर्च करेल तेवढा वेळही तो खर्च करणार नाही, हे उघड आहे.

सुसंबध्दता

सिंगापूरच्या एका मंत्र्याला प्रश्न विचारण्यात आला, "भारतातील एका प्रकल्पाच्या उभारणीला तुम्ही मार्गदर्शन केले होते. शिवाय तुम्ही तुमच्या देशाचा एक प्रकल्प चीनमध्ये सुध्दा उभारलेला आहे. चीनची प्रगती दरवर्षी ९% इतकी होते आणि भारताची प्रगती मात्र ६% इतकी होते आहे. यामागचं एक कारण तुम्ही सांगू शकाल का?"

त्यांनी एका शब्दात उत्तर दिलं, 'एकात्मिकता.'

त्यांचं स्पष्टीकरण दोन स्तरांवरचं होतं. एका बाजूनं त्यांनी हाती घेतलेल्या विशिष्ट प्रकल्पांवर बोट ठेवलं आणि दुसऱ्या बाजूनं सर्वसाधारण धोरण आणि संभाषणे यांमधील एका मुद्याकडे लक्ष वेधून घेतलं. अधिक स्पष्टीकरण देताना ते म्हणाले, "चीनमध्ये मी दोन अधिकाऱ्यांना भेटलो. त्यांच्याकडे सर्व प्रश्नांची उत्तरं होती आणि तेच सर्व निर्णयही घेत होते. आणि त्यांनी घेतलेले निर्णय अमलातही आणले जात होते. भारतामध्ये मला जमीन विभागाकडे पाठवण्यात आलं. तेथे माझी तीन अधिकाऱ्यांशी भेट झाली. जे नियम आम्हाला पाळावे लागणार होते त्या प्रत्येक नियमाचं या तिघांचं स्वतंत्र असं स्पष्टीकरण होतं. त्यानंतर सुमारे दीड वर्षं सगळं थांबलंच. कारण निवडलेल्या जागेच्या मागच्या बाजूला असलेल्या एका लहानशा भूखंडाचा मालक न्यायालयात गेला. त्याचा मधमाशा पाळण्याचा उद्योग होता. त्याच्या कामामध्ये अडथळा येईल, या कायद्याऐवजी त्या कायद्याखाली ही जमीन ताब्यात घ्यायला हवी होती..."

मंत्रीमहोदयांचा दुसरा मुद्दा होता धोरणामध्ये एकात्मिकता असण्याचा- धोरण मुरवून घेण्याचा. चिनी लोकांनी एकच ध्येय त्यांच्या देशाच्या समोर ठेवलं आहे- विकास. ते सांगत होते— "कोणत्याही गोष्टीमुळे ते त्या ध्येयापासून विचलित होत नाहीत -कोणाला होऊ देत नाहीत. हे ध्येय साध्य करण्यासाठी आता पुढचं पाऊल कोणतं हे ते निश्चित करतात आणि त्या सर्व गोष्टी घडून येत आहेत याकडे ते बारीक लक्ष पुरवतात. राष्ट्राध्यक्षांपासून ते अगदी स्थानिक अधिकाऱ्यांपर्यंत ते सगळे एकाच दिशेनं काम करतात, एका आवाजात बोलतात. भारतामध्ये तुम्हाला एक दिवसाआड काहीतरी दुसरंच काम करावं लागतं, प्रत्येक बाबतीमध्ये तुम्ही परस्परविरोधी बोलत असता. डिसेंबर २००० मध्ये चीन डब्ल्यूटीओला सामील होणार होता. ही अंतिम रेषा म्हणजे २००० सालाच्या आधीची वर्षं म्हणजे विकासाचं वेळापत्रकच मानली गेली होती. तुमचा देश तर डब्ल्यूटीओचा संस्थापक सदस्य आहे परंतु आजतागायत तुम्ही डब्ल्यूटीओ स्वत:साठी चांगलं की वाईट यावर भांडत बसला आहात. आज तुमच्या देशात असेही काही गट आहेत जे तुम्ही डब्ल्यूटीओमधून

बाहेर निघावं असंही म्हणत आहेत.''

आपल्याला या अशा प्रकारच्या प्रसिद्धीमधून बाहेर पडायचं आहे. खरं बोलायचं तर नुसत्या प्रसिद्धीमधूनच नव्हे तर, आपल्याला आहे ती सत्य परिस्थितीच बदलणं आवश्यक आहे. प्रत्येक गट दुसऱ्या गटाच्या कामामध्ये आडवा येतो. प्रत्येक गटामध्येही-उदाहरणार्थ नोकरशाही-झाडून प्रत्येकाला चालू असलेली यंत्रणा महिनो-न्-महिने थंड पाडण्याचे पूर्ण अधिकार असतात- शंका उपस्थित करण्याचे, एखाद्या फाईलबद्दल एक प्रश्न विचारण्याचे, अखेरचा निर्णय घेण्याआधी पुढील पर्यायाचा विचार व्हावा अशी सूचना करण्याचे-सर्व अधिकार असतात-परंतु घेण्यात आलेला एखादा निर्णय नीटपणे अमलात आणण्यात येतो आहे की नाही हे पाहण्याचे अधिकार मात्र कोणालाही नाहीत.

एक जाहीर चर्चा-त्यात फक्त प्रश्नांची चर्चा करण्यातच रस असतो, त्यावरचे उपाय शोधण्यात कोणालाच रस नसतो. ज्या चर्चेमध्ये प्रत्येक उपायामधील शक्य तेवढे सगळे नकारात्मक मुद्दे तेवढे मांडण्यात येतात...

त्यामुळे, गुंतवणूकदाराच्या दृष्टिकोनातून, एक धोरण जाहीर करण्यात आलं आहे एवढी गोष्ट अनिश्चितता संपवण्यास पुरेशी नसते. अगदी दिल्लीमध्ये स्पष्ट शब्दात मिळालेली परवानगीसुद्धा अनिश्चितता संपवणारी नसते. अखेरीस त्याला एका विशिष्ट ठिकाणी कारखाना उभारायचा असतो, त्यासाठी तेथील महापालिकेकडून वीज आणि पाणी यांच्या जोडण्या मिळवायच्या असतात, अशांपैकी कोणताही एखादा धूमकेतू तुमचे वर्षांनुवर्षांपासूनचे कष्ट धुळीला मिळवू शकतो.

एक उद्बोधक उदाहरण

आयुष्याची आणखी एक मूलभूत बाब आहे. काही वर्षांपूर्वी दिल्लीमध्ये भरलेल्या वर्ल्ड इकॉनॉमिक फोरम-सी आय आय च्या विचारसभेमध्ये पर्सी बार्नेविकनं या बाबीकडे लक्ष वेधून घेतलं होतं. तो म्हणाला होता, तुम्ही कालच्या भारताशी स्वत:ची तुलना करणं आधी थांबवलं पाहिजे. तुम्ही काल होता त्यापेक्षा आज अधिक चांगले आहात एवढं आजच्या काळाला पुरेसं नाही. आज गुंतवणुकीच्या क्षेत्रामध्ये तुमचे जे प्रतिस्पर्धी देश आहेत त्यांच्यापेक्षा तुम्ही चांगलं असायला हवं. खरं सांगायचं तर भावी गुंतवणूकदारांना हे प्रतिस्पर्धी देश 'उद्या' कोणत्या स्तरांवर असतील असं वाटत असेल त्या स्तराहूनही तुम्ही अधिक चांगलं असायला हवं.

आणि आज ते किती चांगले आहेत? एक साधं उदाहरण—आपल्या सर्वोत्कृष्ट उद्योगांपैकी एक आहे 'सुंदरम फासनर्स'

या उद्योगाच्या अध्यक्षांचा स्वत:चा अनुभव पुरेसा ठरेल-

इतर अनेक उद्योगांप्रमाणेच सुंदरम उद्योगालाही प्रचंड अशा चिनी बाजारपेठेचं

महत्त्व समजलेलं होतं. त्या देशामधे व्यापार कसा चालतो याची नीट आणि प्रत्यक्ष माहिती करून घेण्यासाठी त्यांनी चीनमध्ये एक कचेरी उघडली. लौकरच त्यांच्या लक्षात आलं की या दोन्ही देशांमधील करप्रणाली बऱ्याच प्रमाणात सारखी असल्याने भारतामधून चीनमध्ये निर्यात करणं फायदेशीर ठरणार नाही. त्यामुळे त्यांनी चीनमध्येच एक हाय टेन्साइल फासनर्स बनवण्याचा कारखाना काढण्याचा निर्णय घेतला. हा कारखाना कोठे काढावा यासाठी त्यांनी एक सर्वेक्षण सुरू केलं. यानंतर काय काय घडलं ते आपण एसएफएलचे अध्यक्ष श्री. संपतकुमार मूर्ती यांच्याच शब्दांमध्ये ऐकू. माझ्या विनंतीला मान देऊन त्यांनी हकिकत लिहून काढली आहे. भारतातील प्रत्येक अधिकाऱ्याला आणि मंत्र्याला ही हकिकत वाचणं अनिवार्य करता आलं तर किती चांगलं होईल—तुम्ही वाचाच—

श्री. संपतकुमार मूर्ती यांचा अनुभव

सर्वात आश्चर्याची गोष्ट म्हणजे प्रत्येक प्रांत त्याच्या विभागामध्ये थेट गुंतवणूक व्हावी यासाठी उत्सुक होता आणि त्यामुळे या सर्व उत्सुक प्रांतांमध्ये चढाओढच होती. परदेशी गुंतवणूकदारांना आकर्षून घेण्याचे केंद्रीय धोरण फक्त प्रांतांपर्यंतच नव्हे तर अगदी गावागावांपर्यंत जाऊन पोचलेले होते. प्रत्येक प्रांत आपल्याकडेच ही गुंतवणूक यावी म्हणून ज्या अहमहमिकेने प्रयत्न करत होता ती अगदी स्पष्ट जाणवत होती. आम्हाला असे सांगण्यात आलेले होते की, स्थानिक अधिकाऱ्यांच्या कामाचे जे मूल्यमापन करण्यात येईल ते प्रामुख्याने तीन निकषांवर आधारलेले असेल.

१. त्यांच्या प्रांतामध्ये किती प्रमाणावर थेट परदेशी गुंतवणूक आलेली आहे.
२. रोजगाराच्या किती नव्या संधी यामुळे उपलब्ध झालेल्या आहेत.
३. या प्रांताकडून मिळणारा मूल्यवर्धित कर किती प्रमाणात वाढणार आहे.

या ठिकाणी या प्रांतांच्या पुढे सरसावण्याच्या वृत्तीसंबंधीची एक आठवण सांगितली तर ती अनाठायी ठरणार नाही.

एकदा आम्ही मध्य चीनच्या एका प्रांतामध्ये आमच्या एका ग्राहकाबरोबर प्राथमिक बोलणी करत होतो. तेथील स्थानिक अधिकाऱ्यांना ही बातमी समजली की एस एफ एल या ग्राहकाकडे आलेले आहेत आणि चीनमध्ये एक कारखाना उभारण्याच्या विचारात आहेत. या अधिकाऱ्यांनी आम्हाला भेटून त्यांच्याच प्रांतामध्ये गुंतवणूक करण्याची कल्पना आम्हाला आग्रहाने समजावून देण्यासाठी भेटीची वेळ मागितली. तसे पाहायला गेले तर आमचे सर्वच काम अजून अगदी प्राथमिक पातळीवर होते. या भेटीमध्ये त्यांनी एक संपूर्ण 'प्रेझेंटेशन' केले. त्यामध्ये त्यांनी आमच्या गुंतवणुकीसाठी त्यांचाच प्रांत सर्वोत्कृष्ट कसा आहे हे तर स्पष्ट केले

होतेच, शिवाय अनेक योग्य जागा दाखवण्यासाठी आमच्याबरोबर येण्याचीही त्यांची तयारी होती. त्यांनी त्यांची जबाबदारी नसतानाही त्यांच्या प्रांतामधील आमचे वास्तव्य सुखकर होईल याची काळजी घेतली आणि शिवाय आमच्या पुढच्या प्रवासासाठी एक मोटार आणि एक चालकही आम्हाला उपलब्ध करून दिला. भावी गुंतवणूकदारांना शोधून काढून त्यांची भेट घेण्यामध्ये या अधिकाऱ्यांचे वर्तन केवढे सकारात्मक आणि कृतिशील असू शकते याचे हे एक उत्तम उदाहरण आहे.

चीनमध्ये गुंतवणूक करण्याचा निर्णय झाल्यानंतर ४ प्रांत आणि १२ औद्योगिक विभागांचे मूल्यमापन करण्यात आले. प्रत्येक ठिकाणी आम्हाला अतिशय चांगला प्रतिसाद मिळाला. प्रत्येक विभाग स्वत:च्या उत्तम बाबी समोर मांडत होता. एस एफ एलने अखेरीस झेजियांग प्रांतामधील हाइयान आर्थिक विकास विभाग निश्चित केला.

या विकास विभागातील अधिकारी आणि या प्रांतातील अधिकारी यांच्याबरोबर काम करण्याचा अनुभव अविस्मरणीय असाच आहे.

हे अधिकारी अत्यंत कृतीप्रवण होते आणि ते कोणत्याही वेळेला उपलब्ध होत असत. या प्रांताची निवड करण्यात यावी म्हणून सादर केली गेलेली मांडणी आणि त्यानंतरची चर्चा ही या प्रांताच्या उप-महापौरांनी केली होती आणि रात्री कितीही वाजले असले तरी ते उपलब्ध होऊ शकत असत. काही अनपेक्षित, अज्ञात असे घडेल यासंबंधी आमच्या मनात जी काही थोडी भीती होती ती भीती या अधिकाऱ्यांनी सर्व संबंधित बाबींची जबाबदारी घेण्याचे आश्वासन देऊन नाहीशी केली.

प्रथम, सुरुवातीलाच त्यांनी स्पष्ट केले की सर्व कामे 'एक खिडकी' पद्धतीने होतील आणि तेथे खरोखरच एकच खिडकी असेल. शिवाय सर्व स्थानिक आणि केंद्रीय परवानग्या मिळवण्याची जबाबदारी त्यांची राहील. आम्ही त्यांना फक्त एका 'मेमोरँडम ऑफ अंडरस्टँडिंग' वर सही करून द्यावी आणि ते सर्व व्यापारी परवाने आमच्या हातात ठेवतील.

दुसरी गोष्ट, कारखान्याला आवश्यक असलेल्या सर्व पायाभूत सुविधा आणि कारखान्याच्या गरजेच्या बाबी ते आमच्या हातात आणून देतील असे आश्वासनही त्यांनी आम्हाला दिले. वीज जोडणी, इंधन वायू, दूरसंपर्क व्यवस्था आदी बाबी कोणत्याही अधिकाऱ्याच्या किंवा विभागाच्या मागे न धावता किंवा अनेक ठिकाणी अर्ज विनंत्या न करता आमच्या पर्यंत पोचवण्यात येतील असेही आश्वासन देण्यात आले.

तिसरे, पर्यावरण विषयक सर्व बंधने दूर करण्यासाठी, कारखान्यातील सांडपाणी थेट त्या प्रांताच्या केंद्रीय सांडपाणी योजनेमध्येच नेऊन सोडण्यात येईल असे आश्वासन त्या प्रांताने आम्हाला दिले. आमच्या उत्पादनाच्या प्रक्रियेमध्ये जे टाकाऊ द्रव्य निर्माण होईल ते सर्व गोळा करून त्या प्रांताच्या टाकाऊ द्रव्य प्रक्रियेच्या केंद्रीय स्थानी नेण्यात येईल आणि तेथे त्यावर प्रक्रिया करून त्याची विल्हेवाट

लावण्याची जबाबदारीही त्या प्रांताने उचलली, त्यामुळे यासंदर्भात एस एफ एलला काहीही करण्याची गरज उरणार नव्हती. आमच्या कारखान्यापासून या केंद्रीय प्रक्रिया केंद्राची जागा सुमारे ३ कि.मी. अंतरावर होती, परंतु कारखान्यापासून तेथपर्यंत हे टाकाऊ द्रव्य नेण्यासाठी आवश्यक ते पाईप टाकण्याची संपूर्ण जबाबदारीही त्या प्रांताने घेतली.

चौथी गोष्ट, या सर्व चर्चेमध्ये या अधिकाऱ्यांची भूमिका अत्यंत लवचिक अशी होती. त्यांना देण्यात आलेल्या निर्णयविषयक अधिकारांचा वापर करून ते निर्णय घेत होते. त्यांच्या केंद्र सरकारने काही मार्गदर्शक तत्त्वे निश्चित केलेली होती आणि त्यांपैकी काहींमध्ये बदल करणे अशक्य होते, परंतु प्रांत पातळीवर जेवढे काही करणे शक्य होते तेवढे सर्व करून आम्हाला जास्तीत जास्त चांगले 'डील' मिळावे यासाठी ते प्रयत्नशील होते. उदाहरणार्थ, वॅटचा परतावा. पहिल्या वर्षी १००%, दुसऱ्या वर्षी ७०%, आणि तिसऱ्या वर्षी ५०% परतावा देण्याचे प्रांतने मान्य केले होते. हा व्यवहार पुन्हा चर्चा करून पहिल्या आणि दुसऱ्या वर्षी १००%, आणि तिसऱ्या वर्षी ७०% असा करण्यात आला.

प्रांतने किंमतीची चर्चा करून जमिनीची खरेदी स्वत: केली आणि नंतर स्वत:च्या निर्णयविषयक अधिकारांचा वापर करून एसएफ एलला ती जमीन ५०% किमतीमध्ये उपलब्ध करून दिली.

पाचवे, सर्व सेवासुविधांची खात्री देण्यात आलेली होती. वीज पुरवठ्याची खात्री देण्यात आलेली होती आणि कोणत्याही प्रकारची वीजनिर्मितीची यंत्रे घेण्याची आवश्यकता नाही असे आम्हाला खात्रीपूर्वक सांगण्यात आले होते. सुनिश्चित रोजावर कामगार पुरवण्याचेही आश्वासन आम्हाला मिळाले होते.

एकूणात, अनेक विभागांमधील अधिकाऱ्यांशी चर्चा करण्याच्या काळजीतून आमची सुटका झाली होती. त्या प्रांताच्या अधिकाऱ्यांनी दिलेली प्रपत्रे आम्ही फक्त भरून द्यायची होती. एवढे झाले की विकास मंडळ बाकी सर्व कामे, परवाने इत्यादी- मग ते केंद्रीय असोत की स्थानिक, पार पाडण्याची जबाबदारी घेणार होते. काम सुरू करण्याची परवानगी एस एफ एलच्या हातात आणून देण्यात येणार होती.

अखेरचा मुद्दा—हा विकास विभाग आणि प्रांत यांमधील अधिकारी आम्हाला त्यांच्या बरोबर काम करणे सुखावह व्हावे यासाठी आटोकाट प्रयत्न करत होते. फक्त आमच्या प्रवासाची व्यवस्था करणे एवढ्यावर न थांबता, जेथे शक्य असेल तेथे प्रेक्षणीय स्थळे दाखवण्याची व्यवस्थाही करण्यात आली आणि एवढेच नव्हे तर आमच्यासाठी एक मेजवानीही त्यांनी आयोजित केली. अखेरच्या स्वाक्षरी करण्याच्या समारंभाला सर्व संबंधित अधिकारी उपस्थित राहतील याची काळजी घेण्यात आली होती. या समारंभाला त्या प्रांताचे उप-महापौर, महापौर, जियाझिंग

शहराचे उप-महापौर, चायना फेडरेशन ऑफ इंडस्ट्री अँड कॉमर्सच्या स्थायी समितीचे सदस्य, चायना सेंटर फॉर बिझिनेस को-ऑपरेशन अँड को-ऑर्डिनेशनचे विभाग प्रमुख, या अधिकाऱ्यांचाही या समारंभामध्ये सहभाग होता. या खेरीज, प्रांत पातळीवरील सर्व खात्यांचे प्रमुख- अगदी अग्निशामकदलाचे प्रमुख, पोलिसप्रमुख, जमीनविषयक खात्याचे प्रमुख, पर्यावरणविषयक खात्याचे प्रमुख हे अधिकारीही या समारंभाला हजर होते. या सर्वांनी आम्हाला एकच आश्वासन दिले - आम्हाला कोणत्याही प्रकारची अडचण येऊ दिली जाणार नाही. कोणतीही अडचण आली तर आमच्याशी संपर्क करा आम्ही तिचं निवारण करू हे ते आश्वासन होते.

म्हणून, आता मागे वळून पाहताना — या प्रवासाची सुरुवात झाली तेव्हा अज्ञात प्रदेशासंबंधीच्या अनेक धास्ती मनात होत्या- एकूण वातावरण कसे असेल, तेथे गुंतवणूक करणे शहाणपणाचे ठरेल ना, आपला हा प्रकल्प यशस्वी ठरेल ना अशा अनेक शंका मनात होत्या, परंतु परत आलो तेव्हा आम्ही संपूर्णपणे निश्चिंत होतो. ते सर्व अधिकारी आमच्या पाठीशी उभे होते आणि आम्हाला माहीत नसलेल्या सर्व बाबी पूर्ण करण्याची जबाबदारी त्यांनी स्वीकारलेली होती. त्यामुळे आमचे आता काम एवढेच होते की कारखाना उभारायचा आणि उत्पादनाला सुरुवात करायची.

हा सर्व प्रवास अतिशय संस्मरणीय असाच होता. या प्रवासाने आम्हाला एका दूरच्या देशामध्ये कारखाना उभारण्याचा आणि त्यात यशस्वी होण्याचा आत्मविश्वास दिला.

*　　　*　　　*

चीनमध्ये गुंतवणूकदाराला हे असं वागवलं जातं. चीनमधील वागणुकीपेक्षा किंवा दक्षिणपूर्व आशियामधील वागणुकीपेक्षा येथे आपल्याला अधिक चांगली वागणूक मिळेल याची खात्री नसेल तर गुंतवणूकदार येथे येणारच नाही, तो चीनमध्ये किंवा दक्षिणपूर्व आशियामध्येच जाईल. याचं तात्पर्य उघड आहे. परवानग्या देणं ही फक्त पहिली पायरी झाली. आपण ज्या काही बाबींवर कधी न संपणाऱ्या चर्चा करत बसतो- परदेशी भागभांडवलावरील 'कॅप' वाढवणे, काही कर सवलती देणे ही फक्त सुरुवात होऊ शकते. या बाबी होणारच असं गुंतवणूकदाराने गृहीतच धरलेलं असतं. कारण या बाबी त्याला इतर सर्व ठिकाणी मिळणारच असतात. आपल्याला प्रत्यक्ष कृती करूनच गुंतवणूकदाराला वश करून घ्यावं लागेल.

पुढाकार घेणं नकोसं करून टाकलं जातं

आजच्या आपल्या प्रशासनामधील आणखी एक बाब नाहीशी करणं आवश्यक आहे. ही बाब या व्यवस्थेच्या बाहेर असणाऱ्या व्यक्तींना फारशी अनुभवास येत

नाही. या चक्रव्यूहामध्ये अत्यंत तीव्र बुद्धीही आपली धार गमावून बसते.

'काम' या शब्दाची मूलभूत कल्पनाच येथे बदलून जाते. आपण समोरची फाईल पुढच्या मुक्कामाला पाठवली म्हणजे आपण 'काम' केलं, अशी अनेक मुलकी अधिकाऱ्यांची समजूत असते. मी सरकारमध्ये असताना मला पावलोपावली विनोबांच्या टोमण्याची आठवण येत असे ''हमारे यहां बातही का काम है, कामकी बात नही.''

या प्रकारची सवय झालेल्या व्यवस्थेमधून नव्यानव्या कल्पना उगवण्याची शक्यता कमीच असते. आपल्याकडे मुलकी सेवेमध्ये अशी अनेक माणसं आहेत जी कोणत्याही दृष्टीने पाहिलं तरी गुणवान आहेत, परंतु या व्यवस्थेने त्यांची प्रत्येक सर्जनशील कल्पना खरडून काढली आहे.

एक अगदी साधी गोष्ट सांगतो-मला तिच्याशी पुरी चार वर्षं झगडावं लागलं आहे. एक अगदी पक्का गैरसमज असा आहे की कोणत्याही उद्योगामध्ये सरकारचे भाग भांडवल ५१% पेक्षा कमी झाले तर या 'महत्त्वाच्या मालमत्तेवरील'' सरकारचे नियंत्रण संपुष्टात येईल. आता खाजगी उद्योग नित्यनियमाने याबाबतीत काय करत असतात त्याच्याशी याची तुलना करून पाहा. हे खाजगी उद्योग २६% भाग भांडवल हाती असताना अनेक उद्योगांवर नियंत्रण ठेवतात -अनेक वेळा याहूनही कमी भाग भांडवल असतानाही—काही काळापूर्वी रिलायन्सने बीएसईएस विकत घेतली. हा व्यवहार झाल्यानंतर थोड्याच दिवसांत 'आर्टिकल्स ऑफ असोसिएशन'मध्ये सुधारणा करण्यासाठी रिलायन्स व्यवस्थापनाने भागधारकांची संमती मिळवली. भागधारकांनी स्वीकृत केलेलं नवीन 'आर्टिकल' पुढीलप्रमाणे होतं,

'जोपर्यंत रिलायन्स ग्रुप ऑफ इंडस्ट्रीज आणि / किंवा त्यांचे सहकारी उद्योग, आणि / किंवा त्यांचे दुय्यम उद्योग यांचे बीएसईएसमधील मतदानाचा हक्क अबाधित ठेवणारे असे भरणा झालेले भांडवल २६% किंवा त्याहून अधिक असेल आणि ते या कंपनीमधील एकमात्र सर्वाधिक भागभांडवलधारक असेल, तोपर्यंत रिलायन्सला संचालक मंडळावरील सर्वाधिक संचालकांची नियुक्ती करण्याचे अधिकार असतील, संचालक मंडळाचे अध्यक्ष आणि उपाध्यक्ष नेमण्याचा अधिकार रिलायन्सला राहील. ''कंपनी कायद्या''मध्ये स्पष्ट केल्याप्रमाणे या कंपनीवर संपूर्ण नियंत्रण ठेवण्याचा अधिकारही रिलायन्सकडे राहील.'' त्याचप्रमाणे, आपल्या उद्योगांमध्ये तर ही सर्वसाधारण पद्धतच आहे की आंतरराष्ट्रीय बाजारपेठेमध्ये ते एडीआर आणि जीडीआर जारी करतात, ज्यामुळे जारी करणाऱ्या उद्योगांमध्ये संचालक मंडळाच्या ताब्यातील भागांच्या मतदानाचे अधिकार सुपूर्द करता येतात. उदाहरणार्थ, रिलायन्स एनर्जीने प्रसिद्ध केलेल्या त्यांच्या जीडीआरच्या माहितीपत्रकाचा अभ्यास केला तेव्हा मला असं दिसून आलं की, या माहितीपत्रकामध्ये असं अगदी स्पष्ट शब्दांमध्ये

नोंदवण्यात आलेलं आहे की, हे जीडीआर घेणाऱ्या व्यक्तींना मतदानाचा अधिकार असणार नाही. संचालक मंडळाने सांगितल्यानुसारच ते मतदान करतील किंवा रिलायन्स एनर्जीच्या एखाद्या संचालकाला त्यांच्या मतदानाचा अधिकार सुपूर्द करावा लागेल, किंवा भागधारकांनी कशा रीतीने मतदान करावे हे संचालक मंडळाने निश्चित केले असेल त्यानुसार मतदान करावे लागेल.

यामध्ये तीन बाबी चटकन नजरेसमोर येतात. हे उपाय संपूर्णपणे कायदेशीर आहेत. हे उपाय अत्यंत सोपे आहेत. आणि तिसरी बाब, या अत्यंत प्राथमिक बदलांनंतर मूळ उद्योगाकडेच सर्व नियंत्रण राहील याबद्दल संचालकमंडळाला पूर्ण आत्मविश्वास आहे. आपला उद्देश जर नियंत्रण स्वत:कडेच ठेवण्याचा असेल तर सरकारलाही हे किंवा असे उपाय अवलंबिता येतील. महत्त्वाचा मुद्दा असा आहे की, आपल्या या व्यवस्थेमध्ये अशा प्रकारचे साधे, सरळ आणि सोपे उपाय सुचवलेच जात नाहीत. खरं तर, एखादी कल्पना सुचवण्यात आली की त्यावरची पहिली प्रतिक्रिया असते ती ही -आय आर आय-ज्याला व्यवस्थापन पंडित 'इंस्टंट रिजेक्शन इंस्टिक्ट' म्हणतात-तात्काल नकार देण्याची प्रवृत्ती "सर, कायदा मंत्रालयाचा आक्षेप असू शकेल... सर, कंपनी अफेअर्स... सर,सेबि...."

नवा, अनोळखी असलेला मार्ग निवडणे टाळण्यासाठी तत्त्वांना चिकटून बसणे.

सामोरी आलेली संधी साधण्याऐवजी आजचा मुलकी अधिकारी आधी कधी असं घडलं आहे का हे शोधत बसतो आणि संधीचा लाभ घेण्याची टाळाटाळच करतो. हे असं गेली कित्येक वर्षं चालू आहे. नवे नवे मार्ग तयार करणं तर दूरच, साध्या उपयुक्ततेचा विचारही करणं सोडून दिलेलं दिसतं. चीनमधील दुसऱ्या एका उदाहरणानं ही बाब अधिक स्पष्ट होईल.

आजच्या घटकेला चीनने सुमारे ४०० बॅलिस्टिक क्षेपणास्त्रे तायवानवर रोखलेली आहेत, असा अंदाज आहे. येत्या ५ वर्षांमध्ये ही संख्या ६००वर जाईल असाही अंदाज आहे. थोड्याच वर्षांपूर्वी, चीनने या क्षेपणास्त्रांची चाचणी करताना ती तायवानच्या अगदी लगतच झाडली होती. दुसऱ्या हाताला, चीनचा सामना करण्यासाठी म्हणून तायवान अमेरिकेकडून ही क्षेपणास्त्रे खरेदी करणारा दुसऱ्या क्रमांकावरील देश ठरला आहे. थोडक्यात सांगायचं तर, हे दोन्ही देश परस्पर संघर्षाच्या पवित्र्यामध्ये आहेत असं दिसतं आहे. आणि तरीही या देशांमधील दुहेरी व्यापार ३००० कोटी अमेरिकन डॉलर्सपेक्षा अधिक आहे. तायवानची चीनमधील अधिकृत गुंतवणूक सुमारे १७०० कोटी अमेरिकन डॉलर्स एवढी आहे. खरं सांगायचं तर तायवानवर घालण्यात आलेल्या बंधनांमुळे तायवानी उद्योगपतींनी याहून

कितीतरी अधिक गुंतवणूक हाँगकाँग, केमन आयलंड इत्यादींच्या मार्फत चीनमध्ये केलेली आहे. तायवानी उद्योगपतींकडून चीनने मिळवलेली एकूण गुंतवणूक १७०० कोटी एवढी नसून ७००० कोटी एवढी असावी असा अंदाज आहे. या गुंतवणुकीमुळे चीनमध्ये सुमारे ३० लाख नोकऱ्या उपलब्ध झाल्या असाव्यात असा अंदाज आहे. शांघायजवळचे एक शहर, कुनशान म्हणजे तर तायवानी उद्योगांचं एक केंद्रच बनलं आहे. सुमारे ४००,००० ते ७००,००० तायवानी लोक आता चीनमध्ये स्थायिक होऊन तेथे नोकरी करत आहेत. तायवानच्या एकूण कामगार वर्गाचा हा ७-१०% एवढा हिस्सा आहे. यांपैकी सर्वात मोठ्या अशा ज्या कंपन्या आहेत-त्यामध्ये या दोन्ही देशांच्या सरकारी मालकीच्या कंपन्याही आल्या- त्यांनी "जॉइंट वेंचर्स", "संयुक्त उद्योग"सुरू केले आहेत. दरवर्षी तायवानी लोक चीनला सुमारे ३० लाख वेळा भेट देतात. ३० लाख वेळा आणि तेही थेट विमानसेवा नसताना—जेव्हा अशी थेट विमानसेवा सुरू होईल तेव्हा ही संख्या ५० लाखांवर जाण्याची शक्यता आहे. या स्थलांतरामुळे चीनचे सैनिकी बळही त्याचप्रमाणात वाढलं आहे. उदाहरणार्थ, संगणकाच्या हार्डवेअरचे उत्पादक चीनला अधिक शक्तिशाली आणि अधिक प्रभावशाली संगणकांची निर्मिती करण्यास मदत करतात तेही अधिक वेगाने. क्षेपणास्त्रे आणि अण्वस्त्रांच्या चाचणीसाठी आणि त्यांच्या विस्तारित मांडणीसाठी अत्यंत आवश्यक असलेले असे हे संगणक, ज्या प्रकारच्या संगणकांची चीनमध्ये निर्यात केली जाऊ नये म्हणून अमेरिका सतत प्रयत्न करत आहे ते संगणक. (ही सत्यस्थिती आणि इतर माहितीसाठी यू एस काँग्रेसला यू एस-चीन सुरक्षा निरीक्षण समितीने पाठवलेला अहवाल पाहावा. द नॅशनल सिक्युरिटी इम्प्लिकेशन्स ऑफ द इकॉनॉमिक रिलेशनशिप बिटवीन द युनायटेड स्टेट्स अँड चायना जुलै २००२ पृ.५८-६३ , १०६-०७.)

ही व्यवस्था मोडून तोडून जाऊन हा सनदी अधिकारी स्वतंत्र होईपर्यंत त्याच्या दृष्टीने दुसरा सुरक्षित मार्ग तरी कोणता आहे? त्याला "तत्त्वांना चिकटून राहण्याखेरीज," आणि "मागील पानावरून पुढे चालू" ठेवण्याखेरीज दुसरा पर्यायच नाही.

जेव्हा अशा वर्तनाचे परिणाम स्पष्ट दिसून येत असतात, जेव्हा ते इतके खच्ची करून टाकणारे असतात तेव्हाही तरीही हे वर्तन ही मानसिकता तशीच्या तशीच का राहते?

त्याला अनेक कारणं आहेत.

कारणे

१. सरकारी व्यवस्था म्हणजे एक प्रवाळ खडक आहे. तो बहुतेक वेळा उत्स्फूर्त आणि बऱ्याच वेळा अपघातानेच वाढत जात असतो. त्याची ही

वाढ ठरवून किंवा आधी निश्चित करून अशी कधीच होत नसते. यामध्ये दोन बाबी महत्त्वाच्या ठरतात.

* प्रत्येक वेळी जेव्हा एखादी दुर्दैवी घटना घडते—एखादी चूक जनतेच्या समोर येते, प्रमाणाबाहेर लागलेला काळ किंवा वाढलेला खर्च, तेव्हा आणखी एक समिती स्थापन करण्यात येते. सर्व प्रक्रियेमध्ये आणखी एक वळण, आणखी एक स्तर, आणखी एक अडथळा वाढवला जातो.

* तुकडे केलेल्या मतदारसंघांमुळे कायदेही तुकड्यानेच संमत होतात. आणि त्यामुळे अधिकाधिक मंत्रालये निर्माण करण्याची गरज भासू लागली आहे. जबाबदाऱ्या आणि अधिकारक्षेत्रे आणखीच विभागली गेली आहेत. याचा परिणाम म्हणजे प्रत्येक निर्णयासाठी अधिकाऱ्यांच्या सतत वाढत्या संख्येशी चर्चा करणे भाग पडत आहे. त्यांच्यापैकी प्रत्येकालाच एक प्रकारचा नकाराधिकार प्रत्येक बाबींसाठी मिळालेला आहे.

२. ही व्यवस्था उतरंडीची आहे. एखादा अधिकारी जेवढा वरच्या पदावर जाईल तेवढी त्याच्या मताला असलेली किंमत वाढते. परंतु त्यानं किती वर्षं या सनदी नोकरीमध्ये घालवली आहेत यावर तो किती वरच्या पदावर जाणार हे ठरत असतं. आणि त्यानं जेवढी अधिक वर्षं या चाकोरीमध्ये घालवली असतील तेवढा तो या प्रक्रियेमध्ये घासून पुसून निघून तयार झालेला असणार हेही निश्चित होतं.

३. या वेळेपर्यंत सर्व निकष मुळापासून बदलले गेले असतात. मी आधी म्हटल्याप्रमाणे बऱ्याच अधिकाऱ्यांना "आपण खूपच काम केलं, आपण ही फाईल पुढच्या टेबलावर पाठवली म्हणजे आपल्याकडून जी अपेक्षा होती ती आपण पार पाडली," असं वाटत असतं. कार्यपद्धतीच्या त्याच त्याचपणामुळे विचार करण्याची शक्तीच हरपून गेलेली असते. हे मी कोणत्याही एका विशिष्ट अधिकाऱ्याबद्दल बोलत नाही तर या संपूर्ण कार्यपद्धतीविषयी बोलतो आहे.

४. एवढीच महत्त्वाची आणखी एक बाब म्हणजे, एखाद्या कामाला उशीर झाला, एखाद्या अधिकाऱ्यावर सोपवलेला एखादा प्रकल्प दिलेल्या वेळात पूर्ण झाला नाही तरी त्यांचं काहीही नुकसान होणार नाही आहे हे या अधिकाऱ्यांना चांगलंच कळून चुकलेलं असतं. परंतु त्यानं जर या कार्यपद्धतीला ओलांडून जाऊन काही करायचं ठरवलं तर मात्र एखादं मोठंच संकट त्याच्या माथ्यावर येऊन कोसळू शकतं. त्याच्या हेतूची शंका घेतली जाते, चौकशी समिती नेमली जाते. मग सरळ या

चक्रव्यूहामध्येच घोटाळत का राहू नये आणि चक्रव्यूहातल्या वापरून वापरून झिजलेल्या चाकोरीतूनच का चालत राहू नये?

५. अर्थात, कधी कधी सर्वात उत्तम पर्याय शोधून काढण्याच्या खऱ्याखुऱ्या इच्छेने दुसऱ्या कोणाचं तरी मत घेण्याची ऊर्मी उठतेच. आणि कधीकधी मूळचा प्रस्ताव या चक्रव्यूहातून फिरता फिरता खरोखरच सुधारला जातोही. परंतु असं कमी वेळा घडतं. अधिक वेळा घडणारी गोष्ट म्हणजे जे सर्वोत्तम आहे ते 'चांगल्याच्या' विरोधी ठरतं. दुय्यम दर्जाचा प्रस्ताव जरी याआधी मान्य करण्यात आला असता तरी त्यावर जमणारं व्याजही या 'सुधारित प्रस्तावाने मिळवलेल्या' बाबींपेक्षा अधिक झालं असतं.

६. अनेकवेळा 'कायदा मंत्रालयाचे मत घ्यावे' किंवा समित्यांकडून निर्णय करून घेणे किंवा घेतलेल्या निर्णयाला मान्यता मिळवून घेणे, या गोष्टी स्व-संरक्षणासाठी वापरण्यात येत असतात. 'सामुदायिक जबाबदारी' याचा खरा अर्थ असा आहे की तुम्ही कितीही शोधलंत तरी कोणाही एका व्यक्तीला जबाबदार धरू शकणार नाही.

७. जेव्हा परिस्थितीमुळे या व्यवस्थेला जाग येते आणि एखादं काम झालं पाहिजे याची जाणीव होते तेव्हा त्याची जबाबदारी घेण्यासाठी एका विभागाची स्थापना करण्यात येते. पर्यावरण? ठीक आहे. एक मंत्रालय. याचा एक परिणाम काय होतो ते आपण पाहिलंच आहे—आता आपल्याला आणखी एका विभागाकडून परवानगी मिळवावी लागते. याचाच अर्थ असा की एकच भला थोरला खडक नाही तर आता चांगल्या चार किंवा पाच वेगवेगळ्या अधिकाऱ्यांचे सुस्पष्ट असे थर या विभागामध्ये तयार झालेले दिसतात. परंतु या सर्वांचा आणखीही एक अटळ असा परिणाम आहे. जेव्हा असा एखादा विशिष्ट कामासाठीचा विभाग स्थापन करण्यात येतो, उदाहरणार्थ-पर्यावरण मंत्रालय-पर्यावरण एवढ्या एकाच मूल्याशी या विभागाचा संबंध असतो. हा विभाग समोर आलेल्या प्रकल्पाचा फक्त पर्यावरण विषयक परिणाम काय होईल एवढंच बघत असतो. यामुळे आपल्याला अनेक उद्दिष्टे मिळतात, ज्यांच्यापैकी प्रत्येक उद्दिष्ट "तत्त्वाचा प्रश्न" बनून सरकारच्या या नाही तर त्या विभागाच्या उद्दिष्टांकडे साफ दुर्लक्ष करत असतं. मग उशीर होणं, 'सांगोपांग चर्चा' करण्यासाठी बैठका, वाटाघाटी—इथे मी जवळ जवळ भारत-पाक वाटाघाटी असं लिहूनच टाकलं होतं-एवढंच काम होऊ लागतं.

८. अर्थात, या व्यवस्थेमध्ये सुधारणा करणं अत्यंत आवश्यक आहे हेही एक महत्त्वाचं उद्दिष्ट आहे, हेही लक्षात आलेलं आहे. आणि म्हणून आपल्याकडे ''प्रशासनिक सुधारणा'' या नावाचं एक खातं उघडण्यात आलेलं आहे. खातं एकदा निर्माण झाल्यावर खरं म्हणजे जे काम सर्व मंत्रालयांच्या रोजच्या कामाचा एक भाग असायला हवं ते आता फक्त या एका खात्याची जबाबदारी बनून गेलं आहे. या खात्याने सुचवलेल्या सर्व सुधारणा आता दुसऱ्या कोणत्याही विभागाने सुचवलेल्या इतर कोणत्याही सुधारणेप्रमाणेच त्याच चक्रव्यूहामधून फिरत राहू लागल्या आहेत.

९. या व्यवस्थेमुळे ज्या लोकांना त्रास सोसावा लागतो त्यांच्या तक्रारी पुरेशा प्रमाणात या व्यवस्थेला ऐकूच येत नाहीत. असं म्हणतात की जेव्हा एखाद्या व्यवस्थेमधील कर्मचाऱ्यांची संख्या शंभराच्यावर जाते तेव्हा ती व्यवस्था उर्वरित जगाशी बोलणं किंवा त्याचं म्हणणं ऐकून घेणं सोडूनच देते. ते सर्व कर्मचारी एकमेकांशी बोलण्यातच गर्क झालेले असतात. आणि सरकारमध्ये तर फक्त शंभर किंवा दोनशे कर्मचारी कधीच नसतात. एकट्या बी एस एन एलमध्ये ''साडेतीन लाख'' कर्मचारी आहेत.

माझे स्नेही, जीन बॅनेथ लिहितात, ''मी एकदा एका स्वयंपूर्ण सरकारचे एक स्पष्टीकरणात्मक आदर्श प्रारूप तयार केले. याचे एक साधे उदाहरण असे आहे : अशी कल्पना करा-प्रत्येक मुलकी अधिकारी दुसऱ्या प्रत्येक मुलकी अधिकाऱ्याने केलेल्या कामावर भाष्य करण्यासाठी दर महिन्याला सरासरी एक सेकंद खर्च करतो. (मूळ तत्त्वामध्ये बदल न करता हे उदाहरण अधिक वास्तव करणे शक्य आहे.) यामुळे कर्मचारी वर्गाची संख्या ६३३६०० या आकड्याच्या जवळ जवळ जाऊ लागेल तेव्हा सर्व कर्मचारी याच एका कामामध्ये-भाष्य करण्याच्या-गुंतलेले राहू लागतील. आणि जेव्हा ही जादूची संख्या येईल तेव्हा दुसऱ्या कोणत्याही कामाला वेळच उरलेला नसेल. यामुळे आणखी मुलकी अधिकारी नेमणे आवश्यक होईल. आणि अर्थातच जेवढे अधिकारी अधिक तेवढा अधिक वेळ त्यांना परस्परांच्या कामावर भाष्य करण्यासाठी लागणार हे उघडच आहे. आणि मग अर्थातच त्यांनाही इतर काही काम करण्यासाठी वेळ उरणार नाही. याचप्रमाणे, नुसते अधिक काम करण्याने—म्हणजे अधिक भाष्ये करून ती पुढे पाठवण्याने अडचणी वाढतीलच.''

शिवाय, सरकारकडे जे लोक येतात ते अर्जदार असतात, बऱ्याच वेळा

शरणागत असतात. साहजिकच त्यांना या व्यवस्थेच्या विरोधात भांडण करणे नकोसंच असतं. त्यांचं जे काही लहान सहान काम आहे तेवढं त्यांना पार पाडून घ्यायचं असतं. बऱ्याच वेळा एखाद्या वृत्तपत्रामध्ये एखाद्याच्या विरुद्ध काही बातमी छापून आली तर त्याची प्रतिक्रिया 'जाऊ दे' अशी असते. कारण त्या वृत्तपत्राचा अपमान झाला तर ते फार जास्त त्रास देण्याची शक्यता असते म्हणून, त्या वृत्तपत्राने जे काही केलं आहे त्याबद्दल त्याच्या कानावर फारसं काही जातच नाही. जी व्यक्ती या दप्तर दिरंगाईमध्ये पार गुंतून पडते तिची स्थितीही अशीच असते. पहिली गोष्ट म्हणजे त्याची तक्रार निवारण करण्यासाठी त्याच अधिकाऱ्यांकडे पाठवली जाणार हेही निश्चित असतं. स्वत:ची चूक कबूल करणारा माणूस फारच विरळा. सत्तेची खुर्ची, त्यावर बसलेला बिन-चेहऱ्याचा माणूस आणि वर अंतर्गत सरकारी कामकाज कसं चालतं हे बाहेरच्या जगाच्या नजरेआडच राहणं - या सर्व गोष्टींमुळे ज्या बिचाऱ्या माणसावर अन्याय झाला असेल त्याला तो मुकाट्याने पोटात घालण्यावाचून दुसरा काही पर्यायच राहत नाही. परंतु ज्या अधिकाऱ्याच्या हातून हा अन्याय घडला असेल त्याला या तक्रारीमुळे अगदी चुकून काही त्रास झालाच तर तो या तक्रारखोराला असंख्य रीतीनी धडा शिकवू शकतो. त्याहून चांगलं म्हणजे तो व्यवस्थेतील इतरांकडून हा धडा शिकवण्याचं काम करू शकतो. बळी पडलेल्याचं शहाणपण त्याला गप्प बसणं भाग पाडतं. याचा परिणाम उघडच आहे. फारच थोडे लोक या व्यवस्थेला सामोरे जातात आणि म्हणूनच व्यवस्थेच्या प्रचंड संख्येमुळे आधीच कमी ऐकणाऱ्या व्यवस्थेला आणखीच कमी ऐकू येऊ लागतं.

१०. ही व्यवस्था आता समुद्राइतकी विस्तृत झालेली आहे यामुळेच तिच्यामध्ये सुधारणा घडवून आणण्याचे सर्व प्रयत्न निष्फळ होतात. हा प्रचंड सागर सुधारण्यासाठी प्रयत्न करायला हवेत ते असे :

* अतिप्रचंड प्रमाणात
* सर्व स्तरांवर
* सर्व आघाड्यांवर एकाच वेळी
* टिकाऊ

परंतु परिस्थिती या चार तत्त्वांच्या आड येत असते. मंत्र्यांना पुरेसं ज्ञान नसतं. सचिव इत्यादी अधिकाऱ्यांना बारकावे अधिक चांगले माहीत असतात. परंतु आपण याआधी पाहिलं त्याप्रमाणे हे अधिकारी या व्यवस्थेमध्ये इतके संपूर्ण मुरून गेलेले असतात की खरा खुरा बदल घडवून आणण्यासाठी जे अथक आणि सतत प्रयत्न

केले गेले पाहिजेत ते करण्याची असोशी त्यांच्यामध्ये शिल्लकच राहिलेली नसते. ज्ञान आणि क्षमता दूर - साधा वेळच नसतो त्यांच्याकडे. हे प्रयत्न सातत्याने करत राहिलं पाहिजे असं आपण म्हटलंच आहे. परंतु प्रत्येक मंत्र्याचा एखाद्या विशिष्ट मंत्रालयातील कार्यकाल हा सरासरीने काही थोड्या वर्षांचाच असतो.-तेवढाही असलाच तर— आणि एखाद्या सचिवाचा तर त्याहूनही कमी असण्याची शक्यता अधिक. श्री. एन. सी. सक्सेना नियोजन मंडळाचे सचिव असताना त्यांनी एक धावते सर्वेक्षण केलेलं मला आठवतंय. केंद्र सरकारमधील सचिवांचा एका विभागातील कार्यकाल हा जेमतेम ११ महिन्यांचा होता, असं या सर्वेक्षणामधून दिसून आलं. अर्थात उत्तर प्रदेश सारख्या राज्यांमध्ये तर हा कार्यकाल अगदी क्षणभंगुर म्हणावा असा आहे. तेथील सर्वेक्षणामध्ये असं दिसून आलं की आयुक्तांचा कार्यकाल ८ महिन्यांचा, आणि पोलीस प्रमुखाचा ४ ते ६ महिन्यांचा असतो. हे असं कणभर न्यायक्षेत्र आणि कणभराचा अधिकार हातात असताना आणि तोही इतक्या थोड्या काळासाठी, एखादा अधिकारी अतिप्रचंड प्रमाणात, सर्व स्तरांवर, एकाच वेळी आणि टिकाऊ असा बदल घडवणार तरी कसा?

करण्यासारख्या बाबी

पहिला धडा आहे तो आहे या व्यवस्थेच्या बाहेरच्या व्यक्तींसाठी. दबाव टाकणं चालू ठेवा. ज्यांची कामं खोळंबून पडताहेत असे नागरिक म्हणून. ज्यांना कबूल केलेल्या प्रतीच्या सेवा मिळाल्या नाहीत, आणि ज्यांची अपेक्षा करणं हा त्यांचा हक्क आहे असे ग्राहक म्हणून, गुंतवणूकदार म्हणून. उदाहरणार्थ, एक गुंतवणूकदार म्हणून तुम्ही एका राज्याऐवजी दुसऱ्या राज्याची निवड करता, तेव्हा तुम्ही याच राज्याची निवड का केली आहे आणि दुसऱ्या राज्याची निवड का केलेली नाही हे जाहीरपणे सांगायला सुरुवात करा.

उद्योग संघटना आणि प्रसार माध्यमे यांनी निरनिराळ्या राज्यांमध्ये आणि निरनिराळ्या विभागांमध्ये कोणत्याही बाबीचा निकाल लागायला किती वेळ लागतो यासंबंधीची माहिती गोळा करून ती प्रसिद्ध करण्यास सुरुवात करावी. त्याच बरोबर वैयक्तिकरीत्या कोणत्या अधिकाऱ्यांनी काही बाबी कशा यशस्वीपणे हाताळल्या आहेत हेही जाहीर करण्यास सुरुवात करावी. राज्यांना गुणवत्तेचा दर्जा द्या, विभागांनाही असाच दर्जा द्या. या चक्रव्यूहामधून आपलं काम पूर्ण करून घेण्यासाठी आपण जेवढी शक्ती खर्च करत असतो त्याच्या फक्त एक पंचमांश शक्ती जरी आपल्यापैकी प्रत्येकाने आपणा सर्वांना अडथळा करणाऱ्या या चक्रव्यूहाला सरळ करण्याच्या कामी खर्च केली तरी आपल्याला हवा असलेला बदल आपण घडवून आणू शकू.

दुसरा धडा आहे आजूबाजूला बघण्याचा. हे खरं आहे की उशीर होतो. हेही खरं

आहे की ही व्यवस्था सुधारण्याच्या सर्व प्रयत्नांना ती व्यवस्थाच गिळून टाकते.

तरीही, टिकून राहिलेली बेटं सापडतातच. उदाहरणार्थ, इस्रो.

तरीही, याच व्यवस्थेने अचानक आलेल्या संकटांचा सामनाही यशस्वीपणे केला आहे. –गुजरातमधील भूकंप हे याचं एक उदाहरण आहे.

तरीही, कुंभ मेळ्यासारख्या अतिप्रचंड मेळाव्याला, जेथे ३ कोटी भाविक जमतात, तेथे कोणतीही अप्रिय घटना न घडता हा मेळावा पार पाडण्याची शक्ती याच व्यवस्थेमध्ये आहे हे तिनं सिद्ध केलेलं आहे.

तरीही, मुंबई-पुणे अतिद्रुतगती मार्ग किमान वेळात पूर्ण करण्याचं काम महाराष्ट्र सरकारनं करून दाखवलेलं आहे.

तरीही, राष्ट्रीय महामार्ग आयोगाने चौहेरी प्रकल्प अत्यंत वेगाने पूर्ण करण्याचा उद्देश ठेवलेला आहे.

तरीही, दिल्लीतील मेट्रो प्रकल्प अत्यंत कार्यकुशलतेने पूर्ण केला जात आहे.

म्हणून, करता येण्यासारखं काय आहे तर-हीच व्यवस्था या परिस्थितीमध्ये इतकं चांगलं काम करू शकते त्यामागे कोणत्या गोष्टी कारणीभूत आहेत त्यांचा शोध घेता येईल. हे पाहताना, एक-दोन व्यक्तींच्या आधाराने एवढ्या मोठ्या गोष्टी कशा घडून आलेल्या आहेत हे आपल्याला दिसून येईल. इस्रोमधील डॉ. सतीश धवन, काल कोंकण रेल्वेमध्ये आणि आज दिल्ली मेट्रोचं काम बघत असलेले श्री. श्रीधरन आणि वरिष्ठ अधिकाऱ्यांनी या व्यक्तींवर ठेवलेला विश्वास. यामुळेच आपल्याला कार्यक्षमता आणि सचोटीचं खरंखुरं, आपल्याला माहीत असल्यापेक्षा अधिक असलेलं मूल्य कळून येईल.

तसंच, या चक्रव्यूहामधून वाट काढण्यासाठी या लोकांनी कोणते उपाय योजले, कोणते नियम पाळले त्याचीही एक झलक आपल्याला मिळू शकेल. मुंबई-पुणे द्रुतगती मार्गाचं काम ज्यांनी पार पाडलं त्या श्री. आर. सी. सिन्हांनी तर निविदांसाठी एक अगदी नावीन्यपूर्ण नियमप्रणाली तयार केली. कंत्राटदाराला एका करारावर सही करावी लागत असे, त्यामध्ये असं लिहिलेलं होतं की कोणताही वाद निर्माण झाला किंवा मतभेद झाले तर त्याला श्री. सिन्हांचा निर्णय मान्य करावा लागेल. या संपूर्ण कामाच्या प्रत्येक भागाच्या प्रत्येक विभागासाठी एक कडक असं काळाचं बंधन होतं. प्रत्येक विभागाला दर आठवड्याला पूर्ण करण्यासाठीचं एक लक्ष्य देण्यात आलेलं होतं. उशीर झाला तर उशीराच्या प्रत्येक दिवसाला मजबूत दंड वसूल केला जात असे. काम लवकर झालं तर वाचवण्यात आलेल्या प्रत्येक दिवसासाठी तसंच मजबूत बक्षीस आणि जाहीर शाबासकी देण्यात येत असे. अत्यंत अनोख्या पद्धतीनं सरकारी यंत्रणाही कंत्राटदाराच्या मदतीला उभी केली जात असे. ज्या दिवशी कंत्राटदार कामाला सुरुवात करणार असे त्या दिवशी पाणी, वीज,

सामानासाठी उभारलेले एक गोदाम अशा गोष्टी कामाच्या जागेवर तयार असत. न चुकता दर आठवड्याला कामाची रक्कम चुकती करण्यात येत असे.

त्याचप्रमाणे, डॉ. ए.पी.जे. अब्दुल कलाम यांनी त्यांच्या इस्रोच्या दिवसांच्या सांगितलेल्या आठवणी माझ्या लक्षात आहेत.

तेथील कामाचे अनेक नियम ते सांगत असत. त्यांनी मला सल्ला दिला होता- "सर्व गोष्टी 'मिशन-मोड' मध्ये केल्या जायला पाहिजेत. त्यामध्ये काही अशक्य गोष्टीही होत्या. शक्यतोवर ३५वर्षांखालील व्यक्तींनी कराव्यात. "एक स्पष्ट" आणि निश्चित काम. त्यांनी सांगितलं, हे काम पार पाडण्यासाठी एक लहान, एकसंध गट, हे काम पूर्ण झाले की तो गट विसर्जित करायचा. मग या गटातील आणि इतर गटांमधील व्यक्तींमधून दुसरा नवीन गट तयार करायचा दुसऱ्या नव्या कामासाठी. ते सांगत होते, "आम्ही दर सोमवारी भेटत असू." बैठकीचा अजेंडा ठरलेला नसे. त्या आठवड्यामध्ये समोर आलेल्या समस्यांचा विचार करण्यासाठीची ही बैठक असे. ही बैठक संपण्याची वेळही ठरलेली नसे, जोपर्यंत त्या समस्यांचं उत्तर सापडत नाही तोपर्यंत ही बैठक चालत असे, "आमचा एक नियम होता. तुम्हाला जर कोणाला तरी कशाबद्दल तरी लिहावसं वाटलं तर -लिहू नका-दूरध्वनी करा. एखाद्या कामाच्या निमित्ताने तुम्हाला जर एखाद्याला दूरध्वनी करावासा वाटला तर दूरध्वनी करू नका-प्रत्यक्ष त्याच्याकडे जाऊन त्याला भेटा, आणि त्याच्या समोर बसून ती समस्या तिथल्या तिथेच सोडवून टाका." हे अंतराळ विज्ञान नाही. पण ज्या ज्ञानामुळे अंतराळयानं अंतराळात पाठवता येतात ते हे ज्ञान आहे.

* अशी उत्कृष्टतेची बेटं शोधून काढली की मग, अशा संस्थांमध्ये कामाचे जे नियम पाळले जातात त्यांची नोंद करणे.
* ते नियम सर्वांपर्यंत पोचतील याची व्यवस्था करणे.
* तुमच्यावर एखादी लहानशी जरी जबाबदारी टाकण्यात आली तरी अशा पद्धती सुरू करा.
* या नियमांनुसार वागणाऱ्या अधिकाऱ्यांच्या पाठीशी उभे राहा.

अनुभवाने सिद्ध झालेले काही नियमही मला सापडलेले आहेत. या नियमांचीही बरीच मदत होऊ शकेल. त्यांपैकी ६ नियम पुढे देत आहे.

* मंत्रालय जेवढं लहान तेवढं अधिक कार्यक्षम. निर्गुंतवणूक मंत्रालय इतके मार्गदर्शक प्रकल्प पार पाडू शकले याचं एक महत्त्वाचं कारण हे आहे. आणि यांपैकी प्रत्येक प्रकल्पावरील अधिकारी नव्या नव्या पद्धतींनी आणि तपशीलवार काम करण्यात यशस्वी झालेला आहे.
* कोणत्याही मंत्रालयाचे काम -विशेषत: एखाद्या आणीबाणीच्या प्रसंगी-

मुक्त चर्चेसारखं चालावं- कार्यकक्षेचा फारसा बाऊ करण्यात येऊ नये. ती विशिष्ट समस्या त्याच्या कार्यकक्षेमध्ये येत नसली तरीही त्याच्या मताचा योग्य तो आदर करण्यात येईल याची खात्री प्रत्येक अधिकाऱ्याला देण्यात यावी.

* हा गट सातत्याने नव्या कल्पनांचं स्वागत करणारा असावा- एवढेच नव्हे तर -या गटाने सरकारबाह्य व्यवस्थेकडून सतत माहिती मिळवत राहण्याची सवयच लावून घेतली पाहिजे.
* इतर मंत्रालयांमधील अधिकाऱ्यांशी वागताना या गटाने इस्रोसारख्याा नियमांचे पालन केलं तर ते खूपच फायद्याचं ठरेल.
* हातातील समस्या यशस्वी रीतीने सोडवण्यासाठी आवश्यक ते सर्व अधिकार या गटाच्या हातात असले पाहिजेत.

  ते एक 'रूल्स ऑफ बिझिनेस' नावाचं छळवादी भूत हे अधिकार संबंधित मंत्र्याकडे देणार असेल तर त्या मंत्र्याने या कामाच्या प्रत्येक तपशिलाकडे स्वत: लक्ष दिलं पाहिजे- थोडक्यात तो मंत्री या गटाचा एक कार्यकर्ताच झाला पाहिजे.
* सरकारमधील ज्या लोकांना बदल घडवून आणायचा असेल त्यांनी व्यक्तिविशिष्ट बाबींच्या मागे लागता कामा नये.

एखाद्या मंत्रालयाच्या किंवा विभागाच्या कार्यपद्धतीमुळे इकडून तिकडे फेकल्या जाणाऱ्या व्यक्तींच्या समस्या कोणीच सोडवू शकणार नाही. त्याऐवजी,त्याने त्याची मर्यादित शक्ती आणि त्याला मिळणार असलेला त्या विशिष्ट स्थानावरील त्याहूनही मर्यादित वेळ यांचा उपयोग या समस्या सोडवण्यासाठी आवश्यक असलेले बदल घडवून आणण्याच्या प्रयत्नांमध्ये खर्च करावा. आणि हे प्रयत्न म्हणजे मी आता सांगणार असलेला उपाय- हातातले अधिकार वापरणं.

गेल्या दहा वर्षांमध्ये जेवढे ''मुक्त दरबार'' झालेले आहेत त्यांची जी गत झाली आहे त्यानं माझ्या या निष्कर्षाला पुष्टीच मिळालेली आहे. आपले अनेक नेते पंतप्रधान किंवा मुख्यमंत्री बनले की पहिली घोषणा काय करत असतील तर ती म्हणजे ते दर आठवड्याला मुक्त दरबारामध्ये लोकांना भेटणार आहेत ही. शेकडो माणसं तेथे येतात- प्रत्येकाची एक एक दु:खाची कहाणी असते. सुरुवातीला आपले हे वरिष्ठ अधिकारी हाताखालच्या अधिकाऱ्यांना जागच्या जागी सूचना जारी करतात. लवकरच हे सोडून द्यावं लागतं. कारण त्याच्या लक्षात येतं की कोट्यवधी लोकांचे प्रश्न तो एकटा लक्ष घालून सोडवू शकणार नाही.

सरकारमध्ये काम करण्याचा याहून बराच अधिक अनुभव असणारी माणसं नियमांच्या या यादीमध्ये आणखी बरीच भर घालू शकतील, याची मला खात्री आहे.

परंतु माझा सर्वसाधारण विश्वास वेगळा आहे. व्यवस्था ज्या रीतीने तिच्यात सुधारणा करण्याचे प्रयत्न हाणून पाडत असते ते पाहिलं की मला वाटतं, कामाची पद्धत बदलण्याचा प्रयत्न करूच नका. जेथे जेथे शक्य आहे तेथे तेथे कामच कमी करण्याचा प्रयत्न करा. टेलिकॉममधील परवाना पद्धत बदलण्याचा प्रयत्न मी करत असताना आलेल्या अनुभवावरून मी हा नियम बनवला आहे. हे परवाने सेवाविशिष्ट होते, ग्राहकविशिष्ट होते,तंत्रज्ञानविशिष्ट होते, विभागविशिष्ट होते आणि ते जुने पुराणेही होते हे आपण यापूर्वी पाहिलं आहेच. एक मार्ग होता, प्रत्येक अडचण समोर येईल तशी दूर करत जाण्याचा, कार्यप्रक्रियेमध्ये कोणताही अपव्यय होणार नाही याची काळजी घेण्याचा. परंतु मला खात्री होती की आज आम्ही एक अडचण सोडवू तर उद्या दुसऱ्या एखाद्या समस्येमुळे तो चक्रव्यूह पुन्हा एकदा उपयोगात आणला जाईल. म्हणून शक्य तोवर ही पद्धतच बंद करण्याच्या प्रयत्नांना मी लागलो. मंत्रीगटाने माझ्या या उपक्रमाला पूर्ण पाठिंबा दिला, मंत्रिमंडळानेही याला स्वीकृती दिली. आता आपल्याकडे एकच 'युनिवर्सल ॲक्सेस लायसेन्स' आहे आणि मागणी केल्यावर तुम्हाला ते मिळतंही.

तुम्ही प्रवेश मूल्य भरायचं, परवानगी घ्यायची आणि देशभरामध्ये कोठेही, कोणत्याही ग्राहकाला कोणतीही सेवा कोणतेही तंत्रज्ञान वापरून पुरवायची. टेलिकॉममधील 'मर्जर्स अँड ॲक्विझिशन्स' च्या कारकिर्दीमध्ये बदल घडवून आणण्यासाठीही हीच पद्धत वापरण्यात आली. एकदा का ते कामच तुम्ही जवळ जवळ बंद करून टाकलंत की मग जे काही उरतं ते बहुतांशी आपोआप होऊन जाणारं असतं, कोणाबद्दलही भेदभाव करणारं नसतं. आता कार्यप्रक्रिया तशीच राहते हे खरं पण ते फारसं महत्त्वाचं राहत नाही. ही कार्यप्रक्रिया एखाद्या दूरच्या इमारतीमध्ये छायाप्रकाशाचा खेळ चाललेला असावा तशीच भासू लागते.

सुधारणेचा खरा मार्ग हा आहे. कामं आणि सत्ता ही राज्याच्या अधिकाऱ्यांकडून समाजाकडे वळवणं चालू ठेवा.

आणि जी प्रक्रिया अधीच सुरू झालेली आहे तिचा वेग वाढवण्याचा प्रयत्न करा.

भारतीय सरकारचे स्वरूप बदलण्याची प्रक्रिया

५०च्या दशकामध्ये सरकार म्हणजे प्रगतीचे विकासाचे प्रमुख साधन मानले जात होते. पुढील तीन दशकांमध्ये सरकार हे 'ग्रेट मॉनिटर' बनलं.- परवानग्या देणं, बंदी घालणं, मार्ग आखून देणं, त्याच मार्गांनी जायला लावणं, प्रत्येक कृती प्रत्येक पायरीवर तपासत राहणं. आज सरकारला नवं रूप दिलं जात आहे, ज्याला जी गोष्ट उत्तम रीतीनं करता येते ती गोष्ट करण्याचा त्याला पुरेपूर पाठिंबा देण्याचं काम आता सरकारनं करावं असं वाटू लागलं आहे. लोकांना ताकद देणारं एक अस्तित्व.

चक्रव्यूहामधून बाहेर पडण्याचा हा खराखुरा मार्ग आहे. एखादी प्रक्रिया सुधारणं नव्हे, तर सरकारचंच स्वरूप बदलून टाकणं.

आणि या कामाला आता एका क्षणाचाही उशीर होऊन चालणार नाही. बदललेलं सरकारच त्याच्या खऱ्या कामांकडे नीट लक्ष देण्याची क्षमता आणि त्या गोष्टीसाठी लागणारा वेळ देऊ शकणार आहे. उदाहरणार्थ - आपण उत्तर-पूर्व भागातील लोंढ्यांविषयी पाहिलंच आहे. काश्मीरच्या समस्येविषयीही आपण बोललो आहोत. बिहारसारख्या प्रदेशांना पुन्हा सरळ रेषेत आणण्यासाठी या बदललेल्या प्रकारचं सरकारच आवश्यक आहे. कारण असं सरकारच या कामाला आवश्यक असणारा सातत्यपूर्ण आणि तपशीलवार प्रयत्न करू शकतं. आणि ही कामं जर पूर्ण होऊ शकली नाहीत तर मात्र आजवर जे काही मिळवलं आहे ते सगळं धुळीला मिळेल.

❑❑❑